'नायर तिच्या वाचकांमध्ये नवलाई, आनंद आणि दु:ख जागृत करते. ती स्त्री-पुरुष संबंधाबद्दल आणि जटिल कथकली सौंदर्यशास्त्राबद्दल सारख्याच सहजतेने आणि आनंदाने लिहिते.'

— एम. मुकुंदन

'नायरची स्त्री पात्रं अत्यंत बारकाईनं रेखलेली असतात. तुम्ही त्यांना स्पष्टपणे नजरेसमोर आणू शकता. त्यांचे चेहरे, त्यांची हाडं, त्यांच्या वासना!'

— द टेलिग्राफ

'डोळे नीट उघडे ठेवून केलेले कथाकथन.'

— द गार्डियन

'अनिता नायर एक उत्तम लेखिका आहे, जिला पात्रांबद्दल चांगली जाणीव, दाक्षिणात्य संस्कृतीचे सखोल ज्ञान आणि तपशिलासाठी योग्य दृष्टी आहे. ती हळुवार करुणेपासून विषयासक्ततेपर्यंत आणि संतप्त तिरस्कारापर्यंत सहज वावरते आणि ती एक उत्तम कथाकथनकार आहे.'

— द हिंदू-लिटररी सप्लिमेंट

आपल्या स्नेहीजनांना पुस्तके भेट द्या

'लेसन्स इन फर्गेटिंग' या मूळ इंग्रजी पुस्तकाचा मराठी अनुवाद

विस्मरणातच सर्वकाही!

वादळाच्या अनिश्चिततेला प्रतिध्वनित करीत रेखलेली एक मुक्ततेची, क्षमाशीलतेची आणि पुनर्संधीची हृदयस्पर्शी कहाणी

मूळ लेखिका
अनिता नायर

अनुवाद
स्मिता लिमये

मेहता पब्लिशिंग हाऊस

Contact : +91 020-24476924 / 24460313

Email : info@mehtapublishinghouse.com
production@mehtapublishinghouse.com
sales@mehtapublishinghouse.com

Website : www.mehtapublishinghouse.com

◆ *या पुस्तकातील लेखकाची मते, घटना, वर्णने ही त्या लेखकाची असून त्याच्याशी प्रकाशक सहमत असतीलच असे नाही.*

LESSONS IN FORGETTING by ANITA NAIR

Copyright © Anita Nair, 2010

Published by Arrangement with HarperCollins Publishers India

Translation Copyright © Anita Nair, 2012

Translated in Marathi Language by Smita Limaye

विस्मरणातच सर्वकाही! / अनुवादित कादंबरी

अनुवाद : स्मिता लिमये
फ्लॅट नं. १०३ सुप्रभात संकुल, २८६ शिवाजीनगर,
धरमपेठ, नागपूर – ४४००१०.

मराठी अनुवादाचे व प्रकाशनाचे सर्व हक्क मेहता पब्लिशिंग हाऊस, पुणे.

प्रकाशक : सुनील अनिल मेहता, मेहता पब्लिशिंग हाऊस,
१९४१, सदाशिव पेठ, माडीवाले कॉलनी, पुणे - ३०.

अक्षरजुळणी : एच. एम. टाइपसेटर्स, ११२० सदाशिव पेठ, पुणे – ३०.

मुखपृष्ठ : चंद्रमोहन कुलकर्णी

प्रथमावृत्ती : नोव्हेंबर, २०१२

ISBN 978-81-8498-413-2

पॉल मार्शच्या स्मृतीस

कसा असतो स्वप्नभूमीचा प्रदेश?
कसे असतात तिथले पर्वत अन् तिथल्या नद्या?

— *विलियम ब्लेक*

असं का बरं घडतंय तिच्या बाबतीत? ही सगळी मेहेरबानी, हा आनंद, संपूर्ण जीवनच तिच्या ताब्यात, हा सुंदर सप्टेंबरचा दिवस....

पुन्हा एकदा मीरा आकाशाकडे बघून स्मित करते. तरल सूर्यप्रकाश निर्मल सुवासांबरोबर मिसळून जातो आहे. खोडसाळ, उच्च स्वर. वॉल्ट्झ, सफरचंद, चमेली, अक्रोड, कस्तुरी, मदिरा, शेवंतीचं एकच फूल. बुचांचा उघडण्याचा आवाज. धारेचा स्थिर ओघ. तिच्या गालापाशी असलेला थंड ग्लास.

मीराला आवडणारी ग्रीक मिथकांमधली एक देवता, जी ती स्वत: असू शकते. हेरा, देवाधिदेव झ्यूसची पत्नी आणि विश्वाची सम्राज्ञी.

हर्षभरित मीरा वाऱ्याच्या झोतात उभी आहे आणि त्या वाऱ्याला स्वत:शी खेळू देतेय. तिच्या शिफॉनच्या स्कर्टच्या चुण्या तो विस्कटतोय आणि तिच्या बटांना गालावर आणि तोंडावर खेळवतोय.

तिच्या मनात आत कुठेतरी एक लहान मुलगी उडी मारते. वन टू, बकल माय शू, थ्री फोर, शट द डोअर, फाइव्ह सिक्स, पिक द चीझ स्टिक्स, सेव्हन एट, इट देम स्ट्रेट, नाइन टेन, लेट्स डू इट अगेन?

'आपल्याला हसणं थांबवताच येणार नाही.' असं मीराला वाटतं. कुणीही इच्छा करावी असा तो सुंदर सप्टेंबरचा दिवस असतो.

मीराच्या मनात येतं, 'इथे असणाऱ्या प्रत्येकाला असंच वाटत असणार.' स्विमिंग पुलाच्या काठावर गर्दी वाढू लागलीये. ही सगळी देखणी माणसं त्यांच्या सुंदर घरातून, सुंदर कपड्यांमध्ये या इथे, हॉटेलच्या हळुवारपणे लपलपत्या स्विमिंग पूलच्या पाण्याकाठी निळ्या निळ्या आकाशाखाली गोळा झालीत.

ती हातातल्या व्हाइट वाइनचा अजून एक घोट घेते. त्याची चव तिला आंबट लागते; पण फक्त क्षणभरच. नंतर तो थंड आंबटपणा सगळ्या गाठी उकलत उकलत तिच्यातून खाली उतरतो. प्लॉप, प्लॉप, प्लॉप. प्रत्येक गाठीच्या

विरघळण्याबरोबर मीराला हसू यायला अजून एक कारण सापडतं.

'नवीन वाइन बाजारात आणण्याबद्दल दिलेल्या या 'ब्रंच' पार्टीला इतके लोक आलेले पाहून वाइन कारखानदार यजमानांना आनंद झाला असणार. त्यांना नाहीतरी अजून काय हवंय! उच्चभ्रू, दिमाखदार माणसांची उंचावलेली मस्तकं, ग्लासच्या दांडीभोवती आवळलेली बोटं, फोटोग्राफर्स एका घोळक्याकडून दुसऱ्या घोळक्याकडे क्लिक करत सुंदर क्षण टिपत जाताना दिलेल्या आकर्षक पोझेस! 'हे उच्चभ्रू लोक स्वत:ला माझ्यासारखं हास्यास्पद कधीच ठरू देणार नाहीत.' मीरा उसासते. 'असं वागणं त्यांचं स्वभाव-लक्षणच आहे. 'मी काहीही झालं तरी अभेद्य आहे' असा खोलवर रुजलेला विश्वास त्यांच्यात आहे. बेंगळुरूच्या या उच्चभ्रू लोकांमध्ये आज आम्ही वावरतोय हे बघून गिरी नक्कीच खूश झाला असणार. आमचा एखादा फोटो पेज थ्रीवर आला, तर तो अजूनच खूश होईल.'

केसांची पोनिटेल बांधलेल्या एका स्थूल माणसाशी एक उंच सडसडीत स्त्री बोलताना मीरा न्याहाळते. आपण ती स्त्री असावंसं मीराला आतून वाटतं. प्रेमदेवता ॲफ्रोडिटी बकऱ्याशी फाशांचा खेळ खेळतेय. जणू तिला माहितीय तो कोण आहे. स्वत:च्याच प्रतिध्वनीचा पाठलाग करणारा स्विमिंग पुलाच्या काठावर उभा असलेला अर्धबोकड अर्धमानव पॅन. 'बोकडाचे पाय असलेला का होईना, पण आपल्या मागे निदान हा पॅन लागला असता, तरी चाललं असतं; पण जिथे आसपास अप्सरा वावरताहेत, तिथे हेरासारख्या गबाळ्या, मध्यमवयीन स्त्रीला कोण विचारणार?

ऋतूंनी चांगलाच परिणाम दाखवलेल्या तिला – मीराला, हेराला, भूतलाच्या सम्राज्ञीला, कॉर्पोरेट पत्नीला स्विमिंग पुलाच्या काठी गिरद्यांमध्ये लोळण्यावरच समाधान मानावं लागलं असतं. नजरेत न भरणारी, स्थूल आणि दुर्लक्षित अशी ती!

ती अप्सरा पॅनच्या कानाला झोंबतेय आणि मागे डोकं करून खळखळून हसतये. तिच्या गळ्याचा बाक मीरा पाहते आणि नकळत स्वत:च्या हनुवटीला स्पर्श करते. 'ही वळी केव्हा तयार झाली इथे?'

अप्सरेच्या कानातल्या रिंगवर सूर्यप्रकाश चमकतो. तिनं हॉल्टर नेकचा ब्लाऊज आणि काप्री घातली आहे. मीरा तिच्या रसरशीत नितळ चेहऱ्याकडे आणि कमावलेल्या स्नायूंकडे पाहून आकाशाकडे डोळे करून म्हणते, ''देवा, मला फक्त तिच्यासारखे दंड दिलेस तर!''

तिनं जर तिच्या दंडांच्या बाबतीत काही केलं नसतं, तर लवकरच तिला वटवाघळाप्रमाणे पंख फुटले असते. मीरा दबलेला सुस्कारा टाकते आणि अजून एक घोट गिळते. फ्लॉप. भार थोडा कमी होतो. काळजीची अजून एक गाठ सुटते.

आता दुसऱ्या दिवशी ती 'फिटनेस वन'ला फोन करणार होती आणि अपॉइंटमेंट घेणार होती. तोपर्यंत फ्लॉप, फ्लॉप, फ्लॉप.

आपली मान वाकडी करून मण्यासारखे काळे डोळे काठावरच्या लोकांवर फिरवत एक कावळा कावकाव करतो. मीरा कावळ्याकडे बघून स्मित करते. 'तो काय पाहतोय? अजिबात दखल दिलेली ज्यांना सहन होत नाही असे गुडघ्यापर्यंत चिखलात पाय बुडवलेले हत्ती. सावजावर टपलेले चित्ते आणि वाट पाहत थांबलेले भुकेले तरस. पाणघोड्यांचे तांडे आणि पाण्यावर थबकलेली हरणं. रुबाबदार जिराफ, उत्साही झेब्रे आणि कुरूप रानडुकरं. सुळसुळणाऱ्या माशांचा थवा. पिवळी धमक फुलपाखरं ज्यांना फुलांचा सुगंध आणि प्राण्यांचं मूत्र सारखंच आकर्षक वाटतं आणि या सगळ्यांबरोबर अंदाज घेत, झेप घेण्याच्या तयारीत असलेली गिधाडं! ॲनिमल प्लॅनेट!' मीरा खिदळते.

एक कॅमेरा तिच्याकडे टक लावून पाहत असतो. आपलं खिदळणं सौम्य हास्यात बदलून मीरा नजर दुसरीकडे वळवते. तिचं खिदळणं कुणाच्या नजरेस येऊ नये, नाहीतर तिच्या मनातले वेडेवाकडे विचार कुणालातरी कळतील, असं तिला वाटतं.

मीरा केकचा तुकडा चघळते. डिलच्या पानांचा वास लागला असता, तर तिला आवडलं असतं. तिला अजून कलमारी झिंग्याच्या चकत्या हव्या असतात. त्या चवीला योग्य असतात. बहुधा सगळ्या हॉटेलमध्ये कलमारी एकदम रबरी चिवट बनवतात; पण या चविष्ट असतात. लसणीचा जरासा वास आणि थोडं ऑलिव्ह ऑइल. मीराला कलमारी घेऊन फिरणारा वेटर पलीकडच्या बाजूला दिसतो. ती बांबूच्या सोफ्यावरून उठते. "निखिल, मी आलेच." ती म्हणते. 'ठीक आहे नं? जाऊ का नको?' अशा स्वरात ती म्हणते.

तिला तो इथे यायला नको असतो. 'तो कंटाळेल गिरी. तो आता तेरा वर्षांचा आहे बाबा. वाइन लाँचच्या पार्टीत तो काय करेल?' पण गिरी आग्रह धरतो. "ही काही कॉकटेल पार्टी नाही. हा रविवारचा ब्रंच आहे. तिथे अजून मुलं असतीलच. त्याच्या वर्गातलीसुद्धा असू शकतील. निदान बाहेर जाऊन खरी माणसं कशी जगतात, हे तरी त्याला कळेल आता."

रविवारची वर्तमानपत्रं वाचता वाचता झ्यूस म्हणाला. ज्याची आज्ञा संपूर्ण स्वर्गलोक पाळतं, त्या झ्यूसला ढवळाढवळ मुळी सहनच होत नाही.

त्यानं कायदे बनवले आहेत. ती, मीरा, हेरा फक्त ऐकते. नाहीतर त्याने त्याचं अबोल्याचं भयंकर वज्र फेकलं असतं. अबोला आणि शांतता; पण

खोल्यांमधून घुम्यासारख्या येरझारा घालणं! कुठल्याही विखारी शब्दांपेक्षा तिला जास्त भीतिदायक वाटतं.

'पूलसाइड ब्रंच आणि खरी माणसं? काय पण विनोद करतोस?' तिला निषेध करावासा वाटतो, पण दोघांमधली शांतता भंग होण्याची तिला भीती वाटते.

मागच्या काही महिन्यांत त्यांच्यात वादविवादाशिवाय काही दुसरं घडलेलंच नसतं, असं तिला वाटतं. पण हे भांडणही हलक्या आवाजात, म्हणजे घरातल्या कुणाला ते भांडताहेत हे न कळता झालेलं असतं. थंड, मूक संतापाच्या आडून दातओठ खाऊन केलेले आरोप, शांततेच्या पडद्याआड भावनांचा उद्रेक... म्हणून ती काहीच म्हटत नाही आणि शेवटी निखिलला धाकदपटशा आणि लालूच दाखवून नेण्यात येतं.

जेव्हा तो प्रतिसाद देत नाही तेव्हा ती त्याच्या कोपराला स्पर्श करते.

"काय?" कानातले आयपॉडचे इयरफोन बाहेर काढत तो विचारतो.

"मला जरा इकडे तिकडे करायला हवंय. तुला काही खायला हवंय का? तुला एक ट्रेच आणून देऊ का? काही केक्स, सँडविच, कलमारी रिंग?"

"शी! त्यांच्याकडे पिझ्झा आहे का?"

मीरा मान हलवते. "नाही, मला नाही वाटत."

"मग मला काही नकोय." तो पुन्हा कानात इयरफोन खुपसत पुस्तक उघडतो.

मीराच्या कपाळावर आठ्या पडतात. 'हा एक तर खाऊ नये ते खातो, नाहीतर उपाशी राहतो. काय करावं याचं? हेरालापण मुलगा होता. पायथॉन. तिनं त्याच्याबरोबर काय केलं?'

ती अजून एक घुटका घेते. प्लॉप.

मांस भाजण्याचा खरपूस वास हवेत पसरतोय. ती इकडेतिकडे बघते. कितीतरी देवदेवता असतात आणि त्या सगळ्या इथे हजर असतात. पेज थ्रीमध्ये छापून आल्यामुळे ती काही लोकांना ओळखते. काही अनोळखी असतात. एक अंगरक्षकांचा आणि नोकरांचा ताफा असलेला महाराजासुद्धा असतो. नोकरानं धरलेल्या वाडग्यातले काजू एकापाठोपाठ एक तोंडात टाकताना त्याच्या बोटातल्या अंगठीतले हिरे सूर्यप्रकाशात चमकतात. असेच हे सगळे एकमेकांना भेटतील आणि वरवरच्या भावनांचा खेळ खेळतील. या पार्ट्यांचं स्वरूप असंच असतं. एका हातात ड्रिंक आणि चेहऱ्यावर स्मित खेळवत, हस्तांदोलन करत, हवेत चुंबनं फेकत हे जाळं विणतात आणि वेटर्स त्यांच्या अवतीभवती रेंगाळत राहतात. अवखळ, उनाड मुलाच्या मागे कॅनॅपेचा ट्रे घेऊन हिंडणारी आईच जशी! आणि तिचा ज्यूस कुठे असतो? जेव्हापासून ते इथे आलेले असतात तेव्हापासून तिनं त्याला बघितलेलंच

नसतं. मीरा पुन्हा हेराचा विचार करते. त्यांच्या आयुष्याचा मार्ग जवळपास सारखाच कसा, याचं तिला नवल वाटतं. हेरासारखाच तिनंसुद्धा आपल्या छातीशी विद्ध झालेला कोकीळ कवटाळून घेतलेला असतो. त्यानं पोटभर खाऊन-पिऊन घेतलेलं असतं, तिच्या उबेत आणि ममतेत तो गुरफटून बसलेला असतो आणि आता त्याला तिचं घर हवं असतं. आता तिने काय करायला हवं? झ्यूसला कोकिळेच्या रूपात हेराकडून जे हवं होतं ते ओळखून हेरासारखं शहाणं व्हायला हवं? की निष्कपट कावळीसारखी कोकिळेच्या पिलाकडून फसवणूक करवून घ्यायला हवी? तिचं डोकं अचानक भणभणतं. इतक्या लवकर तिला दारू चढणं शक्यच नसतं.

'गिरी कुठे आहे?' गर्द निळा शर्ट पाहिल्याचा तिला भास होतो. पुरुषांच्या घोळक्यातून त्याचं हसणं तिला ऐकल्यासारखं वाटतं. मीरा स्मित करते. वारा तर हेराच्या ताब्यात असतो; पण जेव्हा झ्यूस स्मित करतो तेव्हाच हेरा जहाजांच्या शिडांना आणि शेतावर फुंकर घालू शकते. या वाऱ्याचा हेराला काय उपयोग असतो? बायका सगळीकडे सारख्याच असतात. जेव्हा गिरी हसतो, तेव्हा ती हसते. प्रेमात पडलेली बायको मीरा हेरा!

ती त्याच्याकडे जाता जाता थबकते. कानातली माणकांची कुडी चाचपत, केसांमधून बोटं फिरवत ती तिथेच अनिश्चितपणे उभी राहते. तिनं त्याच्याकडे जायला हवं की इतरांबरोबर मिसळायला हवं?

ती जेव्हा त्याला चिकटून राहते तेव्हा गिरीला ते आवडत नाही. "आपण घरीच राहिलो असतो, तर मग..." तो एकदा म्हणालेला असतो. "तुला जर इतरांबरोबर मिसळायचं नसेल, नव्या लोकांशी ओळखी करायच्या नसतील, तर मग काय अर्थ आहे? मिसळ. मीरा, ओळखी कर. गप्पा मार. स्वत:ची ओळख करून दे. त्या मीरेच्या प्रसिद्ध जादूचा त्यांना झटका दे."

मीरा तेव्हाही काही बोलली नव्हती. ते शेवटचं फेकलेलं वाक्य तिची स्तुती होती की टोमणा होता हेही तिला कळलं नव्हतं.

आजकाल गिरीसोबत असंच घडत होतं. तिला काही कळेनासंच झालं होतं. मीरा बार्बेक्यूकडे वळते. ती निखिलसाठी एक प्लेट तयार करते. त्याला मनापासून काय खायला आवडेल, हे तिला पक्कं माहीत असतं.

'ए मीरा!' तिच्या कानात आवाज घुमतो. मीरा झटकन वळते. तो आक्रमखान असतो. हा फॅशन फोटाग्राफर तिच्या चांगलाच परिचयाचा आहे आणि तिला आवडतोही खूप. तिने त्याच्यासाठी पूर्वी एकदा शूट आयोजित करून दिलेलं असतं. ती स्मित करते आणि त्याच्या तोंडाच्या दोन्ही बाजूंनी तीन सेंटीमीटर अंतरावरच्या हवेत चुंबन फेकते. तोपण तसंच करतो. देवदेवता वागणुकीच्या

शिस्तीपासून क्वचितच ढळतात. ''कसा आहेस तू?'' ती विचारते.

''मस्त! तू कशी आहेस? पुस्तक काय म्हणतंय?''

उंदरीसारखं तोंड असलेली एक लहानखुरी स्त्री त्यांच्याजवळ येते. 'आजकाल प्रत्येक कॉर्पोरेट पत्नीला हे पुस्तक वाचणं आवश्यक आहे असं मी ऐकते.' उंदरी अभिवादन करत म्हणते.

''हॅल्लो लता!'' मीरा म्हणते, पण मनातून तिची खांडोळी करून तिला मारावं असं मीराला वाटतं. 'राणी लॅट! उंदरी वेश्या! मीराच्या अंगावर रागाने काटा येतो. ही उंदरी परीक्षण लिहिताना इतकी स्तुती करते! मीरा 'बोर्डरूमची मधुर जाफ्री' आहे, असं तिनं म्हटलं होतं. इथेसुद्धा पाहा, चढवूनच राहिलीये अजून.'

अस्वस्थ झाली की, मीरा जसं स्मित करते, तसंच आता करते. एक निरुपद्रवी, गोड हास्य, ज्यामुळे मनातलं काहीच कळायला नको. पण लतानं केलेला तिचा छुपा अपमान गौरव केल्यासारखा वाटून आक्रम उत्साहानं म्हणतो, ''ही तर ग्रेट बातमी आहे, मीरा!''

'इथून प्लीज जाऊ नकोस.' त्याला दुसऱ्या घोळक्यात जाताना पाहून मीरा मनातल्या मनात विव्हळते.

'मी हिच्याशी काय बोलणार आता! हिचं डोकं आणि उंदरीसारखं थोबाड मला लोखंडी तव्यानं फोडावंसं वाटतंय.' ती वाइनचा अजून एक घुटका घेते. प्लॉप.

'काही होत नाही. उंदीर शेवटी उंदीरच राहणार आणि ही एकटी उंदरी? भोचक, लबाड आणि दुसऱ्यांचं नुकसान करण्याचा हास्यास्पद प्रयत्न करणारी! ही बया आपलं काम करतेय आणि गिरीची पत्नी, स्वतःच्या जगाची सम्राज्ञी, दोन मुलांची आई, पाकशास्त्राच्या पुस्तकांची लेखिका, कॉर्पोरेट पत्नींचा आधार आणि अनेक सधन आणि सुप्रसिद्ध लोकांची स्नेही.' मीराला वाटतं की, जिच्याजवळ एवढं सगळं आहे तिला इतरांना माफ करणं परवडू शकतं. 'या उंदीरतोंडीजवळ काय आहे, तर बोलून-चालून जेमतेम एका पुस्तकाचं परीक्षण फक्त!' तर मीरा उदारता दाखवू शकत होती. त्या बयेकडे बघून तिचा चेहरा उजळतो. ''मला तुला फोन करून परीक्षणाबद्दल धन्यवाद द्यायचे होते. तू ना इतकं....'' मीरा शब्दासाठी अडखळते. ''.....विषयाशी प्रामाणिक राहून लिहिलं आहेस! एक कॉर्पोरेट पत्नी असणं हे किती कठीण असतं, हे सर्वांनाच कळतं असं नाही!''

''हॅल्लो माय डियर!'' तिच्या कानाशी आवाज घुमतो. मीरा गर्रकन वळते. तिच्या डोळ्यांत हास्य फुलतं. हा चार्ली फर्नांडिझ असतो. तो तिच्या खांद्याला पक्कं धरतो आणि दोन्ही गालांवर चुंबन उमटवतो. मीरा आपला आनंद लपवत नाही.

''तर मग काय म्हणतेय आमची लाडकी कुकबुक लेखिका?'' चार्ली आसपासच्या

सर्वांना ऐकू जाईल एवढ्या मोठ्या आवाजात म्हणतो. ''मी तो झिंग्याचा थाई रस्सा बनवून पाहिला. अगदी मस्तच झाला! कुठल्या मूर्खाला त्यात दोष आढळला?''

मीराला उंदीरतोंडीच्या डोळ्यांत चलबिचल दिसते. 'छोट्या उंदरीचे कोंजे डोळे! हिला जर मिशा असत्या, तर त्या नक्की थरथरल्या असत्या. लताराणीचं राणीपण काहीच राहिलं नाहीये. चार्लीला सगळेच संस्कृतीचा बाप मानतात. त्याच्या अभिरुचीत दोष काढताच येणार नाही आणि या उंदरीच्या परीक्षणात थाई झिंग्याच्या रश्श्यावर बरीच टीका केली गेली होती. काहीतरी नारळाच्या दुधाबद्दल आणि विशेषकरून ज्या स्त्रियांना चांगल्या मोलकरणींची मदत मिळत नाही अशांना ते करायला किती किचकट आहे वगैरे वगैरे.

'ह्या बयेनं सीलबंद पुडक्यात नारळाचं दूध मिळतं हे ऐकलं नाही वाटतं? तुम्हाला फक्त त्या पुडक्याची कड कात्रीनं कापून दूध ओतायचं काम करायचं असतं किंवा नारळाच्या दुधाची पावडरसुद्धा बाजारात मिळते, जी पाण्यात चमच्याच्या साहाय्यानं मिसळता येते आणि अगदी चमचासुद्धा उपलब्ध नसला तरी बोटानंदेखील ढवळता येते. कामात मदत न मिळाल्यामुळे वैतागलेल्या आचाऱ्यांनासुद्धा इतपत तर चालवून घेता आलंच पाहिजे.' ते परीक्षण वाचून मीराला राग आला होता. आता ह्या उंदरीची अस्वस्थता पाहून मीरा आपला आनंद कष्टानं लपवू पाहते. वेटरला बोट वर करून बोलवताना तिचा आनंद आत्मविश्वासात बदललेला असतो.

''त्या तिथे बसलेल्या मुलाला हे नेऊन देशील का?'' ती वेटरच्या हातात बार्बेक्यूची बशी देत निखिलकडे निर्देश करून म्हणते, ''आणि हो, त्याला कोकपण दे हं!''

''अजून वाइन हवी का मॅम?'' अजून एक वेटर तिला विचारतो.

''मी खरंतर घ्यायला नको. हा माझा दुसरा ग्लास आहे आणि अजून तर दुपारपण झालेली नाही.'' मीरा अनिश्चिततेने म्हणते.

''घेऊन टाक! तू आता मोठी मुलगी आहेस.'' चार्ली आर्जव करतो आणि मग ''ओ, पाहा तर कोण येतंय दारातून!'' तो पुटपुटतो.

एक सुप्रसिद्ध लब्धप्रतिष्ठित महिला – नर्तिका आत येते.

''काय पण आयटेम आहे! एक काळ असा होता की, ही बाई इतकी उद्‌घाटनं करायची आणि इतक्या सॅटिनच्या फिती कापायची की, दीपकनं तिला आपल्या एका कॉलममध्ये एडवर्ड सिझर हँड्स म्हटलं होतं. ती त्याच्याशी बोलत नाही आजकाल.''

मीरा खिदळते.

अचानक आपला वेळ फारच छान जातोय, असं मीराला जाणवलं. हे सगळे तिचे स्नेही असतात आणि असंच तर आयुष्य तिला हवं होतं. मीराला पक्कं कळतं की, याशिवाय अजून कुठे ती रमली नसती.

दुपार पुढे सरकते. किती ग्लासेस झाले हे मीरा विसरते. ती पुलाच्या काठावर पाण्यात पाय सोडून बसते. तिच्या एकाच पायात पायल आहे. दुसरी तिच्या मुलीकडे आहे. तिची वयात आलेली मुलगी दुसऱ्या शहरात वयात आलेलं आयुष्य जगतेय.

'मला एकोणीस वर्षांची मुलगी आहे, असं मी याला सांगितलं, तर तो काय म्हणेल? ती एक उंच, सडसडीत, काचेसारखी नितळ त्वचा आणि हिरवट-राखाडी डोळे असलेली मुलगी आयआयटी मध्ये शिकतेय.' ती शेजारी येऊन पाण्यात पाय बुडवून बसलेल्या एका नवागत, देखण्या नटाकडे बघते. त्यानं आपल्या पँटच्या कडा इतक्या वर दुमडल्या आहेत की, त्याच्या पायावरचे केस तिला दिसू शकतात. 'वा! काय पुरुष आहे....'

'झ्यूस, तू बघतोयस का माझ्याकडे? मीरा आपल्या खांद्यावरून नजर टाकते. तुला दिसतोय का हा, हा देखणा ॲडोनिस, ज्याच्या भरदार गळ्याच्या तळाला एक विहीर आहे? जिथे टोळ मध चाखायला येतात. मीपण चाखू शकते गिरी, मीपण.'

मीरा त्या नटाकडे बघून मधाळ हसते. तो काहीतरी वायफळ बडबडतो. त्याला म्हणे बुद्धिबळाच्या पटासारखी सरशी हवी असते आणि त्याच्या खेड्यात गेलेल्या बालपणावर पुस्तक लिहायचं असतं आणि असंच काहीबाही. मीरा जांभई दाबत स्वत:लाच विचारते, 'आजकाल प्रत्येकालाच का बरं आपल्या खेडेगावात घालवलेल्या बालपणाबद्दल लिहायचं असतं? सायकलीवरच्या दूरच्या रपेटी, आंब्याच्या झाडावर चढणं, क्रिकेट मॅच आणि अशाच आरोग्यदायक गोष्टी? शहरातल्या गल्ल्यांमधून जाळं टाकत हिंडणं, मांजरांच्या गळ्यात फास घालणं आणि कारच्या काचा फोडणं याबद्दल का नाही?'

पण मीराच्या लक्षात येतंय की, तो सारखा तिच्या पायाच्या घोट्याकडे बघतोय आणि तिच्या ओठांवर त्याची नजर रेंगाळतेय. तो पुढे झुकून जेव्हा तिच्या नाकाच्या शेंड्याला बोटानं स्पर्श करतो तेव्हा तिला काहीतरी म्हणावंसं वाटतं. गिरीने घरी गेल्यावर त्याच्यावर काय आरोप केले असते, हे तिला माहीत होतं – 'त्याला तुझ्याबरोबर झोपायचंय. त्याच्यासारख्या माणसांच्या डोक्यात फक्त ही एकच गोष्ट असते. मला माहितीये पुरुष कसे विचार करतात ते!'

मीरा विचारांना बाहेर ढकलते आणि 'तू जे काय बोलतो आहेस ते सगळं फार छान आहे आणि मी हे आयुष्यात पहिल्यांदाच ऐकतेय' असा चेहरा करते आणि त्या नटाचं बोलणं लक्ष देऊन ऐकते.

''तू इतकी ना....'' तो सुरू करतो.

''चार्मिंग? सेक्सी?'' मीरा खिदळते.

"बोलायला सहज आहेस असं मी म्हणत होतो. मला तुझ्याबरोबर काहीतरी नातं आहे असं वाटतं. पण हो, तू चार्मिंग आणि सेक्सीपण आहेसच!" तो घोगऱ्या आवाजात पुटपुटतो.

'आवाज खाली आणला की, खूप सेक्सी वाटतो, असं कुणीतरी त्याला सांगितलं असावं. काय गाढव आहे हा! मी गप्प बसायला हवंय आणि त्याला उत्तेजन द्यायला नकोय. मला चढलीय आता.' मीरा विचार करते आणि गिरी कुठे दिसतोय का ते पाहते. 'कुठेय तो? मला घरी जायचंय आणि लोळायचंय.'

तेव्हाच निखिल तिथे येतो. "मॉम, मला डॅड दिसत नाहीयेत."

"ते इथेच कुठे असतील."

"नाही, ते नाहीयेत. मी टॉयलेटपण बघून आलो आणि पार्किंगपण. त्यांची कारपण नाहीये तिथे."

मीरा एकदम अर्धवट उठते. हातातली बशी आणि ग्लास त्या नटाच्या हातात देऊन ती इकडे-तिकडे बघते. "तो इथेच असला पाहिजे कुठेतरी." खुर्च्यांच्या आसपास नजर भिरभिरवत ती पुन्हा म्हणते.

"तू गिरीला शोधतेयस का?" चार्ली बारच्या जवळ तिला विचारतो.

"हो, तू त्याला पाहिलंस का चार्ली?" आवाजातली काळजी लपवत ती विचारते. लताराणीच्या डोळ्यांत तिला चमक दिसते. तर्क.

'मी जेव्हा आत येत होतो तेव्हा तो बाहेर पडताना दिसला. जवळजवळ दोन तासांपूर्वी, मीरा.'

तेव्हा मीराला वाटतं की तिच्या परफेक्ट सप्टेंबरच्या दिवसावर आणि त्यातल्या सुंदर निळ्या आकाशावर एक राखाडी मळभ भरून आलंय.

तिच्या गळ्यात हुंदका दाटून येतो. पण ती तो गिळते आणि म्हणते, 'किती मूर्ख आहे मी. फ्लाइट लवकर असणार...'

तिचे शब्द घरंगळतात. मीरा आसपासच्या चेहऱ्यांवर जाणते भाव पाहते.

माझा गिरी झ्यूस नाहीय. तो अप्सरांबरोबरच काय, देवतांबरोबरसुद्धा मजा करत नाही. तो रागीट आहे, तो महत्त्वाकांक्षी आहे. पण तो नक्कीच विश्वास ठेवण्यालायक आहे.

मीराच्या डोक्यात तो बोचणारा आवाज पुन्हा घुमतो. प्रत्येक वेळी झ्यूस जेव्हा हेराच्या जीवनातून नाहीसा झाला तेव्हा हेरानं असाच विचार केला असेल का?

क्षितिज काळवंडतंय. त्या दुपारच्या निळ्या आकाशावर एक राखाडी सावली गोळा होऊन आलीये. जूनमध्ये पावसाची वर्दी देणारी उष्णता आता नाही. त्याऐवजी गोळा होणाऱ्या काळ्या करड्या ढगांचा गडगडाट होतोय. डोळ्यांच्या कोपऱ्यातून जॅक तिला थरथरताना आणि आपल्या शालीची टोकं अंगाभोवती घट्ट आवळताना बघतो. त्याच्या त्या टिनपाट गाडीत एवढी काही थंडी वाजत नव्हती. तो घड्याळाकडे नजर टाकतो. साडेतीन वाजलेत. ''हं... लवकरच मान्सून येईल.'' तो गाडीतली शांतता भंग करीत म्हणतो.

ती स्त्री आणि मुलगा गप्प आहेत. त्यांचा शांतपणा त्याला अस्वस्थ करतो. या भिक्कार गाडीत रेडिओ असता, तर त्याने लावला तरी असता. वातावरणाचा कंटाळवाणेपणा दूर करायला त्याला काहीही चाललं असतं. झाकोळून आलेल्या आकाशाचा राखाडी रंग मागे पडणाऱ्या झाडांच्या पानांवर उतरलाय आणि तो त्या दोघांच्या रंगहीन चेहऱ्यांशी साम्य दाखवतोय.

त्यांच्यापैकी कुणी एक बोलेल म्हणून तो थांबतो. जेव्हा कुणीच बोलत नाही तेव्हा तोच पुढे म्हणतो, ''मला पाऊस आवडतो. मी जेव्हा बाहेर होतो, तेव्हा तर खूपच आठवण यायची. तो पहिल्या पावसानंतरचा मातीचा निर्मळ सुगंध! मला गंमत वाटते की, बऱ्याच महत्त्वाच्या गोष्टी सोडून आपल्याला या छोट्या छोट्या गोष्टीच का आठवतात? बँगलोरला पुन्हा यायच्या आधी मी यूएसला होतो, हे मी सांगितलं का.... ओ, तुम्ही 'बंगळुरू' म्हणता की काय?''

मीरा मान हलवते. ''एअरपोर्ट आणि रेल्वे स्टेशनवरचे उद्घोषक सोडले, तर कुणीच म्हणत नाही आणि कदाचित राजकारणी असतील. माझ्यासाठी तर हे कायम 'बँगलोर'च राहील.''

''जसं माझ्यासाठी चेन्नई नेहमीच मद्रास राहील.'' अचानक गाडीमध्ये एक किंकाळी घुमते. तो कचकन ब्रेक्स लावतो.

''तुझा फोन आहे! तुझा फोन आहे!'' एक कर्कश आवाज किंचाळतो.

मुलगा त्याच्या अनेक खिशांमधून फोन बाहेर काढतो आणि बंद करतो. ''आय

ॲम सॉरी'' तो पुटपुटतो. मुलाच्या रिंगटोननं त्याला जो धक्का बसतो, त्यामुळे आलेलं हसू तो मुलगा लपवू शकत नाही.

जॅकपण हसण्याचा प्रयत्न करतो; पण त्याचं हृदय अजून धडधडतंय. 'मूर्ख मुलगा!' तो मनात म्हणतो.

आता डोळ्यांतून अश्रू बाहेर पडतील की काय अशा नजरेनं ती स्त्री बघते. ''निखिल!'' ती दबक्या आवाजात म्हणते. ''मी तुला तो रिंगटोन बदलायला सांगितला होता नं?''

''आय ॲम सॉरी.'' मुलगा म्हणतो. ''मला करायचा होता, पण मी विसरलो.''

''ठीक आहे.'' तो म्हणतो. ''पण मला हे कबूल केलंच पाहिजे की, क्षणभर माझी इतकी सटारली होती की, माझी पँट....'' तो एकदम थांबतो आणि आपण काय म्हणणार होतो ह्याबद्दल एकदम कावराबावरा होतो. मग घसा साफ करून म्हणतो, ''मी चांगलाच घाबरलो होतो.'' तो त्या स्त्रीकडे आणि मुलाकडे बघतो.

तो त्या ब्रंच पार्टीला उगीचच गेला होता. तो तिथे फारसं कुणालाच ओळखत नव्हता; पण पी. आर. फर्मची डायरेक्टर शीला, जिनं ही पार्टी आयोजित केली होती, ती त्याची जुनी मैत्रीण होती आणि तिनं खूपच आग्रह धरला. ''मला तू हवाच आहेस. मला फोटोंमध्ये काही नवीन चेहरे हवेत. हा आजकाल एक विनोदच झाला आहे.... की, वाइन लाँच असो नाहीतर पुस्तक प्रकाशन असो, सगळीकडे तेच तेच लोक असतात. विश्वासार्हता एक समस्याच झालीये आजकाल. म्हणून तू किच्छा, एक विश्वसनीय माणूस म्हणून मला हवायस. एक नवीन माणूस. मला तुझे पिकलेले कल्ले आणि राखलेल्या दाढीचं कॉम्बिनेशन आवडतं आणि ही हातातली ब्रेसलेट्स, कानातला हिरा आणि सिगार. एकदम ढासू! प्रोफेसर जॅक, यूएसहून आलेले वगैरे वगैरे.... तसंही या शहरातल्या लोकांना तू भेटशील कसा? चल तर मग, एखादा तास येऊनच जा!''

त्यानं गमतीनं मान हलवली. 'एकदम ढासू काय? तिच्या पार्टीला बोलवायला ती काहीही म्हणेल.' त्यानं स्वत:च्या दिसण्याकडे कधी फारसं लक्ष दिलं नव्हतं. कपड्यांमध्ये स्टाइल दिसण्यापेक्षा आराम मिळाला की झालं, असं त्याचं तत्त्व! तो चांगला उंच म्हणजे सहा फूट दोन इंच होता आणि त्याच्या रुंद खांद्यांमुळे तो होता त्यापेक्षा जास्त सुदृढ दिसायचा. बाथरूममधल्या आरशासमोर उभं राहून कमरेभोवतीच्या घेराला चिमटा घेऊन तो उसासायचा.

वय होण्याबद्दल त्याला काही खास वाटत नव्हतं आणि ते लपवण्यासाठी त्यानं काही विशेष प्रयत्न केले नव्हते; म्हणजे केसाला कलप किंवा मोठं होत जाणारं कपाळ झाकणारा केसांचा भांग वगैरे. कधी तो जिमला गेला नव्हता, ना

कधी त्याने खाण्यापिण्याचे विधिनिषेध बाळगले होते. जर कधी त्याला अस्वस्थ वाटलंच, तर तो धावायला जायचा किंवा पोहायला जायचा. त्यामुळे जेव्हा स्त्रिया त्याला आकर्षक समजायच्या तेव्हा त्याला नवल वाटायचं. कारण तो स्वत:ला तसाच पूर्वीसारखा किडकिडीत, अवघडलेला मुलगा समजायचा, ज्याला आपल्या हातांचं आणि पायांचं काय करायचं ते समजत नसे; पण नंतर मात्र स्त्रियांचं आकर्षित होणं तो सहजपणे स्वीकारायला शिकला होता. त्यासाठी त्यानं कधी मुद्दाम प्रयत्न केले नाहीत, पण जेव्हा त्याला लक्ष्य मिळालं तेव्हा त्यानं ते धुडकावूनपण लावलं नाही.

तो जेव्हापासून किच्छा होता तेव्हापासून शीला त्याला ओळखत होती. ती अजूनही त्याला किच्छा म्हणूनच हाक मारी. आपल्या लहानपणाच्या नावानं संबोधून घेताना त्याला काहीतरी वेगळंच वाटत असे. त्याला वाटलं, तो सहवासासाठी किती आसुसला होता, हे तिला कळत असणार. नाही. करमणूक शब्द होता तो. त्याचं आयुष्य एका चाकोरीत बद्ध झालं होतं आणि त्याला एका जागी खूप काळ राहण्याची आवड नव्हती. तरी गेल्या सात महिन्यांपासून तो पुनश्च बंगळुरूला जखडला गेला होता आणि परत त्याला कधी आपल्या जोड्यांवरची धूळ झटकायला मिळेल, हे सांगता येत नव्हतं.

शीलाच्या वर्णनावरून तो पुन्हा हसला आणि त्यानं पुढे झुकून तिची सिगरेट शिलगावली.

तो गेला होता तिथं त्यानं वाइनचे काही ग्लासेस रिचवले होते. घोळक्यांच्या काठाकाठावर रेंगाळत राहून आणि कुठल्याही वादात न पडता, शीलाला न दुखवता इथून बाहेर कसं पडता येईल, याबद्दल तो विचार करतच होता. तेव्हा शीलानं त्याला एका स्त्रीला आणि मुलाला त्याला जर फार तसदी होणार नसेल तर जाताना गाडीत लिफ्ट देशील का विचारलं होतं. 'तुझ्या भागातच ते राहतात. तिच्या नवऱ्याला अचानक लवकर जावं लागलं आणि ते एकटेच राहिलेत.'

आणि म्हणून ते आता त्याच्या गाडीत होते. ती स्त्री पाकशास्त्राच्या पुस्तकाची लेखिका होती. सौम्य दिसणारी ती स्त्री गप्प होती. त्याच्या आरशात तो त्या मुलाकडे नजर टाकत होता. परिस्थिती आपोआपच ठीक होईल, अशी आशा आणि गोंधळ त्याच्या चेहऱ्यावर स्पष्ट उमटला होता. काचेला नाक लावलेल्या त्या तेरा वर्षाच्या मुलाच्या सान्निध्यात त्याला काळ स्तब्ध झालेला दिसला.

'मी तो मुलगा होतो.' त्याच्या मनात येतं.

मोठ्या लोकांच्या प्रश्नांपासून दूर असलेला, झाडावरचा प्रत्येक आंबा खाली पाडण्यासाठीच असतो असा विचार करणारा, प्रत्येक बंद शंखात समुद्राचं गाणं

असतं असं मानणारा आणि प्रत्येक कोऱ्या कागदावर त्यानं काढलेलं चित्र असेल असा विश्वास असणारा किच्छा हा तेरा वर्षांचा चुणचुणीत मुलगा होता.

वडलांच्या डोळ्यांतले विद्ध भाव समजू न शकलेला आणि एका मोठ्या माणसाला कशाची भीती वाटू शकते याचं कोडं पडलेला किच्छा.

किच्छाच्या आयुष्यात अंगावर धावून यायला टपून बसलेली इतिहासाची शिक्षिका होती; पण अप्पा कोणत्या कठोर परीक्षेला घाबरत होते?

किच्छाला वडलांपेक्षा दोन इंच उंच आणि रुंद खांदे असलेल्या आपल्या राजस आईकडूनच रुंद खांद्याचा वारसा मिळालेला होता. कोपऱ्यात अंगाशी पाय दुमडून हुंदके देताना पाहिल्याचं आठवत होतं. वडलांनी आश्रमात जाण्याचा निश्चय जाहीर केला तेव्हा. या जगाचा त्याग करण्याचा निश्चय. त्यांचं जग.

त्याच्या वडलांचं भयानं दबकणं आणि दचकणंपण थांबलं होतं. त्याचे अप्पा त्याचे अप्पा राहिले नव्हते आणि ते काहीही झालं की फक्त म्हणायचे, "वेळ आली अखेर!"

त्याच्या आईनं कोपर टेकून स्वत:ला उचललं होतं, "कुणाच्या वेळेबद्दल बोलताय तुम्ही? तुमची की माझी? मला तुम्ही कोणते भोग भोगायला सोडून जाताय याची कल्पना आहे तुम्हाला? एकदा तरी जाणीव झाली का तुम्हाला? माझी काय चूक झाली, हे तरी सांगा मला. सांगा तरी माझा दोष?"

अप्पांनी निग्रहानं डोकं हलवलं होतं, "तू जसा विचार करतेयस, तसं नाहीये ते. तुला दोष देत नाहीये. दोष द्यायचाच झाला, तर तो मला माझ्याच भ्याडपणाला द्यायला हवा. मी तुला सांगायला हवं होतं. मला हे काहीच नको होतं. हे माझ्या आईवडलांना माहीत होतं. बायको, मूल, हा गृहस्थाश्रमाचा अंध:कार....

"ते म्हणाले होते की, त्यांच्या वंशाला वारस देण्याचं माझं कर्तव्य आहे. वंश पुढे जायला हवा. आपण कोण आहोत ते विसरू नकोस, असं ते म्हणाले होते. कोण आहोत आपण? मला विचारायचं होतं. सम्राट होयसाला की चोला? ज्यांच्या वारशाबद्दल ते बोलत होते? पण मी त्यांना दुखवू शकलो नाही. म्हणून मला माझी इच्छा दाबून टाकावी लागली.

"म्हणून तू आलीस आणि मग किच्छा. त्यांचा वारस; पण माझ्या असं लक्षात आलं की, तू तुझ्या मोहजालात मला अडकवलंस."

क्षणभर किच्छाला वाटलं की, त्यानं वडलांच्या डोळ्यांत तिरस्कार पाहिला. त्याचे वडील आईकडे अशा नजरेनं कसे पाहू शकत होते? नंतर ते म्हणाले, "मग किच्छाचं ब्रह्मोपदेशम होईपर्यंत मी थांबेन, असं मी स्वत:ला सांगितलं. त्याची मुंज झाली तेव्हाच मला निघून जाता आलं असतं; पण मी इतका मूर्ख होतो!"

किच्छा अंगठा आणि तर्जनीत आपलं जानवं फिरवत राहिला होता. 'सगळ्या संकटाचं कारण हा पिवळा पडलेला, ब्राह्मणत्वाचा पुरावा असलेला धागा तर नाही? जर त्याची मुंज झाली नसती तर अप्पा राहिले असते का?'

"पण तेव्हा मी जाऊ शकलो नाही. मला त्याला पाहायचं होतं. त्याच्याबरोबर राहायचं होतं, त्याचे बोबडे बोल आणि हसणं ऐकायचं होतं. मी बंधनं तोडू शकलो नाही; पण आता वेळ आलीये. आता हे काहीच नको." असं म्हणून अप्पांनी त्यांचा हात असा उडवला होता की, ज्यात सगळंच आलं होता. किच्छा ड्रॉइंगची वही, कॅम्लीन वॉटर कलर ट्युब्स, दोन ब्रश आणि पाण्याचं भांडं घेऊन बसला होता. त्याची रडणारी आई, झोपाळा असलेला लांबलचक रिकामा दिवाणखाना, कोपऱ्यात ठेवलेली वीणा, भिंतीवरचं जुनं घड्याळ आणि रात्री उघडून ज्यावर किच्छा झोपायचा तो सोफा कम बेड.

"हे सगळंच माझ्यासाठी निरर्थक आहे. ही सगळी बंधनं आहेत बंधनं! साखळदंड. मी गुदमरतोय इथे."

अप्पा त्याच्याकडे वळले होते. त्यांनी जसंकाही त्याला कवेत घेण्यासाठी हात उंचावला होता; पण एकदम तो मागे घेतला. हेपण बंधनच होतं. 'का असं?' किच्छाला वाटलं. 'अप्पा कसेकाय एका थंड, अनोळखी माणसात बदलून गेले?'

किच्छाची आई शारदा अम्मल एक आदर्श पत्नी होती. तिनं प्रत्येक शुभ दिवस आणि रितीभाती कटाक्षानं पाळल्या होत्या. तिनं संध्याकाळच्या पूजेसाठी चमेलीचे हार बनवले होते आणि वीणावादन केलं होतं. तिनं जन्माष्टमीला घरभर पावलांचे ठसे काढले होते आणि कार्तिक पौर्णिमेला एकशेएक दिवे उजळवले होते. ती त्या दिवशी एका कुशीवर वळून बडबडत होती, "चौदा वर्षं मी कधी तुमच्याविरुद्ध बोलले नाही. तुमची इच्छा माझी इच्छा मानली आणि आता मला तुम्ही तुम्हाला बांधून ठेवणारा साखळदंड म्हणता. असं कसं करू शकता तुम्ही? आता मी काय करू? आता मी काय करायला हवं?"

नंतर अप्पा जे बोलले ते किच्छाशी बोलले. जणूकाही स्वतःच्या जीवनातून त्यांनी शारदाचं अस्तित्व आता पुसूनच टाकलं होतं. "एक दिवस किच्छा, तुला कळेल. साक्षात्काराचा एकच क्षण आणि मग कशातच काही अर्थ राहत नाही. सगळंकाही निरर्थक वाटू लागतं. तुमच्यात आणि तुमच्या ध्येयाच्या मध्ये उभे असणारे निव्वळ अडथळे!"

किच्छाला वाटलं की, अप्पा झपाटले गेले होते. त्याला न कळणारे शब्द ते बोलत होते. त्यांच्या बोलण्याचा अर्थ त्याला समजला नव्हता, तरीपण त्यांच्या आवाजात एक प्रकारचा ठामपणा होता.

आणि किच्छाला काहीतरी तुटल्यासारखं वाटलं. जे आता अर्धवट देवत्वाकडे

पोचले होते अशा वडलांबद्दल आदर आणि इतकी मोडून पडलेली आणि इतकी दुःखी आई, जी त्यानं आधी कधीच पाहिली नव्हती, अशा आईसाठी दुःख.

किच्छा तेव्हा पळून गेला होता. त्यानं आपले रंग, ब्रश बाजूला सारले. चित्राचा कागद चुरगळून टाकला आणि तो समुद्राच्या गलिच्छ धक्क्यावर गेला. तिथे दोन तोंडाची बाई आणि तिचा राक्षस मुलगा यांचा सिनेमा होता, घोडा आणि उंटाची सवारी होती, काही विक्रेते आणि त्याच्यासारखी भटकणारी पोरं होती. किनाऱ्याला येऊन फुटणाऱ्या लाटा होत्या.

लाटांना मोजत तो समुद्राकडे टक लावून बसला होता. पाण्यातला कचरा आणि त्यानं वाळूवर लिहिलेले शब्द समुद्र धुऊन काढताना तो पाहत राहिला होता. 'फक् यू अप्पा!' त्यानं लिहिलं होतं. 'फक् यू! ॲसहोल जर्क मदरफकर, बास्टर्ड.' त्यानं लायब्ररीतून आणलेल्या हॅरॉल्ड रॉबिन्सच्या कादंबऱ्यांतून जेवढे शब्द माहीत होते तेवढे लिहिले. मग त्याला थोडं शांत वाटलं.

तो लाटेच्या थंड, रेताळ ब्रशला रेलला आणि त्या स्पर्शातून आशेचा अगाध अर्थबोध त्याला झाला. ती लाट. ती आली. ती गेली. ती आली. ती गेली. ती आली. ती गेली. काही बदललं नाही. कदाचित त्याचं जगपण पुन्हा पूर्वीसारखं झालं असतं. तो घरी पोचल्यावर त्याचं क्षितिज त्याला जसं माहीत होतं, तसंच असणार होतं – जणूकाही बीबीसी आणि व्होओएचं जग त्या रेडिओमधून शोषून आपलंसं करता येईल अशा प्रकारे कानाला शॉर्टवेव्ह रेडिओ लावून बसलेले अप्पा आणि अम्मा? ती दुपारच्या जेवणाकरता तांदळातले खडे आणि धान्य निवडत बसली असणार होती. ताटावरून तिने त्याच्याकडे बघितलं असतं आणि आठ्या पाडल्या असत्या. त्यानं उंबरठा ओलांडायच्या आतच ती त्याच्यावर पळून गेल्याबद्दल रागवली असती आणि अप्पा त्याच्या रक्षणाकरता धावून आले असते, "असू दे शारदा. तो पुन्हा असं करायचा नाही. हो नं किच्छा?"

मळलेला, वाऱ्यानं भणभणलेला, भुकेजला आणि थकलेला असा तो जेव्हा घरी पोहोचला तेव्हा काहीच बदललं नव्हतं. दगडी चेहरा करून बसलेली आई आणि निघून गेलेले वडील त्याला आढळले.

"आता मी काय करू?" त्याच्या आईनं मूक झालेल्या खोल्यांना विचारलं होतं. "संन्यासी झालेल्या माणसाशी लग्न झालं म्हणून मला धन्य झाल्यासारखं वाटलं पाहिजे, असं सगळे म्हणतात. मी शापित आहे किच्छा, शापित आहे. पत्नी नाही आणि विधवाही नाही. मी कोण आहे किच्छा? तू सांग मला. ते म्हणतात, तू याला कारणीभूत नाहीस. हेच मला सहन होत नाही. त्यांनी दुसऱ्या बाईसाठी मला सोडलं असतं, तर मी त्यांना पुन्हा आपलंसं करण्याचा प्रयत्न केला असता.

मी त्यांना परत आणलं असतं. पण हे! मी ह्याला कशी तोंड देऊ किच्छा?''

काय बोलावं हे किच्छाला माहीत नव्हतं. कुशीवर झोपून तर्जनीनं सिमेंटच्या जमिनीवर गोल वर्तुळं काढणाऱ्या ह्या असहाय बाईमुळे तो पेचात पडला होता. ती जे म्हणाली होती, ते थोडंफार त्याला कळलं होतं; पण बाकीचं वडलांच्या निघून जाण्याच्या निर्णयासारखं गूढच राहिलं होतं. खेरीज, एका आईचं कसं काय कुणी सांत्वन करू शकतं? ''मला नाही माहीत. मला नाही माहीत.'' तो पुटपुटला. 'मी तुझ्यासारखाच असहाय आहे.' त्याच्या मनात आलं.

त्या स्त्रीकडे चोरटी नजर टाकणारा तो आता किशोर, किच्छा असतो. त्याला त्या स्त्रीचं आणि मुलाचं सांत्वन करावंसं वाटतं. 'कदाचित तो फक्त ड्राइव्हसाठी गेला असेल. मीसुद्धा असा गेलोय कित्येकदा. माझ्यातली भुतं जेव्हा मी बाहेर हुसकून काढतो, तेव्हा परत मी घरी जातो. काळजी करण्यासारखं काही आहे, असं मला वाटत नाही. खरंच!'

पण आता बोलतो तो जॅक असतो. शहरी, सुसंस्कृत, सभ्य जॅक! तो वरवरच्या खेळकर गप्पा सुरू करतो. ''शीला म्हणाली तुम्ही अगदी अन्नपूर्णा आहात आणि तुम्ही म्हणे पाकशास्त्राची पुस्तकं लिहिलीत. तुम्ही मला काही खाद्यपदार्थांच्या कृती सांगायलाच हव्यात. काहीतरी करायला सोपं असं.'' तो म्हणतो.

'फार न गुंतणंच बरं कदाचित. मीरा!' त्याला आठवतं तिचं नाव. अप्पा सोडून गेल्यावर पहिल्या वैराण वर्षामध्ये त्याची आई मीरेची भजनं म्हणायची, हे त्याला आठवतं. त्याच्या आईला मीरेच्या रूपात बहीण मिळाल्यासारखं झालं होतं. प्रतिसाद न मिळालेल्या वेड्या प्रेमात झुरणारी अजून एक स्त्री! अजून एक स्त्री जिनं निव्वळ प्रतिमेशी लग्न केलं.

जॅक शहारतो. त्याला भूतकाळात राहणं आवडत नाही. खरंतर त्याला कशातच राहणं आवडत नाही.

शिवाय, त्याला ती किंकाळी विसरायची होती. त्याला वाटलं नव्हतं एवढा तो त्या किंकाळीनं अस्वस्थ झाला होता. त्या गुलबाक्षी घरापासून दूर गेल्यावरसुद्धा त्याच्या डोक्यात ती घुमत राहिली होती; स्मृतीच्या किंकाळ्यांसारखी!

त्या मुलीचं हे नाव ठेवण्यात नशिबानं कोणती क्रूर खेळी खेळली होती? कारण तिच्यापाशी आता नावच उरलं होतं फक्त. जे काही आठवायचंय ते....

गाडीच्या स्टिअरिंगला जणू इजा होईल इतक्या जोरानं त्याची बोटं भोवती आवळली जातात आणि त्याला छातीत पुन्हा दाटल्यासारखं वाटू लागतं.

पहिला टप्पा

निराशेचं सायक्लोजेनेसिस

जाग्या किंवा झोपलेल्या लहान मुलाला वाइटाची जाण नसते. भविष्यात येणाऱ्या काळात काय घडणार आहे, याची काहीच पूर्वसूचना नसते. जोपर्यंत ज्ञान उतरत नाही, तोवर मूळची भुवई सरळ, बिन सुरकुतलेली, बिन त्रासाची असते.

विलियम होगार्थच्या 'इन्फंट' मोझेस ब्रॉट बिफोर फाराओज डॉटर या पेंटिंगमध्ये एकदा तरी आपण बाकीच्या पार्श्वभूमीवरच्या व्यक्तींपासून दाया आणि फाराओची मुलगी यांपासून नजर वळवू या. मागच्या अंधाऱ्या सावल्या किंवा उमळून येणाऱ्या ढगांना दुर्लक्षित करू या. त्याऐवजी बाल मोझेसला शोधायचा प्रयत्न करू या. जशी इतर बाळं असतात, तसंच हे एक बाळ आहे; भूतकाळाच्या ओझ्यापासून किंवा भविष्यातल्या ज्ञानापासून मुक्त! आमच्या आणि आमच्या आसपासच्या सगळ्यांच्या एकमेकांशी सुरात तारा जुळल्या आहेत, असा हा आदर्श क्षण आहे. यावर आम्ही विश्वास ठेवतो. फक्त मुलांना आणि ढगांना आणि सागरांना तो माहितीये.

पण ढग आणि सागरसुद्धा आदर्श राहिलेले नाहीयेत. कारण कुठलीही पूर्वसूचना न देता, एखादा शकुन किंवा लक्षणसुद्धा न दाखवता हे अगदी शक्य आहे. बंद पडली असं वाटणाऱ्या एका प्रणालीतून एखादी मूक लाट जन्माला येतेय. एक ओहोळ कार्यरत झालाय. जेव्हा ही लाट उलट्या दिशेनं फिरते, ती तिच्या शिरावर सर्व समजून आणि कळून फिरते, ज्यामुळे एक खोल तीव्र आणि अस्थिर वातावरण निर्माण होतं.

जेव्हा निराशा धडकते, ती तशीच असते. काय घडतंय याचा अन्वयार्थ लावायची ती एक पिसाट धडपड असते. डोकं भिरभिरत, प्रत्येक घटनेला फिरवत, समर्थनं मागत, एक कारण एखाद्या वादळाबद्दल किंवा निराशेबद्दल एकच गोष्ट निश्चित असते- ती म्हणजे त्यामुळे उफाळलेली अनिश्चितता आणि निराशेप्रमाणेच उष्ण कटिबंध प्रदेशातल्या वादळाचं विश्लेषण क्वचितच पूर्व घोषित केलं जातं. जर काही निश्चित असेल, तर परिणामत: निर्माण होणारी खळबळच!

प्रोफेसर जे. ए. कृष्णमूर्ती
द मेटाफिजिक्स ऑफ
सायक्लोन्स

ती किंकाळी घराला भेदून टाकते. ते गुलबाक्षी घर आणि एक भयानक लांबलचक किंकाळी!

मीरा दचकून उठते. तिचा हात तिच्या तोंडापाशी जातो. ती किंचाळत होती का? ती दिवे लागायची, दारं उघडली जाण्याची वाट पाहते; पण तिथे फक्त शांतता असते आणि अंधार आणि ताठ उभे राहिलेले केस!

मीरा अंथरुणातून उठते, सपातांमध्ये पाय सरकवते आणि हळूच वऱ्हांड्यात येते.

सावल्यांचं जंगल- जिथे मीरा - जी कशाला घाबरत नाही– त्या किंकाळीच्या आवाजाचा पाठलाग करू शकते. त्याच्या बकऱ्याच्या खुरासारख्या पायात साखळदंड घालून त्याचा गळा चिरू शकते. या सर्व वर्षांत मीराने तिच्या गुलबाक्षी घरात त्या आवाजाला मज्जाव केला होता.

जेव्हा मागे फार थोडं सोडून डॅडी वारले होते, जेव्हा सिल्व्हर ओकचा वृक्ष स्वयंपाकघरावर कोसळला होता, जेव्हा गिरीची नोकरी गेली होती, जेव्हा नयन ताराने सतराव्या वर्षी घर सोडलं होतं, जेव्हा लिलीचा घोटा तुटला होता, जेव्हा सेफ्टी टँक भरभरून वाहिली होती आणि विष्ठेचा घाण वास त्यांच्या श्वासाश्वासात भरून राहिला होता, जेव्हा लिलीची मोलकरीण आणि मीराची अँकर यांनी ठरवलं की, यापुढे प्रत्येक प्रतिपदेच्या रात्री मेहमारवथूरची देवी पराशक्ती तिच्या अंगात येऊन तिला सर्वज्ञानी म्हणून उत्तरं मागेल, जेव्हा नऊ वर्षाच्या निखिलच्या क्लास टिचरनं मीराला फोन करून सांगितलं की, त्यानं शाळेत चोरून ब्रा आणण्याचं धाडस केलं होतं आणि मीराला यावर हसावं की रडावं हे कळलं नव्हतं, आणि ती ब्रा जुनीपुराणी, उसवलेल्या लेसची होती की एकदम सेक्सी लाल रंगाची होती, याचाही पत्ता लागला नव्हता, जेव्हा कधीतरी प्रकाशित होईल या आशेनं तिनं तयार केलेल्या 'सबर्बियात रुजलेल्या अमेरिकन साहित्यात पाण्याच्या टाक्यांची भूमिका' यावरच्या प्रबंधाच्या सगळ्या नोट्स कसरीने पूर्ण खाल्ल्या होत्या, जेव्हा तिला तिच्या छातीत गाठ सापडली होती आणि गिरीच्या ब्रीफकेसमध्ये बिलांचा गुप्त गठ्ठा, जेवणाची बिलं, दोघांच्या ड्रिंक्सची बिलं, एक परफ्युमची बाटली अशा

प्रत्येक वेळी जेव्हा जेव्हा अरिष्ट आणि संकट यांनी तिच्या शांत जीवनाच्या मलमली वस्त्राला विस्कटून टाकलं होतं, तेव्हा मीरानं त्या संकटाचा त्याचं अस्तित्व दर्शवून देण्याआधीच गळा दाबून टाकला होता. तिच्या घरात संकटं आणण्याची कोणी हिंमत केली होती आता?

ती एका बेडरूमच्या बाहेर थबकते. तिच्या आईच्या मंद घोरण्याचा, स्वल्पविराम देत चालू असलेल्या श्वासाचा आवाज ती ऐकू शकते. ती स्मित करते; एक गंभीर वक्र स्मित! जी तिला रात्रभर डोळ्याला डोळा लागत नाही असं ठासून सांगते आणि त्यामुळे तिच्या डोळ्यांभोवती गडद काळी वर्तुळं असतात असं म्हणते, तीच ही तिची आई! पुढच्या वेळी कधी जर तिनं तिच्या झोपेविना गेलेल्या रात्रीचं कारण पुढे करून एखादं नको असलेलं काम करायचं टाळलं असतं तर मीरा तिला हे सर्व सांगणार होती. त्यामुळे तिच्या चेहऱ्यावरची आत्मसंतुष्टी क्षणभर तरी पुसली गेली असती.

मग ती तिच्या आजीच्या दाराबाहेर उभी राहते. आतून दोन प्रकारचं घोरणं ऐकू येतं. पलंगावरच्या म्हाताऱ्या स्त्रीचं आणि झोपलेल्या मोलकरणीचं.

निखिलच्या खोलीकडे गेल्यावर तिला पुटपुटण्याचा आवाज येतो. तो झोपेत बडबडत असतो. मीरा दार उघडते आणि हळूच आत जाते. त्याच्या अंगावरची पातळ रजई त्याच्या पायांभोवती गुंडाळली गेलेली असते.

ती त्याच्या भुवयांवरून हात फिरवते. "उगी, उगी, बाळा!"

निखिलचे डोळे खाडकन उघडतात. "डॅडी! डॅडी घरी आले?"

"झोप बरं बेटा. ते सकाळी येतील घरी. तू पाहशीलच."

"मी स्वप्न पाहिलं की, डॅडींची कार एका कड्यावर अडकली होती. ती खाली कोसळण्याआधी ते बाहेर यायचा प्रयत्न करत होते. ते मला मदत करायला बोलवत, ओरडत होते." निखिल भीतीनं शहारतो. "मी त्यांच्याकडे जायचा प्रयत्न केला, पण माझे पाय हलेचनात. मी खरंच प्रयत्न केला. ममी, मी खरंच केला."

"श्शऽऽ..." मीरा त्याचं डोकं तिच्या अंगावर झुलवत पुटपुटते.

शीला पी. आर. कंपनीची प्रतिनिधी होती. तिनंच निखिलला आणि तिला घरी सोडण्याची व्यवस्था केली होती. हा माणूस पार्टीत होता आणि तिच्या वेटाळातच राहत होता, असं शीला म्हणाली होती. तो एकदम निरुपद्रवी होता. जरी तो तिच्यासाठी अनोळखी होता, तरी ती आणि तो त्यांच्या कॉलेजच्या दिवसांपासून मित्र होते.

तो अनोळखी होता हे ऐकून मीराचा जीव भांड्यात पडला. कुणा ओळखीच्या माणसाबरोबर जाण्यापेक्षा हे बरं होतं. 'एक अनोळखी माणूस कमी प्रश्न विचारेल आणि गिरीच्या निघून जाण्याबद्दल अंदाज लावत बसणार नाही.'

निखिलचे डोळे रस्त्यावरून भिरभिरत शोध घेताना तिनं पाहिलं. त्यानं चेहरे, उभ्या गाड्या, नंबर प्लेट्स पाहिल्या. जेव्हा कारमध्ये ती किंकाळी घुमली तेव्हा तिचा चेहरा पांढराफटक पडला. 'हे काय झालं?' मग तिनं निखिलचं स्मित पाहिलं आणि आपल्याला रडू कोसळेल की काय असं तिला वाटलं. 'असं कसं करू शकला तो?'

'आणि गिरी,' तिला ओरडावंसं वाटलं. 'हा कुठला खेळ तू खेळतो आहेस? कुठे गेलायस तू?'

लांब अंतरावरून त्या माणसानं काहीतरी विचारलं, असं तिला ते वाटलं. मग तिनं आपोआपच स्वत:ला उत्तर देताना ऐकलं, "हो, तुम्हाला लवकर तयार होणारी कोल्ड सूपची कृती हवीय नं! गॅझपॅचो, बहुधा."

त्यानं काय विचारलं होतं?

त्यांच्या फाटकाबाहेर कार थांबली. ती दूर जाताना निखिल आणि ती पाहत उभे राहिले; छोटी निळी कार. "तू त्याच्या कारच्या आत पाहिलंस का? काय पण पसारा होता! शेंगांची टरफलं एका पुडक्यात भरलेली होती आणि तिथेच हजार पुस्तकं आणि फायली! त्याची मागची सीट तो ऑफिस म्हणून वापरत असेल असं तुला नाही वाटत?" निखिल बडबडला.

काहीच डोक्यात न शिरता तिनं ते नुसतं ऐकून घेतलं. ती फक्त गिरी आणि त्याच्या गायब होण्याबद्दलच विचार करू शकत होती. 'हे सर्व काय असेल?' आणि म्हणून जेव्हा त्यानं अचानक विचारलं, "डॅडीनं तुला काही एस. एम. एस. पाठवला होता का?" ती आपोआपच म्हणाली, "नाही." मग त्याच्या डोळ्यात तिला काय पाहायला मिळेल याचं भय वाटून ती काळजीपूर्वक म्हणाली, "निखिल, इतक्यातच कुणाला सांगू नकोस की, डॅडी आपल्याला न सांगता निघून गेले म्हणून. तुला माहितीय नं ते कसे असतात...." पुढे काय बोलावं हे न सुचून तिनं वाक्य तसंच अर्धवट सोडलं.

"पण ते कुठे गेले असतील असं तुला वाटतं ममी?" निखिलच्या स्वरात भीतीपेक्षा कुतूहल होतं.

मीरानं मान हलवली. "मला माहीत नाही. कदाचित त्यांना तातडीची बिझनेस मीटिंग असेल."

"मग ते तुला सांगूपण शकले नाहीत का?" तिचं म्हणणं मान्य करत निखिल

म्हणाला आणि फाटकाला अवखळ निरागसतेनं लाथ मारून त्याने ते उघडलं.

मीरा त्याला आत जाताना पाहत राहिली. गिरीच्या गैरहजेरीची ती काय कारणं देणार होती याचं नवल करत ती पाठोपाठ आत गेली. अर्थात, तो आधीच घरी आला नसेल तर त्या विचारानं तिच्या पावलाला गती येऊन ती घाईनं आत गेली. कदाचित असंच असेल. काहीतरी उकाडा किंवा दारूनं त्याची डोकेदुखी सुरू झाली असेल आणि तो असह्य होण्याआधी घाईनं घरी आला असेल आणि तो गाडी चालवू शकला नसेल. त्याला माहीत होतं की जर त्यानं तिला सांगितलं असतं तर तिनं दोघंही घरी जाण्यावर भर दिला असता आणि तिचा चांगला वेळ जावा असं त्याला वाटत होतं.

'खोलीत प्रकाशाला मज्जाव करून, पडदे गच्च बंद करून, पंखा पूर्ण गतीनं लावून तो झोपला असणार. डोक्याला भणभणणारं टायगर बाम लावून, कपाळावर हात ठेवून तो झोपला असणार. जणूकाही अशा तऱ्हेनं झोपून त्याची डोकेदुखी ताब्यात राहणार आहे. मला जरी अगदी सुस्कारा टाकायचा असला, तरी तो गुरकावेल, 'तू हळू काही करू शकत नाहीस का? माझं डोकं दुखतंय'.

'बाथरूममध्ये त्याच्या ओकारीचा घाण वास पसरला असेल. एकदम भडभडून उलटी होणं. बहुतेक तोच साफ करायचा.' तसा तो नीटनेटका होता, पण जर त्याची तब्येत खरोखरच ठीक नसेल, तर हेसुद्धा तिलाच करावं लागायचं.

कधी नव्हे ते मीरा त्याच्या गुरकावण्याची आणि त्रासिकपणाची, टॉयलेटमध्ये उलटून पडलेल्या अन्नकणांची आणि पित्ताची आतुरतेनं अपेक्षा करू लागली. त्या ओकारीच्या दर्पाची आणि तिच्या स्वत:च्या उचंबळून येण्याची. 'बिच्चारा तो!' असा विचार करत मीरा डोकेदुखीनं त्रस्त झालेल्या गिरीकडे जायला घाईनं निघाली.

मीरानं घरात पाऊल टाकता टाकता निखिलला म्हणताना ऐकलं, "डॅड गोल्फ कोर्सवर गेलेत." तिची आई म्हणाली, "तुझे वडील गोल्फ खेळत नाहीत." "खरंतर ते काहीच खेळत नाही." तिची आजी हसून म्हणाली. निखिलनं दोन्ही हात खिशात खुपसले. "ते गोल्फ खेळायला गेलेत असं म्हटलं का मी? ते त्यांच्या मित्राबरोबर गेलेत."

"कुठला मित्र?" तिच्या आईनं विचारलं.

"त्याला मित्र नाहीत." तिच्या आजीनं पुस्ती जोडली.

पोलिसांकडे जावं की काय असं तिला वाटलं. नुसता विचारच धडकी भरवणारा होता. याआधी ती कधीच पोलीस स्टेशनमध्ये गेली नव्हती. 'अशा वेळी काय करतात? तिथे जाऊन काय बोलतात? आणि लाचबिचपण द्यावी लागते

वाटतं!' त्या पोलिसांच्या पुढे केलेल्या हातात टेबलाखालून नोटा सरकवणं आणि 'हे घ्या थोडं चहापाण्याला!' असं म्हणणं तिला कसं काय जमलं असतं?

सिनेमांतून तिला एवढं माहिती झालं होतं की, कुठल्याही हरवलेल्या व्यक्तीची तक्रार द्यायला चोवीस तास जावे लागतात. ती उगीचच घाबरत होती. तो लवकरच परतला असता. ड्रेसिंग टेबलसमोर कानातले काढता काढता तिनं स्वत:ला सांगितलं की, ती चोवीस तास वाट बघेल आणि मग काळजी करेल.

आरशात तिला ताणून चादर घातलेला पलंग आणि त्यावर टेकलेल्या उशा दिसल्या; विचित्रपणे निराधार दिसणारा एक आदिम पलंग!

सात वाजता तिची आई टीव्हीसमोर हातात नोटबुक आणि पेन घेऊन स्थानापन्न झाली. "प्लीज निखिल, बोलू नकोस" तिनं शांत बसलेल्या निखिलला, ज्याने सतराशे छपन्न गाण्यांचे आयपॉड मेझचे प्लग्ज कानात घातले होते, त्याला सांगितलं.

"तू मला सरळच गप बसायला सांगत का नाहीस?" तिची आजी म्हणाली.

"प्लीज ममा, हा माझा आवडता कार्यक्रम आहे. पुढच्या आठवड्यात माझी लायब्ररी मीटिंग आहे. तिथे काय वाचायचा सल्ला द्यायचा, हे मला माहीत असायला हवं."

"काहीतरीच! तो माणूस ती पुस्तकं वाचत असेल, असं तुला वाटतं? तो फक्त पुस्तकाची मागची पानं वाचतो झालं. तू त्याच्या सांगण्यात कशी काय येतेस अशी? आणि मला वाटतं की, तो फाउंडेशन क्रीम लावतो. त्याच्या जबड्यापाशी ती रेष दिसत नाही का?" लिली चिडखोरपणे पुटपुटली.

"तुला पुस्तकांबद्दल काय माहिती आहे? तू फक्त सिनेमे, नाहीतर टॉक शोज पाहतेस दिवसभर. इतके बिनडोक कार्यक्रम तू कशी काय पाहू शकतेस कोण जाणे!"

"तुझ्या त्या ट्रॅव्हल अँड लिव्हिंग कार्यक्रमापेक्षा लाख बरे. तू कुठे जाणार आहेस असं तुला वाटतं? किंवा तसं पाहिलं, तर तू शेवटचा पदार्थ कधी केला होतास हे तरी आठवतं का तुला? हं!"

त्यांची कुरबुर सुरूच राहिली. मीरानं कपाळ चोळलं. तिचं डोकं ठणठणत होतं. तिला त्या दोघींवर ओरडावंसं वाटलं. 'गप बसा! गप बसा. मी काळजीत आहे हे तुम्हाला कळत नाहीये का? त्यात मला आणखीन हे नकोय.'

पण ती तसं करू शकली नाही. काहीही होवो, मीरानं आपला तोल कधीही ढळू दिला नव्हता. ती ना कधी भडकली होती की कधी तोडून बोलली होती. ती तशी नव्हतीच.

डोक्यात थोडं शांत वाटावं या आशेनं तिनं मध्येच विचारलं, "लिली डियर,

मी तुला ड्रिंक बनवून देऊ का?''

लिली डियरचा चेहरा उजळला. ''मला वाटलं तू आता विचारणारच नाहीस; आणि तिच्यासाठीपण एक ओत. तू जर विचारलंस, तर ती नाही म्हणेल आणि मग कोणी बघत नाही असं बघून ग्लासमधून चोरून घुटके घेईल.'' लिली तिच्या मुलीकडे निर्देश करून म्हणाली.

मीरा उसासली.

लिलीनं तिच्या उसाशावर झडप घातली. तिनं मीराला काळजीपूर्वक निरखलं. तिचा ओढलेला चेहरा आणि डोळ्यांखालची वर्तुळं बघून लिलीच्या कपाळावर आठ्या पडल्या. काय बिनसलं असेल, याचं ती नवल करू लागली. मग तिनं ते डोक्याबाहेर टाकलं. म्हातारं होण्याच्या अनेक फायद्यांपैकी हा एक फायदा होता. डोक्यात शिरणाऱ्या त्रासदायक विचारांना ढकलून बाजूला करण्याची हातोटी साधणं. मग तो प्रश्न आपोआपच सुटतो किंवा दुसरं कुणीतरी सोडवतं. कुठे हात दाखवून अवलक्षण करायचं?

तरीसुद्धा लिलीनं हात लांबवून मीराच्या कोपराला स्पर्श केला. ''तुझं काय? तुलाच एखादं ड्रिंक हवंय असं वाटतंय!''

मीरानं मान हलवली, ''मी पार्टीत बरंच प्यायले. खरंतर जरा जास्तच.''

निखिलची नजर तिच्यावर खिळल्याचं तिच्या लक्षात आलं. 'तो काय बरं विचार करत असेल? आपल्या सगळ्यांचं चित्र त्याला कसं दिसत असेल?' असं मीराच्या मनात आलं. तीन पिढ्यांच्या तीन स्त्रिया आणि एक लहान मुलगा, सौंदर्य निस्तेज होत जाणाऱ्या खोलीत रेखलेले प्रकाशाचे पुंजके, सावल्या आणि ते सगळे इथपर्यंत कसे आलेत या लांबलचक इतिहासाची गुंडाळी!

१९३०मध्ये जेव्हा राघवन मेनननं कोलकात्यात काम करायला सुरुवात केली होती, तेव्हा तो तिथल्या जीवनाच्या प्रेमातच पडला होता. कोलकात्यामुळे त्याला अनेकदा त्याच्या कालिकतची आठवण यायची; पण अजूनही काही होतं. प्रत्येक घरात कला बहरत होती आणि अशाच एका संध्याकाळच्या पार्टीमध्ये त्याला चारू भेटली. चारू एक बंगाली स्त्री होती. त्यानं जेव्हा तिच्याशी लग्न केलं, तेव्हा त्याचा जणू बंगाली म्हणूनच पुनर्जन्म झाला. चारू काही वर्षांनी मरण पावली आणि राघवन मेनननं आपल्या मुलीला, लिलाला शांतीनिकेतनला पाठवण्याचा निर्णय घेतला. 'मला संस्कृती तिच्या नसानसातून वाहायला हवीये. रक्तापेक्षा मला संस्कृती चालेल खरंतर.' लिलाला कालिकतला शिकायला पाठवण्याचा सल्ला देणाऱ्या त्याच्या भावांना त्यानं सांगितलं.

भावांनी खेदानं माना हलवल्या. जर ती मुलगी कालिकतला आली असती, तर कदाचित तोही तिथे आला असता आणि तिथेच जीवन व्यतीत केलं असतं.

आता तो हरवलाच होता. त्यानंतर लवकरच त्यांनी त्याला कौटुंबिक हिश्श्याचा चेक पाठवून दिला.

मग एका प्रसिद्ध दिग्दर्शकानं लिलाला हेरलं आणि लिली जन्माला आली. हिंदी सिनेमात आधीच एक लिला होती. म्हणून असं ठरलं की, तिचं घरचं नावच पडद्यावरचं नाव होईल. अभिनेत्री लिलीनं फक्त निवडक भूमिका केल्या आणि सिनेजगताला तिच्यात थोडीफार रुची निर्माण होईस्तोवर तिनं सँडॉर या हंगेरियन पेंटरशी लग्न करून टाकलं. ते बंगळुरूच्या ह्या घरात राहायला आले, जे राघवन मेननंनं त्यांना पाहून दिलं होतं.

सारोचा जन्म झाला. सारोला महागड्या शाळेत पाठवण्यात आलं. सारो आपल्या जिवलग मैत्रिणीच्या भावाच्या प्रेमात पडली आणि त्याच्याशी लग्न केलं. सँडोरचा मृत्यू झाला आणि एका वर्षानंतर सारो वयाच्या एकोणचाळिसाव्या वर्षी विधवा झाली. तेव्हा ती या घरात आली. स्वत:साठी आणि आपल्या एकोणीस वर्षाच्या मुलीसाठी, मीरासाठी आधार शोधत.

खिडकीचं तावदान वाजण्यानं मीराची तंद्री मोडली. तिनं केसातून हात फिरवला आणि टीव्हीवरची ब्रेकिंग न्यूज ऐकण्याचा प्रयत्न करत खुर्चीत मागे रेलून बसली.

लिली आणि सारोनं आपली कुरबुर आवरती घेतली होती आणि दोघीही ग्लासमधून घुटके घेत होत्या. ही कुरबुर नेहमीचीच होती. जशी सारोची पुस्तक-खरेदी! ज्याला नुकताच महत्त्वपूर्ण पुरस्कार मिळालेला असेल असं एखादं पुस्तक, ज्याला या शतकाचा आवाज म्हणून एखाद्या साहित्यिक संस्थेनं त्या महिन्यात बोलवलं असेल अशा एखाद्या लेखकाचं पुस्तक, तसंच दुसरं एखादं साधारण चरित्र किंवा बहुतेक करून इंग्लिश माणसाचं एखादं ऐतिहासिक वृत्तांकन आणि ज्या पुस्तकाच्या कमीत कमी १,००,००० आवृत्त्या खपल्या असतील अशीच पुस्तकं सारो विकत घ्यायची; आणि असा पुस्तकावरचा कार्यक्रम तिला अशी पुस्तकं घ्यायला मार्गदर्शन करायचा. ज्या पुस्तकाबद्दल कधीच कोणी ऐकलं नसेल किंवा एखाद्या पुस्तकाचं निव्वळ शीर्षक आवडलं म्हणून पुस्तक विकत घेणं, हे तिच्या आकलनापलीकडचं होतं. ती असं धाडस कधीच करू शकली नसती. काहीही झालं, तरी तिच्या नावाचा प्रश्न होता. लोकांनी आपल्याला अभिरुचीसंपन्न म्हणावं, असं सारोला वाटे. मग ते कपडे असोत, दागिने असोत की पुस्तकं असोत.

त्याउलट लिली पुस्तकाचं मागचं-पुढचं पान पाहून म्हणे, "मला असं पुस्तक द्या, ज्यावर एक माणूस आणि बाई एकमेकांच्या डोळ्यांत पाहत असतील किंवा एखादं असं, ज्यावर सुरी आणि लाल थेंब असेल किंवा असंच काहीतरी असेल.

मला खात्री आहे की, ते खाली ठेवताच येणार नाही. अर्थात ती काही हे मान्य करणार नाही म्हणा. ती तसलीच शिष्ट आहे!'' तिनं भुवई उडवून सारोकडं पाहिलं.

त्या दिवसभर भांडत. जर पुस्तकावरून नाही, तर एखाद्या झाडावरून किंवा फर्निचरवरून किंवा एखादी आठवण, जी दोघींनाही वेगवेगळी आठवत असेल, तिच्यावरून किंवा एखादी पाककृती, जी प्रत्येकीला स्वत:चीच बरोबर वाटत असेल, तिच्यावरून; आणि जर त्या भांडत नसतील, तर त्यांच्यापैकी एक त्रासलेली तरी असे. त्यामुळे मीरा त्या दोघी म्हाताऱ्यांच्या तब्येतीचं मोजमाप त्यांनी एकमेकींवर केलेल्या विषारी हल्ल्यात करत असे. त्या रात्री त्या दोघी बऱ्या होत्या. गिरीच्या गैरहजेरीनं त्यांना काही फरक पडला नव्हता.

निखिलची मात्र तिला काळजी वाटली. तो गप्प होता. जरा जास्तच गप्प. ''तू ठीक आहेस नं बेबी?'' तिनं विचारलं.

त्यानं तिच्याकडे रोखून पाहिलं. ''मला बेबी म्हणू नकोस.'' मग त्यानं अचानक विचारलं, ''तू त्यांचा मोबाइल पाहिलास का?'' मीरानं मान हलवली. ''अनरीचेबल.''

''आज मध्यरात्रीपर्यंत ते घरी आले नाहीत, तर तू त्यांना काय सांगणार आहेस?'' निखिल कुजबुजला. दोघांनीही टीव्हीवरचा आवडणारा कार्यक्रम पाहणाऱ्या त्या म्हाताऱ्यांकडे बघितलं. टॉक शोची ती नटवी शिष्ट होस्टेस तिच्या आईला पसंत होती आणि एक पूर्वीच्या जमान्यातली सिनेमातली नटी तिच्या आजीच्या डोळ्यांना ग्लॅमरस वाटत होती.

''सगळ्यांमध्ये कुजबुजणं नको.'' तिची आई म्हणाली.

''काहीतरी चावट गुपित ना?'' तिच्या आजीचा चेहरा अपेक्षेनं उजळला.

मीरानं तोंडातला बर्फ चोखला. कुठल्याही क्षणी आपल्या तोंडातून फुटणारी किंकाळी त्यामुळे गोठून जाईल अशी तिला आशा वाटली. तिचा फोन वाजला. निखिलनं वर पाहिलं. मीरानं फोन उचलला. 'हा संदेश गिरीचा असणार; समजवणारा, क्षमायाचना करणारा आणि लवकरच घरी येतो, असं सांगणारा.'

ती रिंग टोनची एक जाहिरात होती. मीरानं फोन खाली ठेवला आणि अजून एक बर्फाचा तुकडा घेऊ लागली.

''आपण एक पेप्परोनी पिझ्झा मागवायचा का?'' निखिल म्हणाला.

''नाही.'' मीरा तटकन म्हणाली. ''तीन दिवसांपूर्वीच पिझ्झा झालाय तुझा!''

''इतका पिझ्झा खाणं बरं नाही.'' लिली मंद हसत म्हणाली. ''हा सगळा कचरा खाण्याचे परिणाम आजपासून वीस वर्षांनी दिसून येतील. तू खूप लठ्ठ माणूस होशील.''

''आणि गरीबपण.'' सारोनं पुस्ती जोडली. ''पिझ्झा झाडावर उगवत नाही. तो

महाग असतो. तुला हे समजतंय का की, तुझी आई तेवढ्या पैशात आपल्या सर्वांसाठी एका आठवड्याचा किराणा विकत आणू शकते?''

निखिलनं पुस्तक खाली आपटलं. ''आपल्याकडे कशासाठी पैसेच नसतात कधी. मला हे कळत नाही की, आपल्याला या घरात राहणं परवडतंच कसं? बघा आता.''

''निखिल...'' मीरा करवादली. तिनं त्याच्या पलीकडे पाहिलं आणि त्या दोघींच्या डोळ्यातला भाव थिजल्याचं तिला दिसलं. तिला ते तिच्या आतदेखील जाणवलं. हे घर, हे गुलबाक्षी घर. कसंही करून ते नेहमीच इथपर्यंत येतं, हे घर.

मीरानं वाटलं, 'जर हे घर नसतं, तर गिरी त्या पहिल्या दिवशी रेंगाळला असता का? ह्या घरानं त्याचं भारून टाकायचं सामर्थ्य गमावलं आहे की काय?'

मीरा तिच्या झोपलेल्या मुलाच्या भुवईवर ओठ टेकते. सकाळी जर निखिलला आठवलं, तर तो तिला कसा बिलगला होता हे जाणवून त्याला अगदी कानकोंडं वाटेल. तो ते कदाचित सपशेल नाकारेलसुद्धा! 'तुला नक्कीच स्वप्न पडलं असणार' असं तो उद्धटपणे म्हणेल.

पण या क्षणी मात्र तो तिचा छोटा मुलगा होता. एक छोटा मुलगा, ज्याला आपल्या वडलांचं काय करायचंय हे माहिती नाहीय, जे एक सुंदर सप्टेंबरच्या दिवशी रविवारी सकाळी अचानक रहस्यमयरित्या नाहीसे झाले.

१

ती सप्टेंबरचीच एक सुंदर सकाळ होती, जेव्हा त्याने तिला प्रथम पाहिलं होतं. तो भारावून गेला होता, असं त्यानं नंतर सांगितलं होतं. तो म्हणाला होता की, हसता हसता कोसळून पडावं की फाटकाच्या खांबाला रेलून उभं राहून तिला तसंच कायम बघत राहावं त्याला कळेचना. तो तेव्हाच तिच्या प्रेमात पडला होता.

''कल्पना कर'' पुढे झुकून तिच्या केसांना बोटाभोवती गुंडाळून तो म्हणाला, ''हस्तीदंती रंगाच्या पोशाखातली एक मुलगी. सूर्य तिच्या केसांमध्ये पिवळ्या रंगाची पखरण करतोय. अनवाणी पायांची एक मुलगी बदकांच्या थव्याच्या मागे गवतातून पळतीये.''

''थवा नव्हे, कळप.'' ती पुटपुटली.

''कळप, थवा; काय फरक पडतो? मला कळून चुकलं होतं की, मला इथेच राहायचं आहे बस्स! त्या मुलीसोबत आणि त्या पाळलेल्या बदकांसोबत त्या गुलबाक्षी घरात.'' तो उसासला आणि खुर्चीत मागे रेलला.

त्याचे डोळे घरावरून आणि बागेवरून, जाळीदार कमानीवरून आणि काठावरून फुललेल्या गुच्छांवरून, झाडंवरून, कार्प माशांच्या टाकांवरून आणि त्यातल्या छोटाशा दगडी बेडकावरून फिरले. त्याची नजर तिच्या चेहऱ्यावर त्याच आनंदमग्नतेनं ठरल्याचं तिनं पाहिलं; पण तिचा तो पांढरा ड्रेस म्हणजे विटलेला गाऊन होता, हे तिला त्याला कधीच सांगता आलं नसतं किंवा हेपण की, तिनं बदकांचा आवाज समोरच्या हिरवळीवर ऐकला आणि त्यांनी नव्याने लावलेल्या ऑबरजिनच्या रोपांना तुडवू नये म्हणून ती तशीच अंथरुणातून उडी मारून बाहेर त्यांना पळवायला आली होती किंवा हेपण की, ती बदकं हमीदभाईला नाताळाच्या दिवसांत चांगली खिलवून-पिलवून धष्टपुष्ट करून विकायच्या आधी निव्वळ वेळकाढूपणा करताहेत. (कारण प्रत्येक बदक त्याच्या वजनाच्या सोन्याच्या किमतीचं होतं किंवा निदान मागच्या स्वंयपाकघरातले उधईनं खाल्लेले छपराचे वासे बदलायच्या कामाची किंमत चुकवायच्या कामी आले असते.) आणि हे की, त्या बदकांच्या माना मुरगाळून आणि त्यांची पिसं उपटून टाकल्यावर तिनं मुळीच अश्रू ढाळून वाया घालवले नव्हते किंवा तिला भावनावश वाटलं नव्हतं. हेही की, तिनं इतरांसारखाच त्या बदकांवर ताव मारला होता. त्याला धक्काच बसला असता. तो तिला त्याची आवडती हंसिनी म्हणायचा. गुलबाक्षी घरातली हंसकन्या. तिनं स्मित केलं. त्याची लाडकी हंसिनी असणं तिला आवडत होतं.

'मी आता एवढाच विचार करू शकत होतो की, या दाराच्या आत कसं पाऊल ठेवायचं? मी त्या भारलेल्या घराभोवती घुटमळणारा राजकुमार होतो, जो आत जायचा रस्ता शोधत होता.''

''तू नुसतं हॅलो म्हटलं असतंस, तर मीपण परत हॅलो म्हटलं असतं!'' ती हसली.

त्यानं कपाळाला आठ्या घातल्या. ''तुला कळत नाहीये. नुस्तं हॅलो हे फारच सामान्य झालं असतं. मला तुझा शोध घ्यायचा होता. या गुलबाक्षी घरातली माझी हंसिनी.''

''म्हणून जेव्हा मॉडेल कोऑर्डिनेटरनं या घरात 'कोकोनट किसेस' बिस्किटांचं शूटआऊट करू असं सुचवलं तेव्हा मी पुन्हा विचार केला नाही. मी लगेच हो म्हटले.''

तिनं ते आपल्या मनात कल्पून पाहिलं. कोपराचा आत मारलेला झटका, वळलेल्या मुठी, तिचा शोध घेण्यासाठी आतून वाटलेली लालसा दर्शविणारं, जोरानं म्हटलेलं 'येस'. त्या गुलबाक्षी घरातली त्याची हंसिनी आणि त्या लालसेच्या प्रकाशात ती उजळून निघाली.

ती मॉडेल कोऑर्डिनेटर खूपच खूश झाली होती. तिला इतकं सहजपणे कधी असं मिळालंच नव्हतं. लोकेशन आणि प्रॉप्स एकाच जागी आणि वर एक स्टायलिस्ट फुकटात. मीरानं तिचे विणलेले रुमाल आणि ऑरगंझाचे नाजूकपणे कापलेल्या कंगोऱ्याचे नॅपकिन्स, चांदीच्या नॅपकीन रिंग्ज आणि चहाचा चांदीचा सेट, काचेचा केक स्टँड आणि रॉयल डाऊल्टन चहाचे कप काढून दिले. तिनं 'कोकोनट किसेस'ची रचना करून दिली आणि बिस्किटांच्या पुड्यासाठी छान तऱ्हेनं जागा शोधून सजावट केली आणि टेबल सजवून दिलं. मीरानं आर्ट डायरेक्टरच्या आवाजातला आनंद ऐकला. ''वाहवा! खानदानी राहणी. आपण जसा बेत केला होता तसंच आहे हे!''

मीरानं स्मित केलं. प्रॉप्ससाठी किती बिल लावता येईल याचा ती विचार करत होती. खानदानी राहणी स्वस्त नसते, तिला म्हणावंसं वाटलं. तेव्हा तिचे डोळे त्याच्या डोळ्यांना भिडले आणि तिनं स्वत:ला तिथे पाहिलं आणि ती काहीच म्हटली नाही. ती मॉडेल कोऑर्डिनेटरला बाजूला घेऊन बोलेल आणि तिच्या डोक्यात जो आकडा आहे त्यापासून ती मुळीच ढळणार नाही.

पण तिला एकटं न सोडायची कारणं त्यानं शोधून काढली. पुन:पुन्हा तो तिच्या आजूबाजूला रेंगाळत राहिला. शॉटच्या मध्ये गप्पा मारत राहिला. काही नवल घडलं असेल का? तो तिच्याकडे आकर्षित झाला असेल का? तो जेव्हा तिच्यासाठी दुसऱ्या दिवशी एक छोटीशी फुलांची परडी घेऊन आला तेव्हा तिनं खानदानी राहणी पुन्हा एकदा मांडली; फक्त त्याच्यासाठी. तिचं तेच एकमेव शस्त्र होतं. इतर मुली त्यांची वक्षं दाखवत किंवा पापण्या फडफडवत. मीराजवळ फक्त एवढंच होतं देण्यासारखं आणि ती त्यापासून संकोच करणार नव्हती आणि त्या दोघी म्हाताऱ्या स्त्रिया, त्यांनी त्यांच्या भूमिका केल्या.

त्या तिथे बसून आई, मुलगी आणि आजी प्रत्येक जण त्याचं प्रणयाराधन करत होती आणि ते त्याला कळलंसुद्धा नाही. लिली तिच्या लेसच्या पंख्यानं मनगटाच्या हलक्या हालचाली करत वारं घेत होती; अनिश्चित, भित्री आणि किंचित मोहकतेच्या मुखवट्यामागे दडलेली. त्याला केक देताना आपले हात कापायला नको अशी ती प्रार्थना करत होती. तिला सगळं योग्य व्हायला हवं होतं, कारण मीरा पूर्णपणे आणि सपशेल प्रेमात पडली होती.

तिनं पायावर पाय टाकला, मांडीत हात दाबून धरले आणि थोडंसं बोलली.

तो तिच्याकडे आकर्षित झाला होता, हे तिला कळलं होतं. बशीतलं बिस्किट द्यावं अशा तऱ्हेनं गिरी खुशामत वाटत होता. ''मला तुमच्या घराचा रंग अत्यंत

आवडला.'' तो म्हणाला.

लिलीनं डोळे विस्फारले आणि म्हणाला, ''तो पेंटिंग करणारा माणूस....'' पण सारोनं मध्येच म्हटलं, ''खूपच छान आहे नाही? प्रत्येक वेळी रंग देताना हाच रंग जुळवायला आम्हाला एवढा त्रास होतो!''

मीरानं आवंढा गिळला. तिला आता माहिती होतं की, लिली त्या रंगवणाऱ्या कंत्राटदाराची गोष्ट सांगेल. ज्यानं ह्या रंगाची किंमत अर्धीच सांगितली होती. त्यानं अजून कुठेतरी चूक केली होती आणि तो थोडंफार नुकसान निस्तरायला पाहत होता. जर त्यांनी रंग स्वत: निवडला असता, तर त्यांना तेवढी किंमत मोजायला लागली नसती, जेवढी एरवी लागली असती.

मीरा उठली. ''मी स्टोव्हवर काहीतरी ठेवलंय.'' ती म्हणाली. तिचं हृदय धडधडायचं थांबेचना. गिरी त्यांच्याबरोबर कंटाळला तर नव्हता? असं झालं असतं, तर तिला सहन झालं नसतं.

लिली काही मिनिटं शांत बसली. मग घरातल्या कर्त्या स्त्रीच्या भूमिकेत ती शिरली. ''मीरा, थांब. तू कुठे पळून चालली आहेस? ही इतकी लाजरी आणि संकोची आहे नं!''

कुठल्याही भावी नवऱ्याला हवे असणारे गुण. ''तू त्याला ते का नाही सांगत, जेव्हा डेव्हिड लेन भेटायला इथे जवळ जवळ आलाच होता जेव्हा तो 'अ पॅसेज टू इंडियाचं शूटिंग करत होता!'' लिलीनं सुरू केलं.

मीरा थांबली. ''लिली, ती तुझी कहाणी आहे. चालू दे तुझं. तूच सांग गिरीला!''

आणि गिरी म्हणाला, ''हो लिली, मी तुम्हाला लिली म्हणू शकतो नं, मला सांगाच ती.''

आणि मग मीराच्या डॅडींच्या चहाच्या मळ्याच्या कहाण्या सिनेमाच्या रीळाबरोबर सारोनं सांगायला सुरुवात केली. एकामागून एक प्रसंग सांगताना कुणीही त्यात बोलून रसभंग केला नाही.

लिलीची हिंदी सिनेमाची अभिनेत्री म्हणून असणारी छोटीशी कारकीर्द. एक लहान राजघराण्यातला वंशज तिच्या प्रेमात मजनूसारखा पडलेला. माणकं जडवलेली अंगठी तिच्या घरी नजराणा म्हणून पाठवलेली. ''स्वत:च महाराजासारखा दिसणारा फेटा वगैरे घातलेल्या एका माणसाच्या हातात धरलेल्या उशीवर ठेवलेली'' लिली खिदळत म्हणाली.

हंगेरीचा पोर्ट्रेट पेंटर सॅंडॉरशी मुलाखत, त्यांचे वादळासारखं प्रणयाराधन आणि मग पळून जाऊन लग्न करणं.

''सारो चांगली मुलगी होती.'' लिली धूर्तपणे म्हणाली ''आईचा खुळचटपणा तिच्यात अजिबात नव्हता. जेव्हा तिच्या सख्ख्या मैत्रिणीच्या भावानं तिला मागणी

घातली तेव्हा तिनं ती स्वीकारली. मीराचे वडील खूपच देखणे होते आणि कुन्नूरला ज्या बंगल्यात ते राहायचे, वा काय बंगला होता तो!''

''बटलर आणि दोन स्वयंपाक्यांशिवाय अजून चार नोकर होते तिथे.'' सारो म्हणाली.

''काय पार्ट्या दिल्या आम्ही तेव्हा...!''

''मीरा तेव्हाच सगळं शिकली. टेबल कसं सजवायचं आणि फुलं कशी रचायची, मेनू ठरवणं आणि पाहुण्यांना कसं बसवायचं. मीरा एक आदर्श पत्नी होईल.'' लिली पुढे झुकून गिरीच्या कानात नाटकातल्यासारखं कुजबुजली.

गिरी हवेत उडत होता. कोणता माणूस उडणार नाही? त्याच्यासमोर जी श्रीमंती उलगडली होती, त्याचा तो विचार करू लागला. एका उच्चभ्रू समाजात वावरण्याची जाण असलेली वधू आणि एक सुंदर जुनं घर. एक आजी, जी सर रिचर्ड ॲटनबरो आणि सत्यजित रे यांचा उल्लेख एकाच दमात करते. एक आई, जी अत्यंत खानदानी आहे. तिच्याजवळ खेकड्याच्या पंजातलं मांस नाजूकपणे खरवडायचा काटासुद्धा होता.

गिरीला असे लोक आधी कधी माहीतच नव्हते. त्याच्या मनात त्याच्या वडलांचा विचार आला, जे पलक्कडमध्ये पिवळं पडलेलं बनियन आणि धोतर घालत. त्याच्या मनात आपल्या जुनाट, मोडकळीला आलेल्या घराचा आणि वडलांसारखेच गरीब आणि चिक्कू असलेल्या नातेवाइकांचा विचार आला. तो त्याच्या तल्लख बुद्धीमुळे आणि शिवरामन अय्यर या गणिताच्या मास्तरांमुळे नशीबवान ठरला, ज्यांनी त्याला हाकत या घरापासून दूर नेलं. पहिलं रिजनल इंजिनिअरिंग कॉलेज, जिथे त्याला अज्ञात असलेल्या बाहेरच्या जगामुळे त्याचे डोळे विस्फारले. नंतर अहमदाबादला आयआयएममध्ये कॅम्पस रिक्रुटमेंटमुळे त्याचा कॉर्पोरेट जगतात प्रवेश झाला होता.

गिरीनं काळजीपूर्वक बेत केले होते की, तो तिसाव्या, चाळिसाव्या, पंचेचाळिसाव्या वर्षी कुठे असेल.... आणि त्यानंतर त्याचं आयुष्यातलं खेळायचं मैदान कुठं असेल. हे साध्य करण्यासाठी त्याला त्याच्या खेडवळ राहणीचे कंगोरे घासून गुळगुळीत करावे लागणार होते. कनिष्ठ मध्यम वर्गातला मुलगा होता ना तो! मीरामुळे हे शक्य झालं असतं, याची त्याला खात्री पटली. मीरा, जिच्यातून उच्चभ्रू खानदानीपणा दरवळत होता, ती लावत असे त्या ल एअर ड्यु टेम्पसच्या सुवासाप्रमाणे धोरणी, मितभाषी, सुरेख आणि वर जुनी संपत्ती!

गिरी त्याच्या परदेश दौऱ्यावर असताना आंतरराष्ट्रीय विमानतळावरच्या ड्युटी

फ्री दुकानांमध्ये खानदानी, उच्चभ्रू राहणीसाठी लागणाऱ्या डिझायनर वस्तू न्याहळत बराच वेळ घालवत असे. मॉंट ब्लॅंक पेन आणि बरबेरी कोट, लुई कुटन बॅग आणि सुगंधी स्फटिकाचं सुगंधी जग. इथे मात्र त्यानं हात टेकले. त्याच्या नजरेत आकार आणि प्रकार लक्षात राहत, पण नाक मात्र सपशेल हार मानत असे. त्याचं नाक त्याला सहज धोका देई. शेवटी त्यानं यावरसुद्धा उपाय शोधून काढला. प्रत्येक वेळी त्याला आवडलेले दोन परफ्युम्स तो निवडत असे आणि दुकानातल्या विक्रेत्यांच्या मागे लागून कार्डबोर्डच्या पांढऱ्या तुकड्यावर शिंपडून घेत असे. मग जोपर्यंत वरचा सुवास त्याच्या मेंदूत नोंदवला जात नाही, तोपर्यंत तो ते हुंगून परिश्रमानं लक्षात ठेवण्याचा प्रयत्न करी. गिरीला समजलं होतं की, मीरा ज्या आकर्षक सभ्येतसह जन्माला आलीये, ती त्याला आत्मसात करावीच लागेल.

गिरी उसासला. मीराबरोबर तो पुढे जाण्यात यशस्वी ठरेल. अंततः पिवळट भूतकाळापासून आणि कसंबसंच निभावण्याच्या दुर्गंधीपासून त्याची सुटका होईल. मीरा. त्याची गुलबाक्षी घरासारखी ले एअर ड्यु टेम्पस.

मीराला कधीकधी संशय छळत असे. गिरी तिच्या प्रेमात पडलाय तो संपूर्ण चुकीच्या कारणास्तव तर नाही? त्याच्या कामाच्या जगातल्या तरुण स्त्रियांबद्दल तिनं विचार केला. उंच तरुण स्त्रिया, ज्या त्यांची योग्यता त्यांच्या केसांसारखीच सहजतेने पेहरत. चकाकणाऱ्या, नीटनेटक्या आणि नेहमीच योग्य जागी असणाऱ्या. त्यांच्यापुढे यानं मला का बरं निवडलं असेल? तिनं स्वतःला विचारलं. त्या चलाख, कार्यक्षम आणि करीअर असणाऱ्या आहेत. त्यापुढे माझ्याकडे काय आहे, तर एक इंग्रजीमधली पोस्ट ग्रॅज्युएट पदवी आणि या घराचं कारभारीपद.

"खुळी की काय!" तो तिच्या गालापाशी कुजबुजला. "मला एक वार्ताहर, एक शिक्षिका, एक ब्रॅंड मॅनेजर नकोय. मला तू हवीयेस बायको म्हणून. मी तुला खात्रीनं सांगतो की, एका कॉर्पोरेटरची पत्नी व्हायला एका खरंच खूप स्मार्ट स्त्रीची गरज असते."

मीरानं त्याच्या गालाला गाल लावला. ती तशीच होईल. एक कॉर्पोरेट पत्नी. त्याच्या यशामागची स्त्री. असंच तिला हवं होतं. त्याच्यासाठी तिथे असणं. ते त्यांची आयुष्यं एकत्र बांधतील.

लग्नाच्या काही दिवस आधी सारोनं तिला विचारलं, "आता काय मीरा? तू इथून जाशील की इथेच राहशील? गिरीला काय हवंय? तुला माहितीये? तुम्ही ह्याची चर्चा तरी केलीये का?"

गिरीला त्या तिथेच हव्या होत्या. "या गुलबाक्षी घरात." तो म्हणाला,

"आम्ही अजून कुठे राहायला जाऊ? हे तुमचं घर आहे. आपलं घर. शिवाय यानंतर मी तुला एखाद्या छोट्या फ्लॅटमध्ये कसं काय राहायला सांगू?"

मीराला अजून एक शंका आली. "गिरी, तुझा गैरसमज व्हायला नको. मी... आम्ही.... आमच्याकडे फार काही नाहीये. हे घर..." तिनं सुरुवात केली.

"श्श! मला माहिती आहे तू काय सांगणार आहेस ते. हे घरच तेवढं आहे. तेवढंच पुरेसं आहे, हंसिनी! फक्त तू आणि ह्या घरात तू, एवढंच मी मागतोय."

मीरानं त्याच्या गळ्यात हात घातले. आपल्या शंका आणि संशयाचं काय करायचं, हे ती जाणून होती. दर वर्षी उन्हात वाळवलेल्या चिंचेच्या गोळ्यासारखे ती त्याचे गोळे करील आणि त्यांना खडेमीठात घोळवून चीनी मातीच्या बरणीत भरून वर ठेवून देईल. दृष्टीआड सृष्टी!

मीरा खिडकीपाशी उभी राहते आणि बाहेरच्या अंधाराकडे बघते. फाटकापाशी एक दिव्याचा खांब असतो. एक निळा दीपस्तंभ, जो फाटकापाशी कुणीही उभं असेल, तर लगेच दाखवतो.

अशी वाट बघताना ती आशावादी असते. आता कोणत्याही क्षणी कारचे हेडलाइट्स त्या निळ्या प्रकाशाला निस्तेज करतील. आता कुठल्याही क्षणी ऑटो रिक्षा धडधडत आवाज करत येऊन थांबेल.

मीरा तिथेच उभी राहते. अचानक तो फाटकाजवळचा खांब्यावरचा दिवा तडतड आवाज करायला लागतो. ती त्याकडे बराच वेळ लक्ष देऊन पाहते; प्रत्येक तडतडीच्या मधला वेळ आजमावत. 'कदाचित गिरी त्याचं डोकं शांत करायला ड्राइव्हवर गेला असेल. त्याची कार बिघडली असेल.' कार म्हटलं की, तो त्याबद्दल किती नालायक आहे, हे तिला माहीत होतं. 'त्याला बसलेलं टायर कसं बदलायचं हेसुद्धा माहीत नव्हतं. कदाचित त्याचा फोनचा चार्ज संपला असेल. तिथे कुठे सिग्नल नसेल. बंगळुरूच्या आसपास अशी बरीच ठिकाणं आहेत. स्पष्टीकरण असणार.' मीरा परत परत स्वतःला सांगते. 'अजून काय असू शकणार? अजून काय असू शकणार?' ती तिच्या एका विशिष्ट उघड्या बोळकांडीत जाणाऱ्या विचारांना रोखायला त्याच स्पष्टीकरणाला घट्ट धरून ठेवते, जसं इतर स्त्रिया करतात तसं. एक अरुंद, अंधारी, दुर्गंधी बोळ; जिचं नाव असतं दुसरी बाई.

'हेरापण अशीच बसली होती का?' मीरानं अचानक स्वतःला विचारलं. हेरा, जिची लग्नाची रात्र तीनशे वर्षं टिकली. हेराला सोनेरी सफरचंदाचा गर बाहेर कसा काढायचा हे माहीत होतं. त्याच्या प्रत्येक अर्ध्या भागात एक अर्धगोल कोरून काढून. त्या अर्धगोलात तिनं आपलं सर्वस्व ओतलं होतं. तिचा सुगंध आणि

श्वास, थुंकी आणि कफ, दूध आणि सुदृढता, घाम आणि आत्मा. तिनं त्या अर्धगोलाचा पाव तुकडा कापून तिच्या तासण्याचं आणि आशेचं माधुर्य त्याच्या रसात घोळवून पायावरून फिरवून टाकलं आणि स्वतःच्या ओठांनी झ्यूसला पाजलं. त्याची जीभ त्याच्या तोंडाबाहेर सापासारखी आली आणि तिच्या तोंडातून त्यानं रस प्राशन केला. त्यांनी एकमेकांचा रस चाखला आणि हेराला वाटलं की, कुठली दुसरी स्त्री त्याला हे असं काही देऊ शकेल? मी त्याला दिलेल्या सर्वस्वाच्या पासंगाला अशी कोणती देवता, अप्सरा, मर्त्य स्त्री पुरणार आहे?

असाच मीरेनं तेव्हा विचार केला होता, जेव्हा गिरीच्या पलंगाशेजारच्या टेबलावर एके काळी असणाऱ्या दीपक चोप्रा आणि थॉमस फ्रेडमनच्या पुस्तकांऐवजी नेसदा आणि नंतर प्रश्किन दिसायला लागले होते, जेव्हा गिरी संध्याकाळी तिच्या दृष्टिआड मोबाइल कोटाच्या आतल्या खिशात लपवून बाहेर फिरायला म्हणून जायला लागला होता, जणूकाही त्यात एखादा दुर्मीळ मोतीच होता. त्याच्या कपड्यांमध्ये झालेल्या बदलाकडे तिनं दुर्लक्ष केल्याचं सोंग केलं किंवा त्याच्या मोबाइलमध्ये सकाळी प्रथम आणि शेवटी रात्री बीप वाजण्याकडे काणाडोळा केला. 'ही नव्यानं गवसलेली जुजबी पारदर्शिता क्वचितच टिकते.' तिनं स्वतःला सांगितलं होतं.

'मी हेरा नाहीये.' तिनं स्वतःला सांगितलं. 'मी घाबरणार नाही. मी जहर ओकणार नाही किंवा माझा राग दाखवणार नाही. मी माझ्या प्रतिष्ठेला खाली येऊ देणार नाही. मी माझ्या प्रतिष्ठेला खाली येऊ देणार नाही किंवा मला लाज आणणार नाही. मी ह्या सावल्यांबरोबर राहू शकेन, जोपर्यंत तो घरी माझ्याकडे येतोय.

'आणि गिरी म्हणजे झ्यूस नाही. तो तसाही स्त्रियांच्या मागे लागणारा लंपट नाही. केवळ एक मध्यमवयीन पुरुष, जो फक्त मान वळवून पाहतो. घाबरू नकोस.' मीरा स्वतःला सांगते. 'त्याला एवढी सौंदर्याची विपुलता अजून कोण देऊ शकणार? दुसरी कोणती स्त्री माझ्यासारखं टेबल सजवू शकणार किंवा माझ्यासारखं घर सजवणार? आमच्या जीवनातलं सुख झाकोळलेलं असेल, पण ते कधीच डागाळणार किंवा मोडून पडणार नाही. गिरी हे सगळं गमावण्याचा धोका पत्करणार नाही.'

'आणि तरीही गिरी कुठे आहे?'

मीरा खांदे ताठ करते आणि गिरी घरी येईपर्यंतचा वेळ भरून काढायचा निर्णय घेते. बाहेरच्या खोलीतली पुस्तकं झटकायची आहेत. गिरीनं त्याच्या बुक्स अँड पिरिऑडिकल्स खर्च-खात्यातून जमवलेली शेकडो पुस्तकं!

एकापाठोपाठ मीरा त्यांना स्वच्छ करते; पण अजून गिरी यायचाच आहे.

मीरा कम्प्युटर लावते. एका हुक्कीसरशी ती गिरीचा इ-मेल अकाउंट उघडते. तो साइन आऊट करायला विसरलाय आणि मीरा त्याच्या खासगी जगात शिरते. तिचं हृदय धडधडतं, पण तिला त्यात काहीच मिळत नाही. सगळी रिकामी असते. त्याची इनबॉक्स, आऊट बॉक्स, सेंट बॉक्स... जणूकाही त्यानं स्वत:ला त्याच्या स्वत:च्याच जीवनातून पुसून टाकलंय आणि मग ड्राफ्ट्स फोल्डरमध्ये तिला एक अर्धवट सोडलेली इ-मेल दिसते.

'जेव्हा काल सकाळी डेव्हलपर्सनं पुन्हा फोन केला, तेव्हा त्यांची देऊ केलेली किंमत लिहून काढताना माझा हात थरथरला. हा खराच प्रचंड पैसा होता. मला यापुढे बँकेतल्या तेवढ्याशा पैशावर समाधान मानायला लागणार नव्हतं. अशा तऱ्हेच्या सुरक्षिततेमुळे मी शेवटी मला काय हवं ते करू शकलो असतो. माझं स्वत: काहीतरी सुरू केलं असतं. मी जेव्हा जेव्हा सांगायचा प्रयत्न केला होता, तेव्हा एमनं माझी टर उडवली. 'ओ, गिरी, तुला काय करायचंय, हे तर पहिल्यांदा ठरव आणि मग आपण घर विकण्याबद्दल बोलू.'

'तू उगीच हट्टीपणा करतेयस. या इतक्या जुन्या घरासाठी एवढी किंमत कोण देणार आहे?' मी पुन्हा म्हटलं.

कधी कधी मला वाटतं, मी तिचा गळा दाबू शकलो असतो. ती ऐकतच नाही. मी तिला समजावून सांगण्याचा प्रयत्न केला. 'माझं ऐक मीरा, आपण जर हे केलं तर आपली आयुष्यं बदलतील.'

तिनं माझ्याकडे विचित्र नजरेनं पाहिलं. 'तुला आपलं आयुष्य कशाला बदलायला हवंय? ते छानच आहे. मी सुखी आहे. तू नाहीस का? मला वाटतं, तूपण सुखी आहेस.'

मला तिच्याकडे जाऊन तिच्या थोबाडीत मारावीशी वाटली. तिचा तो चेहरा, ज्यावर तिनं त्या साल्या निविया क्रीमची अर्धी बाटली चोपडली होती. तीच साली तिची सर्वांत मोठी काळजी होती जशी; त्या सुरकुत्या!

दिवसामागून दिवस मला कशातनं जावं लागतंय, हे तिला एखाद्या क्षणी तरी कळतं का? कॉर्पोरेटच्या शिडीवर माझं स्थान राखून ठेवण्यासाठी मला काय करावं लागतंय, ह्याची तिला जाण आहे का? माझ्या आत्मसन्मानाला पडणारे असंख्य पोचे? आपल्याला अनावश्यक बनवण्याचं भय किंवा याहून वाईट म्हणजे प्रमोशनसाठी डावलणं? तिला यापैकी काय माहितीये?

'आपल्याला वाढत्या वयाची मुलं आहेत, हे तुला दिसू शकत नाही का? तुला तुझ्या नोकरीत टिकून राहावंच लागेल. तू आपल्याजवळ जे काही आहे ते पणाला लावू शकणार नाहीस. आपण त्यांना सर्वोत्तम सगळं देऊ हे आपलं

कर्तव्यच आहे आणि शिवाय हिप्पीसारखं वागायचं तुझं वय गेलंय गिरी. ऑर्गानिक फार्मिंग वगैरे सर्व ठीक आहे, पण तुला खुरप्यातला आणि कुदळीतला फरक तरी कळतो का?' ती एखाद्या चिडखोर सहा वर्षांच्या मुलाशी बोलावं तशी बोलत होती.

'मला उगीचच शिकवू नकोस.' मी म्हटलं.

पण मला खरंतर तिचे दात वाजेपर्यंत हलवून सांगायचं होतं – खड्ड्यात जा तू आणि तुझं जुनाट घर!

पण प्रॉपर्टी डीलरनं सांगितलेल्या किमतीचे आकडे मी नजरेआड करू शकत नाही. पुन्हा प्रयत्न केल्याशिवाय गत्यंतर नाही. तिच्या फक्त मागे लागायला हवंय. मी एमला अधिक चांगल्या मूडमध्ये पकडण्यासाठी थांबेन. त्याशिवाय अजून काही करता येण्यासारखं नाहीये. काही झालं, तरी हे मॅडमचं गुलबाक्षी घर आहे.

मीरा त्या अर्धवट सोडलेल्या ई-मेलकडे डोळे विस्फारून भयचकित होऊन बघत राहते. तो कोणाला लिहीत होता आणि हा कोण गिरी आहे? इतका दीर्घ द्वेष आणि कडवटपणा कुठून आला?

मीरानं कधी मोठी स्वप्नं पाहिली नाहीत. तिला कधीही डिझायनर कपडे, हिरे किंवा खर्चिक महागड्या सहलींची इच्छा नव्हती. तिच्या वडलांच्या मृत्यूनंतर ती थोडक्यात गुजराण करायला शिकली होती. तेवढ्याचीच तिला अपेक्षा होती. डोक्यावर छत आणि पोटात अन्न एवढ्यापुरतीच. आत्मसन्मान राखण्यापुरती आणि नाखूश नातेवाइकांकडे थोडंसं मागायलासुद्धा हात न पसरायला लागण्यापुरती. ते जसे राहत होते तसेच जगण्यापुरती.

मग मीराच्या पुढ्यात तो प्रकटनाचा क्षण आला. गिरी तो तिच्या पुरेसं असण्याचा भगवान होता. तिनं तिच्या सुटकेला स्वत:च कवटाळलं. जे 'पुरेसं' तिला नेहमी हवं होतं ते तिचं स्वत:चं होतं.

फक्त दोनदाच तिच्या शांत समजुतदारपणाला काळजीच्या वेदनांनी विस्कटलं होतं.

तेव्हा मीरा, एरवी घुमी असणारी मीरा बाळंतपणाच्या खोलीत वेदनेनं आरोळ्या ठोकत होती. नर्सेसनी तिला शांत करायचा प्रयत्न केला, पण तिनं किंचाळून, ओरडून बाळंत होण्याची क्रिया जलद करवली म्हणजे ती पुनश्च तिच्या पुरेसं असणाऱ्या स्थितीत परतू शकली.

जेव्हा तिच्या बाहूत बाळं दिली गेली, तेव्हा सार्थकतेच्या पूर्णत्वात ती बुडून गेली. 'याची तुलना अजून कशाशी होऊ शकेल?' तिनं गिरीच्या नजरेचा शोध घेत विचार केला.

मीरा पुन्हा एकदा मेल वाचते. ती किती आंधळी होती! गिरीला पुरेश्यापेक्षा खूप अधिक हवं होतं.

आणि अचानक तिला भरून आलं. मीरा, हंसिनी, कॉर्पोरेट पत्नी, ती शंका विसरून गेली होती. चिंचेसारखी जी कधीच तिचा आंबटपणा सोडत नाही. कसं थांबून राहायचं हे तिला माहीत असतं आणि डंख असलेल्या गुणगुणणाऱ्या मधमाशांच्या मोहोळासारखं एकदम कधी बाहेर यायचं हेही.

२

शंका-कुशंका गजबजतात आणि घिरट्या घालतात. डंख मारण्यासाठी सज्ज! हीच ती जागा आहे का? ही कशी काय असू शकेल? कदाचित टॅक्सी ड्रायव्हरची चूक झाली असेल....

कॉरिडॉरमध्ये राखाडी रंगाची दारं ओळीनं असतात. असा राखाडी, जो फिक्या पिवळ्या रंगांच्या भिंतींना पाणीदार चिकन करीसारखा आभास देतो. मोझॅक जमीन उखडलेली आणि घाणेरडी आहे. तो त्या मुलाच्या मागे कॉरिडॉरमधून जातो. प्रत्येक पावलाबरोबर त्याचं हृदय धडधडतं. तिनं ही जागा कशीकाय निवडली?

"इथे अजून एकच डिलक्स रूम आहे, पण ती डॉक्टरसाठी राखून ठेवली आहे." तो मुलगा म्हणतो. "ते येतात आणि जातात, पण खोली नेहमीच तयार ठेवली जाते. आता हीपण खूप चांगली खोली आहे."

तो मुलगा कुलूप उघडून दार ढकलतो. कुबट हवेचा दर्प भसकन बाहेर येतो. तो मुलगा दिव्याची आणि पंख्याची बटणं लावतो. जॅक अवतीभवती बघतो.

एका बाजूला बाटिकची चादर घातलेला पलंग आणि त्यावर एक उशी आणि उशीवर एक पांघरूण घडी करून ठेवलेलं असतं. भिंतीवर एक आरसा आणि त्याच्या खाली एक लाकडी फळी असते. मुख्य दाराबरोबर अजून एक दार असतं. 'बाथरूम असणार' तो विचार करतो आणि तिथे काय भयंकर पाहायला मिळेल, या विचाराने आलेला शहारा टाळायचा प्रयत्न करतो. एक मेडिमिक्स साबणाची वडी आणि शांपूचं एक पाकीट. एक विरलेला टॉवेल, एक मळकट बादली आणि मग्गा आणि त्याच्या सगळ्या अमेरिकन स्टँडर्डच्या स्वच्छतेचं भूत त्याला खाली बसताना उतरवावं लागलं असतं असं टॉयलेट.

'चहा, कॉफी, मिनरल वॉटर? सर! सर!' त्या मुलाच्या आवाजानं त्याचे विचार भंग पावतात. दारात उभं राहून त्याचे डोळे अपेक्षेने पाहत असतात.

त्याला जास्तीची बक्षिसी देतोय याची पूर्ण जाणीव देऊन जॅक पन्नास रुपयांची

नोट त्याच्या पाकिटातून बाहेर काढतो. मुलाचा चेहरा उजळतो. तो आपल्या कामी पडेल, जॅकला माहितीये.

तो बुटक्या लाकडी टेबलावर त्याची बॅग ठेवतो. खोलीच्या दुसऱ्या टोकाला अजून एक दार असतं. त्या राखाडी दाराच्या दोन्ही बाजूला खिडक्या असतात. राखाडी खिडकीच्या फ्रेम्स. डोक्यावर पंखा गरगरतोय, त्या स्तब्ध खोलीतली हवा फिरवत. तो पुन्हा स्वत:लाच विचारतो, 'तिनं ही जागा का बरं निवडली? ती कशाचा विचार करत होती?'

मग तो मुलगा त्या बंद दाराकडे जातो आणि एखाद्या हौशी जादूगारासारखं टोपीमधून ससा काढावा त्याप्रमाणे ते सताड उघडतो.

समुद्राचा उग्र वास येतो. लाटांची गाज आणि तो फुटण्याचा आवाज. तुषारांचा खारटपणा. ते आकाश. ते सगळं एकत्र येतं आणि खोलीमध्ये घुसतं. जॅक बाल्कनीमध्ये चालत जातो. त्याचे पाय थरकापतायेत, असं त्याला जाणवतं. तिनं जसा समुद्र पाहिला तसाच तो पाहतो आणि त्याच्या पोटात स्नायू ताठरून नेहमीचा वेदनेचा गोळा त्याला जाणवतो. ती इथे कुठल्यातरी आठवणीचा पाठलाग करत आली होती. त्याची ह्या समुद्रकाठावरच्या छोट्याशा गावाची, मिंजिकापुरमची आठवण.

त्याला आता समजू लागलं आहे. मिंजिकापुरममधल्या त्याच्या पहिल्या भेटीचं वर्णन त्यानं तिला सांगितलं होतं. पेरी मेसनच्या त्याला आठवत असलेल्या शब्दांमध्ये. 'तिथे तुम्हाला काय मिळतं, तर एक फुफ्फुस भरून वादळ!'

त्यानं तिच्यासमोर एक चित्र उभं केलं होतं. त्यातलं आश्चर्य, ती भव्यता, ते समुद्रानं आणि वाऱ्यानं स्वत:च भारावून जाणं. त्याला जे काही माहीत होतं, ते तिला सगळं हवं होतं म्हणून असं.

टॅक्सी ड्रायव्हरनं पत्ता लिहिलेला तो कागद पाहिला. ''मी तुम्हाला यापेक्षा चांगल्या हॉटेलमध्ये नेईन. तिथे खोलीत केबल टीव्ही आणि फ्रीज आहे.''

त्यानं मान हलवली. ''नको, मला इथेच जायचंय.'' तो तर्जनी कागदावर आपटत म्हणाला.

टॅक्सी ड्रायव्हरनं खांदे उडवले. 'ज्याचं त्याला! आपल्याला काय! पण मग जर ते तुम्हाला आवडलं नाही, तर मला दोष देऊ नका.' अशा तऱ्हेने त्यानं खांदे झटकले.

मदुराईच्या हॉटेलवाल्यांनी त्याच्यासाठी टॅक्सी ठरवली होती. ''ड्रायव्हर त्याच भागातला आहे. तो तुम्हाला हवी असलेली जागा नक्की शोधून देईल.'' रिसेप्शनच्या कारकुनानं सांगितलं.

जॅकनं मान डोलवली. ''छान!'' तो म्हणाला. ''त्यामुळे माझा वेळ वाचेल.''

"पण साहेब," त्या माणसाचे डोळे कुतूहलाने भरले. "तिथे मिंजिकापुरममध्ये काय काम आहे? तुम्ही तिथे का जाताय? तुमच्या नातेवाइकांना भेटायला?"

जॅकनं खांदे उडवले. "संशोधन. थोडं संशोधनाचं काम. मी वादळाचा विशेषज्ज्ञ आहे आणि ह्या समुद्र किनाऱ्यावर काही खास घडामोडी घडल्या आहेत, ज्याचा मला अभ्यास करायचा आहे."

"बरं बरं!" तो माणूस जॅकचं बिल प्रिंट करीत म्हणाला. "त्सुनामीनंतर काही शास्त्रज्ञ इथे आले होते. ते इथे शोधकार्यावर आले होते आणि अजून दक्षिणेकडे जाणार होते, असं म्हणाले; पण तुम्हाला माहितीये मला काय वाटतंय...." तो अपेक्षेनं थांबला.

आपल्याला ते ऐकावंच लागेल म्हणून जॅक शांतपणे उभा राहिला. "तुम्ही निसर्गाचा वाटेल तेवढा अभ्यास करू शकता, पण तुम्ही त्याचा अंदाज नाही सांगू शकत. खरंतर आयुष्यात कशाचाच अंदाज तुम्ही नाही सांगू शकत."

बाजारच्या रस्त्यावर गाडी वळवताना जॅकला हे आठवलं. तो पुन्हा इथे येईल, असं त्याला कधी वाटलं तरी होतं का? जवळपास एकतीस वर्षांपूर्वी तो मिंजिकापुरमला आला होता. समुद्राच्या गजबजाटानंतर हे त्याला शांत आणि मर्यादित वाटलं होतं. त्यानं काही ओळखीच्या खुणा दिसतील म्हणून रस्त्यावर शोधलं. बसस्टँडसमोर असलेले दुकानांचे दर्शनी भागच त्याला तेवढे आठवत होते आणि टेकडीवरचं मंदिर.

"लोक या मंदिरात अजूनही येतात का?" त्यानं विचारलं. "एवढे नाही. आजकाल प्रत्येक जण तिरुपती किंवा साबरीमाललाच जायला गर्दी करतात, पण इथले आसपासचे लोक अजूनही मिंजिकायन आणि मिंजिकाम्मलचीच पूजा मुलांच्या कल्याणासाठी करतात. माझी बायको वर्षातून एकदा इथे येतेच आणि मलापण ओढून आणते. जेव्हा तुमच्या मुलांसाठी ते असतं तेव्हा मला वाटतं की मग तुम्हीही काही धोका पत्करू शकत नाही. काहीही झालं, तरी आपली मुलंच आपली संपत्ती असतात."

त्या ड्रायव्हरचं ठामठोक स्पष्ट मत त्यानं आधीपण अनेकदा ऐकलं होतं, पण आता त्याला खुपणाऱ्या सुरीची धार आली होती. तिनं त्याच्या आत कुठंतरी जखम केली, अगदी आतडी पिळवटून निघण्याइतकी!

जॅकनं रस्त्याच्या दोन्ही बाजूंनी असणाऱ्या दुकानांच्या समोरच्या बाजू न्याहाळल्या. ते सगळं परिचयाचंच. ॲल्युमिनियमची भांडी एकात. धान्याची पोती दुसऱ्यात. एक न्हाव्याचं दुकान आणि एक जुन्या रद्दीचं आणि बाटल्यांचं दुकान. दारापाशी बाहेर कापडाच्या ताग्यांच्या गुंडाळ्या आणि छताच्या आकड्यांमधून लोंबणाऱ्या

साड्या. त्यात दिसणारी सोनेरी चमक. कोथिंबीरीचा आणि कॉफीचा हवेत दरवळलेला सुवास. झेंडूचे आणि चमेलीचे प्रचंड हार घेऊन ओळीनं बसलेले फूल-विक्रेते. एका मोठ्या कढईत तळणारा पकोडेवाला. झाडाखाली टारपॉलीनच्या चादरीवर रंगीबेरंगी प्लॅस्टीकच्या वस्तू घेऊन बसलेला अजून एक विक्रेता. एक पोपटाचा पिंजरा घेऊन बसलेला ज्योतिषी. मागच्या तीस वर्षांत फारसं बदललेलं दिसत नाहीये. ते गाव जसं होतं, जिथे होतं, तिथेच स्तब्ध उभं आहे; कुठेही न जाता.

आणि म्हणूनच जॅक प्रथम बुचकळ्यात पडला. तिला मिंजिकापुरमला कशाला यायचं होतं?

चर्चला मागे टाकून टॅक्सी बाजाराच्या रस्त्याला जात होती. आता दुकानं विरळ होत गेली आणि जॅकला समुद्राचा वास यायला लागला.

"इथून समुद्र किती लांब आहे?" त्यानं टॅक्सी ड्रायव्हरला विचारलं.

"लॉजच्या मागे." तो म्हणाला. "मी इथे आधी आलोय."

"मग खबरदारी घ्या, असं मी तुम्हाला सांगायला नको." तो माणूस म्हणाला.

"नाही" जॅक शांतपणे म्हणाला. 'जर स्मृतीला कोणी खबरदारी घ्यायला सांगितलं असतं तर!'

जेव्हा टॅक्सी एका कळकट विटक्या इमारतीसमोर उभी राहिली, तेव्हा त्यानं विचारलं, "हीच ती जागा आहे नक्की?" त्या ड्रायव्हरनं त्याच्याकडे रिकाम्या नजरेनं टक लावून पाहिलं आणि खांदे उडवले. "हेच ते लॉज आहे. तुमच्यासारख्या लोकांसाठी नाहीच आहे ते. मी तुम्हाला कुठे दुसरीकडे नेऊ का? मला एक दुसरी चांगली जागा माहितीये...."

जॅकनं त्याचं बोलणं थांबवायला हात वर केला. त्यानं ड्रायव्हरला पैसे दिले आणि लोखंडाचं फाटक ढकललं. या समुद्र-किनाऱ्याच्या बकाल लॉजमध्येच त्याला पहिला धागादोरा मिळेल, असं त्याला वाटलं.

रजिस्टर भरेपर्यंत रिसेप्शनच्या कारकुनानं त्याला थांबवून ठेवलं. भिंतीवर एक कॅलेंडर होतं. ३० सप्टेंबर. लाल प्लॅस्टीकच्या खुर्च्यांची रांग भिंतीला लागून ठेवली होती. काही लोक तिथे बसले होते; वर्तमानपत्राची वेगवेगळी पानं रिकामटेकडेपणानं चाळत. एक माणूस मोबाइलवर बोलत होता.

त्यांच्या आपल्यावरच्या नजरा त्याला जाणवल्या. त्यांच्या सिगरेटच्या धुरानं त्याच्या घशात खवखवू लागलं. 'ते जेव्हा घडलं, तेव्हा तुम्ही इथे होतात का?' असं त्याला त्यांना विचारावंसं वाटलं. ते फेब्रुवारीच्या शेवटच्या आठवड्यात घडलं; अठ्ठावीस तारखेला. 'आठवतं तुम्हाला? तुम्ही काही करू शकला नसता

का? काहीतरी?'

'तुम्ही साहेब?' त्याला अर्ध्या बाहीचा पांढरा शर्ट आणि धोतर घातलेल्या माणसाला, जो पेपर वाचत होता, त्याला विचारावंसं वाटलं. 'तुम्ही वडलांसारखे आहात, आजोबांसारखे आहात, एक सुशिक्षित व्यक्ती. तुम्ही काहीतरी म्हणायला नको होतं का? ती इथे का आलीये हे तर विचारायचं. सालं हेच तर आम्ही करत नाही का? सगळीकडे नाक खुपसणं, चौकशी करणं आणि जे काही दिसतं त्यावर सवाल करणं? तिला ते नक्कीच आवडलं नसतं. तुम्ही स्वत:च बघा असं म्हणून फटकारलंही असतं. ती असं बडबडत निघूनपण गेली असती. 'इंडियन्स!' पण जर तुम्ही विचारलंच असतं तर... कदाचित.'

तिथून जाताना त्यानं त्या माणसाला कारकुनाला विचारलेलं ऐकलं. "कोण आहेत हे? नेहमीचे दिसत नाहीत." कारकुनानं काहीतरी पुटपुटल्याचं त्यानं ऐकलं.

"तो मनुष्य कोण आहे?" आपल्या पाठीवर त्या शोधक माणसांची नजर जाणवून घेत जॅकनं मुलाला विचारलं.

"हे त्यांचं हॉटेल आहे. डॉ. श्रीनिवासन सर. इथे मिंजिकापुरममध्ये सगळंच त्यांच्या मालकीचं आहे. दुकानं, हॉस्पिटल, थिएटर सर्वकाही. ते फारच बडं प्रस्थ आहे."

जॅकनं रस असल्यासारखं दाखवत मान हलवली. त्याला जाणवलं की, त्याचे विचार पुन्हा पुन्हा त्या माणसावर केंद्रित होतायत.

जॅक खुर्चीत चाळवतो आणि वाचायचा प्रयत्न करत असलेलं पुस्तक खाली ठेवतो. त्यानं एकच ओळ वीसदा वाचलीये आणि तरीही ती फक्त एक अर्थहीन शब्दांची ओळ आहे. तो सिगार पेटवतो, पण त्याची चव तोंडात कडवट आणि कोरडी लागते. तो फिरायला जायचा निर्णय घेतो. जॅक जाताना रिसेप्शनचा कारकून त्याला न पाहण्याचं सोंग करतो. त्याची नजर चुकवायच्या वैर भावाबद्दल जॅकला नवल वाटतं. याला काहीच अर्थ असू शकत नाही. ते तर एकमेकांना ओळखतसुद्धा नाहीत.

तो रस्त्यानं हळूहळू रेंगाळत चालतो. मिंजिकापुरमच्या हमरस्त्यावर पोचेपर्यंत अंधार होतो. तो घड्याळाकडे पाहतो. सव्वासहा वाजले असतात. रस्त्याच्या कडेला उभं राहून तो नाक चोळतो. तो इथे काय करतोय?

बसस्टँडच्या पुढे पूर्वी जिथे सिनेमा थिएटर असायचं तिथेच ते असतं. जॅक तिकीट खरीदतो आणि अंधाऱ्या हॉलमध्ये प्रवेश करतो. त्याची खुर्ची बाल्कनीमध्ये एकदम मागे असते, पण थिएटर जवळपास रिकामं असतं. म्हणून तो समोरची सीट निवडतो. तो मागे झुकतो आणि आपले पाय समोरच्या कठड्यावर ठेवतो. शेवटचं थिएटरमध्ये आपण कधी आलो होतो, हे त्याला आठवत नाही.

अप्पांना सिनेमाला जाणं आवडायचं. ते रात्रीच्या खेळाला जायचे. अप्पा, अम्मा आणि तो. एरवी कडक असलेल्या वडलांमध्ये ही एक कमजोरी होती. अम्मा काही म्हणायची नाही, पण सिनेमाच्या रात्री ती खास करून आनंदी असायची. ती रेशमी साडी घालायची आणि केसात चमेली माळायची. तिचं हसणं घरात गुंजायचं आणि रात्रीच्या जेवणासाठी ती खास काहीतरी बनवायची. जसाजसा सिनेमा पुढे सरकताना जॅक बघायचा, ज्याच्या कहाणीत काळजी घेणाऱ्या नवऱ्यांना आणि सहनशील बायकांना चांगलं फळ मिळायचं. खलनायक बेदम पिटले जायचे आणि प्रामाणिक सुंदर आयुष्य जगायला मिळायचं. तसा तो नवल करत राहायचा. अशा सिनेमांमध्ये अम्मा आशा शोधते का आणि अप्पा दुसरंच काहीतरी शोधतात का? रोजच्या जगण्यापासून सुटका. जे जीवन त्यांना जगायला लागत होतं त्यापासून सुटका की कदाचित ते सिनेमात जे पाहत ते निषिद्ध असून असं आयुष्य सोडून संन्यास घ्यायची शक्ती ते मिळवत होते?

उशिरा रात्री जॅक पलंगावर पडला. 'ती यावर झोपली असेल का? ती एकटीच होती का? की तिच्या बरोबर कोणी होतं? या खोलीत ते राहिले असतील का जिच्या कळकट निळ्या भिंतीमध्ये इथला समुद्र अडकून पडला आहे? त्यांनी इथे प्रणय केला असेल का? देवा!' तो प्रार्थना करतो. 'हळुवार, काळजीपूर्वक आणि नाजूकपणे प्रेम कसं केलं जातं, हे तिला इथे कळलं असू दे.' जे काय नंतर घडलं, त्याची भयानकता तर कधीच सौम्य होऊ शकणार नाही, पण तिच्यावर कोणीतरी प्रेम करत होतं ह्या विचारानं त्या दुःखाला थोड्या अंशानं सहन करायला सोपं जात होतं आणि हापण विचार की, कसं द्यायचं असतं हे तरी तिला कळलं होतं. नुस्तं नागवलं जाणं आणि बलात्कार करून घेणंच नव्हे.

तो आपली मूठ भिंतीवर आपटतो.

हे जिथे घडलं तिथे परत जाऊन काही करणं त्याच्या मनात नव्हतं. असा प्रत्येक क्षण निर्माण करणं, त्याची चिकित्सा करणं आणि निष्कर्ष काढणं, यात काय अर्थ होता? कसं आणि काय झालं हे कळून स्मृतीची अवस्था बदलणार तर नव्हती?

पण स्मृतीला काय आठवत होतं? त्याला माहितीये की, त्या किंकाळीमागचं मूळ, त्या भीतीचा उगम त्याला शोधून काढावाच लागेल.

३

एखादी अकल्पनीय भीती त्याला तिच्या जाळ्यात ओढून नेण्याची खोल खोल धमकी देतेय.

थंडगार पडलेला तो थरथरतच जागा झाला. त्याच्या पायाच्या बोटांना बर्फाळ स्पर्श होतो.

स्मृती असं करत असे. गार पाण्याच्या नळाखाली हात धरून, त्याच्या खोलीत येऊन, त्याच्या पांघरुणात हात घालून, त्याच्या पावलांना पकडत असे. जेव्हा तो दचकून उठे, ती पलंगामागे दडून हसू दाबण्याचा निष्फळ प्रयत्न करी. आता त्यानं पाहिलं, तर ती तिथे असेल का?

समुद्राच्या वाऱ्याला आता धार आलीये. तो आकाशाकडे टक लावून बघतो. ब्रश मारलेले स्टील असतं, त्या रंगाचे ढग होते. त्याला पावसाचा वास येतो.

तो त्याच्या क्षेत्रात बराच काळ आहे आता, पण त्याच्यात ते नेहमीच होतं. आत अंतरात काहीतरी. खळबळ, जी वादळवारं सुटताच त्याला सूचना करायची. किच्छा वादळी लक्षणांचा वाचक, सूचनांचा संग्राहक, वादळ येण्याची सूचना देणारा मार्गदर्शक. त्याचे प्रोफेसर त्याला गमतीने म्हणायचे तसं. खरोखरच किच्छा त्याच्या भविष्यकथनात अचूक असायचा. नंतर तो 'जॅक' झाला. चक्रीवादळांचा सिम्युलेटरवरचा गुरू. त्याच्या शक्तीपासून कातरून निघालेल्या, त्याच्या अंतर्ज्ञानापासून वंचित झालेल्या त्याला जगाच्या दुसऱ्या टोकाला हे कळलं नव्हतं की, त्याच्या मुलीवर अत्याचार आणि बलात्कार होतोय. त्याऐवजी तेव्हा तो फ्लोरिडाच्या किनाऱ्याच्या घरात भिंतीशी, त्याच्या सहकाऱ्याच्या बायकोशी प्रणय करीत होता.

"तुला हे खूप दिवसांपासून हवं होतं, नाही का कुत्रे?" तो तिच्या कानात गुरगुरला आणि त्याच्या खांद्याचा चावा घेत तिनं आपला होकार धुसपुसत दर्शविला. कुत्री, रांड, वेश्या! त्याच्या कधी न चुकणाऱ्या उपजत ज्ञानानं त्याला माहीत होतं की, ही काही एखादी ब्ल्यू बेरी मफिन, गोंडस छबकडी किंवा मॉन पेटिट चाऊ प्रकारची मुलगी नव्हती. शांत, सुशिक्षित पत्नीच्या आत एक रांड होती. जिला फक्त तोच त्याच्या जादूभरल्या भ्रष्ट मंत्रांनी उत्तेजित करू शकत होता. कुत्री, रांड, वेश्या.

'हे स्मृतीला कोणी म्हटलं का?' पिळवटून टाकणारा तो विचार त्याच्या मनातून बाहेर आला. तो अंथरुणातून बाहेर पडला. त्याच्या बॅगमधून त्यानं निळा डेनिमचा शर्ट आणि एक फोटो काढला. त्यानं ती फोटोफ्रेम शर्टात लपेटली, जसा तो तिला लपेटून झोपायला नेत असे.

तुला मूल कधीच नको होतं. त्याची तुला भीती वाटायची. बाप होण्याचीच भीती. लहान असताना आपण मोठ्यांकडून काय शिकलो असतो, ते आपण आपल्या मोठेपणीच्या आयुष्यात आणू बघतो. मग तू एक योग्य पिता कसाकाय झाला असतास? एक मूल तुझ्याकडून जी अपेक्षा करील, ती पूर्ण न करण्याची

शक्यता तुला घाबरवत आहे. त्या मुलाचा अपेक्षाभंग तू करशील, जसा तुझ्या वडलांनी केला. कुणाला माहीत, जेव्हा अशी वेळ येईल तेव्हा तू कसा वागशील? एक जन्मजात स्वार्थ तर उदयाला येणार नाही? आणि त्याउपर जबाबदारी तर असणारच. एका मुलाला कसं वाढवायचं हे तुला काय माहितीये?

पण नीनानं तुझ्या भयाला उडवून लावलं. ''तू काही जगातला पहिला माणूस नाहीस, जो बाप होणार आहेस. मलापण भीती वाटतेय, पण मला हे हवंच आहे.'' ती म्हणाली. त्याचा तळहात तिच्या अद्यापी सपाट असलेल्या पोटावर दाबत, ''इथे आत जीवन आहे. आपलं जीवन, आपलं मूल. कल्पना कर किच्छा!''

जेव्हा स्मृतीचा जन्म झाला, तू पहिल्या रात्रभर त्या झोपलेल्या बाळाकडे पाहत घालवलास. तुझं मूल हे असं तुला अगोदर कधीच जाणवलं नव्हतं. असं विरघळून जाणं, असं हृदयाचा ठोका चुकणं, जेव्हा तिच्या इवल्याशा मुठीत तुझं बोट तिनं पकडलं होतं. माझी मुलगी. माझं जीवन.

ती रात्री जेव्हा उठत असे, तेव्हा तू तिच्याभोवती अनेक धुण्यांमुळे मऊसूत झालेला डेनिमचा शर्ट गुंडाळत असे. नीना आणि तू बेबी शॉपमध्ये जाऊन खरेदी केलेल्या लहान मुलांसाठीच्या रंगीत दुपट्यांपेक्षा तिला हेच आवडत असे, असं वाटे आणि मग तू तिला बाहेरच्या खोलीत नेत असे. सुरुवातीला तू तिला घेऊन हळूहळू फिरत असे. हलक्या आवाजात गाणं गुणगुणत आणि मग खिडकीशेजारच्या डोलणाऱ्या खुर्चीत बसून ती झोपेपर्यंत तिला डोलवत असे. संथ, अगदी संथपणे तिच्या मऊ गालाची कोमलता तुझ्या मानेला जाणवत. तिच्या हलक्याशा बाळ-श्वासातून येणारा दुधाचा गंध आणि गोडवा तुझ्या त्वचेवर फुंकर घाली. तिच्या शरीराची ऊब तुझ्यात झिरपत असायची. त्या काळोखी एकाट अभिसरणाच्या वेली या विश्वाशी आणि तुझ्या बाळाशी तुझं अद्वैत झालेलं तुला जाणवत असे. जर तिच्या पापण्या हलल्या, तर तुझ्या हृदयाच्या ठोक्यात तुला ते जाणवत असे. तिचा श्वास क्षणार्धापुरता जरी थांबला, तरी तुझं हृदय थांबल्यासारखं तुला वाटे. माझं बाळ. माझी मुलगी, माझं जीवन.

त्याला आपले डोळे जड आणि जळल्यासारखे वाटतात. त्याच्या घशात दुखू लागतं. गालावर अश्रू पसरतात. त्या काळवंडलेल्या पहाटे, तिथे पडल्या पडल्या त्याच्या मनात एकच विचार भरून राहतो. 'तिच्या बाबतीत असं का व्हावं?'

तो हनुवटीपर्यंत चादर ओढून घेतो आणि कुशीवर वळून हातातलं गाठोडं डोलवत राहतो.

अचानक एका आवाजानं तो दचकतो. त्यानं तो आधी कधीच ऐकला नव्हता.

तो तो प्रश्न ऐकतो, जसा तो त्याच्या घशातून बाहेर पडतो. मुसमुसण्याचा, खोल असाहाय्यतेचा आवाज ज्यात तक्रारवजा भय भरलेलं आहे आणि मग त्याच्यातली शक्ती संपल्यामुळे तो रडतो. आधी शांतपणे दु:ख आणि मनोवेदना दाबत, पण मग तो जास्त वेळ सहन करू शकत नाही. वेदना त्याला पिळवटून बाहेर येते. जॅक हमसून हमसून रडतो.

सकाळी तो एका विचारासकट उठतो. कुणालातरी आठवेलंच. तो आसपास चौकशी करेल. कुणालातरी माहीत असेल. तो अंथरुणातून उडी मारून उठतो आणि त्याची बॅग तपासून बघतो. कागदांच्या पिशवीत त्या फोटोचा प्रिंट आऊट असतो. त्यानं तो चार वेळा घडी घालून खूपसून ठेवलेला असतो. आता तो तो फोटो ओढून काढतो आणि टेबलावर ठेवून सरळ करतो.

ती इथे पोहोचल्यावर दोन दिवसांनी तिनं तो त्याला पाठवलेला असतो. एक हसरी मुलगी आणि तिच्यामागे तीन मुलगे. 'पपा जॅक, हे माझे मित्र आहेत. आशा फोटोत नाही आहे. आम्ही पाच जण आमच्या ''मुलीला वाचवा'' कार्यक्रमासाठी इथे आलोय. मी खूप एक्सायटेड आहे.' तिनं लिहिलं होतं.

जॅक त्या चेहऱ्याकडे बघतो. 'ही सगळी मुलं आता कुठे आहेत? तीन मुलं आणि आशा? ते तिला एकदाही कसे पाहायला आले नाहीत?' अपराधीपण. बहुधा त्याला ते समजू शकतं की, ते तिच्यासाठी तिथे नव्हतेच?

तरीही, काहीतरी खुपतंय. अशा संपूर्ण स्तब्धतेमुळे येणारी अस्वस्थता. तेव्हा काही फोन आले होते आणि एक दोन जण भेटायलासुद्धा आले होते, पण या फोटोमधले कुणीच नाही. त्यात न दिसणाऱ्या आशानेपण काही संपर्क ठेवला नाही.

इथे मिंजिकापुरममध्ये काय घडलं?

आयुष्यं बदलली. स्मृतीचं आणि त्याचं. हे मात्र त्याला पक्कं कळलं आहे.

या गाठींची उकल करायला हवीये. या शांततेच्या गाठी, ज्यांनी त्या अपघाताच्या आधीच्या दिवसाभोवती फास आवळलाय; पण तो पहिला धागा त्याला कसा आणि कुठे सापडेल?

४

जॅक काळजीपूर्वक गाठ सोडतो. ते वर्तमानपत्राचं कात्रण काढून आतल्या केळीच्या पानातला मसाला डोसा, जो त्यानं नाश्त्यासाठी मागवला होता, तो उघडतो. लाल मिरचीच्या चटणीचा गोळा दोऱ्याच्या कडेवर ठेवलेला असतो. आठवण आणि सुगंधाची एक लाट त्याच्या नाकात उचंबळते. पिठाचा तव्यावरचा चुर्र आवाज, वितळणारा तुपाचा गोळा आणि पिठाचं तपकिरी कुरकुरीत होणं,

चटणीतला कांदा आणि मिरची; तो अन्नाचा सुगंध केळीच्या पानात गुंडाळलेला! जॅकच्या तोंडाला पाणी सुटतं.

'काहीही झालं तरी, अगदी आपल्या कानाजवळ जग जरी कोसळून पडत असलं तरी आपली शरीरं आपण जिवंत आणि गरजू आहोत हे कधीच विसरू देणार नाहीत. आपल्याला आपली भूक भागवावीच लागते. तहान मिटवायलाच लागते. इच्छा पुरवाव्याच लागतात. आयुष्य घालवावंच लागतं. त्यापासून सुटका नाही.' जॅक विचार करतो आणि त्याचा हात डोश्याचा तुकडा तोडायला पुढे होतो.

तो मुलगा जॅकच्या चेहऱ्याकडे शोधक नजरेने बघतो. "चांगला आहे नं? मी सांबार आणि चटणी वेगवेगळी बांधून आणलीये." प्लॅस्टीकच्या दोन पुड्यांकडे हिरव्या आणि तपकिरी रंगाच्या निर्देश करीत तो म्हणतो.

जॅक मान हलवतो. "चांगलं आहे. तुझं काय? मी तुझ्यासाठीपण काहीतरी आण असं सांगितलं होतं. मला वाटलं तू आणलंयस."

स्वामी स्मित करतो. "कॉफी ओतू का?" तो केटलीचं झाकण उघडत म्हणतो.

"इथे किती दिवस काम करतोयस?" जॅक विचारतो.

'"काही महिने झाले आता. का?"

"काही नाही." जॅक उदासीनता दाखवत म्हणतो. "माझ्या माहितीतलं कोणीतरी या वर्षीच्या सुरुवातीला इथे आलं होतं. तुला ती आठवते का बघ बरं? ती तुझ्या वयाची होती. एकोणीस. ती बंगलोरहून आली होती."

स्वामी डोकं हलवतो. "त्या मुलीची काहीतरी भानगड झाली होती. पोलीस केस. त्यांनी तेव्हाच्या इथल्या कारकुनाला आणि हॉटेलच्या पोऱ्याला तुतीकॉरीनला पाठवून दिलं. पण का? तुम्हाला हे कशाला हवंय?"

आपल्या चेहऱ्यावरच्या भावावरून काही कळू नये म्हणून जॅक चेहरा खाली वळवतो. "असंच कुतूहल वाटलं. मी त्या अपघाताबद्दल वाचलं होतं."

स्वामी स्वच्छता करू लागतो. "मी चिन्नाताईला विचारू शकतो. ती इथे झाडूवाली म्हणून काम करते. तिला माहीत असणार. तिला सगळं आणि सर्व जणं माहिती असतात."

जॅकला ती वऱ्हांडा झाडणारी वयस्क बाई आठवते आणि तो थोडासा उत्तेजित होतो. असं वाटणं त्याला बराच काळ हुलकावणी देत होतं. "चिन्नाताई आज सकाळी आली नाहीये." स्वामी परत येऊन त्याला सांगतो. "आता मी काय करू?" जॅक जोरानं स्वत:शीच म्हणतो, पण स्वामीजवळ उत्तर आहे.

"सर, तुम्ही सरकारी इस्पितळात का जात नाही? सगळ्या पोलीस केसेस तिथेच येतात."

त्या इस्पितळातला डॉक्टर जॅककडे त्याच्या खोलीत येताना नजर टाकतो. पेशंटची लांब रांग असूनही त्यानं नोकराला पाठवून जॅकला बोलावून घेतलं असतं. "बोला, बोला काय करू मी आपल्यासाठी?" त्याचा चेहरा उजळतो आणि जॅकला तो गिधाडाच्या वखवखलेल्या, झडप घालणाऱ्या नजरेनं पाहतो.

जेव्हा जॅक त्याला तो कोण आहे हे सांगतो तेव्हा त्या डॉक्टरच्या डोळ्यातलं स्मित नाहीसं होतं. "प्लीज बाहेर थांबा. तुम्ही पाहतच आहात, माझ्याकडे रोग्यांची किती लांब रांग लागलीये. खरंतर तुम्ही दुसऱ्या कुठल्या दिवशी का येत नाही? मी खूप बिझी आहे आता." तो नोकरासाठी घंटी वाजवत म्हणतो.

पण जॅक जायला नकार देतो. तो तिथेच बसून राहतो आणि प्रत्येक रोगी जाताना दाराच्या फटीतून त्या डॉक्टरची नजर पकडायचा प्रयत्न करतो.

"नग्न. मला आता आठवतंय. साधारण पाच-सहा महिन्यांपूर्वी ते घडलं. बरोबर? मार्चचा पहिला आठवडा, जर माझी काही चूक नसेल तर. मी ते कसं विसरू शकेन? कोणीही ते कसं विसरू शकेल? त्यांनी तिला ज्या अवस्थेत आणलं ते पाहून आम्हा सर्वांना धक्काच बसला. नेहमी कसं असतं हे तुम्हाला माहितीच असेल. अपघाताच्या केसमध्ये आम्हाला कपडे कापून काढावे लागतात. पण तिच्या केसमध्ये कोणीतरी कपडा टाकला होता नुस्ता. हे तर अगदी स्पष्टच होतं की, जेव्हा तिचा अपघात झाला तेव्हा तिच्या अंगावर एक चिंधीभरसुद्धा कपडा नव्हता. तिला काय करायचं होतं, याचं थोडं नवलच वाटलं." तो सरकारी डॉक्टर पुढ्यातल्या फाइलमध्ये कागद उलटवत आणि प्रत्येक कागदाबरोबर त्या तरुण मुलीबद्दल, जिनं निष्काळजीपणे आपली लाज गुंडाळली त्याबद्दल आणि तिला असं वाढवणाऱ्या एनआरआय बापाबद्दल तिरस्कार दाखवत म्हणत राहिला.

तू त्या माणसाच्या झुकलेल्या डोक्याकडे बघतोस आणि तुला त्याच्या तोंडावर ठोसा मारावासा वाटतो. तू जिच्याबद्दल बोलतोयस, ती माझी मुलगी आहे. ती जर तुझी मुलगी असती, तर तू इतक्या निष्ठुरतेने बोलला असतास का? तू तिथे बसून तुझी नाराजी दर्शवत 'तिच्या बाबतीत जे घडलं तीच तिची लायकी होती.' असं म्हणू शकला असतास का?

आणि तो अपघात नव्हता. हे जेवढं मला माहितीये, तेवढंच तुला माहीत आहे. त्याला अपघात म्हणून दाखवण्यासाठी त्यांनी तुला पैसे दिले. तू घातलेलं हे महागडं घड्याळ, खिशातला मोबाइल, बाहेर उभी असलेली गाडी हे सर्व त्यातूनच आलं आहे ना? साला हरामखोर!

तू तुझी मूठ आवळतोस आणि त्या माणसाची कॉलर धरून त्याला भिंतीवर

आपटायची सणक तू महत्प्रयासाने आवरतोस.

"प्लीज साहेब." जॅक साहेब म्हणताना आवाजात जितकी अजिजी आणता येईल तेवढी आणतो. या आशेनं की, त्यानं अपेक्षित प्रतिसाद द्यावा. "आम्हाला – तिची आई आणि मी, अजूनही कळत नाहीये की, हे घडलं कसं?'

डॉक्टर त्याच्याकडे आणि त्याच्या पलीकडे बघून म्हणतो, "तिची आई इथे आहे?"

"नाही." जॅक पालथ्या हातानं कपाळ पुसतो. "नाही, ती इथे नाहीये."

"असं पाहा, तुमच्यासारख्यांचा हाच प्रश्न असतो. तुम्ही एनआरआय लोक. तुम्हाला हे कळत नाही की, वयात आलेल्या मुलींनी आईबरोबरच राहायचं असतं. तुम्हाला वाटतं ही अमेरिका आहे. तुम्ही तुमच्या मुलींना अशा सगळ्या स्वातंत्र्याच्या कल्पना मनात भरवून इथे पाठवता आणि मग जेव्हा काहीतरी चूक घडतं, तेव्हा तुम्ही भारताला नावं ठेवता. ती इथे एका माणसाबरोबर होती म्हणे. एकटीच."

"ती इथे कोणा माणसाबरोबर नव्हती. ती एका ग्रुपबरोबर आली होती. ते एका एनजीओ प्रोग्राममधले कार्यकर्ते होते." जॅक बोलायचा प्रयत्न करतो.

तो माणूस खांदे उडवतो. "एक माणूस, एक ग्रुप... कुणीतरी भारतीय मुलगी इतकी धीट असेल का? ते वर्गमित्र असू शकतील, पण ती एकटी होती आणि काय माहिती त्यांच्यात काय घडलं? तुम्ही किंवा तिच्या आईनं तिला काय करावं आणि काय करू नये हे काही सांगितलं नाही का? तुम्ही जर मला विचाराल, तर मी सगळा दोष तुम्हालाच देईन. तिचे आई-वडील!"

जॅक खुर्चीतून उठतो. या करुणास्पद, लाचखोर प्राण्यासमोर, जो त्याला पालकाच्या जबाबदारीवर भाषण देतोय, त्याच्यासमोर तो बसणार नाही. त्यांच्याबद्दल त्याला काय माहितीये? किंवा तिच्याबद्दल? त्याच्यासाठी ती म्हणजे निव्वळ एक नग्न अपघाती केस आहे.

"कशी आहे ती आता?" तो डॉक्टर अचानक विचारतो. जॅक थांबतो. तो त्याच्याकडे टक लावून पाहतो. त्याच्या टकटकणाऱ्या बोटांकडे तो पाहतो. कपाळावरच्या घामाच्या थेंबांकडे पाहतो, त्याच्या डोळ्यातली चुकवाचुकव पाहतो, त्याची विवेकाशी केलेली तडजोड पाहतो. तो त्या माणसाकडे बघतो, ज्यानं केसचा कागद डॉक्टर म्हणून पाहिलाय.

"ती जेव्हा इथून गेली तेव्हा तिची परिस्थिती तुम्हाला माहीत होतीच. आता काय बदललं असेल असं तुम्हाला वाटतं?" जॅक म्हणतो. त्याला त्याचे खांदे पडलेले जाणवतात.

पण आपल्याकडे फक्त आशाच आहे. तुला ते दिसत नाही का? तिच्या आत कुठेतरी एखादा अंश अजूनही जिवंत आहे. यावर विश्वास ठेवलाच पाहिजे. तो अंश तिला सांगतोय की, परिस्थिती बदलेल. ती त्यामुळे आपल्याकडे परत येईल. आपल्याला या विचाराला धरून ठेवावंच लागेल. किच्छा, कला चित्ती तिच्या त्या खालच्या, मोजूनमापून असणाऱ्या आवाजात बोलली, जो त्याला चांगला माहीत असतो आणि आवडतोदेखील. त्याच्या संपूर्ण आयुष्यात तिचाच आवाज तेवढा समजूतदारपणाचा आवाज असतो.

मिंजिकापुरमला यायच्या आदल्या दिवशी ते स्मृतीच्या खोलीत बसलेले असतात. ''याकडे असं पाहा'' तो उसळून म्हणतो. त्याच्या दृष्टीतून त्याला तिंनं पाहायला हवं असतं. ती खोली स्मृतीनं जन्मभर जमवलेल्या छोट्या-मोठ्या वस्तूंनी भरून गेलेली असते. पोस्टकार्ड आणि दगड, पिसं आणि कात्रणं, फोटो आणि पुस्तकं. दिवसभर ते ती ऐकत असलेलं संगीत लावून ठेवत. भिंतीवर तिच्या पुस्तकांच्या फळ्या आहेत आणि उरलेल्या सर्व भागावर बाहुल्या प्लॅस्टीकच्या, शिंपल्यांच्या, हाडांच्या, मातीच्या, धातूच्या, रबरी पॉलीफायबर भरलेल्या मखमलीच्या बाहुल्या... सगळ्या स्मृतीच्या बाहुल्या, ज्या गेल्या चार वर्षांपासून नीनाच्या माळ्यावर पडून राहिल्या होत्या. स्मृतीनं त्या जेव्हा पॅक केल्या, तेव्हा नीनानं तक्रार केली. ''लहान मुलांच्या हॉस्पिटलला तिनं मला त्या देऊ द्यायला हव्या होत्या. तिला त्या कशाला ठेवायला हव्यात?''

पहिल्या दिवसापासून तर चौदा वर्ष आणि दोन महिन्यांपर्यंतच्या, जेव्हा जॅक-नीना विभक्त झाली, बाहुल्यांची खोकीच खोकी.

जेव्हा जॅकनं त्यांच्यासाठी विचारलं होतं, नीनाचा आवाज फोनवर फाटला होता. ''ही कसली विकृत कल्पना आहे किच्छा? त्या बाहुल्यांसोबत काय करायचा विचार आहे तुझा? तू हे सगळं सर्वांसाठी किती अवघड करून टाकतोयस, शोकांतिका झेलण्यासाठी, ते सहन करण्यासाठी.''

''शोकांतिका! तू एखाद्या टीव्ही रूममधल्या त्या कचकड्यांच्या बायांसारखीच म्हणतेयस.'' जॅक खेकसला होता. ''ती आपली मुलगी आहे. तू तिच्या बाबतीत काहीच करू नकोस किंवा हाताळूही नकोस. स्मृती आपलं मूल आहे.''

नीना पुढे बोलली तेव्हा तिचा आवाज शांत झाला होता. ''आणि श्रुतीबद्दल काय? या सगळ्यांचा श्रुतीवर काय परिणाम होत असेल, हा विचार कर नं! तुला आठवतंय नं, तुला अजून एक मुलगी आहे म्हणून? कृपा करून तिचाही विचार कर किच्छा. तू तिच्याबद्दल काही विचारलंसुद्धा नाहीस.''

पण स्मृतीचं जे एके काळचं चित्रासारखं आदर्श जग होतं त्यातल्या सगळ्या

वस्तूंनी त्याला स्मृतीला घेऊन टाकायचं होतं. प्रत्येक बाहुली आठवणींनी समृद्ध होती. कुणास ठाऊक ती कशानं परत येईल? तो काळाभोर डोळा, ती सोनेरी केसांची बट, तो पिनॅफोरचा फ्रॉक, तो रबराचा बूट....

सम्राटाच्या कबरीसारखं आहे हे. तिला जे जे आवडत होतं, जे जे तिच्यासाठी अमूल्य होतं, ते सर्वकाही! फक्त ती मरण पावली नाहीये. तुला माहिती आहे, आपण काय करतोय ते? आपण तिला जिवंत पुरतोय.

'या बाहुल्यांकडे बघ.' त्याची बोटं त्या ओळीनं ठेवलेल्या बाहुल्यांवरून फिरली. 'तिची बाळं, तिनं सहा वर्षांची असल्यापासून प्रत्येक बाळाला नाव दिलं होतं. 'मला घर भरून बाळं हवीत.' असं ती म्हणत असे आणि आपण स्मृतीच्या त्या आई होण्याच्या कल्पनेवर हसत असू.' आमची स्मृती आई म्हणून तुला कल्पना करता येते का? नीना आणि मी एकमेकांकडे बघून हसत असू.

'स्मृतीचं जीवन संपलंय, हा विचार मला संपवून टाकतो, कला चित्ती. तिला जे हवं होतं, ते कधीच मिळणार नाही. नीनाला वाटतं, मी श्रुतीला विसरलोय आणि ती माझ्यासाठी अस्तित्वात नाही. पण तिचा विचार करायलासुद्धा मला भीती वाटते. मी पुन्हा कसं काय प्रेम करू शकेन? सगळ्यासाठी मी पुन्हा कसा काय मला झोकून देऊ?'

तो जमिनीकडे टक लावून बघतो आणि डोळ्यात धूसरपणा जमत असताना स्वत:लाच बोलताना ऐकतो, ''ती जर मेली असती तर बरं झालं असतं.''

तो कला चित्तीकडे ती अवाक होईल या अपेक्षेने पाहतो. तो एक हृदयशून्य प्राणी, एक अनैसर्गिक बाप आहे असं ती त्याला सांगेल. कुठला पालक असं काही बोलेल?

जेव्हा तिनं हे काहीच केलं नाही, तेव्हा त्यानं डोळे वर उचलले आणि तिच्या डोळ्यांत त्याला खोल दु:ख दिसलं. तिलापण तसंच वाटलं का? त्याला नवल वाटलं. कितीही दिलासा तिनं देऊ केला, तरी स्मृतीच्या बरं होण्याची काहीच आशा नव्हती.

त्या खोलीच्या सावल्यांमध्ये कला चित्ती नेहमीपेक्षा अजूनच काटकुळी दिसत होती. तिच्या डोक्यावरचे केस लाखो राखाडी ठिपक्यांसारखे दिसत होते. ''तू थकलेली दिसतेस.'' तो म्हणाला.

''मी थकले आहे.'' ती म्हणाली. ''मी तुझी काळजी करून थकले आहे. हे कधीच संपणार नाही का?''

''तू कशाला बोलते आहेस?'' त्याच्या कपाळावर आठ्या पडल्या.

''तिच्याकडे जरा बघ किच्छा. तिचं आयुष्य असं अधांतरी आहे, तर ते अपघातामुळे आहे. पण तू किच्छा? तूपण तुझं आयुष्य अधांतरी ठेवलंयस. तू

असा वागतो आहेस की, जणू बरं होणं आणि पुढं जाणं विश्वासघात केल्यासारखं होईल. नीना तुझ्यापेक्षा जास्त बरं वागतीये. तू हे काय करतो आहेस स्वत:चं?''

त्यानं केसातून बोटं फिरवली. ''मी ठीक आहे. मला फक्त काही गोष्टी निस्तरायच्या आहेत. मग मी ठीक होईन.''

कला चित्तीनं त्याच्या कोपराला स्पर्श केला. ''तू हे का करतो आहेस किच्छा?''

''काय करतोय?'' त्यानं वेड पांघरलं.

''मी तुला चांगली जाणून आहे. माझ्यापासून ते लपवू नकोस किच्छा. मला माहितीये तू स्मृतीच्या कॉलेजमध्ये जाऊन शोध घेतो आहेस.''

त्यानं खांदे उडवले. ''मला माहीत व्हायलाच पाहिजे. तो फक्त एक विचित्र अपघात होता, यावर मी विश्वास ठेवायला तयार नाही.''

''त्यानं हे सहन करणं अजून सोपं जाईल का?''

''मला एक तपशील समजत नाहीये....'' किच्छा अडखळत बोलतो.

''कसला तपशील?''

''हाच की, अपघाताच्या आधी संभोगाचा पुरावा सापडलाय. एकापेक्षा जास्त जणांबरोबर. माझ्या मुलीवर, माझ्या स्मृतीवर, किनाऱ्यावर हा अपघात झाला. तुला असं वाटतं का की, ती....'' त्या विचाराच्या कल्पनेनं त्याचा आवाज फाटला... किनाऱ्यावर एखाद्या माजावर आलेल्या कुत्रीसारखी... एकापेक्षा जास्त माणसांसोबत....

तो ताठ बसला. ''ते जे म्हणतात, ते मी स्वीकारू शकत नाही. जर कोणी तिच्यासोबत असं केलं असेल, तर सजा मिळायला हवी.'' जॅक हलकेच म्हणाला. ''मी तिचा बाप आहे. तिच्यासाठी मला सगळं बरोबर केलं पाहिजे.''

ती वृद्ध स्त्री जॅकच्या बाजूला बसली होती. तिचा किच्छा. ''हे काही पुस्तक नव्हे की सिनेमा किच्छा. न्यायासाठी लढणाऱ्या बापानं बदला घेतल्याच्या वठवलेल्या भूमिकेनंतर सगळे सुखानं नांदू लागले, असं काही होणार नाहीये.''

''मला माहितीय'' तो हातात डोकं धरतो. ''मला याचे परिणाम माहीत आहेत. पण तिच्याबरोबर काय झालं हे मला जाणलंच पाहिजे. मी एक शास्त्रज्ञ आहे, कला चित्ती. शोध घेणं, प्रयत्न करणं, मुळाशी जाणं आणि त्याचा अर्थ लावणं हा माझा नैसर्गिक स्वभाव आहे.''

कला चित्ती काही बोलेल म्हणून जॅक थांबला. त्याचा शास्त्रीय होण्याचा दावा खोडून 'काहीतरी' असं ती म्हणे. त्यानं डोकं वर केलं तेव्हा त्यानं तिच्या चेहऱ्यावर एक वाकडं, नापसंतीदर्शक, खोटं स्मित पाहिलं.

तो पाहत असताना ते स्मित घरंगळून गेलं. ''केव्हा थांबायचं हे तुला कसं कळेल?''

तो जिथे बसला होता तिथून उठला. तिथून बाहेर पडणं किंवा कुठल्यातरी

मागल्या खोलीत दडून, जिथे पुस्तकांच्या आणि माहिती आणि आलेखांच्या ढिगात स्वत:ला गाडून घेणं या दोहोत त्याच्या मनात द्वंद्व झालं.

"मला माहीत नाही, पण शास्त्रीय संशोधन करून अंतत: निष्कर्ष काढणे हाच एक मार्ग असतो याचा. बहुधा मगच मी थांबेन."

"आणि किच्छा, जो निष्कर्ष निघेल त्याचं तू काय करशील?"

जॅकनं डोकं हलवलं. "मी एक शास्त्रज्ञ आहे, पण मी एक बापसुद्धा आहे. मी काय शोधून काढतो यावर हे अवलंबून आहे. मी तुला आता काहीच वचन देऊ शकत नाही कला चित्ती."

तो खोलीबाहेर पडला. खोल विचारात तो नित्याप्रमाणे स्मृतीच्या हनुवटीला गुदगुली करायलापण विसरला. बोटांची वळवळ आणि "तू बऱ्या बोलानं उठ आता मुली अगदी दोन मिनिटांत, नाहीतर पपा जॅक खूप रागवेल."

जॅक त्याच्या खोलीच्या बाल्कनीत बसतो आणि क्षितिजाकडे पाहतो. ही वेळ त्याला नेहमीच हुरहुर लावते. किच्छा मुलगा होता तेव्हा त्यानं संध्याकाळच्या आकाशात आशा पाहिल्या होत्या, पण आताचा मोठा किच्छा ते बघून उद्वेगानं थकून जातो. अजून एक दिवस निरुपयोगी गेला.

"चिन्नाताई गायबच झालीये" स्वामी म्हणाला. "ती घरीपण नाहीये. मी तिथे तिला बघायला गेलो होतो, पण घराला कुलूप होतं."

"डॉक्टरचं काय झालं? तो होता का तिथे तेव्हा?" जॅकनं स्वामीला अचानक विचारलं. "या लॉजमध्ये राहणारा डॉक्टर?"

स्वामीनं डोकं हलवलं., "तो पैसे देत नाही. तो श्रीनिवासन सरांच्या हॉस्पिटलमध्ये स्कॅन मशीन घेऊन नेहमी येत असतो. त्यामुळे रजिस्टरमध्ये काहीच नसेल. मी रिसेप्शनच्या दोराई सरांना विचारू शकतो."

पण दोराईला किंवा लॉजमधल्या कुणालाच काही सांगायचं नव्हतं. "खरंतर दोराई सरांनी मला नाक खुपसू नकोस असं सांगितलं. त्यांनी विचारलं की, मी तुमच्यासाठी काम करतोय की लॉजसाठी आणि मला नोकरीवर राहायचं आहे की नाही?" स्वामी दारात उभं राहून जॅकची नजर चुकवत म्हणाला.

आणि जॅकला कळलं की, तो अजून एका मार्गाच्या शेवटास येऊन पोचलाय.

एखादी धूसर काचेची भिंत चढावी तसं त्याला वाटलं. दुसऱ्या बाजूला सत्य होतं आणि या बाजूला अनुमानाचे अंधूक आकार.

पोलिस स्टेशनमध्ये तो पूर्ण दुपारभर थांबून राहिला. त्याच्यात एक नवीन लीनता सरपटून आली. हे सगळे कार्यमग्न लोक होते. त्यांनी त्याच्यासाठी वेळ

काढायला त्याला हवा होता. तो थांबून राहिला. प्रत्येक क्षण जसाकाही लोखंडाचा दाणा होऊन त्याच्या तोंडात जिभेला चिडवत होता आणि तो त्या दाण्याला दातांनी फोडायचा प्रयत्न करत होता.

''नंतर परत या.'' पोलिसानं त्याला जरबेनं म्हटलं. ''मला फाइली बघाव्या लागतील. एक आठवडा तरी लागेल मला. आम्ही या आठवड्यात खूप कामात आहोत. उद्या गांधी जयंती आहे. की तुम्ही विसरला ते? मंत्री येतायेत त्या सोहळ्यासाठी.''

जॅक नाक खाजवत आकाशाकडे बघतो. 'आता तो काय करेल? पोलीस फाइल डॉक्टरच्या विधानाला केवळ पुष्टीच देईल, हे त्याला माहितीय. अपघाताचा बळी. ना वय, लिंग, बाकीच्यांचं काय मग? ती तीन मुलं आणि आशा. जॅक खिशातून तो प्रिंट आऊट काढून त्याकडे पुन्हा बघतो.'

या सरकारी हॉस्पिटलच्या डॉक्टरनं स्मृती एका माणसाबरोबर होती असं म्हणणं जरा विचित्र होतं. त्या तीन मुलांबद्दल आणि मुलीबद्दल कुणीच बोललं नाही. मग जेव्हा अपघात झाला तेव्हा ते कुठे होते? की स्मृती त्याच्याशी खोटं बोलली? पण का म्हणून? जाचक नियम लागू करणाऱ्या बापांपैकी तो नव्हता. ते नेहमीच कुठल्याही विषयावर चर्चा करू शकायचे. मग ती त्याच्याशी खोटं का बोलेल?

जॅक मधूनच उठून उभा राहतो. प्लॅस्टीकची खुर्ची मागे सरकते आणि खालच्या मोझॅकच्या खड्ड्यात अडकून मागच्या बाजूला पडते. तो ती उचलण्यासाठी वाकतो, पण मग लाथ मारून उडवून देतो. त्याची मुलगी तिच्या पाठीवर झोपून आहे आणि कदाचित कधीच उठून बसणार नाही. मग एका साल्या खुर्चीबद्दल तो एवढा कशाला त्रस्त होतोय?

तो बाल्कनीत जिथे उभा आहे तिथून त्याला लॉजच्या मागे असलेला वाळूचा पट्टा दिसतो. वाळूचा किनारा. 'इथे झालं का ते? की अजून पुढे किनाऱ्यावर झालं? किंवा कदाचित एखाद्या एकाट गुहेत?

'हा स्वत:च ओढवून घेतलेला छळ कधीच संपणार नाही का?'

जॅक एका प्लॅस्टीकच्या पिशवीत अजून थोडा ओलसरच असलेला टॉवेल भरतो आणि दाराला कुलूप घालतो. किनारा धोकादायक आहे. त्याला माहितीये, फक्त मूर्ख आणि बेअक्कल प्रवासीच अशा समुद्रात पोहायला उतरतील, पण तो आपल्या आतल्या अस्वस्थ श्वापदाला गप्प बसवू शकत नाही.

तो कपडे काढतो आणि चड्डीसह समुद्रात धावतो. लाटा त्याच्या शरीरावर फुटतात, पण तो त्यांना ढकलून पुढे जातो. वर्षभर ज्या समुद्रात तो पोहतो तसा

हा सौम्य समुद्र नव्हे. सुट्यांमध्ये तो ज्या समुद्रात पोहतो तसा शांत समुद्र हा नाहीच. इथला भयंकर खवळलेला समुद्र त्याला उंच वर उचलून किनाऱ्याकडे फेकत होता, पण जॅक परतणार नाही. तो समुद्राची चेतावणी ऐकणार नाही. मी तुला माझ्या इतकाच ओळखतो. तुला काय वाटतं, तू मला घाबरवतो आहेस? त्यात काय अर्थ आहे? जे काही वाईट घडायचं होतं, ते आधीच घडून चुकलंय. तू मला काय करू शकणार आहेस आता, असं तुला वाटतं? तो लाटांकडे बघून ओरडतो आणि मग त्याला माहितीच असल्यासारखं वाळूचा आधार त्याच्या पावलांखालून निसटतो. एक तळविरहित डोह. आता फक्त तोच असतो.

५

एकटं असण्याला त्याची हरकत नसते. त्याला त्याची सवय असते. कधी कधी त्याला भीती वाटे की, तो दुसऱ्या कोणाबरोबर राहूच शकणार नाही. त्याचा अवकाश त्याच्यासाठी महत्त्वपूर्ण झालेला असतो. खरंतर काही दिवशी तो त्याच्या अपार्टमेंटच्या एकान्तात परत येतो, तर सुटकेचा श्वास सोडतो. त्या दुपारी, जेव्हा त्याने कुलपात किल्ली फिरवली तेव्हा कोणी त्याच्यासाठी थांबलेलं नाहीये याचा त्याला आनंद झाला.

अपार्टमेंटचं दार उघडताना तो हलकेच शीळ घालत आत येतो. ती एक त्रासदायक गोष्ट असते. एक धून बिना शब्दांची. तो शब्द कधीच विसरलाय, पण ती धून त्याच्या डोक्यात चिकटून बसलीये. जेव्हा लिसानं त्याला पहिल्यांदा फोन केला होता आणि ती तेव्हापासून त्याच्या डोक्यातच पक्की राहिली.

एका आठवड्यापूर्वी त्यानं आपल्या काही सहकाऱ्यांना, ज्यांना तो सोडून जाणार होता त्यांच्या बायकांसह घरी पार्टीला बोलवलं होतं. तो एका अनिश्चित काळासाठी असणाऱ्या सुटीवजा पुस्तक लिहिण्याच्या संशोधनाच्या कामावर जाणार होता. आता जर त्यानं ते केलं नसतं, तर तो कधीच करू शकला नसता. तो हसला. त्यानं डोळ्याच्या कोपऱ्यातून लिसाकडे पाहिलं, जी तिच्या टपोऱ्या निळ्या डोळ्यांनी त्याला आधाशीपणे खाऊन टाकत होती.

तेव्हाच ते सुरू झालं होतं. लिसा शेरमनशी प्रकरण.

तिच्याबरोबर प्रणयचेष्टा करायला त्याला आनंद व्हायचा. तो त्या छानपैकी आणि सहजपणे करीतही असे. एका पद्धतीला धरून राहणं, तेवढं तो करीत होता. वादळांनी तेवढं मात्र शिकवलं होतं. जसं की, जीवनात असं ठरावीक काहीच नसतं; समुद्राचे प्रवाह, ढग किंवा विवाहित स्त्रियांबरोबर लफडं, मग त्या सहकाऱ्यांच्या

बायका असल्या तरी. त्यानं तिला एकटीला निवडून काढली होती, जी त्याला सर्वांत जास्त भेद्य म्हणून सर्वांत जास्त संभोगनीय वाटली होती.

तिनं गळ्याभोवती पिवळ्या मण्यांचा एक सर घातला होता आणि तिच्या चेहऱ्यावर तिची लालसा, ओठांच्या कोपऱ्यांवर असमाधानाच्या दोन सुरकुत्या आणि डोळ्यात वखवख, तिची बोटं गळ्यातल्या पिवळ्या मण्यांबरोबर खेळत होती आणि तिचे डोळे खोलीच्या टोकापासून त्याच्यावर हल्ला करत होते.

''कम बॅक लिसा, कम बॅक गर्ल, वाइप द टीयर फ्रॉम मी आय'' बेलाफाँन्टे स्टीरिओवर गात होता. त्याचे 'बेस' स्पीकर्स फक्त तिच्याशी बोलत होते.

आणि मग त्यानं त्याची लिओनार्ड कोरेन बाहेर आणली. एकटाच कवी जो स्वत:च्या आत गातो. कोट्रेन, ज्यानं प्रत्येक पुरुषासाठी, स्त्रीसाठी आणि क्षणासाठी ओळ लिहिलीये. लिसासाठी आणि तिच्या बहिणींसाठी प्रत्येक स्त्रीसाठी जी तिचा एकटेपणा एखाद्या पापासारखा सहन करते. तिनं त्याला दुसऱ्या दिवशी फोन केला. हासुद्धा त्या ठरावीक पद्धतीचाच भाग होता. चांगल्या स्त्रिया धन्यवाद देण्याकरता फोन करतात. दोन दिवसांनंतर दुसरा कॉल त्याला सीएनएनवर बंगळुरूवर डॉक्युमेंटरीबद्दल सांगण्यासाठी केला होता. त्याची मुलगी तिथे होती का? तिला वाटलं की, त्याला पाहायला आवडेल.

त्याला त्याच्या आत तो नेहमीचा परिचित उत्तेजितपणा घुमताना जाणवला. हे म्हणजे वादळाचा अक्ष सॅटेलाइट पिक्चरमधल्या सायरस कॅनॉपीला शोधून काढण्यासारखंच होतं. एकदा का त्यानं ते पाहिलं की, काय वाढून ठेवलंय त्याला कळायचंच.

ती एक कललेली दुपार होती आणि खोली तेव्हापासूनच निस्तेज होणाऱ्या प्रकाशाच्या सावल्यांत बुडत चालली होती. जॅकनं दाराजवळच्या टेबलावर किल्ल्या फेकल्या. धातूच्या ट्रेमध्ये किल्लीचा खणखणाट हॉलमध्ये भरला. जॅक थबकला. त्या अपार्टमेंटचं रिकामपण, त्यातली शांतता त्याच्यात भरून आली. दोन आठवड्यांत तो हवाईमध्ये असेल. अठ्ठेचाळिसाव्या वर्षी पुन्हा नव्यानं आयुष्य सुरू करणं त्याला धाकाचं वाटत होतं. जसा तो बाविसाव्या वर्षी अमेरिकेला आला होता तसं. जर त्याला ती वर्षं पुन्हा जगायला मिळाली, तर तो काही वेगळ्या तऱ्हेनं जगला असता का?

ती धून त्याच्या डोक्यात थांबत नाही आणि तोंडातून ती पुन्हा बाहेर पडतीये, हे जॅकला जाणवतं. तो फ्रीजकडे जातो आणि फळांच्या दह्याचं पुडकं बाहेर काढतो आणि एका पिशवीत मूठभर गाजराच्या कांड्या. फ्रीज जवळपास रिकामा असतो. उद्या तो काही सामान आणेल, तोपर्यंत इथून जायचीच वेळ येईल.

जॅक सोफ्यात रेलून बसतो आणि टीव्हीचा रिमोट दाबतो. बॉल गेमच्या आवाजानं खोली भरून जाते. तो म्यूट बटन दाबतो आणि दह्याचं पुडकं उघडतो. लिसाची बगल. स्ट्रॉबेरीचा एक ढग चीजचा वास येणारा.

लिसा, जिनं आंघोळ केली नव्हती आणि डिओड्रंट शिंपडून स्वत:ला त्याच्यासाठी तयारपण ठेवलं नव्हतं. त्यानं तिला बेसावध गाठलं होतं. त्यामुळे तिच्या बगलेत केस होते आणि तिचे न विंचरलेले लांब सडक केस, तिनं अंडरवेअर घातलेली जीन्स, जी अनेक धुण्यांमुळे नरम आली होती आणि तिचं इलॅस्टिक सैल होतं. गचाळ, पक्व, लिसा; आदर्श पत्नीच्या मुखवट्या मागे लपलेली. टोकदार, तीक्ष्ण दात असलेली आणि न शमणारी भूक असणारी रासवट लिसा. इथे नको, इथे नको, ते पिवळे मणी दारावर आपटून आवाज करीत होते. जेव्हा ती कण्हत म्हणाली, "या घरात नको. ह्या त्याच्या घरात नको."

तुला तेच हवं होतं. अनेक वेळा कदाचित, पण तुला लिसाचा संसार मोडायचा नव्हता. तरीसुद्धा तिनं जेव्हा तिच्या मैत्रिणीच्या बीच हाउसमध्ये भेटायचं सुचवलं, तेव्हा तू ते मान्य केलंस. त्यानं काय बिघडणार होतं? तिनं ते सगळं बारकाईनं योजलं. मुलांसाठी बेबी सीटर आणि स्वत:साठी साक्षी पुरावे. खाण्यासाठी एक पुडकं, वाईन आणि ती उघडण्याचा कॉर्कस्क्रूदेखील. सेक्सी कपडे, नुकते धुतलेले सुगंधी केस आणि रंगवलेली नखं. त्या घाईघाईत बनवलेल्या अंथरुणावर जेव्हा तिनं तुला भोगून घेतलं, तेव्हा ती या गोष्टीबद्दल किती आधीपासून विचार करत असेल असं तुला वाटलं.

आणि मग खिडक्या-दारं कुलूप लावून बंद करताना ती तुला बिलगली. "आता केव्हा? आता तू पुन्हा केव्हा भेटणार डार्लिंग?"

आणि तुझं संभोगानंतरचं समाधान चुरडून परततानाची कळ तुला जाणवली. 'डार्लिंग!' तू तिची बोटं तुझ्या मनगटावर आवळताना पाहिलीस आणि तुझ्या जिभेवर राख जमून आली. तिला काय माहीत नव्हतं की, तू सोडून जातोयस?

त्याच्यासमोर टीव्ही पडद्यावरच्या आकृत्या लुकलुकत राहतात. त्यानं तिथे जाऊन काय केलं? नीनाला म्हणताना त्याला ऐकू येऊ शकतं, 'तू कधीच विचार करत नाहीस. खरंच नाही. तू त्या रानटी, अविचारी मनाच्या उर्मीला बळी पडतोस. तू एक क्षणभर तरी बाकीच्या संबंधित लोकांचा विचार केलास का?'

फोनची घंटी वाजली. अपार्टमेंटमध्ये तिचा हलका, पण न थांबणारा नाद घुमत राहिला. त्याला वाटलं, लिसा हीपण एक पद्धत होती. ती भुकेची पहिली वखवख शमल्यानंतर ते एकमेकांना सतत फोन करत होते. कुठलीही स्त्री संभोगाला

संभोग म्हणत नाही. त्यावर प्रेमाच्या शब्दांनी पवित्रतेचा मुलामा चढला पाहिजे. त्यानं नि:श्वास टाकला आणि उचलला. "जॅक बोलतोय" तो म्हणाला.

ती कला चित्ती होती. "किच्छा," तिचा आवाज चिंतित होता. "मला मिंजिकापुरमच्या पोलीस स्टेशनमधून फोन आला होता."

आणि त्याच्या पायाखालची जमीन सरकली.

६

प्रत्येक वेळी त्याला पायाखाली आधारासाठी वाळूचा पट्टा सापडला असं वाटलं की, तो निसटून जात होता.

लाटा त्याला थपडा मारतच होत्या. जॅक स्वत:ला वर उचलून पूर्ण शक्तिनिशी त्या पाण्याशी झुंज देत होता. जर त्यानं स्वत:ला थोडंसही ढिलं सोडलं, तर त्याला श्वास घेणं अशक्य होईल. पाण्यानं त्याचे डोळे चुरचुरू लागतात. त्याचे दंड दुखू लागतात, पाय थकतात; पण तो मागे वळू शकत नाही. पछाडलेल्या अपराधी भावनेपासून तो पळून जाऊ पाहतोय. त्यानंच तर मिंजिकापुरमचा जादूचा प्रदेश निर्माण केला असतो. तिथे त्याच्या सोबत काय काय घडलं हे सांगत असताना त्यानंच तर स्मृतीच्या डोक्यात त्याचं बी पेरलं असतं. तो आता त्याबद्दल प्रथमच विचार करतो.

ती सात वर्षांची होती. त्याच्यावर रेललेली आणि एका हातात चिंध्यांची बाहुली आणि दुसऱ्या हाताचा अंगठा तोंडात.

"समुद्राच्या काठी एका टेकडीवर देऊळ आहे, पण ते इतर देवळांसारखं नाही. यात दोन देवता आहेत. मिंजिकायन आणि मिंजिकाम्मल. जेव्हा शिवाचं बीज त्या टेकडीवर पडलं होतं, ते दुभंगून त्यांचा जन्म झाला होता."

"कसलं बीज? शिवा फळ आहे का?"

जॅक हसला. "नाही वेडे, तिसरा डोळा असलेला भगवान शिव. जर त्यानं तो उघडला, तर तू आणि मी, ममा आणि बेबी श्रुती आणि तुझी मेलिसा आणि सीता, टिंकरबेल आणि कोकिला" तो हॉलमध्ये आणलेल्या तिच्या बाहुल्यांकडे हात दाखवत म्हणतो, "सगळ्या जळून खाक होतील."

"ओह, तुला कसं माहीत? तू त्याला भेटला आहेस का?" स्मृतीनं विचारलं. तिचे डोळे तिच्या पपा जॅकच्या कौतुकानं भरलेले.

"मी जवळपास भेटलोच होतो. असं मानतात की, जर तुम्ही समुद्र पोहून मिंजिकापुरमच्या देवळात पोहोचलात आणि तिथल्या एक हजार तीनशे तेहतीस

पायऱ्या चढून एखादी इच्छा केलीत, तर ती पूर्ण होते. म्हणून मी समुद्रात उडी मारली. तेवढं पोहून इच्छा बोलून यायची, एवढंच मी ठरवलं होतं; पण माझ्यासाठी समुद्राचा बेत काहीतरी वेगळाच होता.''

''आणि मग काय झालं पपा?'' स्मृतीनं तुमच्या खांद्याला स्पर्श केला. जॅकनं त्याच्या मुलीच्या तोंडाकडे पाहिलं आणि त्या क्षणाची भयानकता हसून घालवण्याचा प्रयत्न केला, पण त्याला माहीत होतं की, प्रवाहापासून वाचण्याचा काही मार्ग नव्हता.

याउप्पर तो घाबरला होता, हे तो कसंकाय मान्य करणार? तसंही तो घाबरला होता हे मान्य करणं म्हणजे त्याच्या धीर देण्याला काही अर्थ राहिला नसता. *तू आता मोठी झालीयेस. तुला दिवा कशाला हवाय? पपा शेजारच्या खोलीतच तर आहे. तुला कशाला घाबरायला हवंय? हे फक्त एक वाईट स्वप्न आहे बेटा. फार जास्त पिझ्झा. कोणी राक्षस येत नाहीये. पपा आहे इथे.*

किनाऱ्यापासून आतलं पाणी जबरदस्त होतं. प्रवाह बेभरवशाचे आणि राक्षसी होते. ''तू कशाशी खेळतोयस इथे? मूर्ख, बेअक्कल!'' बोटीवर ओढून घेताना तो माणूस किच्छावर खेकसला. ''हा समुद्र आहे. एखादं छोटं डबकं नव्हे, ज्यात हातपाय मारशील. आत जायचं धाडस करण्याआधी तुला हा समुद्र समजून घ्यायला हवा. आकाश वाचायला हवं.''

पंधरा वर्षांच्या किच्छाचं डोकं बोटीच्या कठड्यावर लोंबकळत होतं. त्याची छाती दुखावली होती आणि घशामध्ये क्षाराचा बोचरेपणा जाणवत होता. पोटात पाण्याचा फुगवटा. मृत. तो मरू शकला असता आणि त्याचं शरीर तीन दिवसांनंतर किनाऱ्यावर फेकलं गेलं असतं.

ती त्याच्या चेहऱ्याकडे शोधक नजरेनं पाहातीये हे त्याला दिसलं. तिची छोटी बोटं त्याच्या मनगटाभोवती आवळली गेली होती.

''पपा, तुझी इच्छा पूर्ण झाली?''

जॅकनं स्मित केलं. तो इतका घाबरला होता की, इच्छा करायला तो विसरूनच गेला होता. ''त्यानंतर मला समुद्राची कधीच भीती वाटली नाही.''

''तुला समुद्राची भीती नाही वाटत? खरंच?'' तिचे डोळे त्याच्या डोळ्यात पाहत होते. त्यानी तिला पोहायला तेव्हापासूनच शिकवायला सुरुवात केली होती. ''तुझ्याभोवती सगळं पाणी, तुझ्यावर पाणी. तू पहिल्यांदा खूपच घाबरला असणार, हो न पपा?''

नीना तिच्या स्टडीतून तेव्हा बाहेर आली होती. ''किच्छा, तिच्या डोक्यात तुझ्या कहाण्या भरवू नकोस. तुला माहिती आहे. तसंही तिला पोहायला नकोय

आणि याउप्पर तू तिला अजून घाबरवतोयस!'' आणि जणू तिच्या शब्दांची धार कमी करायला जाता जाता तिनं त्याचे केस विस्कटले.

''अर्थातच, पहिल्यांदा मी घाबरलोच होतो; पण मी त्यापासून काहीतरी शिकलो. मी समुद्राचा आदर करायला शिकलो आणि मग मी कधीच घाबरलो नाही. तुम्ही पाण्याला नेहमीच आदरानं वागवलं पाहिजे.'' तो म्हणाला. ''मूर्खपणा नको. भलत्या जोखिमा नकोत. त्यामुळेच मिंजिकापुरमचं स्थान माझ्या जीवनात फार महत्त्वाचं आहे. मी तिथे हा धडा शिकलो. ज्यांना तुम्ही घाबरता त्यापासून दूर पळायचं नाही. पाण्याची मला भीती वाटली, पण फार दिवस नाही. जर तुम्हाला ते समजलं, तर ते तुमच्यावर कधीच कुरघोडी करणार नाहीत किंवा घाबरवणार नाहीत. जॅक त्याची पालकाची भूमिका उत्तम तऱ्हेने निभावत होता. एक बाप जो त्याच्या मुलीला जीवनाचे धडे शिकवत होता आणि जगण्याच्या गुंतागुंतीतून जाण्यासाठी मार्गदर्शन करत होता.

त्यानं स्मृतीच्या नजरेत गंभीरता पाहिली. त्यानं जे काय सांगितलं, ते एक पवित्र सत्य म्हणून स्वीकारणारी ती एक छोटी मुलगी होती. तिनं त्याच्यात कुठलाही दोष किंवा कमकुवतपणा असल्याचं स्वीकारलं नसतं आणि म्हणून तिनं त्याला एवढं गंभीरतेनं घेतल्याचं बघून त्याला अचानक उमाळा आला आणि त्यानं तिची वेणी ओढली. ''तुला माहितीये मी खरोखरच कधी घाबरलो होतो?'' त्यानं त्याचा आवाज अगदी खाली आणला. ''जेव्हा मी तुझ्या आईला मागणी घातली तेव्हा. मी अगदी थरथर कापत होतो. ते खरंच भीतिदायक होतं.''

नीना खोलीच्या त्या टोकाकडून हसली. ''खोटारडा'' ती फुसफुसली. ''खोटारडा, खोटारडा, खोटारडा....''

जॅकनं घाबरल्याचा आव आणला. ''तुला माहितीये ती कोण होती?'' तो स्मृतीकडे वळला.

''ती मद्रास कन्या होती. पूर्ण सायराक्यूजमध्ये एकटी मद्रास कन्या आणि मी मायलापूरच्या छोट्याशा गल्लीतला डोळे विस्फारलेला मुलगा. एक क्षुद्र ब्राह्मण मुलगा, ज्याला कोणत्या जीन्स खरेदी करायच्या हेसुद्धा माहीत नव्हतं, पण मद्रास कन्येला सगळंकाही माहीत होतं.

''आणि इतकंच नाही काही. जेव्हा मी तिला लग्नाबद्दल विचारलं, तिनं मला मद्रासचा डोळा दिला. तुला माहितीये ते काय असतं?'' जॅकनं डोळे बारीक करून विचारलं. तिनं माझ्याकडे तिच्या गॉगल्समधून मद्रासच्या डोळयानं बघितलं आणि म्हटलं, ''मला माहीत नाही किच्छा, मला माहीत नाही.''

''किच्छा, त्या मुलीच्या डोक्यात भलतं-सलतं भरवू नकोस. तू हे का

करतोयस मला माहिती नाही. स्मृती, माझं ऐक. मद्रासचा डोळा म्हणजे डोळे येणं. मला नव्हतं माहीत पपाला काय म्हणायचंय, जेव्हा तो म्हणतोय की, मी त्याला मद्रासचा डोळा दिला.'' नीनानं कॉफी ढवळून चमचा चोखला.

''पण तिला ते माहीत होतं पपा. तिला तुझ्याशी लग्न करायचं होतं हे पक्क माहीत होतं. म्हणून तर तुम्ही एकमेकांशी लग्न केलंत आणि मी आणि बेबी श्रुती इथे आहोत.'' स्मृती चीत्कारली. तिला किच्छा आणि नीना, पपा आणि आईच्या त्या क्षणात सहभागी व्हायचं होतं, जेव्हा त्यांनी एकमेकांना धुंडाळून काढलं.

किच्छा, नीना, स्मृती आणि श्रुती हे सगळं कधी बदललं? एक लाट त्याच्या डोक्यावर फुटली. ती मधली अवस्था. 'हीच ती वेळ असते, जेव्हा तुम्हाला सावध राहायला हवं असतं.' जॅक विचार करतो.

त्यानं ते घडताना पाहिलंय. कशी, कधीकधी, अगदी एक मोठी तयार लाट, एक जवान होतकरू वादळ पुढे कुठल्याच प्रगल्भतेत बदलत नाही, ज्याचा अपेक्षित अंदाज केलेला असतो.

जॅकला नवल वाटतं की, त्यानं ती येताना पाहिली कशी नाही. जसं जसं त्याचं आयुष्य वर्गांमध्ये आणि प्रयोगशाळेमध्ये व्यग्र व्हायला लागलं, बदलाची जाणीव होण्यात तो कमी पडला. मग तो आणि नीना दूर होत गेले. अखेर एक दिवस त्यांचा संबंध संपेपर्यंत.

ते अवघडलेपण, तो संकोच, ती निराशा....

वादळाची आशादायक परिस्थिती कधी मृतप्राय होते, हे मुलांना समजवताना तू गॉड ऑफ द गॅप्सच्या सिद्धान्ताची मदत घेत होतास. तुझ्या मोठ्या मुलीची नजर तुझा आणि नीनाचा वेध घेताना जाणवली. तू तिला तिच्या छोट्या बहिणीला कवेत कवटाळताना बघितलंस.

तुझ्यावरचा किंवा नीनावरचा पालक म्हणून तिचा विश्वास उडताना तू पाहिलास, तू युक्तिवाद करून पाहिलास, माहीत असलेले सगळे सिद्धान्त, सगळी कारणमीमांसा त्या परिस्थितीला समजून घेण्यासाठी तू गोळा केलीस. तेवढंच काय ते तुझ्यापाशी होतं. सतत भांडणं करण्याची, दोष काढण्याची, कठोर टीका करण्याची, एकमेकांना गप्प बसवण्याची, अद्वातद्वा बोलण्याची आणि त्या सर्वांची जखमी, अपंग आणि शीत युद्धांमध्ये रूपांतर होण्यातली परिणती तिला समजावून सांगण्याची. मदत करण्यापलीकडे तुझ्या हातात काही राहिलं नव्हतं. तू आणि नीना एकाच खोलीत एकत्र असतानाच स्पष्ट राग, संताप.

स्मृती दोन आघाड्यांमध्ये अडकून पडलेलं मूल झाली. कधी कधी लोक असे वेगळे होतात, हे समर्थन तिला ऐकून घ्यायचं नव्हतं. त्यांच्या भांडणाच्या जगापासून तिला पळून जायचं होतं का? आणि दूर अंतरावरून श्रुतीला इथे पुन्हा आणण्यासाठी चिथावणी देणं. 'आपण सगळे इथे सुखात राहू.' स्मृतीनं लिहिलं होतं. 'हे आपलं घर आहे. इथे कुटुंब म्हणजे सर्वस्व असतं.'

तिच्या बाबतीत जे घडलं त्यासाठी तू आणि नीनाच तर गुन्हेगार नव्हतात? त्या गध्या डॉक्टरचंच तर खरं नव्हतं नं?

तुला आयुष्यभर काय हवं होतं, तर तुझ्या मुलींना संरक्षण देणं एवढंच. राक्षसांपासून आणि हृदय भंगापासून – मोठा आणि छोटा; बेपर्वा क्रूर जगानं केलेल्या जखमांपासून आणि घावांपासून. तेव्हासुद्धा जेव्हा तुला बाजूला राहून नुस्तं असहाय होऊन बघण्यापलीकडे काहीच करता येत नव्हतं, तेव्हाही. जेव्हा शाळेच्या नाटकात स्मृतीची निवड झाली नव्हती, जेव्हा श्रुतीचे मित्रमैत्रिणी तिच्या वाढदिवसाच्या पार्टीला आले नव्हते, जेव्हा स्मृतीच्या बॉयफ्रेंडनं तिला धोका दिला होता.

तू त्यांच्याबरोबर सगळंकाही वाटून घेतलंस. जे काही तुझ्या आयुष्यात, आयुष्याबद्दल शिकवलं होतं, ज्यामुळे तू केलेल्या चुका त्यांनी परत करायला नकोत आणि तरीही त्यांनी जेव्हा स्वत:च्या चुका करण्याचं ठरवलं, तेव्हा तुझ्यापाशी त्यांच्याबरोबर असण्याशिवाय काहीच पर्याय उरला नव्हता.

तुझ्या मुलीनं मूल असण्याचा झगा जरी झुगारून देण्याचा निश्चय केला, तरी तुला एक पालक असणं कसंकाय थांबवता येऊ शकलं असतं?

तू केव्हा ते हातचं जाऊ दिलंस? तू कुठे थांबलास? अशी रेखा आखणं कुणाला कसंकाय जमेल?

जॅक पाणी तुडवतो आणि आसपास बघतो. त्याला दूरवरचं देऊळ दिसतं. 'तुम्ही माझ्या मुलीकडे का बरं पाहू नाही शकलात? ती इथे आली होती. त्याचा अर्थ तुम्ही तिच्यासाठी जबाबदार होतात. तुम्ही हे कसं घडू दिलंत?' जॅकला त्या जुळ्या भावंडांचा राग येतो आणि मग अचानक तो शांत होतो. तो हे काय करतोय? एका टेकडीवरच्या निर्मनुष्य देवळातल्या दगडाच्या मूर्तीवर जबाबदारी टाकण्याचा प्रयत्न करतोय?

जर तो समुद्रात वाहून गेला, तर त्यांच्याशिवाय याचा ठपका ठेवायला अजून कुणी नसणार.

आणि स्मृती? तिचं तेव्हा काय झालं असतं? नीनानं तिला कुठंतरी ठेवून दिलं असतं. त्याला माहीत होती, तशी नीना आता राहिली नव्हती. एके काळी

सहज फुटणाऱ्या, पातळ कवचाचं आता दगडात रूपांतर झालंय.

नीना स्मृतीच्या शेजारी बसली होती, जेव्हा ती अमेरिकेत थोडीशी शुद्धीवर आली होती. अचल स्मृती फक्त एकदा. ती बहुतेक वेळा तिच्या पलंगावर बसून मुलीच्या चेहऱ्याकडे बघत असायचा; वादळाच्या काही खुणा दिसतायत का याचं निरीक्षण करीत.

"तू किच्छा!" ती अचानक ओरडली, "मी तुला यासाठी जबाबदार धरते. तू आणि आणि फक्त तू. मला तू श्रुतीच्या आसपाससुद्धा यायला नकोय. त्यासाठी गरज पडली, तर मी कोर्टातून ऑर्डर आणेन. मला माझी दुसरी मुलगी तुझ्यासाठी, भारतासाठी गमवायची नाहीये."

"नीना," त्यानं पुढे होऊन तिचा हात हातात घ्यायचा प्रयत्न केला, पण तिनं तो झटकून टाकला.

"तुम्ही कधी माझं ऐकलं नाहीत. तुम्ही दोघं जण! तुम्ही माझ्या विरुद्ध झालात. मी चिखलातली एक काठी होते जणू! सतत उपदेश ओकणारी एक राक्षसी होते. तू सतत मला विरोध करत राहिलास आणि माझा तिरस्कारसुद्धा. ठीक आहे. आता तूच बघ तिच्याकडे. तू जबाबदारी घे आता."

जॅक किनाऱ्याकडे वळला.

तिकडे दूर जमिनीवर स्मृती आहे. तिच्या आयुष्याची जबाबदारी. भूतकाळाचं ओझं. तिचं गोठलेलं भवितव्य.

७

मीरेचं गोठलेलं भवितव्य ते असं सुरू झालं.

बेडरूमच्या खिडकीपाशी असलेल्या चिकूच्या झाडावर बसलेल्या दंगेखोर मैनांच्या थव्याचा कलकलाट. झोपेतून जशी ती उठते तशी क्षणभरच तिला विश्रांती मिळाल्याचं सुख मिळतं. त्या झोपेतून, जी तिनं पहाटे रेस्टिलची गोळी खाऊन मिळवली असते. कुशीवर झोपल्या झोपल्या त्या गोळीरूपी लहानशा देवदूताचं रासायनिक मिश्रण वाचता वाचता तिच्या ताणलेल्या नसा सैलावतील आणि तिला विश्रांती मिळेल.

ती तिचे डोळे बंदच ठेवते आणि श्वास रोधून धरते. कदाचित ती झोपलेली असताना गिरी तिच्या अंथरुणात तर शिरला नाही नं? तिच्या समीप एक हालचाल. एक श्वास. एक हात जो तिच्या नितंबाभोवती आवळलेला, एक घसा खाकरण्याचा आवाज. गिरीचं तिथे असणं.

ती तिथेच घट्ट डोळे बंद करून पडून राहते.

मीरा तिच्या बोटांनी चाचपडत अंदाज घेते आणि अंथरुणाची न झोपलेली बाजू तिला जाणवते. मग तिला समजून येतं की, गिरीच्या नाहीसं होण्यानंतरची ही सकाळ आहे. साठ सेकंदांच्या अवधीत तिचं मन उडी मारतं, कोलांटी घेतं, लंगडी घालतं, दोरीवरच्या उड्या मारतं, गडगडतं, गोल गोल फिरतं आणि वाट पाहत असलेल्या वेदनेच्या लक्षावधी शक्यतांमध्ये पिळवटून निघतं.

समर्थन, नयनतारा ते पोलीस स्टेशन. ममी, लिली आणि निखिल. शेजारी सहकारी, मित्रमैत्रिणी, ड्रायव्हर, मोलकरीण, पार्कमधले लोक. टेलिफोनचे कॉल्स. क्रेडीट कार्ड्स, बँक मॅनेजर, हॉस्पिटल, टेलिफोन बूथ्स, शवागार, जिथे शरीरं ओळखण्यासाठी ठेवलेली असतात?

'बास! बास!' मीरा स्वतःला सांगते. ती आरशात स्वतःचं प्रतिबिंब पाहते आणि विचारात पडते. 'मला ही स्त्री माहितीये का? गुडघ्याभोवती हात गुंडाळून हळुवारपणे डोलणारी, जणूकाही स्वतःलाच सांत्वना देणारी. मला ही स्त्री माहितीये का, जिच्या डोळ्यात, चेहऱ्यावर आणि हातापायांवर वियोगाचं दुःख लिहिलंय? एक अशी स्त्री, जिला पुढे काय करायचं हे माहीत नाहीये. फक्त दुःख आणि मानहानीच्या अदलाबदलीशिवाय?'

असा एक समय होता, जेव्हा झ्यूसनं हेराच्या हेकेखोरपणासाठी सजा द्यायचं ठरवलं. त्यानं तिच्या मनगटात सोन्याची वलयं अडकवून आणि पायांना ऐरणीला जखडून आकाशातून अधांतरी लटकवलं.

खालच्या महासागरांमध्ये हेरानं स्वतःचं प्रतिबिंब पाहिलं. आपल्या रूपांतरित केलेल्या प्रतिमेला बघून तिचं अवसान गळालं. त्याहूनही वाईट म्हणजे ती आता अशी दिसेल ही जाणीव. एक गोठलेली स्त्री!

हे असं काहीतरी तिच्या समवेत कसं काय होऊ शकलं? हेराला जास्त काय वेदनामय वाटलं हे उमगलं नाही. ते दुःख की ती मानहानी? तिच्या तोंडून एक हुंदका फुटतो.

आणि मग हेरा त्या दमट सप्टेंबरच्या सकाळी डोळे उघडते, तेव्हा हमसून हमसून रडते.

"गिरी कुठंय?" सारो ब्रेकफास्टच्या टेबलवर पपईच्या तुकड्यात काटा खुपसत विचारते. "मला नाही माहीत." मीरा म्हणते. तिच्या आईला रोज सकाळी एक पूर्ण पपई लागते. त्यातली अर्धी ती कापून तुकडे करून खाते. उरलेली

बाकीची ती आपल्या चेहऱ्यावर चोपडते. मीरा तिच्याकडे पाहत राहते, जणू ती तिला प्रथमच बघतेय. 'ही केशरी तोंडाची मूर्ख बाई! माझी मोरासारखी आई! ह्या बाईकडे का मी सांत्वनेसाठी आणि समजुतीसाठी पाहायचं?'

"त्यानं नाश्ता नाही केला का?"

"मला माहीत नाही."

"मला माहीत नाही याचा अर्थ काय? सरळ सभ्य उत्तराची अपेक्षा करणं चूक झालं का?"

"ठीक आहे सारो," लिली मध्येच म्हणते. "इतकं नाराज व्हायची गरज नाही. मीराला म्हणायचंय की, गिरी घरात आहे की बागेत हे तिला माहीत नाही." लिली तिच्या टोस्टवर लोणी लावते. "येईल आता तो."

ब्रेडच्या कुरकुरीत भागावर सुरीचा खरवडल्याचा आवाज. खरवडणं, खरवडणं, खरवडणं. मीराला तिच्या कवटीत खरवडल्यासारखं वाटतं.

"नाही. मला माहीत नाही हाच अर्थ आहे त्याचा. तो कुठेय हे मला माहीत नाही. त्यानं कुठे रात्र घालवली किंवा तो कुणाबरोबर होता, हे मला माहीत नाही. तो इथे नाश्त्यासाठी येईल किंवा नाही किंवा या घरात तरी परत येईल का हेही मला माहीत नाही. तो जिवंत आहे की मेलाय की एखाद्या हॉस्पिटलमध्ये कोमात पडलाय, हेही मला माहीत नाही." मीरा ओरडते. तिचे डोळे भरून येतात आणि ती अश्रू पुसते. "झालं समाधान? आता तुझं कुतूहल शमलं नं मा?"

सारोचे डोळे धक्क्यानं विस्फारतात. लिलीचे बेरकी, वृद्ध डोळे बारीक होतात. मीरा डोकं झुकवते आणि कपाळ टेबलाच्या कडेवर टेकवते. तिला एखाद्या खोल, अंधाऱ्या बिळात दडून बसावंसं वाटतं. त्यांच्या शोधक नजरेपासून, त्यांच्या प्रश्नांपासून आणि निखिलच्या दर्शनापासून. दूर गप्प बसलेला मूक निखिल, जो काहीच ऐकलं नाही असं दाखवतोय, अचानक आईच्या शिवराळ रागाच्या उद्रेकामुळे आणि रहस्यमयरित्या नाहीशा झालेल्या वडलांमुळे झालेला त्याचा क्षोभ पिळवटलेल्या चेहऱ्यामागे दडवू पाहतोय. टोस्टच्या तुकड्याचा त्याच्या घट्ट आवळलेल्या बोटांनी केलेल्या चुऱ्यावरूनच त्याच्यावरचा ताण स्पष्ट होतोय.

"पण त्यानं काहीतरी सांगितलं असेल." सारो सुरू करते.

"त्याला फोन करायचा प्रयत्न केलास का तू?" लिली विचारते.

मीरा तिचं कपाळ टेबलाच्या वर घासते. प्रत्येक वेळी जेव्हा जेव्हा त्या म्हाताऱ्यांनी उघड गोष्टींना असं भलतं वळण दिलं तेव्हा तेव्हा मुलांना आणि गिरीला खूप राग आला होता आणि मीरानं त्यांच्याकडे आठ्या घालून पाहिलं होतं.

"मग त्यांना गप्प बसायला सांग. मी स्वतःच जे पाहू शकते, ते मला त्यांनी

सांगायची काही गरज नाहीये.'' नयनतारा फणकाऱ्यानं म्हणे.

आता मीराला वाटलं की, नयनतारा जे म्हणत होती, तसंच तिला करता आलं असतं, तर बरं झालं असतं.

ती डोकं हलवत रागानं थरथर कापते. ''मग तुम्हाला काय वाटतंय?'' ती दातओठ खात म्हणते.

गिरीच्या नाहीसं झाल्यावर बरोबर अठरा तासांनी मीराचा मोबाइल पेटतो आणि त्यावर संदेश येतो : तुझी इ-मेल पाहा. ती त्याकडे डोळे विस्फारून बघते. तुझी ई-मेल पाहा. ती त्याला फोन लावते, पण काही प्रतिसाद येत नाही. एकतर गिरी तिच्याकडे दुर्लक्ष करतोय किंवा त्याला कोणी फोन उचलू देत नाही. मीराचा हात तिच्या तोंडावर जातो. त्याला कोणी पळवून तर नाही नेलं?

पेपर तर अशा घटनांनी भरलेलाच असतो. घरी परतताना चाकूच्या धाकावर माणसांना पळवून नेलं. नाहीसे झालेले 'टेकीज' आणि मारले गेलेले उद्योगपती. गिरीला पण... मीरा कम्प्युटरकडे धाव घेते.

मीरा.

तिचं हृदय थांबतं.

त्या कोरड्या मायन्यातच सगळा अर्थ सामावला असतो. मीरा झरझर पत्र वाचते. ती काय वाचतेय याचा विश्वास न बसता. मग ते ती पुन्हा वाचते; हळूहळू जेणेकरून एक एक अक्षर तिच्या मनावर कोरलं जातं.

'मीरा, माझ्या नाहीसं होण्यामुळे तू काळजीत असशील. रागावलीसुद्धा असशील. यामुळे तुला काही त्रास झाला असेल, तर मला माफ कर. माझ्यावर विश्वास ठेव, मी हे अशा तऱ्हेने करायचं योजलं नव्हतं. आपण बसून चर्चा करणं मला हवं होतं. जर मी तुला मला कसं वाटत होतं, हे सांगितलं असतं, तर मला माहितीये की, तुला ते कळलं असतं की, आता आपल्या एकत्र जीवनाचा भार मला व्हायला लागला होता.

पण हे असं काही होईल, असं मला वाटलं नव्हतं. एकदम धैर्य येऊन मी उठून निघून जाईन, असं मला वाटलं नाही. आज सकाळी चेन्नइमध्ये उठून मी स्वत:लाच विचारलं की, मी तुझ्यापासून आणि मुलांपासून दूर राहून काय करतोय? मग मला एक सुटकेची जाणीव झाली. मला ते कसं समजावून सांगावं हे कळत नाहीये.

मी प्रयत्न केला, मला तुला हे सांगायचंय की, मी प्रयत्न जरूर केला; पण हे असंच चालू ठेवणं मला अशक्य झालं. आपल्यापाशी एकच आयुष्य आहे आणि मी ते वाया घालवू शकत नाही.

मला काय करायचंय याबद्दल मला स्पष्ट कल्पना यायला हवीये. मी तुझ्या
संपर्कात राहीन. मला थोडं सहन कर मीरा. तोपर्यंत मला सहन कर.'

तोपर्यंत मला सहन कर. मीरा ती ओळ परत परत वाचते. केव्हापर्यंत गिरी,
केव्हापर्यंत?

मीरा तिच्या हातांकडे बघते. ते थरथरायला हवेत का? तिचे ओठ कापायला
आणि डोळे भरून यायला हवेत का? पण क्षणभरासाठी तिला काहीच जाणवलं
नाही. मग तिच्या कपाळात एक नस थडथड उडू लागते आणि तिच्या पोटातल्या
खड्ड्यात एक जडपणा. असा जडपणा, जो तिला गारठ्यात वेढून टाकतो. तिनं
यातून काय समजायला हवं?

त्यानं तिला सोडलंय का? की तो परत येतोय? ही एक मधली स्थिती आहे,
एक तात्पुरता वेडेपणा की तो कधीच परत येणार नाहीये? 'आपल्या एकत्र
जीवनाचा मला भार व्हायला लागला होता.' यातून त्याला काय म्हणायचं?

खिडकीबाहेर आभाळ ओथंबून येतं. सप्टेंबरचं निळं आकाश आता बदललंय.
उजेड आणि हवेला सर्द करीत दाट, काळपट ढग गोळा होऊन येतात. तिच्या
अंगावर खोली दाटून येते, जणूकाही एखादा राक्षसी प्राणी त्याच्या प्रचंड पंज्यांनी
ती जागा आवळतो आहे. ढग गडगडतात. मीरा कम्प्युटरच्या पडद्यासमोर शून्य
नजरेनं बसलीय. तिला कळतंय की, उठून कम्प्युटरचं बटन बंद करून सगळ्या
विजेच्या उपकरणांची प्लग्ज काढून ठेवायला हवीत. इलेक्ट्रिशियननं दोषपूर्ण
वायरिंगची ताकीद दिली असते. 'मॅडम, आपल्याला हे सगळं वायरिंग बदलायला
हवं. ते आता भार घेत नाही. तोपर्यंत पावसाच्या दिवशी सगळे प्लग्ज काढून
ठेवण्याचा सल्ला मी तुम्हाला देतो. नाहीतर कुठे तरी शॉर्ट होईल.'

आधी हिस्स आवाज करून सुरवात होते. मग पावसाच्या सरी कोसळू
लागतात. मीरा खिडकीबाहेर पाहते. घरी पोचेपर्यंत निखिल पूर्ण भिजलेला असेल.
पुन्हा तिला उठणं अशक्य होऊन जातं.

मीरा आतल्या आत चाचपडून बघते; काय प्रतिक्रिया द्यावी याबद्दल काहीतरी
माग लागेल याचा शोध घेत. दुःख, वंचना, राग भीती, हानी, संताप, तिरस्कार...
तिला काय वाटायला हवं?

काय करावं हे न कळून ती तिथेच बसून राहते. त्या क्षणाच्या अर्थाचा उलगडा
कसा करायचा त्याचं ज्ञान तिला लवकरच होईल. ते स्वतःच तिच्यापुढे येईल
आणि तिच्या मस्तकात वाजणाऱ्या घणांवर मात करेल, पण तू काय करणार

आहेस? आता तू काय करणार आहेस?

~ ८ ~

आता तू काय करणार आहेस? मीरा हळूच फोन खाली ठेवत स्वत:ला विचारते.

तो इथे एका दिवसाकरता येणार होता, गिरी म्हणाला आणि त्याला भेटायचं होतं. 'तिथं नको' तो म्हणाला. घर या शब्दावर तो अडखळला होता, हे तिच्या लक्षात आलं. आमचं घर. हे घर ज्यापासून तो पळून गेला. 'त्या प्रत्येक शब्द ऐकणाऱ्या आणि मध्ये मध्ये करणाऱ्या म्हाताऱ्या वटवाघळांबरोबर नको.'

मीरा कचरली. तिच्या आई आणि आजीसोबत राहणं खूप सोपं नव्हतं, पण गिरीनं त्यांच्यावर ठपका ठेवणं किंवा त्यांची टर उडवणं, हे तिला सहन होऊ शकलं नाही. पहिल्या वेळी जेव्हा त्यानं त्यांचा उपहास केला होता, तेव्हा त्याच्या कठोरतेमुळे, त्याच्या त्यांच्यामुळे झालेल्या त्रस्तपणामुळे तिच्या छातीवर जणूकाही प्रहार झाल्याप्रमाणे ती आक्रसून गेली होती. ती त्याच्यावर खूप रागावली होती. त्यांच्यातला दोष काढणं म्हणजे तिच्यातला दोष काढणं होतं.

"असं कसं तू करू शकतोस गिरी? तू इतका कसा वाईट असू शकतोस? असं नको करायला." तो त्यांच्याभोवती सुरुवातीला टाकलेल्या गारूडातून बाहेर आल्यावर तिनं म्हटलं होतं. भ्रमनिरास झाल्यानं तो कडवट बनला होता; तिरस्करणीयसुद्धा.

गिरीनं तिच्याकडे अशा नजरेनं बघितलं, जसं तो त्याच्या कानावर विश्वासच ठेऊ शकत नाहीये. मीरा, त्याची हंसिनी, तो चूक आहे असं त्याला सांगतीये. तो दुखावला गेलाय, हे कळूनसुद्धा मीरानं त्याच्या नजरेला नजर दिली. कदाचित, त्याच्या गळ्याभोवती हात टाकून, पूर्ण निष्ठा दर्शवून त्याच्या कानात तिनं कुजबुजायला हवं होतं. 'मला कळतंय, त्यांच्याबरोबर राहणं कठीण आहे. त्या माझासुद्धा अंत पाहतात.'

पण अशी बेइमानी ती कशी काय मान्य करणार होती? जर इतक्या सहजपणे ती तिच्या आई आणि आजीशी बेइमान होऊ शकते, तर एक दिवस त्यालापण फसवेल. हे एवढं त्याला कळू शकलं नाही? पण गिरीला कळलं नाही. त्याऐवजी त्यानं अलिप्त राहण्याचं पत्करलं, जेव्हा मीरा त्यांनी दिलेल्या मानसिक क्लेशांबद्दल त्याच्याशी बोलायला गेली. एखादा बेपर्वाइनं बोललेला शब्द, एखादी अविचारी कृती, बेपर्वाईनं केलेल्या जखमा आणि थोड्याशा आकसासह तोही दु:खदायकच, जेव्हा मीरा गिरीकडे सहानुभूतीसाठी आणि सांत्वनेसाठी गेली, तेव्हा त्यानं तिच्या गोंधळापासून

आणि विद्ध होण्यापासून स्वत:ला दूर ठेवलं. "मला यात पडायचं नाही. ते तुझं कुटुंब आहे. मी जर काही म्हटलं, तर तुला ते आवडायचं नाही. मला या भांडणामधून बाहेरच राहू दे. सिव्हिल वॉर, सभ्य युद्ध हा जास्त योग्य शब्द होईल."

आता मात्र गिरीला सभ्य असण्याची निकड भासत नाहीये. त्याला जे हवं ते ते बोलू शकतो आणि जर तिला हे आवडत नसेल, तर तो ते खड्ड्यात घालू शकतो. त्याच्या स्वरात हे स्पष्ट दिसतं. आणि तरीही मनात तो चोरटा विचार येण्यापासून मीरा स्वत:ला रोखू शकत नाही. तो इथे आलाय, आलाय नं?

त्या ई-मेलच्या बाबतीत बोलण्यासाठी मीरा दुसऱ्या दिवशी सकाळपर्यंत थांबते.

"डार्लिंग," ती निखिलला सांगते. "डॅडी चेन्नईमध्ये आहेत."

निखिल नजर चुकवतो. "ते घरी कधी येताहेत?" तो विचारतो.

"मला माहीत नाही. त्यांनी काही सांगितलं नाही." मीरा आपल्या घट्ट आवळलेल्या बोटांकडे बघते. "शाळेत जायची वेळ झाली. आपण याबद्दल नंतर बोलू." ती म्हणते; आवाजात सहजता आणण्याचा प्रयत्न करत. जर तिनं आपला अस्वस्थपणा दाखवला नाही, तर तो फार काळजी करणार नाही.

सारो आणि लिली ई-मेल एकत्र वाचतात. काहीही न बोलता त्या एकमेकींकडे पाहतात. मग लिली म्हणते, "मला हे कळत नाहीये की, तो एवढा जाळ्यात अडकल्यासारखा का वाटतोय?"

"आमच्यामुळे का मीरा? आम्ही याचं कारण आहोत का?" सारो मुद्दाम विचारते.

"मला नाही माहीत मा, मला खरंच कळत नाहीये गिरीला काय झालंय ते."

आपल्याला फार शूरवीरपणाचा आव आणता येणार नाही हे मीराला कळून चुकलं.

"त्याला कॉल कर. त्याला सांग आम्ही जाऊ म्हणून." लिली म्हणाली, "त्याला हे घर आणि तू दोन्ही मिळतील."

"आम्ही सांगू त्याला ते!" सारोनं पुस्ती जोडली.

मीरानं मान हलवली. "मला नाही वाटत हे कारण असेल खरंच. तो आपल्याला, ह्या आयुष्याला कंटाळला असणार, बस्स!"

लिलीनं नि:श्वास टाकला. "तो काही चार वर्षांचा मुलगा नाही. तो दोन मुलांचा बाप आहे. त्याच्यावर जबाबदाऱ्या आहेत."

सारोनं मीराच्या खांद्याभोवती हात टाकला. "मला नाही वाटत तू फार काळजी करावी असं. ही फक्त एक अवस्था आहे. बहुतेक पुरुष यातून जातात. तुझे डॅडीपण यातून गेले होते. काही दिवस जातील, मग तो परत येईल. तू एक चांगली पत्नी आहेस मीरा आणि तुझी जागा भरून काढणं त्याला शक्य नाही. माझ्यावर विश्वास ठेव डार्लिंग."

विश्वास ठेवू शकायची आशा मीरानं केली.

मग मीरानं नयनताराला फोन लावला. एका वयात आलेल्या मुलीला तिच्या वडलांच्या पळून जाण्याबद्दल कसंकाय कोणी सांगतं? रोजच्या कंटाळवाण्या जगण्यापासून पळून जाण्याचा केलेला पोरकटपणा? पण नयनतारा फोनमध्ये किंचाळली, "हे जर डॅडींबद्दल आहे, तर मला ते आधीच माहितीये. चेन्नईमध्ये पोचल्यावर त्यांनी मला उशिरा रात्री फोन केला होता. तू त्यांना हे काय केलंस ममी? असं तू कसंकाय करू शकलीस? तू कधीच त्यांना आधार दिला नाहीस. म्हणूनच त्यांना पळून जावं लागलं. तू त्यांना गुदमरवून टाकत होतीस. आता ते मला दिसतंय...."

मीरानं कानाशी फोन गच्च धरून ठेवला. तिच्या मुलीचा कर्कश्श आवाज त्यातून येत होता.

"ते हॉटेलमधून त्या दुपारी सरळ चेन्नईला गाडी चालवत गेले." नयनतारा म्हणाली. "त्यांना ते सहन होईना. ते रडत होते ममी. एखाद्या माणसाला रडताना ऐकून काय वाटतं हे माहितीये तुला? असं डॅडींना पुन्हा पुन्हा म्हणताना मला माफ कर बेटी, पण मला सोडावंचं लागलं. मला काय करावं तेच कळेना. माझं हृदय तुटलं. तुझ्यामुळे हे त्यांना झालं. मी हे सोडून कशाहीसाठी तुला माफ करू शकते. तू त्यांचा आत्मसन्मान धुळीला मिळवलास. तूच त्यांचं असं केलंस."

मीराला वाटलं की, माझं जीवन कसंकाय कधीच एका नीरस घटनेच्या क्रमाच्यावर उठलं नाही. मोठं घर, बिचारे कुटुंबीय, मुलगा घरी कामासाठी येतो. घराच्या आणि मुलीच्या प्रेमात पडतो. त्यांना दोन मुलं होतात; मुलगा आणि मुलगी. माणूस नोकरीत वरच्या पदांवर चढतो, बायको त्याच्यामागे असते, त्याची सहायक असण्यात सुखी, मध्यमवयीन अवघड संकट, माणूस बायकोला सोडून जातो, कुटुंब विभागतं. मुलगा आईबरोबर, मुलगी वडलांबरोबर निष्ठा जाहीर करते.

"चूप राहा नयनतारा!" ती डाफरते. "तुला माझ्या आणि डॅडींबद्दल काहीच माहीत नाहीये. त्यांनी तुला नेहमीच लाडावून ठेवलं आणि तू तशीच आहेस. एक मूर्ख, वाया गेलेली कार्टी! जी आईचा न्यायनिवाडा करतेय, कारण तिनं कायदा मोडलाय म्हणून."

तिनं नयनताराला श्वास रोखताना ऐकलं. ती धुमसलेली शांतता आणि तो फोन ठेवल्याचा क्लिक आवाज.

अजून एक ठरावीकपणा. मुलगी आईचा फोन बंद करते. 'सत्याला सामोरं जायला घाबरून नयनताराचा तो हेतू नसणार. ती घाबरलीये, गोंधळलीये आणि कुणावरतरी तिला ठपका ठेवायचाय.' मीरा स्वतःला पुनः पुन्हा सांगते, जेव्हा

तिच्या मुलीचे दोषारोप तिला झपाटून टाकतात.

मीरा पायावर पाय टाकते. गिरीला उशीर झालाय. ती मनगटाकडे नजर टाकते. तिला बाथरूममध्ये जाऊन ओठांवर लिपस्टिक लावून साडी ठीक करायची असते; पण तेवढ्यात जर तो आला तर? ती आली नाही असा त्यानं विचार करायला तिला नकोय.

तिचे डोळे त्या खोलीत फिरतात. एका मोठ्या, गोल पुरातन टेबलावरच्या बर्ड्स ऑफ पॅराडाइझ, जिंजर लिली आणि फर्नच्या पुष्परचनेवर रेंगाळतात. वेताच्या सोफ्यावरच्या गुबगुबीत उश्या, पितळेच्या प्रचंड भांड्यामधली तकतकीत इनडोअर झाडं आणि चकचकणारी फरशी, अगदी त्याला आवडणाऱ्या वातावरणात गिरी येतो. ती स्मित करते. तिच्या ताणलेल्या ओठांवरचा कडवटपणा पुसून टाकायचा निष्फळ प्रयत्न करत.

ती बशा, पेले ठेवलेल्या खिडकीपाशी उभी राहते. बाहेर एक सुंदर जग विखुरलेलं असतं. फुलांवर फुलपाखरं उडत असतात. पानांना हलवत वारा सळसळत असतो. टाक्यात कॉय कार्प मासे मजेत हिंडत असतात.

एका वातानुकूलित खोलीमधून नजरेला पडलेलं आदर्श जग! जिथे कुठेच भाजणारं ऊन किंवा ओंगळवाणेपणाचा अंशही नाही. 'ना घाम आहे ना धूळ. अगदी आतापर्यंतच्या माझ्या आयुष्यासारखंच!' मीरा उसासते आणि मग स्वत:ला वेळेतच सावरते.

रात्री टीव्हीवर डॉक्युमेंटरी पाहण्याची सवय गेल्या काही आठवड्यांपासून तिला लागलेली असते. बाळंतपणात मरणाऱ्या अफगाणिस्तानातल्या आदिवासी स्त्रियांच्या कहाण्या, डार्फरची उपाशी मुलं, जखमी लोक, अपंग लोक. जितकं जास्त दु:ख तिच्यासमोर उलगडतं तिला तेवढंच कमी एकटं वाटतं. तिच्या डोक्यात एका बाईच्या सतरा वर्षांच्या मुलीच्या मृत्यूबद्दल तेच तेच बोलणं फिरत राहतं. जो ईश्वर देतो तोच ईश्वर घेतोदेखील.

नंतर मग मुलांनी एका रात्री तिला पकडलं. नयनतारा, जी अजूनही तिला माफ करायला नाखूश आहे आणि तरीही तिची समजूत घालायला बघते. "ममी तू असले निराशादायक कार्यक्रम कशाला बघतेस?"

आणि निखिल, बिचारा निखिल, ज्यानं स्वत:ला तिचा प्रमुख चीयर लीडर नेमलंय : "माझ्याजवळ हिरोजची डीव्हीडी आहे. आपण पाहायची का ती? ती त्या लोकांबद्दल, ज्यांनी स्वत:मध्ये काही खास गुण शोधले; अतींद्रिय शक्ती!"

मीरा नि:श्वास टाकते. ''मला अतींद्रिय शक्ती हवी होती. मला ती नाहीये. मी तर फक्त एक सामान्य....''

''प्लीज,'' दोन्ही मुलं एकदम ओरडतात आणि तिच्या शेजारी येऊन बसतात. ''प्लीज पुन्हा पुन्हा सुरू करू नकोस. तू आता काय म्हणणार आहेस, हे आम्हाला माहितीये.''

निखिल तिच्या हातात हात गुंफतो. ''तू इतकी उसासतेस कशाला ममी?''

''हे निराशाजनक आहे. हे असं खोल श्वास घेणं, जोरानं उसासणं, मी तुला सांगते, हे अगदी निराशाजनक आहे.'' नयनतारा तिच्या कोपराला धरून म्हणते.

मीरानं नजर चुकवली आणि म्हणाली, ''कीट्सनं काय लिहून ठेवलंय तुला माहितीये – प्रत्येक होकारासाठी एक नि:श्वास असतो आणि नकारासाठी एक नि:श्वास आणि एक नि:श्वास मी सहन करू शकत नाही यासाठी ओ, काय करता येईल, आपण इथे थांबायचं की पळून जायचं?''

(देअर ईज अ साय फॉर यस, अँड अ साय फार नो, अँड अ साय फॉर आय कान्ट बेअर इट, ओ व्हॉट कॅन बी डन, शल वी स्टे ऑर रन?)

चेहऱ्यावर मजेदार भीतीचे भाव घेऊन एकमेकांकडे पाहाणाऱ्या मुलांना मीरानं पकडलं. 'ममानं कविता गायला सुरुवात केलीये. यापुढे काय आता?'

आणि म्हणून मीरानं नि:श्वास न टाकण्याचा निश्चय केला किंवा कमीत कमी आजकाल ती जितक्या वेळा टाकते तितक्या वेळा तरी नाही.

ती त्याला व्हरांड्यातल्या दारातून येताना पाहते आणि त्यानं तिला पाहिलंय असं वाटतं कारण तो सरळ तिच्याकडे चालत येतो. मीरा जमिनीकडे बघते; हृदयाला शांत करण्याचा प्रयत्न करत, जिभेचं लडबडणं थांबवायचा प्रयत्न करत दोषारोप, दूषण, ठपका, मनधरणी किती प्रकारे मी तुला सामोरं जाऊ?

ती त्याच्या नजरेला नजर देते. ती कशाची अपेक्षा करू शकते? पश्चात्ताप, कदाचित, चिडखोरपणासुद्धा. तिला माहितेय की, गिरीला चूक कबूल करणं आवडत नाही. जरी त्याची गैरवर्तणूक त्याच्याकडे डोळे वटारून पाहत असली, तरी तो क्वचितच माफी मागतो आणि जेव्हा तो असं करतो, ते फारच कसंनुसं असतं. अवघडलेले, तेच तेच वापरलेले शब्द, जे काहीच देऊ पाहत नाहीत; पण जे अत्यंत आवश्यक असतात तितपतच. त्याच्याकडून एवढाच टोकाचा प्रयत्न होईल असं धरून चालून मीरेनं ते स्वीकारलेलं आहे. 'आता तो काय म्हणेल?'

तिनं आता काय करायला हवं हे तिला माहितीये. ते सगळं त्याच्यासाठी सोपं करायला हवंय. अर्ध्या रस्त्यातच तिनं त्याला भेटायला हवंय. हेच तर विवाहाचं

सार असतं. ती त्याला दाखवून देईल. एक वृक्ष जो बराच मार खाल्ल्यावरसुद्धा मुळापासून उपटून फेकता येणार नाही असा. 'जे काय झालं ते विसरलेलं बरं.' ती म्हणेल. 'तू मला सांगायचा निर्णय घेईपर्यंत मी तुला काही विचारणार नाही. मी तो विषय पुन्हा कधी काढणार नाही आणि दुसरंही कोणी काढणार नाही. आपण असं दाखवू की, सहा आठवडे तू कामाच्या दौऱ्यावर गेला होतास. गिरी, तू इथे आलायस आणि आपण एकत्र आहोत, हेच पुरेसं आहे. बाकीचं काही महत्त्वाचं नाही.' ती पुटपुटेल आणि त्याच्या हातात हात गुंफेल. 'पाहा, मी काही एखादी थंड, निर्विकार बाई नव्हे, ज्याचा आरोप तू माझ्यावर करतोस. त्याच्या हातातल्या तिच्या हाताची ऊब त्याला ते सांगलेच. पाहा पाहा पाहा, तू माझ्यासाठी किती महत्त्वपूर्ण आहेस...'

तो तिथे उभा राहतो आणि त्या उभ्या राहण्याच्या ढबीत दोन्ही बाजूला हाताच्या मुठी घट्ट वळलेल्या, त्याची पावलं सहज, त्याचा चेहरा ताणलेला आणि त्याची नजर बोथट यातच मीरा त्याचा नकार वाचते. त्यानं चकार शब्द बोलायच्या आधीच तिला ते कळतं – तिनं त्याला गमावलं आहे.

"मीरा" गिरी म्हणतो.

मी उभी राहते. तिच्या तोंडात शब्द कोरडे पडतात. तिनं काय म्हणायला हवंय? हॅलो? गुडबाय? तिला पिळवटल्यासारखं होतं. तिला घरी जाऊन पडावंसं वाटतंय. रजई डोक्यावर ओढून आणि स्वत:ला एखाद्या उबदार, अंधाऱ्या जागेत गाडून घ्यावंसं वाटतंय, जिथे काहीच बदलणार नाही आणि सर्वकाही सुरक्षित आणि आरामदायक असेल.

"ये" तो म्हणतो आणि कॉफी शॉपकडे रस्ता दाखवतो.

काहीतरी, एक हुंदका की यातनेचा काटा तिच्या घशात फिरतो.

त्याला आठवत नाहीये का? जेव्हा ओबेरॉय उघडलं होतं तेव्हा ते उशिरा रात्री या कॉफी शॉपमध्ये यायचे. मुलं, गिरी आणि ती. ते तेव्हा शहरात लेक व्ह्यूमध्ये आइसक्रीम खायला जायचे. जर्दाळू आणि क्रीम, हिवाळ्यात स्ट्रॉबेरी आणि क्रीम उन्हाळ्यात आणि मग ओबेरॉयमध्ये कॉफी, उथळ, रुंद कपांमध्ये दालचिनीचा चुरा फेसावर घातलेला. 'ते 'पुरेसं' जे काही होतं.' मीराच्या तेव्हा मनात आलं होतं, चमच्यानं फेस ढवळत तोंडापाशी नेत, ते हेच तर होतं. गिरी आणि मुलं आणि हे शांत समाधानाचे सुखी क्षण! यापलीकडे तिला अजून हवंच काय होतं?

ते एकमेकांसमोर बसतात. "मी काय बोलू?" तो सुरू करतो.

ती वाट पाहते. काय म्हणेल तो?

"त्या दुपारी मी काहीच योजलं नव्हतं. शपथेवर; नाहीसं होण्याचं किंवा तुला घाबरवायचं. मला तुझ्याबरोबर कुठेतरी शांतपणे बसून बोलायचं होतं; मला काय वाटतंय ते तुला सांगावंसं वाटत होतं. तुला ते समजेल, मला माहीत होतं. तूच एक अशी व्यक्ती होतीस, जिच्याशी मी कुठलीही गोष्ट बोलू शकत होतो. तुला हे माहितीये.''

मीरा काटे चमचे फिरवते, जणूकाही ते ठीकठाक करायला. ती फार ते नीटनेटकेपणानं करत नाही खरंतर, पण जर ती हातानं काही करत राहणार नाही, मनाला गुंतवणार नाही, तर ती त्याची कॉलर पकडून ओरडेल, 'तुला रांडीचं हे कुठपर्यंत ओढत न्यायचंय?'

"मी काय समजून घ्यायला हवं होतं? तेवढं बोल आणि मला जाऊ दे.''

"आणि मी जिथे होतो एका ग्रुपबरोबर ते सगळे तरुण होते, माणसं आणि स्त्रिया, पण खाली बसावं आणि जोरजोरानं गळा काढून रडावं असं मला वाटायला लावणारी ती माणसं होती. त्यांचा आत्मविश्वास, त्यांचा जीवनाचा उत्साह... मीरा, मी ते सगळं पाहात होतो. मी एकामागून एक सिगरेट ओढत होतो. मला वाटलं, मी जर त्यांच्या बोलण्यात सामील होऊ शकलो, तर सगळं ठीक होईल. मला असं सर्वांच्या मागे पडल्यासारखं वाटणार नाही. पण मला वाइनची चव सहन होईना. मी तेव्हा स्कॉचची ऑर्डर दिली. त्यानंपण काही होईना. मला पितापण येईना. मी एक घोट घेतला आणि ग्लास टेबलावर ठेवून दिला.''

स्कॉच या शब्दावर मीराच्या अंगावर शहारा येतो. व्हिस्की, सिंगल मॉल्ट किंवा ब्लेंडेड मॉल्ट्स, तिला त्याला दुरुस्त करावंसं वाटलं. मग ती स्वत:लाच गप बसवते. अशी कशी आता ती पांडित्य मिरवू शकतेय? जेव्हा तिचा नवरा त्यानं काय केलं ह्याचं समर्थन द्यायचा प्रयत्न करतोय, तेव्हा चपखल शब्दासाठी कशीकाय ती आग्रही राहू शकते? 'माझ्या आतवर कुठेतरी' तिला वाटतं, 'मला वाटतं की, हा सगळा विनोदच आहे. तो त्याची कारणं सांगणं संपवेल आणि आम्ही वळून घरी जाऊ.'

"मी त्या सगळ्या तरुण लोकांना इतकं महत्त्वाकांक्षी आणि स्वप्नांनी परिपूर्ण असलेलं पाहिलं आणि मला वाटलं, मी माझ्या आयुष्याचं काय केलंय हे? मला वाटलं की, मी गुदमरतोय. हळूहळू, पण नक्की. मला पुढे जायलाच हवं होतं.'' गिरी पुटपुटतो.

मीरा काही बोलेल म्हणून तो वाट पाहतो. एखादा उद्गार, एखादा प्रश्न किंवा एखादी प्रतिक्रिया तरी; पण मीरा काटेचमच्यांशी चाळा करून संपल्यावर चांदीच्या बशीतल्या साखरेच्या पुड्या जुळवून ठेवतेय. नंतर ती स्वत:लाच विचारेल की, जर

ती तेव्हा बोलली असती, तर संभाषणाला लागलेली ओहोटी दुसऱ्या दिशेला गेली असती का? तिच्या मौनामुळे तर नाही नं गिरीला "आता इथे तडजोड करण्याचा काहीच वाव राहिला नाही" इथपर्यंत नेटानं बोलता आलं?

"म्हणून मी निघून गेलो. मला हे समजलं नाही किंवा जाणवलं पण नाही की, मी ते का आणि कसं करतो आहे. मला काय वाटत असेल, हे तुलासुद्धा कळलं असतं, असं मला वाटत नाही."

"काय?" मीरा विचारते. "मला वाटलं, तू म्हणालास की, मीच अशी एक व्यक्ती आहे जी तुला समजून घेऊ शकते आणि आता मी तुला समजून घेऊ शकत नाही वाटतं? हे इथपर्यंत आणणार आहेस का तू? हे तुझं मध्यवयीन रडगाणं ह्याबद्दलच आहे का हे सगळं?"

गिरी मान हलवतो. "तुला कळतच नाहीये. हो नं? मला काय वाटतंय, मी कशातून जातोय. तुला कसं समजावून सांगू?"

त्या क्षणी मीराच्या आत कुठेतरी काहीतरी तुटतं आणि ती उठून उभी राहते. तिचे दात सुळे दाखवत आणि तिचे डोळे त्याला पुढे काही न बोलण्याची जरब दाखवत. "आमच्याबद्दल काय मग? मुलं, मी.. तू स्वत:ला शोधेपर्यंत आम्ही काय करायचं?"

"खाली बस मीरा, खाली बस. सगळे आपल्याकडे पाहाताहेत!" गिरी फुसफुसतो.

मीरा तिच्या आसपास वेगानं नजर फिरवते. मग ती खुर्चीत कोसळते. काय उपयोग आहे या सर्वांचा?

ती त्याला बोलताना ऐकते. ते कसे वेगळे होतील याबद्दलची योजना आणि काय करण्याची गरज आहे. त्यांची आयुष्यं, त्यांची मुलं, त्यांची एकत्र खाती आणि एके काळी त्यांनी विभागून घेतलेलं सर्वकाही. जेव्हा वाटलं तेव्हा एखादी लड उलगडावी तेवढं ते सोपं आहे, नाही का?

खूप आधी, गिरी तिला म्हणाला होता, "सबुरी, मीरा सबुरी. कुठलीही गाठ उकलायला फक्त याचीच गरज आहे. त्या गाठींशी खेळत राहा आणि तुम्हाला त्या गाठीतला सैल धागा सापडेल. आणि एकदा का तो सापडला की, झालं काम!"

गिरी, विवाह संस्थेचा जादूगार. हौदिनी. त्याला कुठे तो सैल धागा सापडला?

"आणि ते घरपण होतं. मी तुला विचारलं, याचना केली आणि विनंतीपण केली ते घर विकण्याबद्दल. पैशासाठी मला कधीच कुणासाठी काम करायला लागलं नसतं. मला माझी स्वप्नं साकारता आली असती, माझा आनंद मिळवण्याची संधी; पण तुला ते ऐकायचंच नव्हतं. तू तो विचार दूर सारत गेलीस. माझी समजूत घालत राहिलीस, 'आता नको, आपण ते नंतर करू.' जणूकाही मी चंद्रासाठी हट्ट

धरणारा लहान मुलगाच होतो! मला जावंच लागलं. मला काय करायचंय हे मला अजून माहीत नाहीये. मी कशातून जातोय हे तू कळून घेण्याची अपेक्षा करणंपण चूक आहे, हे मला कळतंय किंवा तू त्याकडे वस्तुनिष्ठतेनं पाहणंदेखील; पण मला तुला हे सांगायचंय की, तुला किंवा मुलांना दुखवायचा माझा हेतू नव्हता.

"आता ते घर विकायचा तुला गंभीरपणे विचार करावा लागेल बहुधा. सगळ्या गोष्टी स्थिरस्थावर झाल्याशिवाय मला फारशी मदत करता येणार नाही. मुलांचं शिक्षण आणि त्यांच्या गरजा माझी जबाबदारी आहे." तो थांबतो आणि नजर चुकवतो. मग, ठाम स्वरात जणू तिचा विरोध काही असेलच तर मोडून काढायला म्हणतो, "माझ्यावर आता अजून जबाबदाऱ्या आहेत."

मीरा त्याचा चेहरा शोधक नजरेनं न्याहाळते. 'हे एवढंच आहे का सगळं मिळून?'

त्या सगळ्या वेळा तो रविवारीसुद्धा काम करत होता. 'त्या उशिरा संध्याकाळच्या बैठका... मला ते सगळं कसं दिसलं नाही? माझी चूकच होती. मी काही चांगली पत्नी नव्हे की मला ते जाणवलंच नाही? तुझ्या जीवनात दुसऱ्या स्त्रीचं अस्तित्व. माझी एवढी कशी चूक झाली? कोण आहे ती? कुठे भेटलात तुम्ही? किती दिवसांपासून चाललंय हे? पण ती कोण आहे, हे मी तुला विचारणार नाही. तुझं अपराधीपणाचं ओझं उतरवायची संधी मी तुला देणार नाही. मी इथे बसून हे सांगताना तुला ऐकणार नाही, 'मीरा, तूच एकमेव आहेस जिला मी हे सांगू शकतो... तूच अशी एक आहेस, जिला मी काहीही सांगू शकतो.' '

कुठूनतरी मागून तिच्या डोक्यात एक विचार उगवतो. तुम्ही जर जीवनावर प्रेम करीत असाल, तर तुम्ही प्रेमळ आहात. जर तुम्ही जीवनाचा तिरस्कार करत असाल, तर तुमचापण तिरस्कार केला जाईल. हे तिनं कुठं वाचलं होतं का? की ही लिली-सारोच्या अनेक म्हणींप्रमाणेच एक होती, जी तिच्या जीवनाचा एक भाग बनून गेली होती, जी अचूकपणे वेळप्रसंगी वर येत असे. तिचं तोंड कडू होऊन जातं, जसं तिला हे सत्य पुन्हा येऊन भिडतं की, त्या म्हणींना त्यांच्या संकुचित मनोवृत्तीचा मूर्खपणा म्हणून सोडून दिलं होतं.

मीरा तिथे गिरीबरोबर शेवटचं बसते, कॉफीवरच्या फेसावरची दालचिनी चमच्यानं ढवळत आणि तोंडात घालत आणि कशाचीच चव न लागत ती त्याला जाताना बघते आणि विचार करते, 'आता काय?'

१

आता काय?

त्यांनी तिला आधीच दहा मिनिटं थांबवून ठेवलंय किंवा असा मीरा हिशेब

करते; ५२, ६५ पैशांसाठी. ही चौथी वेळ असते. मागच्या तीन वेळेला त्यांनी तिला एवढंच सांगायला ताटकळत ठेवलं होतं की, रणधीर साही मीटिंगमध्ये किंवा अजून कुठेतरी आहे. "त्याचा मोबाइल आहे का? नंबर बदललाय का? मी त्याच्याशी संपर्क करू शकत नाही आहे. मला नवा नंबर नाही का तुम्ही देऊ शकणार?" मीरा तिच्या आवाजातली विनंती दूर ठेवायचा प्रयत्न करीत म्हणते. पण त्यांनी दिला नाही. "प्लीज पुन्हा प्रयत्न करा मॅम.", "प्लीज नंतर फोन करा." "तुम्ही फोन केला होता, हे आम्ही त्यांना सांगू." आणि मीरा त्याच्या फोनची वाट पाहत राहिली. त्यानं केला नाही.

मीरा ओठ चावते. मीटर टिकटिकतंय. टायटॅनिकचं शीर्षक गीत तिच्या कानात घुमतं. तिच्या घशात वेड्यासारखं हसणं फुरफुरून येतं. यापेक्षा अजून काय योग्य असू शकतं? एक बुडणारं जहाज आणि ती... "हॅलो" ती फोनमध्ये म्हणते. "हॅलो, हॅलो, हॅलो..."

ती जशी घराबाहेर पाऊल टाकते, तिला निखिल विचारतो, "तू घरून का नाही फोन लावत?"

"हे स्वस्त पडतं." ती म्हणते. "मी मीटरवर नजर ठेवू शकते. इथे मी आपली बडबडतच बसेन."

"तू नाही बडबडत. त्या बडबडतात!" त्यानं फणकाऱ्यानं म्हटलं, "त्याच जास्त वेळ बोलत राहतात."

"बरं बरं! काही फरक पडत नाही. त्यापण प्रयत्न करतायेत निखिल."

"ते सोपं नाहीये त्यांच्यासाठी" मीरा ओठ न कापायचा प्रयत्न करीत म्हणाली. आजकाल थोडीसुद्धा सहानुभूती तिला अस्वस्थ करून टाकत असे. ती राग, संताप उद्वेग आणि अगदी उद्धटपणासुद्धा झेलू शकते; पण सहानुभूती, त्यानं ती घाबरून जाते.

त्या म्हाताऱ्यांनी प्रयत्न केला. मीरानं सारो आणि लिलीला बॉक्समधलं बटन प्रत्येक कॉलनंतर काळजीपूर्वक दाबताना पाहिलं. मीरानं सांगितलं की, ते तसं त्यांनी करायलाच हवं. "प्रत्येक बटन एक फुकट कॉल दर्शवतो. प्रत्येक शंभर कॉल्सनंतर आपल्याला बिल येईल आणि जेव्हा तुम्हाला लांबचा कॉल करायचा असेल तेव्हा तुम्ही मला विचारायला हवं. मी ती सोय लॉक करून ठेवलीये. आपल्याला आता काटकसर करायला हवी. खरंच मी आपल्या सर्वांचे सेल फोनचे कनेक्शन प्रीपेडमध्ये बदलले आहेत."

त्यांनी एकमेकींकडे पाहिलं. लिली आणि सारो या मीरेला का ओळखत नव्हत्या? घरगुती काटकसरीचा विचार करणारी मीरा. प्रत्येक कॉलला बटन. गुलाबी पत्रकं आणि मासिकं बंद. अर्ध वॉशिंग मशीन असेल तर बंद. दिवे आणि

पंखे जेव्हा गरज नसेल तेव्हा घालवलेले. उरलेलं अन्न गरम करून घेणं आणि मोजमापाचा चमचा काठोकाठ न भरलेला, पण त्यांनी काहीच म्हटलं नाही. तिच्या चेहऱ्यावरचं काठिण्य तिला अपेक्षित होतं त्यापेक्षाही जास्त त्यांना सावध करून गेलं. रात्री, त्यांच्या बेडरूम्सच्या एकान्तात त्यांनी मीराच्या काळजातल्या गलबल्याचा प्रतिध्वनी ऐकला. आता आपण काय करायचं?

मग लिलीच प्रथम म्हणाली, "मला सेल फोनची गरज नाही मीरा. ज्यांना कुणाला मला फोन करायचा असेल, त्यांना इथे करता येईल. तसाही तो तापदायकच आहे. खरंच! सगळ्या प्रकारचे अनोळखी लोक केव्हाही फोन करणार आणि ज्या वस्तू तुम्हाला नकोत अशा विकायला पाहणार."

आणि सारो, जिला साधी मार्मालेडची बाटलीसुद्धा कुणाबरोबर वाटून घ्यायची कल्पना सहन होत नाही. म्हणाली, "मी आणि ती एकत्र वापरू. उगीच काय दोन कनेक्शनवर खर्च करायचा?"

"सध्या ठीक आहे. मी सांगेन तुम्हाला आपल्याला कधी दुसरं कनेक्शन काढून टाकावं लागेल ते." मीरा शांतपणे म्हणाली.

"बोल मीरा!" त्याचा आवाज फोनवर दुमदुमला. तिचा प्रकाशक आणि जीवनरेखा.

"हॅलो रणधीर," मीरानं जेवढा आवाज स्थिर ठेवता येईल तेवढा ठेवण्याचा प्रयत्न केला. "मी तुला खूपदा फोन करायचा प्रयत्न केला, पण संपर्क करू शकले नाही."

"मला कळलं ते" तिकडचा आवाज म्हणतो. मीरा त्याच्या सबबींसाठी आणि कदाचित दिलगिरीसाठी थांबून राहते. पूर्वी पुन्हा कॉल करायला तो कधी चुकला नव्हता आणि पुस्तक प्रकाशनाच्या समारंभात तो तिथे नेहमीच हजर असायचा. उत्साही आणि विनोदी आणि कुणालाही भेटल्यावर सांगणारा, "माझी बेस्ट सेलिंग पाकशास्त्र पुस्तकाची लेखिका, पण तुम्ही तिला फक्त पाकशास्त्र पुस्तकाची लेखिका कसं काय म्हणू शकणार? ती त्याहीपेक्षा जास्त आहे. ती कार्पोरेट पत्नीची स्पेंसर जॉन्सन आहे. अशा प्रत्येक स्त्रीसाठी प्रोत्साहन देणारी, जिचा नवरा कॉर्पोरेट जगताचा भाग आहे!"

मीरा त्यावर स्मित करीत असे; थोडंसं कसंनुसं होत, कारण त्यानं केलेल्या अतिरंजित स्तुतीमुळे आणि काही त्याच्यावरच्या स्नेहामुळे. त्याचा दगडासारखा भक्कम आधार होता नेहमीच!

तिची खरंतर पाकशास्त्राचं पुस्तक लिहायची तयारी नव्हती आणि खरंतर जर मीरानं साहित्यिक महत्त्वाकांक्षा बाळगलीच असेल, तर तिनं ग्रीक पुराणातल्या गंभीर, वजनी, भारदस्त कथा निवडल्या असत्या किंवा कवीचं जीवन आणि काव्य

कदाचित किंवा पुस्तकांवर आणि लेखकांवरच्या साहित्यिक निबंधाची लेखमाला.

मग एका शनिवारच्या संध्याकाळी, तीन वर्षांपूर्वी तिला रिकामा वेळ मिळाला होता. सारो आणि लिली मैत्रिणींना भेटायला गेल्या होत्या. मुलं सिनेमाला गेली होती आणि गिरी सिंगापूरला कामासाठी गेला होता. पूर्वी मीरा त्याच्या परदेश दौऱ्यावर सोबत जायची, पण एकदा ब्रुसेल्समध्ये असताना निखिल आजारी पडला. मीराला मुलांना एकटं सोडून जायला जिवावर यायला लागलं होतं. आजकाल ते वर्षातून एकदा मुलांबरोबर परदेशवारी करून येत. पूर्ण दिवस हॉटेलच्या खोलीमध्ये उगीचच एखाद्या अनोळखी परदेशी शहराच्या रस्त्यांवरून हिंडत, संध्याकाळी मीटिंग आणि प्रेझेंटेशन आटोपून येणाऱ्या गिरीची वाट बघत बसण्यापेक्षा ती डायनिंग टेबलाशी बसून व्हिटॅमिनच्या गोळ्यांची पाकिटं नीटपणे चौकोनी तुकड्यात कापून ठेवत होती. तिनं त्या गोल काचेच्या बरणीत ठेवल्या म्हणजे सर्वांना त्या दिसून येतील आणि ब्रेकफास्टनंतर एक गोळी घ्यायची लक्षात राहील. आठवड्यापूर्वी एका डिनर पार्टीबद्दल ती आठवत होती. गिरीच्या एका तरुण सहकाऱ्यानं ती दिली होती. दोन रस्त्यांपलीकडे असणाऱ्या त्यांच्या घरी ते जेव्हा सांगितल्याप्रमाणे ७.१५ला पोहोचले तेव्हा त्यांना गांगरलेला यजमान आणि त्याची गोंधळलेली बायको भेटली.

"मोलकरीण आलेली नाहीये आणि बाळ दिवसभर रडतंय..." टीना ती तरुण पत्नी कुरबुरली; ती संध्याकाळभर रडत होती हे सत्य लपवायचा प्रयत्न करत. "आणि काल रात्री वीज गेली आणि फ्रीजमध्ये तयार करून ठेवलेलं सगळं अन्न वाया गेलं. बाहेरून पदार्थ बोलवल्याबद्दल नीरज माझ्यावर रागावला; पण मी काय करणार? आणि त्यावर गरम करून वाढण्यासाठी जे कबाब मी बशीत काढले होते, ते कुत्र्यानं खाऊन टाकलेत आणि हा म्हणतोय की, सर्व माझाच दोष आहे आणि मी जास्त व्यवस्थित असायला हवं."

मीरानं तिचं लाल नाक आणि सुजलेले डोळे पाहिले, कापत असलेला आवाज ऐकला आणि तिचं हृदय द्रवलं.

"काळजी करू नकोस" मीरा एका उत्कृष्ट यजमानीणीचं स्मित करत म्हणाली. "आपण नीरजच्या तोंडावर हसू आणू आता. तुझ्या स्वयंपाकघरात काय काय आहे सांग बघू!"

नंतर तिनं जेव्हा टीनाला गिरी आणि इतरांना तिच्या आधीच्या कामाच्या जागेबद्दल रंजक गोष्टी सांगताना पाहिलं तेव्हा मीरा स्वत:शीच हसली. निदान ती मीराइतकी अनभिज्ञ तरी नव्हती. मीरानं तिच्या पहिल्या डिनर पार्टीला टेबलावर साहित्यिक विषयावर बोलायचं ठरवलं, हा विचार करत की, त्यामुळे पाहुण्यांची करमणूक होईल आणि कदाचित त्यावर एखादी चर्चासुद्धा होईल. "तुम्हांला

माहितीये, सिल्विया प्लाय चक्क शब्दकोश वापरत होती?'' ती म्हणाली होती.

गिरीच्या बॉसनं त्याच्या प्लेटमध्ये पुलाव घेत म्हटलं, ''शहाणी बाई! नाहीतरी कविता म्हणजे काय असते, तर तेच विचार वेगळ्या शब्दात मांडणंच नाही का? शब्दकोशाचा उपयोग करून एखाद्याला ते जास्त चांगलं जमेल. ते जाऊ दे मीरा. हे सांग की, हे सर्व तू बनवलंस का? अप्रतिम पदार्थ आणि उत्तम बेत झालाय! मला खास करून तुझ्या पुलावात अननसाचा स्वाद फारच आवडला. गिरी, तू खूप नशीबवान आहेस. ही तुझी अमूल्य ठेव आहे!'' मीराला तिचं हसू मावळलेलं जाणवलं. तिचा चर्चेचा विषय मध्येच गळाठला आणि ती शांत बसून राहिली. येणाऱ्या वर्षांमध्ये ती आपल्या ऊर्मींना लगाम घालायला शिकली आणि त्याच जगात राहायला लागली, जिथे फार खोलवर न जाता वरवर तरंगत राहिलं तरी पुरेसं होतं. सोन्याचे भाव सध्या चांगले आहेत, नवीनच उघडलेलं चांगलं हॉटेल किंवा तिनं पाहिलेला एखादा सिनेमा, आंतरराष्ट्रीय बड्या व्यक्ती आणि पुरातन वस्तू वगैरे एकदम आदर्श होतं, खास करून जेव्हा परदेशी पाहुणे येत तेव्हा आणि हे सगळं जेव्हा चालत नसे तेव्हा मीरा डॅडीचे चहाचे मळे आणि लिलीचे सिनेमातले दिवस या विषयांवर बोले. मीराच्या पार्ट्या कधीच फार गाजल्या नाहीत; पण त्या नेहमीच एखाद्या आखीव रेखीव उत्कृष्ट सुरेल संगीत रचनेसारख्या असत. ज्यात एकही बेसूर नसे. मीरासमोर तिच्या मनगटाच्या बळावर फक्त एक उद्दिष्ट असे – बॉस खूश होऊन परत जाणं आणि गिरीचे सहकारी गिरीबद्दल आणि त्याच्या आयुष्याबद्दल असूया बाळगत घरी परतत.

मासिकांमधून तिच्यासारख्या लोकांचा उल्लेख जरा उथळपणानंच येई. म्हणजे सुफलेसारखा किंवा टेफ्लॉनसारखा. तिला खास करून दुःख होई. कारण खोलवर कुठेतरी आनंदात तिला हे डाचत राही की, तिच्या विद्यार्थिदशेत जर्मेन ग्रीयर आणि मेरीलिन फ्रेंच, अँड्रीया ड्वारकिन, गर्टुड स्टीन, डोरोथी पार्कर आणि सिमॉन द बोव्हा सगळ्या स्त्रीत्वाच्या देवता, ज्यांनी तिच्या स्त्रीत्वाचा आणि स्त्री विचाराला आकार दिला. तिचं असं झालंय. गिरीकडे एक लांबलचक नजर टाकली आणि देवता आणि त्यांचे सगळे सिद्धान्त वितळून गेले आणि आता ती अशा तऱ्हेची स्त्री झालीये, जी फक्त काहीतरी निरर्थक बडबड करते.

''थँक्स मीरा!'' पार्टी विनाअडथळ्याची सुरू राहिली, तशी टीना तिच्या कानात कुजबुजली. ''तू माझ्यासारख्या बायकांसाठी एक पुस्तक लिहिलं पाहिजेस. माझ्यासारख्या कॉर्पोरेट बायकांसाठी, म्हणजे त्या आपल्या नवऱ्यांची नोकरी आणि लग्न यांचा विचका करणार नाहीत!''

तेव्हा तोपर्यंत टीनाला थोडी चढली होती, पण मीरा तिच्या डायनिंग टेबलावर हातात व्हिटॅमिनच्या गोळ्या घेऊन निखिलच्या अभ्यासाच्या वहीत पहिल्या पानावर

हे लिहित बसली होती.

कॉर्पोरेट पत्नींसाठी आतिथ्याची मार्गदर्शिका

१. पाहुणे यायच्या वेळी व्यवस्थित कपडे घालून, सेंट शिंपडून तयार राहा.
२. जास्त मदिरा पिऊ नका.
३. बॉसच्या पत्नीने आणलेल्या सुगंधी मेणबत्तीची तारीफ करण्यास विसरू नका. (मागच्या दिवाळीत तुम्ही त्यांना दिलेली तीच मेणबत्ती असली तरी.)
४. जेवण वाढताना उगीचच रेंगाळू नका किंवा घाईघाईने वाढू नका.
५. संभाषणावर कब्जा मिळवू नका.
६. तुमच्या ऑफिसच्या राजकारणावर किंवा तुमच्या आजारांवर, मोलकरणींवर, ड्रायव्हरवर, नोकरांवर आणि सासरच्यांवर चर्चा करू नका.
७. कंपनीच्या तत्त्वावर स्वतःची मते सांगू नका. जरी तुम्ही आयआयएमचे किंवा व्हॉर्टनचे मॅनेजमेंट पदवीधर असला तरी.
८. नवऱ्याच्या बॉसबरोबर प्रणयचेष्टा करू नका. जरी बॉस रिचर्ड गेयर, अॅलेक बॉल्डाविन किंवा सैफ अली खानसारखा दिसत असला तरी.
९. स्वतःच्या नवऱ्यातले दोष काढू नका. जरी तुम्हाला नवऱ्याची बोटं अडकित्त्याने तोडायची असली तरी.
१०. मधूनमधून नवऱ्याकडे बघून स्मित करायला विसरू नका. एक सुखी मनुष्य एक सुखी नोकरदार असतो, हे बॉसला माहीत असतं.

पुढचे काही महिने मीराजवळ रिकाम्या संध्याकाळी नव्हत्या. त्या वेळात ती तिच्या पुस्तकाचं काम करायची आणि ज्या अलिप्त गुप्ततेनं तिनं ते लिहिलं, त्याच भावनेनं तिनं त्याच्या प्रिंट आऊट काढून भारतातल्या सर्वोत्तम प्रकाशकाला वॉटरमिल प्रेसला पाठवून दिलं.

एका बातमीपत्रात जे साहित्यिक गप्पा छापत, त्यांनी वृत्त दिलं की, कसा रणधीर साही मीरेचं पुस्तक वाचून भारावून गेला आणि त्यानं त्याच रात्री तिला फोन करून करारबद्ध केलं. सहा महिन्यांतच मीरा सर्वाधिक खपाची लेखिका झाली.

अशा पुस्तकाची, जे कॉर्पोरेट पुरुष आपल्या मैत्रिणींना, वाग्दत्त वधूंना, पत्नींना आणि काही वेळा आयांनासुद्धा भेट म्हणून द्यायला लागले.

"जर तू माझ्याशी संपर्क करू शकली नाहीस, तर तू ई-मेल करत जा मला मीरा. मी फोनवर दर वेळेस भेटेनच असं नाही." तो म्हणतो "आणि आता बोल, मी तुझ्यासाठी काय करू शकतो?"

"अं, नवीन पुस्तकाबद्दल होतं" ती बोलू लागते. "तुमच्याकडून माझ्या लिखाणावर काही संदेश येईल म्हणून मी थांबले होते... गोड पदार्थांवर लिहिलंय."

तो उसासतो आणि मीराला तिच्या अपेक्षा कोलमडून पडताना दिसतात.

"मला खात्री नाहीये की, आम्ही ते छापू शकू." तो म्हणतो.

"मी तुला ई-मेल पाठवली होती. तुला मिळाली नाही का? आमच्या यादीत ते बसत नाही."

मीरा ती ई-मेल वाचून कोड्यात पडली होती. त्या वर्षीच्या त्यांच्या प्रकाशन कार्यक्रमात ते पुस्तक बसत नाही असं तो संपादक म्हणतो त्याचा अर्थ काय? गफलत असणार नक्कीच. तिनं तेव्हा तिच्या केसात बोटं फिरवली आणि विचार केला होता, 'मला स्वतःच त्याच्याशी बोलावं लागेल.' संपादकाला कदाचित ती कोण आहे, हे कळलं नसेल किंवा रणधीर तिच्याबद्दल काय विचार करतो हेसुद्धा. त्याची तारका, त्यानं तिला संबोधलं होतं.

"रणधीर ई-मेल बघून बुचकळ्यात पडले. मला वाटलं तू ती पाहिली नसणार..."

"मी प्रत्येक पाठवलेली ई-मेल बघतो मीरा." त्याच्या स्वरात धार येते आता. " 'द कॉर्पोरेट वाइफ्स गाइड टू एंटरटेनिंग' एकदम लोकप्रिय होतं, मी मानतो; पण सीइओलाच ज्याप्रमाणे अपेक्षित होतं तसं उठलं नाही आणि गिरी पुस्तक प्रकाशनाच्या वेळी म्हणाला होता की, त्याला १००० प्रती खरीदणारा एक ग्राहक मिळालाय आणि मग तो पुन्हा भेटला नाही. चौकशी केल्यावर कळलं की, तुम्ही दोघं विभक्त झालात म्हणून. आता त्यामुळे सगळंच बदलतं, नाही का? आणि 'जस्ट डेझर्ट्स फॉर व्हेन द बॉस कम्स टू डिनर' हे फारच घीसंपीटं आणि जोखमीचं वाटतं!"

मीरा ऐकते. 'मी याचना करणार नाही. मी विनंती करणार नाही.' ती विचार करते. पण ती स्वतःलाच म्हणताना ऐकते, "आता मला काय करायला हवं?"

"मला खरंच माहीत नाही. दुसऱ्या कशाचातरी विचार कर. एखादं पाकक्रियांवरचं पुस्तक, जे कुणाजवळ नसेल, तसं तुझं 'द कॉर्पोरेट वाइफ्स गाइड टू एंटरटेनिंग' होतं तसं; पण आधी मला त्याची परिकल्पना पाठव मात्र."

एक मालाचा ट्रक त्या अरुंद रस्त्यावरून थडथडत जातो. हॉर्नचे कर्कश्श आवाज होतात. "तू कुठून फोन केलायस मीरा?" फोनवरचा आवाज अचानक

कुतूहल दर्शवत म्हणतो.

मीरा शांतपणे फोन ठेवते. नंतर ती त्याला सौम्य ई-मेल पाठवून तिचा फोन कटला आणि पुन्हा लागत नाही असं समर्थन देईल. तिला त्याची जास्त गरज आहे, त्याला तिची नाही आणि ती तोंडपुजेपणा करायला तयार आहे; पण आता मात्र ती एक खोल श्वास घेते आणि फोनकडे टफ लावून पाहते. जणू काय तोच रणधीर होता. "हरामखोर! भोसडीचा हरामखोर!" टेलिफोन बूथच्या बंदिस्त जागेत मीरा हळूच त्या शिव्या पुटपुटते. आजकाल तिच्या तोंडात शिव्या सहजपणे येतात.

'द कॉर्पोरेट वाइफ्स गाइड टू एंटरटेनिंग'नंतर त्यानं सुचवल्याप्रमाणे तिनं दोन पुस्तकांचा करार का नाही केला? बाकीचे लेखक जे करतात ते तिनं का नाही केलं? आता हे स्वातंत्र्य उराशी धरून काय उपयोग? गिरीनंसुद्धा तेव्हा तिला म्हटलं होतं : "तू जास्त मोठी रक्कम मागू शकली असतीस!"

"पैशाचा प्रश्न नाही आहे गिरी!" तिनं सांगायचा प्रयत्न केला.

"नेहमी पैशाचाच प्रश्न असतो." त्यानं तिचं बोलणं तोडून म्हटलं. "तू एक धंदेवाईक पुस्तक लिहितेयस. तो त्यापासून पैसे कमावणार आहे. तूपण कमवायला हवेस; पण तू माझं कधी ऐकतेस का?"

आता मीरा घरी चुपचाप परतते. तिनं ११० रुपये अशा फोन कॉलवर खर्च केले, ज्यातून काहीच निष्पन्न झालं नाही; पण निदान तिच्या आई आणि आजीकडून होणाऱ्या हेटाळणीपासून तिची सुटका झाली, ज्या तिच्याभोवती घुटमळत, कानोसा घेत आणि मग एकत्र बसून नंतर काय होईल याचा अंदाज लावत.

१०

गुलबाक्षी घराच्या फाटकातून आत शिरताना 'आपल्या आयुष्यात पुढे काय होईल काहीच माहीत नाही' असं मीराला वाटतं. 'लिली आणि सारोला अशी अनिश्चितता कधी माहीत होती का?' मीरा स्वत:शीच नवल करते. कदाचित त्यांना ती माहीत असावी, नाहीतर त्या अशा झाल्या नसत्या. प्रत्येकाबद्दल आणि प्रत्येक गोष्टीबद्दल सावध आणि त्यांचं जे असेल ते असूयेनं जपून ठेवत. 'कालांतरानं मीपण त्यांच्यासारखीच होईन का? दुसऱ्याकडे लक्ष देण्यापेक्षा स्वत:कडेच लक्ष देणारी?' तिचं ज्या स्त्रीत रूपांतर होतंय त्याचा मीराला तिरस्कार वाटतो.

वेताच्या खुर्च्या व्हरांड्यात अस्ताव्यस्त आणि रिकाम्या पडल्यात. कुंड्यांच्या झाडातले पामचे शेंडे झुळकीनं हलतायेत. मीरा खांबाच्या तिथे उभी राहते आणि घराकडे बघते. तिचं गुलबाक्षी घर लता-वेलींनी सजलेलं आणि बाग डवरलेली, मधमाश्या गुंजारव करतायेत. खारी चकचकतायेत, पक्षी किलबिलतायेत. घराच्या दोन्ही

बाजूंना असलेल्या उंच इमारतींमध्ये शांततेचं मरूद्यान आणि रस्त्यापलीकडे शॉपिंग कॉम्प्लेक्स. मीरा उसासते आणि घराला विचारते, 'माझं हे असं का केलंस तू?'

काही महिन्यांपूर्वी जर एखाद्यानं म्हटलं असतं की, हे घर, तिचं लाडकं गुलबाक्षी घर त्यांच्या विवाहाला तडा देण्याला कारणीभूत होईल आणि तिचं आयुष्य सैरभैर करून टाकेल, तर ती वेड्यासारखी हसली असती आणि मग पुढे होऊन तिनं त्याच्या नाकाला खेळकरपणे हात लावला असता. 'काल शेवटचं काय खाल्लं होतं? जादूचं मश्रुम ऑम्लेट? मी यासारखं विचित्र कधीच काही ऐकलं नाहीये.'

हे घर म्हणजे 'ॲमिटीव्हिल हॉरर' मधलं घर वाटलं की काय?

मीरा घरात जाते. सगळे कुठे गेले? तिला टीव्ही ऐकू येतो. ती स्वयंपाकघरात जाते आणि पाण्याचं भांडं भरून घेते. भांडं घेऊन ती वऱ्हाड्यांत बसते.

ती काडीचा आधार शोधते. पाकशास्त्राची पुस्तकं अशा कॉर्पोरेट पत्नींसाठी ठीक आहेत, ज्यांचे नवरे बिलं भरतात आणि खर्च चालवतात. टाकून दिलेल्या कॉर्पोरेट पत्नींना अजून जास्तीची गरज आहे. मीरा तिच्या बॅगमधून डायरी काढते. तिचे सगळे घरगुती हिशेब त्यात आहेत. ती आजकाल फक्त हेच करते, असं तिला वाटतं. पुन्हा पुन्हा आकडे तपासून पाहायचे, जणूकाही असं केल्यानं अशी गोळाबेरीज होईल, ज्यामुळे सगळंकाही ठीक आहे याची तिला निश्चिन्तता मिळेल. गिरी सोडून गेला असेल, पण ते तरतील; असे नाही तर तसे.

निखिल त्याच्या खोलीत मीराला दिसतो. एका हातावर डोकं टेकून तो पलंगावर पसरला असतो.

"काय झालं मग?" निखिल विचारतो.

मीरा खांदे उडवते. "काहीच नाही खरंतर. त्याला मी 'द कॉर्पोरेट वाइफ्स गाइड टू एंटरटेनिंग'सारखं काहीतरी लिहून द्यायला हवंय. हे काही कामाचं नाही, असं तो म्हणतो."

"डॅडीमुळे असं झालंय का?"

"नाही डार्लिंग, डॅडीशी याचं काहीही देणंघेणं नाही." 'किंवा यापुढे आमच्याशीपण' मीराला वाटतं. ती शब्द गिळते. निखिलचा अजूनही विश्वास आहे की, डॅडी परत येतील.

ती त्याच्याशेजारी बसून त्याचे केस विस्कटते. तिचे डोळे त्याच्या खोलीवरून फिरतात. एका लहान मुलाची खोली! जरी त्याला तसं म्हटलेलं अजिबात आवडत नाही. 'तो दर आठवड्याला कसा नवीन पुस्तकासाठी हट्ट करायचा!' असं तिच्या मनात येतं. 'आजकाल तो करत नाही. त्याऐवजी तो आधीचीच पुस्तकं वाचतो. तो आजकाल वर्तमानपत्र वाचतो; जबाबदार होण्याचा प्रयत्न करत. तो गिरीच्या

खुर्चीवर बसतो आणि त्याची जागा भरून काढत कशी पानं वर धरून चालतो.'

निखिल तिच्याकडे बघतो. ''आपण काय करायचं मम्मी?'' तो विचारतो आणि मीराला वाटतं की, त्याच्या डोळ्यांतले भाव बघून तिचं काळीज दुभंगेल. निखिलला कळलंय की, आता त्याचे वडील परत घरी येणार नाहीत. ''माझा आयपॉडपण विकावा लागेल का तुला?'' तो विचारतो.

''अजून नाही.'' ती हळूच म्हणते. स्वत:चा तिरस्कार करत की, तिला कसं नाही म्हणता आलं की, 'अर्थातच नाही!' 'या तऱ्हेनं जर कधी वेळ आलीच तर एवढा धक्का बसणार नाही.' ती स्वत:ची समजूत घालते.

'अजून एक खिळा तुझ्या शवपेटीवर साल्या कुत्र्या!' ती गिरीला तिच्या मनात म्हणते. 'तू मला काय करतोयस यासाठी मी तुला क्षमा करू शकेन. माझ्या आईला आणि आजीला वाटणाऱ्या काळजीसाठीसुद्धा करू शकेन; पण ह्यासाठी नाही. माझ्या मुलाचं, आपल्या मुलाचं बालपण हिरावून घेण्यासाठी नक्कीच नाही. तू आता काहीही केलंस, अगदी परत जरी आलास, तरी त्याच्या डोळ्यांतलं ते सावट तू कधीच घालवू शकणार नाहीस. कुठेतरी तुझ्या नव्या सुखी घरात, नव्या सुखी जीवनात, मला आशा आहे की, हे तुला उमगेल की, तुला एक मुलगा आहे, ज्यानं त्याच्या जिभेला लगाम घालत कधीही 'मला हवंय' किंवा 'मला गरज आहे' हे शब्द न उच्चारण्याचा निश्चय केलाय.'

''आपण काय करणार आहोत?'' तो पुन्हा विचारतो.

''मला अजून माहीत नाही डार्लिंग; पण आपण निभावून नेऊ. मला नक्की माहितीये की, आपण निभावू शकतो.''

मीराचे डोळे पुस्तकावरून फिरतात. ''पण आत्ता आपण काय करणार आहोत, हे मी तुला सांगते.''

ती तिच्या खोलीत जाते आणि चाकाचं कपाट पुढे ओढते. त्या खोलीच्या आणि हॉलच्या सगळ्या फळ्यांवरून ती पुस्तकं ओढून काढते. वेळोवेळी एखाद्या लहान मुलाच्या न मिटणाऱ्या लालसेनं गिरीनं विकत घेतलेली. सगळी जाहिरातींची आणि मार्केटिंगची पुस्तकं. त्याला ती त्याच्यापाशी फक्त हवी असायची; काही पुस्तकं तर अजूनही त्यांच्या प्लास्टिक कव्हरमध्येच, न काढलेली, न वाचलेली.

''काय करतेयस तू?'' निखिल दारातून विचारतो.

मीरा स्मित करते. ''चल माझ्याबरोबर.''

ते एक ऑटोरिक्षा घेतात आणि जुन्या पुस्तकांच्या दुकानात जातात; तेव्हापासून जेव्हा पुस्तकं खरीदणं ही चैन नसून गरज होती.

ती दुकानदाराला त्या पुस्तकांवर किमती घालताना पाहत राहते. 'एक बालपण

हरवून घेण्याची छोटीशी किंमत गिरी!' तिला वाटतं.

"२०० रुपयांची दोन पुस्तकं स्वत:साठी घे.'' मीरा बाकीचे पैसे पर्समध्ये कोंबत निखिलला म्हणते.

"नयनताराचं काय?'' निखिल काळजीपूर्वक म्हणतो. त्याला माहितीये की, मीरा तिच्यावर नाराज आहे.

मीराला पुढे होऊन निखिलला कवेत घ्यावंसं वाटतं. त्याचं जग, जिथे ममी आणि डॅडी एकत्र राहतात आणि भावंडांना पालकांची निवड करावी लागत नाही.

"ती जेव्हा रविवारी घरी येईल तेव्हा तिलासुद्धा पुस्तकांसाठी पैसे मिळतील!'' मीरा स्मित करते.

ते पुस्तकांच्या ओळींमधून हिंडतात. स्वस्त पुस्तकं, जी त्यांच्या बजेटच्या बाहेर जात नाहीत. ती पाहत आणि थोड्या वेळाकरता का होईना, जिवाला शांतवायला ती पुस्तकं ते खरीदतील.

जुन्या पुस्तकांच्या शिळेपणातून आणि हवेत चिकटलेल्या उबट धुळीतून एक हळुवार आवाज उभरतो. एक लहान मुलगा गात असतो. 'वी शॅल ओव्हरकम.'

मीरा वळून बघते आणि एक परीसारखा चेहरा असलेला छोटा मुलगा जमिनीवर बसून चित्रांचं पुस्तक चाळताना तिला दिसतो. तो पुस्तकांची पानं उलटवताना गुणगुणत असतो.

मीराची नजर निखिलच्या नजरेला भिडते. दोघेही स्मित करतात; अपराधित्व आणि आशा. मीराच्या मनात त्या मुलाकरता माया उचंबळून येते. तो अनोळखी मुलगा.

'वी शॅल ओव्हरकम' ती विचार करते.

त्या सकाळी मीरा वर्तमानपत्रातल्या एका जाहिरातीवर थबकली होती, जी एक सॉफ्टवेअर कंपनीतल्या संपादकाची असते. तिच्यापाशी इंग्रजी भाषा आणि साहित्याची पदव्युत्तर पदवी असते. तिला खूप वयस्क समजलं जाईल का? कामाच्या वेळा खूप जास्त असल्या तर कसं? 'काही हरकत नाही.' मीराला वाटतं. हे सतत चणचणीचं भूत आवरायला मी काहीही करायला तयार आहे. जर त्यामुळे दुसरा काही उपाय शोधेपर्यंत उसंत मिळाली तर बरंच होईल. मला थोडा वेळ तरी मिळेल.

दुसरा टप्पा

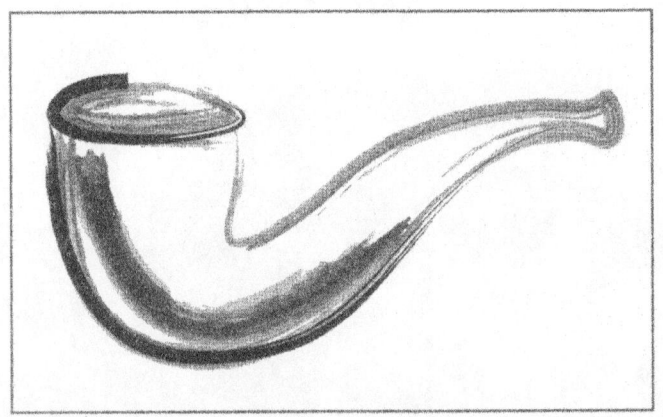

नाकारण्याचं सायरस छत्र

चला, आपण पुराण कथांची तुलना करू या. सगळ्या संस्कृतींच्या पुराणांमध्ये स्वर्ग परिपूर्णतेचं प्रतिनिधित्व करतो. असं दैवी साम्राज्य, जिथे सगळ्या मानवी भवितव्यांचा निर्णय गर्भाशयात फुलणाऱ्या गर्भाच्या ललाटावर रेखण्याआधी घेतला जातो. ढग म्हणजे मग मर्त्यापासून अमर्त्याला, ज्ञानापासून अज्ञानाला विभागणारे आहेत. जोपर्यंत आपण पाहत नाही, तोपर्यंत आपल्याला जाणीव नाही.

आपण आनंद आपला जन्मसिद्ध हक्क समजतो; पण दु:ख? तर्कशास्त्राप्रमाणे जिथे आनंद असतो तिथे दु:ख असतं. असं जरी असलं, तरी आपण त्यासाठी कधीच तयार नसतो. खऱ्या अर्थानं नाही आणि मग जेव्हा ते घडतं तेव्हा काही वेळापुरती अटळतेचा स्वीकार करण्यापूर्वी दुसरी अजून एक अवस्था निर्माण होते.

ढगांच्या आवरणासारखा तो सामर्थ्यशाली महानुभाव आपल्याला एक तुकडा देऊ करतो; नाकारण्याची शक्ती. स्व-वंचनेच्या बाबतीत मानवी मनाची ताकद अमर्याद आहे. लॉस एंजेलिसमधल्या काऊंटी म्युझियम ऑफ आर्टमध्ये एक एकांडं पेंटींग आहे, जे ह्या मानवी स्वभावाचा उपरोधिक आविष्कार आहे. 'सेसी एन सेस्ट पास ऊन पाइप.' हा एक पाइप नाही आहे. हे रेने मॅग्रीटचे ट्रेचरी ऑफ इमेजेस या शृंखलेतलं पेंटिंग आहे. बघा त्याकडे. ही एक पाइपची प्रतिमा आहे. एक अतिरंजित मोठी प्रतिमा असलेला पाइप.

पण मॅग्रिटनं प्रतिपादलंय : 'आणि तरीही तुम्ही माझा पाइप भरू शकला असता का? नाही, ते फक्त एक प्रतिनिधित्व आहे. हो नं? म्हणून जर मी माझ्या चित्रावर लिहून ठेवलं असतं की, 'हा पाइप आहे', तर मी खोटं बोलत असेन! (हॅरी टार्कझायनर, मॉग्रेट : आयडियाज अँड इमेजेस, पृ. ७१)

तर असंच ते चक्री वादळांच्या विश्वातपण आहे. आणि जणूकाही अस्तित्वसुद्धा नाकारायला तीव्र आणि अस्थिर प्रापणधर्मी ढग पाण्याचा निचरा करतात. एका भारद्वाज, पांढऱ्या, मऊमऊ सायरस ढगाचा उच्छ्वास, जो वादळाचा अक्ष लपवून ठेवतो. वादळाच्या स्थानावर असलेलं सायरसचं छत्र सर्वकाही रोखून धरतं. जे दिसू शकत नाही, ते अस्तित्वात नाही. यादरम्यान, त्या अक्षाचं सामर्थ्य आणि निष्ठुरता वाढत जाते.

प्रोफेसर जे. ए. कृष्णमूर्ती
द मेटाफिजिक्स ऑफ सायक्लोन्स

t. i. m. e.

e. m. i. t

m. i. t. e

मीरा विस्कळित झालेल्या अक्षरांवरून कर्सर मागे-पुढे फिरवते. i.m.e.t. एका नजरेत ती तीन प्रकारे त्याची बरोबर रचना बघू शकते, पण त्यांना एकच हवीये. कोणती असेल ती? मीरा आठ्या पाडते. t.i.m.e. मीरा निर्णय घेते.

"माझं झालं." ती त्या मुलीला सांगते, जी नयनतारापेक्षा थोडी मोठी असावी.

"मी काय करू आता?" ती त्या मुलीला विचारते. ती मुलगी तिच्याकडे कोरेपणानं पाहते, इयरफोन्स काढते आणि म्हणते, "आम्ही तुम्हाला दोनेक दिवसांत कळवू."

मीरा त्या मुलीकडे बघून स्मित करते. तिनं तिला कुठे बसायचं ते दाखवलं. डेस्क टॉपवरची चाचणी सापडवून काढायला मदत केली, तिचे इयरफोन्स शोधून काढले आणि म्हणाली, "या चाचणीचे दोन भाग आहेत. एकात तुम्हाला सिनेमाचं क्लिपिंग बघून संवाद टाइप करायचे आहेत. असे चार क्लिपिंग्ज आहेत. तुम्हाला ते जितक्या वेळा बघायचे असतील तितक्या वेळा बघा, पण चारीसाठी अर्ध्या तासाच्यावर वेळ मिळणार नाही आणि अजून एक भाषेची चाचणी आहे. त्यासाठीसुद्धा अर्धा तास मिळेल."

"जर बरोबर उत्तर माहीत नसेल, तर अंदाज लावायचा प्रयत्न कर." तिनं जरा विचार करून म्हटलं.

मीरा कम्प्युटरच्या समोर एका क्युबिकलमध्ये बसली. तिच्या अवतीभवती तिच्या मुलांच्या वयाची मुलंमुली त्यांच्या रेडबुलच्या कॅन्समधून किंवा गॅटोरेड वा कोकच्या बाटल्यांमधून लांब खोल घुटके घेत वावरत होती. कचऱ्याच्या टोपलीत एक पिझ्झा बॉक्स खुपसला होता आणि ती टोपली डब्यांनी आणि कॅन्सनी भरून

वाहत होती. 'मी इथे काय करतेय?' मीरा स्वत:लाच विचारते.

'मी मुलांना काय सांगेन? कदाचित आम्ही सिनेमा पाहताना एखाद्या उपशीर्षकाकडे – सब टायटलकडे बोट दाखवून म्हणू शकेन की, 'ही माझी नवीन नोकरी आहे – सिनेमांची उपशीर्षकं लिहिणं. काय मस्त नोकरी आहे, हं? दिवसभर सिनेमे पाहत बसायचे...' मीरा त्या सिनेमाची क्लिप पाहताना विचार करते.'

पहिल्यांदा तर कशाचाच अर्थ लागेना. मग शब्द आपापल्या जागी चपखल बसायला लागले आणि मीराची बोटं कीजवर फिरायला लागली.

'मला हे करता येतंय. मला हे चांगलं करता येतंय. मला हे करावंच लागेल. आमचं जगणं यावर अवलंबून आहे.' मीराची बोटं फिरत राहतात.

मीरा तिच्यासमोरच्या मुलीकडे पाहते. तिचं ब्लाऊज कार्गो पँटच्या कमरपट्ट्यावर काही इंच वर असतं, तिच्या कानाच्या पाळ्या छोट्या छोट्या चांदीच्या दागिन्यांनी भरलेल्या असतात. ''बाय'' मीरा म्हणते; पण त्या मुलीनं तिचे इयरफोन्स कानावर चढवले आहेत.

लिफ्टच्या स्टीलच्या भिंती वेड्यावाकड्या प्रतिमा दाखवतात. मीरा आजकाल स्वत:ला तशीच पाहते.

मीरा, तिचे केस मागे ओढून घट्ट बांधलेले आणि मुलीचा ड्रेस चढवलेला. मीरा चव्वेचाळिसाव्या वर्षी पस्तिशीची म्हणून खपून जाण्याची आशा करतेय. मीरा, जिवावर उदार झालेली मीरा, जिवावर उदार होऊन अशा जगात नोकरी शोधतीये, जिथे कॉर्पोरेट पत्नीची काहीच किंमत नाही; जरी ती जबरदस्त प्रकारची असली तरी.

मीरानं तिचा हेअरबँड ओढून काढला, जो नयनतारानं टाकाऊ म्हणून फेकून दिलेला आणि तिच्या केसांना मोकळं सोडलं. तिचं डोकं दुखतं. मीरा, सोंग घेतलेली, टाकून दिलेली पत्नी, जी संरक्षकाचा आव आणतेय.

हेरानं यावर कधीच जास्त विचार केला नव्हता. कारण झ्यूस तिला नेहमीच वाचवायला येत असे आणि म्हणून जेव्हा राक्षस आणि ऑलिम्पियन्सची लढाई झाली आणि पॉराफिरियननं तिच्या गळ्याभोवती त्याचे अजस्र हात ठेवून आवळायला सुरुवात केली तेव्हा हेराच्या मनात उमटलेला शेवटचा विचार हा नव्हता : की मी मरतेय. त्याऐवजी तो त्रस्त, पण सुरक्षित पत्नीचा उद्वेग होता, ज्यामुळे तिच्या तोंडी उद्‌गार आले : 'कुठेय झ्यूस, जेव्हा मला त्याची गरज आहे?'

हेरा ह्या शक्यतेचासुद्धा विचार करायला तयार नव्हती की, झ्यूस तिला सोडवायला येणार नाही.

गिरी नेहमीच तिथे असायचा. या सर्व वर्षांमध्ये मीराला आधारासाठी गिरी

होताच. आता मात्र गिरी निघून गेलाय.

इतकी वर्षं मीराला आत्मसन्मानाला ठेच पोहोचणं म्हणजे काय, हे माहिती नव्हतं. आता तिला असं वाटतं की, सगळ्या जगासमोर ती नग्न उभी आहे आणि जग तिला पाहतंय आणि अंदाज बांधतंय. तिचे हात तिच्या छातीवर आणि खाली जातात. तिला नग्न आणि असहाय झाल्यासारखं वाटतं.

लिफ्टचं दार उघडल्यावर ती लज्जेनं दबकते.

१

लिफ्टच्या उघड्या दारातून विन्नीला स्टीलच्या भिंतीशी कोपऱ्यात एक स्त्री अवघडून बसलेली दिसली. ती स्त्री डोकं खाली घातलेली आणि खांदे थरथरत असलेली. ती तिच्या सेलमध्ये हसत तर नाहीये?

तिची भुवई आपोआप ताणली जाते. या बायका काय बडबडत असतात दिवसभर?

मग ती स्त्री तिचं डोकं वर उचलून तिच्याकडे बघते आणि विन्नीला वाटतं की तिनं आजतागायत इतका वेदनेनं पिळवटलेला चेहरा बघितलाच नाही किंवा इतका नग्न.

विन्नीजवळ निवड करायला क्षणभरच होता. त्या रडवेल्या स्त्रीकडे दुर्लक्ष करणं किंवा त्यात गुंतून पडणं. तिला कळत नाही का, पण ती त्या स्त्रीच्या खांद्याला स्पर्श करते आणि म्हणते, "ये, आपण कॉफी घेऊ या. जे काही असेल, पण त्यामुळे तुला नक्कीच बरं वाटेल."

ती स्त्री तिच्या अश्रूतून तिच्याकडे टक लावून पाहते. नंतर ती तिच्याबरोबर येते.

"आय ॲम सॉरी. आय ॲम सॉरी." ती पुटपुटत राहते. डोळे कोरडे करण्याचा प्रयत्न करत.

रस्त्यापलीकडे कॅफे कॉफी डे असतं. विन्नीला अशा ठिकाणी जायला फारसं आवडत नाही. ते तरुण मुलांसाठी असतात. अशी मुलं, ज्यांच्यावर लठ्ठ करणारी चॉकलेटं आणि दुधाची मोठ्ठी पेयं काही असर करीत नाहीत. 'एक कप कॉफीवर बरंच काही घडू शकतं.' अरुण तिच्याकडे बघून हसून म्हणाला होता. ते एका संध्याकाळी तिथे भेटले होते आणि त्याची चंचल नजर मुलींच्या गुळगुळीत, वळ्या न पडलेल्या कंबरेवरून – ज्या फक्त वीस वर्षीय मुलींच्याच असू शकतात – फिरताना तिनं पाहिली होती आणि त्या तरुण मुली कशा त्याच्यावर तुटून पडल्या होत्या. "आपल्याला बघून त्यांना नवल वाटत असणार" ती म्हणाली.

"वाटू देत!" तो गुरगुरला. "आपल्याला काय त्याचं?"

'त्याचं काही नसेल कदाचित, पण मला मूर्खासारखं वाटतंय. एक मध्यमवयीन मूर्ख!' विन्नीला तटकन म्हणावंसं वाटलं.

ती सकाळ विन्नीसाठीसुद्धा फार चांगली गेली नव्हती. अरुणला कर्ज हवंय. विन्नीला तिच्या डोक्यातले आणि मनातले आवाज थांबवणं अशक्य होऊन जातं. एकानंतर एक येणारे कर्कश्श खोचक बोलण्याचे आवाज आणि अनुनयाचे गोडीगुलाबीचे आवाज जे एकमेकांवर कुरघोडी करायला पाहतायेत.

'देऊन टाक त्याला.' त्यातला एक आवाज म्हणतो.

'तू जर आता त्याला दिलंस, तर बुडलीस म्हणून समज' दुसरा आवाज म्हणतो.

'देऊन टाक त्याला' विन्नीच्या हृदयातला आवाज कुजबुजतो. 'ते देऊन टाक आणि तो तुला जे तू मागते आहेस ते सगळं देईल.' आवाज खुळ्यागत हसत म्हणतो.

'बाई, ज्यांना अभिलाषा विकत घ्यायची असते, अशा लोकांना एक विशिष्ट नाव असतं.' विन्नीच्या डोक्यातला एक आवाज ओठ मुरडत म्हणतो.

विन्नी तिच्या डोक्यावरचा बुचडा चाचपून ठीक करते. उद्योजिकेच्या कर्तृत्वाचं प्रदर्शन करण्यात तिला तिच्या डोक्यावरचे केस, भुवई उंचावणं आणि ओठाला मुरड पाडणं या लकबी मदत करतात.

अधिकाराच्या मुखवट्यावर चढवलेली एक छोटीशी लकब! 'माझ्याशी पंगा घेऊ नका!' ती लकब हाताखालच्यांवर, दुकानातल्या मुलींवर आणि सर्व बगलबच्चांवर, ज्यांनी विन्नीसाठी हे जग जास्त सुसह्य बनवलंय, जरब बसवत सांगते.

'तू जेव्हा तुझ्या केसांना असं करतेस तेव्हा मला मुळीच आवडत नाही.' अरुणनं ओळख झाल्यावर थोड्याच दिवसात म्हटलं आणि तिची केशरचना विस्कटून टाकली. "मला नाही आवडत" तो तिच्या केसातून बोटं फिरवत म्हणाला होता. "आणि ह्याबद्दल म्हणशील, तर" त्यानं तिचे केस बांधून ठेवायची चॉपस्टीक काढून तिच्या हातावर ठेवत म्हटलं, "याची जागा चिनी हॉटेलमध्ये असते!"

विन्नीनं स्मित केलं आणि तिनं ती बॅगमध्ये टाकून दिली. इतर स्त्रिया ब्रोचेस आणि अंगठ्या घालत; विन्नीजवळ या तिच्या चॉपस्टीक्स होत्या. एक पूर्ण ट्रे भरून, सगळ्या कपड्यांवर मॅच होणाऱ्या आणि तिचा अंबाडा जागेवर बांधून ठेवायला. रत्नजडित, हाडाच्या, शिंगाच्या, काचेच्या, लाकडी आणि अगदी एकदोन प्लॅस्टिकच्यासुद्धा; तिच्या लांबसडक, स्वच्छंदी, अवखळ केसांना गुंडाळून एका जागी बसवायच्या सुया!

"वाँटन, वाँटन" अरुण तिच्या केसांशी खेळताना, तिच्या आत्मसंयमनाशी, तिच्या दुर्बलतेशी खेळताना कुजबुजला.

"आता ही तू खरी आहेस." तो बोटाभोवती तिची बट गुंडाळत म्हणाला आणि विन्नी निःशब्द राहिली. त्याचं, तिच्या प्रेमिकाचं नुसतं दर्शन तिच्यातली अधाशी लालसा जागृत करत होती. त्याची लांबसडक संगीतकाराची बोटं तिच्या त्वचेवर गात असत, त्याचं तोंड गुदगुल्या करत, चोखत, चाटत, एका ओष्ठद्वयाला आणि जिभेला कसं काय एवढं माहिती असू शकतं! तो मुलायमपणा, त्याच्या त्वचेचा मुलायमपणा, त्याच्या पाठीवरच्या स्नायूच्या रेषा, त्याच्या छातीवरचे तिच्या वक्षांना घासणारे केस, तिच्या मांडीचा मागचा भाग, तिचे स्तन, तिची योनी; त्याला जे हवं ते तो करीत असे आणि तिच्याजवळ जेवढं होतं तेवढं ती त्याला देऊ शके. त्याच्या लिंगाला धरून त्याच्या गोट्यांचा गोलपणा स्पर्शत तिचं, तिचं, तिचं, तिला हवं ते ती करत असे. तिची पाठ आनंदानं कमान होई. आनंद, जो पायाच्या बोटांच्या टोकापासून सुरू होऊन स्नायूंच्या द्वारे तिच्या मेंदूच्या पेशींमध्ये चढत जात असे – एक विचार. मी अशीच हे करत राहू शकेन. जसा हा विचार तिच्या बोटांकडे पुन्हा वळला, पुरे, पुरे, पुरे, तिला वाटलं जशी ती समाधानाच्या ढिगात कोसळत अंगांगाचे रस पाझरत आणि एक खोल खोल पश्चात्तापाची जाणीव की, हे असं असायला हवं होतं. दुपारच्या वेळी केलेला घाईघाईचा संभोग, त्याच्या आणि तिच्या तोंडून निघालेले चित्कार, पण प्रेमाचे शब्द कधीच नाही. सगळी गोळाबेरीज फक्त एका वासनेची आणि एकटेपणाची. हे जे काय होतं ते त्याला आणि कोणाही सोम्यागोम्याला माहीत होतं. पण तिच्या नवऱ्याला नव्हतं माहीत : एका स्त्रीवर प्रेम करावं लागतं, तिला समजून घ्यायला नको असतं.

विन्नीनं तिची पर्स घट्ट धरली. त्या वयस्क माणसात, त्याच्या परिपक्व आवाजात – जेव्हा त्यानं पैसे मागितले – 'फक्त कर्ज, तुला समजतंय नं, मी माझी बदली झाल्याबरोबर तुला परत करेन' – तिनं त्याच्या तोंडावर एक खोल रेषा पाहिली.

आणि तिच्या मनात आलं की, कसं त्यानं फरशीवरून तिचं ब्लाऊज उचललं, जे तिनं त्याच्या मिठीत जाण्याच्या घाईत निष्काळजीपणे उडवून दिलं आणि कसं त्यानं त्याला काळजीपूर्वक इस्त्री केली होती. प्रत्येक सुरकुती आणि वळी एखाद्या घरगुती पत्नीच्या हातांनी नीट करीत, जेणेकरून ती जेव्हा घालेल तेव्हा ती पुन्हा विन्नी असेल. कठीण, अविनाशी विन्नी, जिचा फक्त तोच तिच्या कानाच्या पाळीला चावून चोळामोळा करू शकतो. तिला माहीत होतं की, तिच्यावर असलेला हा त्याचा अंकुश त्याला आनंद देई आणि तिच्यात एक हळुवारपणा भरून आला.

ती त्याच्यावर प्रेम करीत होती का? तिला नव्हतं माहीत. पण तिला त्याची जरुरी होती आणि त्याला गमावण्याचं भय तिला वाटे.

आणि तरी, त्याला पैसे देण्यामुळे 'ही गोष्ट, जी काय आहे ती' असं तो या संबंधाला म्हणत असे. तिची दिशाच बदलून जाईल.

त्यामुळे तो तिला बांधला राहील का? की दर वेळी पैशाची कमतरता भासल्यावर तिच्याकडे पैसे मागण्या-पुरवण्याचं यंत्र म्हणून तिचं रूपांतर होईल? त्या खोल, घोगऱ्या आवाजातली गोड मखलाशी, त्या डोळ्यांतली असहायतेची सूचना एवढंच विन्नीला एटीएममधून पैसे काढायला पुरेसं आहे, असं त्याला वाटत असेल का?

विन्नीला माहीत नव्हतं. काय चूक काय बरोबर ती निर्णय घेऊ शकली नव्हती.

ती तिचे भरकटणारे विचार दूर सारून त्या स्त्रीला थोड्या अंतरावरच्या कॅफेच्या दिशेनं घेऊन जाते. एक वेटर त्यांच्या टेबलाशी येतो. "दोन फिल्टर कॉफी प्लीज'' विन्नी म्हणते.

"आमच्याकडे साऊथ इंडियन कॉफी नाही आहे.''

"माझा यावर विश्वास बसत नाही.'' विन्नीच्या तोंडाला मुरड पडते. "इथे आम्ही बंगलोरमध्ये आहोत; दक्षिण भारत आणि तुमच्याकडे काय आहे म्हणालात?'' ती डोळे बारीक करून पाहते.

"कोलंबियन, ब्राझिलियन, केनियन.... आणि चांगली, पुराणी दाक्षिणात्य फिल्टर कॉफी नाही. आमच्यासाठी दोन एस्प्रेसो आणा आणि दोन बर्फाच्या पाण्याचे ग्लासेस.''

ती स्त्री तिचे गाल टिश्युपेपरनं टिपत असते, "मी तुमच्यावर हे लादलं म्हणून माफ करा!'' ती म्हणते. एक पाण्यानं भरलेलं स्मित तिच्या चेहऱ्यावर सुरकुत्या पाडून जातं.

"नाही. ठीकय. माझं नाव विन्नी आहे. तुम्हाला जे काय त्रासदायक वाटतंय ते नक्की कमी होईल, मला खात्री आहे.''

"मी मीरा'' ती स्त्री संकोचानं म्हणते, "थँक्स, विन्नी. थँक्स....'' ती थांबते; ती सापडलेल्या परिस्थितीचं वर्णन कसं करावं हे न कळून.

❧ २ ❧

'तर ही आहे माझी परिस्थिती. कदाचित मी वेश्या बनण्याचा विचार केला पाहिजे! नाहीतरी अजून कशात मी प्रवीण आहे?' मीरा बोलणं संपवते. तिचे ओठ कापत, तिचे हात थरथरत. हे असं कोणाशीतरी बोलणं हे सुटका झाल्यासारखं

असतं, तेही एका संपूर्ण अनोळखी व्यक्तीशी की, कसं तिचं आयुष्य बदललं, की कसं तिला काहीच माहीत नव्हतं, तिच्या डोक्यावर भिरभिरणारे प्रश्न आणि उत्तरं, प्रत्येक जागृत क्षण आणि तिच्या झोपेतसुद्धा.

तिचं थरथर कापणं थांबणारच नाही. विन्नीला मीराचे हात कापताना दिसतात, पण ती ते न पाहिल्यासारखं करते आणि ती नुकतंच काय म्हणाली त्याचा धागा पकडते.

"एक वेश्या!" विन्नी तिचं मस्तक मागे फेकते आणि हसते. "मला ते दिसू शकतं. तू काय करशील असं तुला वाटतं? तुझ्या गिऱ्हाइकांना चहा आणि बिस्किट आणि शिष्टाचाराचे एक-दोन धडे? मीरा, मीरा, तुला काय झालंय?"

मग विन्नी मध्येच थांबते. मीरा, ती पाहते, स्मित करीत नाहीये. ती तिच्या त्या विपरित कल्पना केल्यावरून थोडीशीसुद्धा संकोचत नाहीये. त्याऐवजी, ती तिचे ओठ चावतेय. जणूकाही चेहरा पुन्हा रडवेला होऊ नये म्हणून रोखण्यासाठी.

"मीरा." विन्नी तिच्या हाताला स्पर्श करते. "तू कशाचा विचार करतेयस? मला काय म्हणावं हेसुद्धा कळत नाहीये."

मीरा तिचे खांदे ताठ करते आणि म्हणते, "मी अजून काय करू शकते? ही नोकरी ज्यासाठी मी अर्ज केलाय, ती मला मिळेल की नाही हेसुद्धा मला माहीत नाही आणि जरी मिळाली, तरी त्यात फार पैसे मिळणार नाहीत."

मीरा तिची हँडबॅग उघडते. 'कोच' कंपनीची महागडी हँडबॅग विन्नी पाहते आणि एक छोटी डायरी काढते. काही पानं पलटून ती विन्नीकडे ती सरकवते.

"पाहा याच्याकडे. प्रत्येक महिन्याला मला एवढे पैसे लागतात. खर्च. मी जेवढी काटकसर करता येईल तेवढी केलीये. माझं कुटुंब, माझी आजी आणि आई आणि माझं हृदय तुटतं; पण ही काटकसर करणंसुद्धा पुरेसं नाहीये. विन्नी, जर मला लवकर नोकरी मिळाली नाही, तर आमच्यासमोर गंभीर समस्या उभी राहील." विन्नी मीराच्या सुरेख हस्ताक्षरातले हिशोबाचे आकडे पाहते. प्रत्येक गोष्ट काळजीपूर्वक लिहिलेली, प्रत्येक आय (i) वर टिंब दिलेलं, प्रत्येक (t) ला रेघ मारलेली. स्वतःचं शरीर विकण्यापर्यंत आलेली ही बाई किती जिवावर उदार झाली असेल?

"पण तुला असं काही होईल याची जाणीव झाली नाही? तुमच्या दोघांमध्ये काय घडतंय यामुळे असलेली खोल अस्वस्थता?" विन्नी विचारते.

मीरा विन्नीला न्याहाळत राहते, जेव्हा ती साखरेची पुडी उघडून बशीत ओतते आणि तिचे हात कपाच्या कडेवर फिरत राहतात. मग विन्नी तिची बिना साखरेची कॉफी ढवळते.

"हे असं तू का करतेस?"

"काय कसं?" विन्नी भुवया उंचावते. ती रिकाम्या साखरेच्या पुडीकडे बघते.

"हं, हे" ती संकोचून हसते. "हा मूर्खपणाच आहे, पण माझ्यातला काही भाग, साखरेसाठी हपापलेला भाग, यामुळे बराचसा शांत होतो. मला या रिकाम्या पांढऱ्या कॅलरीज ज्या माझ्या पार्श्वभागावर जमतील त्याबद्दल काळजी करायला लागत नाही!"

विन्नी एक घोट घेते आणि पुन्हा विचारते, "तुमच्या दोघांमध्ये सगळंकाही आलबेल नाहीये ह्याची तुला खरंच कल्पना आली नाही?"

मीरा मध्येच कुठेतरी टक लावून पाहते. "आमच्या कुरबुरी व्हायच्या, पण कोणत्या जोडप्याच्या होत नाहीत? पण दुसरी स्त्री असेल, असं मला वाटलं नाही किंवा त्याला सोडून जावंसं वाटेल.... नाही, आम्हाला सोडून जावंसं वाटेल."

मीरा एकदम ताठ बसते, एक आठवण येऊन.

सोडून जायच्या आदल्या रात्री गिरी सारखा पीत बसला होता. एरवी तो एक पेगच्या वर व्हिस्की कधी घेत नसे, पण त्या रात्री आधीच त्यानं दोन पेग्ज घेतले होते. तो बेडरुममध्ये त्याच्या ड्रिंकमधला बर्फ खुळखुळवत आला. मीरानं दुसऱ्या दिवशीच्या ब्रंचसाठी कपडे निवडून ठेवता ठेवता वर त्याच्याकडे पाहिलं आणि स्मित केलं.

तो ड्रेसिंगटेबलकडे गेला, जिथे तिच्या मेकअपच्या काही वस्तू आणि सेंटची बाटली होती. त्यानं तो सेंट उचलला आणि हुंगला. "तू आता नवीन सेंट वापरून पाहायला हवा. डॉल्से गब्बाना किंवा अरमानी. नवीन सेंट वापरायची वेळ आलीये आता!"

मीरा आश्चर्यचकित होऊन वर बघते. "मला वाटतं तू म्हणालास की, हेच माझं होतं. मला वाटतं तुला ते आवडलंय. म्हणून मी कधीच दुसरं आणलं नाही."

त्यानं एक घोट घेतला. "तुझा प्रॉब्लेम हाच आहे मीरा की, तुला सगळंकाही जसंच्या तसंच राहायला हवं असतं. काही बदलांसाठी तू वाव दिला पाहिजेस. मला बदलण्यासाठी वाव ठेवला पाहिजेस. मला हा सुगंध एकेकाळी आवडायचा, पण आता नाही. मला तो कंटाळवाणा वाटतो. जुनाट, ज्यात काही दम नाही असा!"

मीरा बोलली नाही. त्याऐवजी तिनं एक स्कर्ट वर उचलला आणि म्हटलं, "हा कसा आहे?"

"अं..." गिरी त्याच्या बोटांनी शिफॉनला स्पर्श करीत म्हणतो. "थोडासा सौम्यच आहे मी म्हणेन. तुझ्याजवळ अजून काही रंगीत नाही आहे का?"

मीराचा चेहरा पडतो. "मी चव्वेचाळीस वर्षांची आहे गिरी. मी वीस वर्षांची असल्यासारखं घालू शकत नाही. शिंग मोडून वासरात शिरणं वगैरे."

गिरीनं खांदे उडवले. तू विचारलं नं मी सांगितलं, हे त्यातनं दर्शवलं गेलं. तो स्कर्ट टांगून ठेवताना मीरा तिचे ओठ चावत होती. ह्याला माझ्याकडून काय हवंय? त्याला आजकाल ती खूश ठेवू शकत नाही.

"मला एक मुलगी आहे. ती जवळपास वीस वर्षांची आहे." मीरा अचानक पुन्हा सुरू करते. "तिच्यासारखं कपडे घालणं मूर्खपणाचं दिसेल..."

"प्लीज जाऊ दे ते." गिरीनं हात उडवून म्हटलं, "तुला जसे कपडे घालायचे तसे घाल, नाहीतर वाटेल ते कर. असू दे. मला जे हवंय ते तू करतेसच असं नाहीच नाहीतरी.'

मीरा गिरीकडे गेली आणि त्याच्या कोपराला हात लावला.

"तुला काही सांगू, मी त्याबरोबर काही दागिनेपण घालणार आहे. कानातले झुंबर, मण्याचे पायल, कसं काय वाटतं तुला?"

गिरी दुर्लक्ष केल्यासारखा हात उडवतो. आता काय? मीरा नवल करते. तो आता यासाठी कुढत बसणार आहे का?

"या सकाळी मी काय म्हटलं यावर तू विचार केलास का?" त्यानं आरामखुर्चीच्या खोलीतून बसल्या बसल्या विचारलं.

"कशाबद्दल स्वीटी?" मीरानं कपाटाच्या आत बघत नेहमीसारखं म्हटलं. आतले कपडे पटकन आवरून टाकावे का?

"माझ्याशी बोलताना या साल्या स्वरात बोलू नकोस. मी तीन वर्षांचं मूल नाहीये."

मीरा तिच्याकडे भिरकावलेल्या त्या खुनशी संतापाच्या अस्त्राकडे आश्चर्यानं वळून बघते.

"गिरी" ती म्हणायला जाते.

"रियल इस्टेटच्या लोकांकडून आलेल्या ऑफरबद्दल. तुला आज सकाळी विचार करायला सांगितलं होतं मी. त्यावर तू विचार केला आहेस का?" ग्लासभोवती बोटं आवळून तो पुढे झुकून म्हणाला.

"त्याबद्दल काय विचार करायचाय?" मीरा शांतपणे म्हणाली. "मी करूच शकत नाही. आपण हे घर विकू शकत नाही."

"विचार कर यावर" गिरी तिच्या बाजूला येऊन उभा राहिला आणि हळूच म्हणाला. "पैशाव्यतिरिक्त डेव्हलपर आपल्याला दोन फ्लॅट्स देईल. एक आपल्यासाठी आणि दुसरा लिली आणि सारोसाठी. एकाच ब्लॉकमध्ये. तू त्यांना सोडून जातेयस असं त्यांना वाटायला नको. आणि तू त्यांच्याकडे आणि त्या तुझ्याकडे कधीही येऊ-जाऊ शकतील, म्हणजे त्यांना एकटं पडल्यासारखं वाटणार नाही.

"ते अगदी मस्त होईल मीरा, विचार कर. पैशांचा प्रश्न राहणार नाही त्यानंतर. तू फक्त हो म्हणायला हवं आहेस."

मीरा पलंगावर बसली. तिला तो जुना थकवा घेरून आल्यासारखं वाटलं. गिरीला तिनं काय सांगायला हवं होतं?

"नाही गिरी," तिनं मान हलवली. "मी ते करू शकत नाही. मी जरी मानलं, तरी त्या मानायच्या नाहीत. कधीच नाही... आणि हे त्यांचं घर आहे काही झालं तरी."

"माझं काय मग?" गिरी ताठरला. त्यानं व्हिस्कीचा एक खोल घोट घेतला. 'माझं काय मग?' त्याचा दीर्घ द्वेष सभ्यतेच्या मुखवट्याआड दडून राहिला नाही. "मला सालं यात काहीच मत नाहीये का? गेली बावीस वर्षं मी या घरासाठी एवढा खपलोय. असं बघ याकडे, मीरा, या घराचा निर्वाह चालवायचा खर्च कोण करतंय?"

त्या वेळी काहीतरी तुटलं मीराच्या आत. एक असह्य इतके दिवस लपवून ठेवण्याचा ताण तर नव्हे? की एक असा नवरा असणं, ज्याचं एका राक्षसात रूपांतर झालंय? "ते खरंय, पण असा विचार कर की, तू भाडंपण भरलं नाहीयेस इतकी वर्षं."

मीरानं त्याचा चेहरा पाहिला आणि परत तिच्या पोटात ढवळून आलं. "गिरी," तिनं समेट करण्याचा प्रयत्न करीत म्हटलं. "माझ्या म्हणण्याचा तसा अर्थ नव्हता. त्या तयार होणार नाहीत. नाहीच होणार. त्या कसा विचार करतात मला माहितीये. त्यांना बदल आवडत नाहीत."

त्यानं चेहरा दुसरीकडे वळवला. तिनं तिचा हात त्याच्या हातावर ठेवला. "काय झालंय आपल्याला?"

गिरीनं त्याचं कोपर तिच्या हातातून झटकन सोडवून घेतलं आणि दूर झाला. त्यानं त्याचा ग्लास उचलला आणि बर्फाळ व्हिस्कीच्या घोटांमुळे झालेला घोगरा आवाजदेखील आणि मग येणारे त्याचे शब्द गोठवणारे होते. "याबद्दलच जोडपी वाद घालतात; पण आपण त्यापैकी नाही आहोत, हो नं? तू घरमालकीण आहेस आणि मी भाडेकरू. इथे 'आपण' कुठेच नाही आहोत. ते कायम तुझंच आहे. तुझं घर. तुझं कुटुंब. तुझे स्नेही. मला कसं वाटत असेल याचा कधीतरी तू विचार केलायस का?"

"पण तुलाच या घरात आपण ममी आणि लिलीबरोबर राहायला हवं होतं नं? तुला माझ्या सर्व मित्र-मैत्रिणींना भेटायला हवं होतं." मीरानं सुरू केलं. "तू म्हणालास की, तुला माझं जीवन तुझं करायचंय म्हणून...."

"तुला ते समजत नाहीये. हो नं? तुला कधीच ते समजलं नाही." त्यानं मध्येच म्हटलं, अजून अंधाराच्या सावल्यांमध्ये पुढे जात म्हटलं.

मला काय समजत नाही? मीरानं मुठी आवळल्या. प्रत्येक वेळी जेव्हा मी त्याला प्रश्न विचारते तेव्हा तो माझ्या तोंडावर हे का फेकतो? जसंकाही त्याला समजून न घेणं हा एक जीवघेणा दोष झाला. जसंकाही माझ्या डोक्यातल्या त्या बिंदूपासून, जिथून सगळी समज सुरू होते, माझ्या मेंदूपासून माझ्या योनीपर्यंत एखादी लांबलचक नळी असावी, जी माझी ग्रहण करण्याची आणि समजण्याची क्षमता कोरडी ठक्क करते. जसंकाही त्यानं भरून काढलेल्या अंतरानंच काहीही योग्य, उत्तम किंवा अचूक असं माझ्यात ग्रहण केलं गेलंय.

"असं काय आहे जे मला समजत नाहीये गिरी?" तिनं आपल्या आवाजातला कडवटपणा न लपवता विचारलं.

आणि मग ती निंदानालस्ती. तिनं जी वस्त्रं मळवली त्याची लांबलचक यादी; आशा उधळून लावण्याची आणि निराशा सोसण्याची. त्यानं अपेक्षिलेला आधार न मिळण्याची; त्याच्या कुटुंबाविरुद्ध, त्याच्या भूतकाळाविरुद्ध त्याला वळवण्याची. "तुला एक नवरा नकोय मीरा, तुला सालं एक कळसूत्री बाहुलं हवंय."

मीराला तिच्या चेहऱ्यावर एक बावळट स्मित उमटलेलं जाणवलं. 'हा काय म्हणतोय?'

"मला माहिती होतं की, तुला इथून हलायला आवडणार नाही, इथलं आयुष्य बदलायला, म्हणून मी माझं करीयर दुय्यम ठेवलं. मला कितीतरी मागण्या होत्या, पण मी स्वत:ला सांगितलं, नाही, मी तुझं आयुष्य विस्कळीत करणार नाही." त्याच्या आवाजात आता तिला खोल पश्चात्ताप जाणवला.

तो दाराशी वळला. "तुला माहितीये, तुझा काय प्रॉब्लेम आहे मीरा? तू कायम त्या याद्या करत असतेस नं, ज्यात तुला आयुष्य पक्कं बसवायला हवं असतं. तू ते बघत नाहीस. हो नं? तुझ्या याद्या सगळ्या भूतकाळाबद्दल नाहीतर भविष्याबद्दल असतात. उरकायची कामं करण्याच्या गोष्टी. पण वर्तमानाबद्दल काय मीरा? आत्ताबद्दल काय? त्याबद्दल मला काळजी वाटते. मला तर त्यात राहायचं आहे."

मीरा पलंगावरच बसून राहिली. आपण थंड पडत चाललोय असं तिला वाटलं. गिरी तिच्याशी असं कधीच बोलला नव्हता. तो तिचा तिरस्कार करतो, असाच जवळपास त्याचा सूर होता. जणूकाही तिनं त्याला एखाद्या असह्य कोंडीत पकडलंय. तिनं तिची बोटं तोंडात खुपसली, हुंदका बाहेर फुटू नये म्हणून.

त्या रात्री अंथरुणात असे काही कडवट शब्द बोलले गेले नाहीयेत, असं

भासवायचा तिनं प्रयत्न केला आणि त्याच्या कुशीत शिरली. ती थकली होती. तो दिवस धावपळीचा आणि ताणाचा गेला, पण तिला गिरीशी समेट करायचा होता. काही सुरकुत्या त्यांच्या दरम्यान पडल्याच असतील, तर त्या सरळ करायच्या होत्या. आयुष्याच्या कैदेतून सुटका करायची होती. त्याला जर प्रणय करायचा असेल, तर ती इच्छुक आणि तयार होती. खोलवर कुठेतरी, एक लहानसा आवाज तिला टोमणा मारतोय की, शांततेसाठी ती आपल्या शरीराचा सौदा करतीये, तर तिला त्या आवाजाला गप्प कसं करायचं, हे नीट माहीत होतं. जास्त भल्यासाठी थोडासा आत्मसन्मान दुखावला म्हणून काय बिघडलं?

पण तो तिथे झोपला होता; स्तब्ध आणि अचल. त्याहून वाईट म्हणजे तो स्वत:ला दूर करतोय असं तिला जाणवलं. तो तिथे डोळे बंद करून आणि कपाळावर एक हात ठेवून झोपल्याचं सोंग करत होता.

मीरा तिच्या पाठीवर वळली; गोंधळून, घाबरूनसुद्धा. तो असा माघारलेला तिला कधीच माहीत नव्हता. आता काय? 'मी असं काय केलंय?' मीरानं स्वत:ला हजारदा विचारलं आणि ती तारवटलेल्या डोळ्यांना जागृतीच्या आणि थकव्यानं घेरणाऱ्या झोपेच्या मध्ये हेलकावत राहिली.

पण सकाळी गिरीनं तिच्याकडे बघून स्मित केलं. मीरानं त्या बेपर्वाईनं फेकलेल्या स्मिताला एखादी बुडणारी स्त्री कशालाही जिवाच्या आकांतानं चिकटून राहील त्याप्रमाणे पकडून ठेवलं. जरी ते स्मित अगदी कस्पटासमान पोकळ असलं, तरी. 'मी त्याची समजूत घालेन. मी प्रयत्न करेन आणि त्याचे शब्द मिटवून टाकेन. मी प्रयत्न करेन आणि पुन्हा त्याची हंसिनी होईन.' तिनं कानातलं घालताना आणि मुलीचे पायल घालताना स्वत:ला सांगितलं. नंतर एका उर्मीनं तिनं नयनताराचं परफ्यूम स्वत:वर शिंपडून घेतलं.

"त्यानं फार काही मागे ठेवलं नाहीये. त्याला आम्ही ते घर विकायला हवं होतं. मी नकार दिला. म्हणून तो मला शिक्षा करतोय. हे असं सोडून निघून जाणं ही म्हणजे पोरकट सूडबुद्धी झाली." मीराचा आवाज कापतो.

'पण तू ते घर विकत का नाहीस?'

"शक्य नाही विन्नी. तसं करता आलं असतं, तर बरं झालं असतं. सगळा प्रॉब्लेम तिथेच आहे. ते घर माझं किंवा आईचं किंवा आजीचं नाहीये विकायला. आम्हाला फक्त तिथे राहण्याची परवानगी आहे. एक फारच विचित्र तिढा आहे. माझ्या पणजोबांनी हे घर नव्व्याण्णव वर्षांच्या करारावर घेतलं, चौपन्न वर्षांपूर्वी. आजपासून पंचेचाळीस वर्षांनी ते मूळ मालकाकडे परत जाईल. त्यांनी काय विचार करून असं केलं, हे मला माहीत नाही. कदाचित त्यांना आपल्या मुलीसाठी आणि

नातीसाठी ते ठेवायचं असेल. पुढच्या पिढीनं स्वत:चं स्वत: बघावं असं असेल. असा व्यवहार का केला गेला, ह्याची मला कल्पना नाही आणि माझ्या आजीकडेसुद्धा याचं काही तर्कशुद्ध स्पष्टीकरण नाहीये.''

''गिरीला हे माहितीय?''

मीरा मान हलवते. ''नाही.'' ती टेबलावरून विन्नीकडे पाहते. ''असं नाही की, मी त्याच्यापासून मुद्दाम हे लपवून ठेवलं. सुरुवातीला मी जेव्हा हा विषय काढला, तेव्हा त्याला ते ऐकायचंच नव्हतं. तो मला गप्प बसवत राहिला. मग नंतर मात्र मला भीती वाटू लागली. मला कळलं होतं की, आम्ही दोघं एकत्रच होतो; घर आणि मी. जर त्याला घर मिळू शकलं नसतं, तर त्याला मीपण नको होते आणि तो करार मला वाटलं की, आम्ही जेव्हा खूप म्हातारे होऊ किंवा मरून जाऊ तोपर्यंत चालेल आणि तेव्हा त्यामुळे काही बिघडणार नाही.''

''भाड्याबद्दल काय?'' विन्नीला ते प्रचंड जुनं घर आणि अंगण पाहिल्याचं आठवतं. ''तुम्हाला ते परवडू शकतंय का?''

''दोनशे रुपये. आजपासून सहा वर्षांनंतर ते पाचशे होईल!''

''काय?'' विन्नी अविश्वासानं हसते.

''तेवढंच. घरमालक माझ्या पणजोबांचा जिगरी दोस्त होता. त्याच्या कुटुंबीयांनी घर बळकवायचा प्रयत्न केला, भाडं वाढवून वगैरे वगैरे; पण त्या म्हाताऱ्यानं एकदम पक्का बंदोबस्त करून ठेवला होता करारात. आम्ही भुकेनं कदाचित मरून जाऊ, पण ते होईल या सुंदर परिसरातच!''

३

त्या परिसरामुळे त्याच्या काळजात एक पोकळी झाल्यासारखी वाटते. जॅक त्याचे हात स्टीलच्या टेबलावर ठेवतो आणि समोरच्या मुलाला न्याहाळतो. त्याच्या वयासाठी तो बरंच पितोय. तो खूपच पितोय, जॅकला वाटतं. हा मुलगा अगदीच वाया गेल्यासारखा वाटतो. देवा, इतकी रम पोटात गेल्यावरसुद्धा हा कसाकाय तोंडावर न पडता उभा राहिलाय?

शेवटी मिंजिकापुरमनं जॅकला काहीही द्यायचं थांबवलं. आधीसारखंच, जेव्हा तो पंधरा वर्षांचा असताना तो जे शोधत होता ते त्याच्याजवळ देण्यासारखंच नव्हतं. त्याऐवजी, त्यानं तेच केलं, जे त्यानं त्याच्या आधीपण केलं होतं. त्यानं त्याला तेच करणं भाग पाडलं, जे निष्क्रियता किंवा उदासीनता कदाचित त्याला ते करण्यापासून रोखू शकली असती.

मिंजिकापुरमच्या मौनानं त्याला इतका संताप आणला की, त्यानं निर्णय घेतला की, खरोखरंच काय घडलं, हे कसंही करून शोधून काढायचंच. त्याचा अर्थ दुसऱ्या एखाद्या टोकापासून नव्यानं सुरुवात करणं हापण होता; पण जॅकला ते सगळं चांगलंच माहीत होतं. जेव्हा उपलब्ध शास्त्रीय माहिती फक्त अनिर्णायक उत्तरं देते तेव्हा माणूस दुसरीकडे ती शोधतो; अशा लोकांच्या कहाण्यांमध्ये आणि सांगोवांगी गोष्टींच्या बिंदूमध्ये. त्याच्या क्षेत्रात जॅकला असे कोळी माहीत होते, जे वादळाची चिन्हं बरोबर सांगत असत; जसं रडारनं निग्रही मौन धारण केलं, तरी आणि लाटेच्या तुऱ्यावरून किंवा समुद्री पक्षाच्या ओरडण्यावरून चक्रीवादळाची नेमकी जागा शोधून काढत. म्हणून जॅक घरी गेला आणि त्यानं पुनश्च प्रथमपासून आरंभ केला.

त्या मुलाचे हात ग्लासमध्ये रम ओतताना आणि त्यावर स्टीलच्या जगमधून पाणी घालताना मागे येणाऱ्या-जाणाऱ्या लोकांच्या सावल्या नाचतात. तिथे छतापासून टांगलेल्या एकमेव उघड्या दिव्याच्या प्रकाशाने उजळलेल्या त्या खोलीत कुणीच हसत नाही आणि अजिबात बोलतपण नाही.

“मी इथे असेन, हे तुम्हाला कसं कळलं?” तो मुलगा विचारतो.

जॅक खांदे उडवतो. “माझ्या आहेत काही पद्धती.”

क्षणभर तुम्ही कॉलेजच्या वऱ्हांड्यात आणि कँटीनमध्ये घालवलेल्या दिवसांबद्दल विचार करता, जिथे त्या प्रिंटआऊटवरचा एक चेहरा तुम्ही शोधत होता. चेहरे तुमच्या मेंदूत छापले गेले होते, म्हणजे तुम्ही ते कुठेही ओळखले असते.

ते तुमच्याकडे विचित्र नजरेने बघत असतात. प्रत्येक चेहरा न्याहाळत ही कोण व्यक्ती आहे, जी कॉलेजच्या आवारात फिरतीये? मग तुम्ही प्राचार्यांना भेटण्याबद्दल विचारलं.

“मी तुम्हाला परवानगी देऊ शकत नाही. इथल्या विद्यार्थ्यांबद्दल मी तुम्हाला व्यक्तिगत माहिती देऊ शकणार नाही.” ते स्पष्टपणे म्हणाले. “तुम्हाला कशाला ही माहिती हवीय पण?”

स्मृती या कॉलेजची विद्यार्थिनी नव्हती. ती मुलं आशाचे मित्र होते. तिनं म्हटलं होतं. आता काय म्हणता येईल बरं?

“ते माझ्या मुलीचे मित्र होते.” तुम्ही म्हटलं.

“होते?”

“तिची तब्येत बरी नाही.” तुम्ही शांतपणे म्हटलं.

“ही जर पोलीसची भानगड असेल, तर ते प्रश्न विचारतील. मी तुम्हाला

कॉलेजच्या आवारात फिरू देणार नाही. प्लीज निघा.'' ते तुम्ही दिलेल्या कार्डावर नजर टाकतात. ''प्रोफेसर कृष्णमूर्ती, ओ, आय सी... फ्लोरिडाच्या युनिव्हर्सिटीमध्ये.'' एक आदराचा सूर त्यांच्या आवाजात उतरतो. दिलगिरीसुद्धा.

ते तुम्हाला दारापर्यंत पोहोचवायला येतात, तर पुन्हा म्हणतात, ''मला वाटतं की, तुम्हाला माझी स्थिती कळत असेल. मी असहाय आहे खरंच!''

बाहेर, रस्त्यापलीकडे एक चिल्लर दुकान असतं. सिगरेटी, शीतपेय, बिस्किटं, केळी, मासिकं, विड्याची पानं, खायची तंबाखू अशा सगळ्या वस्तू ज्या एका कॉलेज-विद्यार्थ्याला वर्गात घालवलेल्या कंटाळवाण्या तासानंतर लागत असतात.

तुम्ही त्या दुकानदाराबरोबर संवाद सुरू करता. त्याला एक मुलगा माहीत होता. तो म्हणतो, ''तो इथे नेहमी यायचा, पण त्याला खूप दिवसात त्यानं पाहिलं नाहीये.''

''तो मला कुठे सापडेल असं वाटतं?'' तुम्ही विचारता.

तो माणूस खांदे उडवतो. ''तो कुठे राहतो मला माहीत नाही! तुम्ही नजर वळवता. आता तुम्ही काय करायला हवं? तुम्हाला वाटलं होतं की, आशाला शोधण्यापेक्षा मुलांचा शोध घेणं सोपं जाईल. एका नन्सनी चालवलेल्या मुलींच्या कॉलेजमध्ये बरीच स्पष्टीकरणं द्यावी लागली असती आणि तुम्ही नक्की काय शोधताय, हे तुम्हालाच खुद्द माहीत नव्हतं.''

''उद्या परत या. मी माझ्याकडच्या नेहमीच्या गिऱ्हाइकांना विचारून तुम्हाला सांगतो.''

दुसऱ्या दिवशी तो माणूस म्हणाला, ''शिवू, हे त्या मुलाचं नाव होतं. सालेमला परत गेलाय. तो तिथलाच आहे. तो तिथल्या कॉलेजमध्ये गेलाय. मला वाटतं, ते ए.व्ही.एम. चेट्टीयार कॉलेज आहे.''

या वेळी तुम्हाला माहितीये काय करायचं ते. तुम्ही आत कॉलेजमध्ये वेळ घालवत बसत नाही. त्याऐवजी तुम्ही सरळ बाहेर त्या दुकानाकडे जाल.

''तुम्ही रोझ कॉटेजला जाऊन पाहा.'' तो माणूस म्हणाला.

''इथली काही मुलं तिथे जातात. घाणेरडं आहे ते!''

''हवालदाराचं घर. त्याच्याजवळ दारूचा परवाना नाहीये, पण तो मागच्या खोलीत दारू विकतो.''

''ही कॉलेजची मुलं तिथे घ्यायला जातात.... आर्मी कोटा. ती कडक असते, पण स्वस्त!''

तुम्ही शिवू येईपर्यंत चार दिवस बाहेर थांबून होतात. तुम्ही रस्ता ओलांडून त्याच्या मागोमाग आत गेलात. घाईघाईत तुम्ही त्याच्यावर आदळलात.

तो आश्चर्यानं त्याच्यावर आदळणाऱ्या तुमच्या धुडाकडे बघतो. 'ऽकोणंय

सालं?'' तो खेकसतो.

तुम्ही पुटपुटता, "मी स्मृतीचा बाप."

त्या मुलाचे डोळे एखाद्या प्रकाशात पकडलेल्या सशाच्या डोळ्यासारखे दिसतात. भेदरलेले.

तिथला मालक, जो बारटेंडर, वेटर आणि स्वयंपाक्यापण आहे. त्यांच्या टेबलावर कुस्करलेली अंड्याची बशी आदळतो. अंड्यावर तेल चपचपलेलं दिसतं आणि चिरलेले कांदे आणि मिरच्या. "उकडलेली अंडी संपली, म्हणून मी तुमच्यासाठी हे बनवलंय. अजून काही?'' तो माणूस विचारतो.

मुलगा खांदे उडवतो. जॅक त्या बारीक केस कापलेल्या धिप्पाड माणसाकडे बघतो. त्यानं इतरांना त्याला हवालदार म्हणून बोलवताना ऐकलं असतं. एक माजी सैन्यातला माणूस किंवा माजी सैन्यातला माणूस म्हणून आव आणणारा तो तिथेच उभा आहे.

"काय?'' जॅक विचारतो.

"तुम्हाला काहीतरी मागवावं लागेल. हा काही बसून गप्पा छाटायचा क्लब नव्हे.'' तो माणूस म्हणतो.

"ठीक आहे. मला व्होडका टॉनिक आण.'' जॅक म्हणतो. त्याला ड्रिंक नकोय. पण घ्यावंच लागलं तर तो व्होडका घेईल.

"माझ्याजवळ व्होडका, जिन किंवा ती तुमची फॅशनेबल दारू नाही. फक्त रम, बँड्री किंवा व्हिस्की. हा सर्व सैन्यातला कोटा आहे.'' त्या माणसाचा खरखरीतपणा जॅकला हरवून जातो.

"प्रत्येकाचं एक एक आण.''

"मोठा की छोटा?''

"मोठा आणि सोड्याच्या तीन बाटल्या आणि शेंगदाण्याची बशी. आता झालं समाधान?''

तो मुलगा आता वर पाहतो. "मला यासाठी माफ करा.''
तो हळूच म्हणतो.

जॅक बोलत नाही. तो रागावलाय. मग तो विचारतो, "का?''

"मला कळतंय की, अशी जागा तुमच्यासारख्यांसाठी नाही आणि त्या हवालदाराचा असभ्यपणा.... अं, सगळ्यासाठीच.'' त्या मुलाच्या आवाजात खेद असतो.

जॅक त्याचा हात मुलाच्या हातावर ठेवतो. "तुलासुद्धा इथे असायला हवं का?

पाहा तर तुझ्या आसपास काय आहे ते!''

त्यांची नजर त्या खोलीच्या अंधाऱ्या बकालपणावर फिरते. भणंग माणसं कापणारे हात घेऊन आणि बाकीचे ज्यांना घशाखाली दारू ओतायचीय. स्टीलच्या मग्यात शांततेबरोबर मद्य भरून घेणारे. राक्षसगण त्यांच्या खांद्यावर बसून लडबडणाऱ्या तोंडानं म्हणताहेत. अजून एक, अजून एक.

''ही जागा दारुड्यांसाठी आहे. अशी माणसं, जी पार वाया गेलीत. मग तू इथे का आलायस?'' जॅकचा आवाज नरम पण ठाम आहे. ''कशापासून दूर पळतोयस तू?''

त्या मुलाचे डोळे मोठे होतात आणि मग तो नजर खाली वळवतो. ''तुम्हाला काय म्हणायचंय?''

''तू स्मृतीला बघायला एकदासुद्धा का आला नाहीस?'' जॅक विचारतो.

''मला बंगलोरला येणं कठीण आहे.''

''हे काही खरं नाही.''

मुलगा अजून ग्लासमध्येच नजर लावून बसलाय. तो बोलत नाही. मग तो ग्लास उचलून एक खोल घोट घेतो. जॅक कचरतो.

''मी येऊ शकत नाही.'' तो मुलगा म्हणतो.

''नाही येऊ शकत तुम्ही?''

''नाही. नाही. शक्य नाही. आता झालं समाधान?'' मुलाचा आवाज त्याची नक्कल करायला पाहतो.

''नाही'' जॅक म्हणतो. ''का नाही ते मला कळायला हवंय. तू तिचा मित्र होतास. हो की नाही? तू, ती दोन मुलं आणि आशा.''

मुलांच्या डोळ्यात प्रश्न उभा राहतो. ''आशा? कोण आशा?'' जॅक आपल्या तळहातांकडे बघतो, ज्यावरच्या रेषा गोलाकार पसरल्या असतात.

अच्छा, तर आशा हे अजून एक खोटं स्मृतीनं त्या सर्वांना, नीनाला आणि त्याला सांगितलं. ही काल्पनिक मुलगी उभी करायची तिला काय गरज पडली? आशा, जिची आई डॉक्टर आणि वडील आर्किटेक्ट होते. त्यांचा कुत्रा स्नूपी आणि त्यांचं जयनगरमधलं सुंदर घर, जिथे स्मृती अनेकदा जाऊन आलीये. आशा, जी वर्गात नेहमी पहिली आलीये आणि कधीच पायरी चुकली नाही. स्मृतीला तर अशी मुलगी व्हायचं नव्हतं नं? की स्वत:चा स्वैराचार लपवण्यासाठी निर्माण केलेला आशाचा आदरणीय मुखवटा?

पण का? त्या मुलांबरोबर ट्रीपवर जायला त्यानं तिला मना केलं नसतंच. त्यानं कधीच नियम केले नाहीत; कधीच कडक बाप बनला नाही. त्यानं कधीच डेटिंग नाही, हे नाही ते नाही.... असं म्हटलं नाही... ''हे तुझं आयुष्य आहे. जर

तू त्याचा विचका केलास, तर स्वत: सोडून दुसऱ्या कुणालाच तुला दोषी ठरवता येणार नाही. मला माहितीये तुला कसं वाटत असेल. ही अस्वस्थता. मर्यादा ताणायची प्रबळ इच्छा; पण जरा सावकाश घे.''

त्यानं आपल्या अम्मासारखंच म्हटलं, जेव्हा तो, किच्छा, असाच सैरभैर पळत होता.

''हे सर्व जग तुझ्याच मुठीत आहे.'' अम्मा त्याचा हात तिच्या हातात घेऊन त्याच्या घट्ट वळलेल्या मुठी कुरवाळत म्हणाली होती. ''आयुष्य समजायचे अनेक मार्ग आहेत; पण सगळे वेळेवारी. माझ्या किच्छाला इतकी घाई कशाला व्हायला हवीये?''

किच्छाला यावर फार वेळ विचार करायचा नव्हता. आजकाल त्याला कुठल्याच एका बिंदूवर त्याचं मन केंद्रित करायचं नसायचं. जर तसं केलं, तर त्याला रडू फुटेल, हे तो जाणत होता. हे असंच ठीक होतं. जेव्हापासून अप्पा सोडून गेले, तेव्हापासून त्याच्या छातीत एक संतापाचा गोळा दाटून भरून राहिला होता – त्याची जीवशास्त्राची शिक्षिका त्यालाच छातीची पोकळी म्हणत असे. तो गोळा त्याच्या संतापाबरोबर फुत्कारत असे आणि फिस्कारत असे, जळत असे आणि क्षुब्ध होत असे.

त्यामुळेच त्याला रिकाम्या वर्गांमधल्या फळ्यांवर गुल्लेरीनं नेम धरून मारावंसं वाटत होतं. त्यामुळेच लायब्ररीतली पुस्तकं फाडावीशी आणि खिडकीची तावदानं फोडावीशी वाटत होती. अविचारी विध्वंस करण्यात त्याला एक असुरी आनंद मिळत असे. जसं फुटबॉलवर लाथ मारण्यापेक्षा, नडगीवर लाथ मारण्यापेक्षा त्याला बॉल मारून जखमी करणं, तो राक्षसाचे कान असलेला संतापाचा गोळा त्याला असंच विध्वंसकासारखं खेळायला आणि कुठलाही शाळकरी मुलगा असंच करतो, असंच कर, हो पुढे आणि अजून कर असं भरीला पाडत असे.

त्यानंच खेळायच्या मैदानावर सिगरेट पेटवायला भाग पाडलं. वर्गात अश्लील पुस्तकं चोरून आणायला भाग पाडलं. तो त्याच्या कानात कुजबुजला, ''मर्द हो! आत्ता! आत्ता!''

तो त्याच्या तोंडातून जळजळत्या गंधकाच्या एखाद्या ओघासारखा बाहेर आला. निंदानालस्तीमुळे तो अजून फोफावला. त्यामुळे बसलेला धक्का किंवा तिरस्कार त्याला हसू आणू लागले. एक जंगली, पिसाट हसण्याची लहर, रांड. अप्पा गांड. हलकट रांड. ते शब्द त्याच्या जिभेवर आनंदानं नाचत आणि किच्छा ते जोरानं, स्पष्टपणे, मैदानात, रस्त्यांवर म्हणत असे. लवकरच तो एक गलिच्छ तोंड असलेला वाह्यात मुलगा म्हणून ओळखला जाऊ लागला.

अटळपणे, तो पकडला गेलाच. ''वर्ग बुडवून सिनेमाला जाणं एक गोष्ट, पण

तुमच्या मुलाची संगत वाईट आहे.'' हेडमास्तर म्हणाले. त्यांनी त्यांच्या मुलाला धूम्रपान करताना पाहिलं आणि त्या मुलानं बिनदिक्कतपणे आपलं लठ्ठ बोट किच्छाकडे दाखवलं. ''तो म्हणाला मी ओढून पाहिलीच पाहिजे. मर्द हो, किच्छा म्हणाला.''

''मी त्याला एका आठवड्यासाठी निलंबित करतोय. ही शेवटची संधी आहे. त्यानंतर त्याला काढून टाकलं जाईल.'' हेडमास्तर थरथरत म्हणाले होते.

अम्मा काहीच बोलली नाही. किच्छानं वाट पाहिली. त्यांनी घरी जायला बस पकडली, त्यांचे खांदे आणि मांड्या एकमेकांना स्पर्श करीत होते, तरीपण अम्मानं चकार शब्द काढला नाही. किच्छा तिच्याकडे तिरपे कटाक्ष टाकत राहिला. 'ती संतापेल की रडेल?'

घरी, ती तिच्या खोलीत कपडे बदलायला गेली. तो हॉलमध्ये थांबून राहिला. साखळ्या खळखळवत झोपाळ्यावर झोके घेत – सजेसाठी.

अम्मा स्वयंपाकघरात गेली आणि त्याच्यासाठी खायला आणि प्यायला मगभर कॉफी घेऊन आली. जणूकाही तो एक नेहमीसारखाच शाळेचा दिवस होता.

अम्मा त्याला खाताना बघत राहिली. ती त्याच्याशेजारी बसून राहिली; प्रेतवत शांततेत अजूनही गुंडाळलेली. ती काय विचार करत होती? ती काय बेत आखत होती?

जेव्हा त्याचं झालं तेव्हा तिनं त्याच्या हातून बशी आणि मग घेतला. मग ती म्हणाली, ''मला वाटतं तुझ्याकडून हे सर्व का होतंय हे मला माहितीये. मी काय म्हणू शकते किच्छा? तुझ्या वडलांनी आणि मी तुझं हे केलंय त्याबद्दल माफ कर. मला माफ कर, किच्छा!''

त्यानं हे अपेक्षिलं नव्हतं. अम्मानं त्याच्या आडदांडपणाचा ठपका आपल्यावर घेणं. तेव्हा किच्छा रडला. मोठे ओले हुंदके जे त्याच्या छातीतल्या पोकळीतल्या द्वेषाच्या गोळ्यातून फुटून-फुटून बाहेर निघून राक्षसी, उचंबळणाऱ्या अश्रूंमध्ये वाहायला लागले.

ते दोघंही रडले. मग अम्मानं तिचे आणि त्याचे अश्रू पुसले. तिनं त्याचा हात हातात घेतला आणि त्याच्या भुवईचं चुंबन घेतलं. ''मला माहितीये तू वाईट मुलगा नाहीयेस. हे तुझं वय आहे किच्छा. तुझं वय आहे हे. मी तुला काही सुचवू का? जेव्हा तुला खूप राग येतो तेव्हा तू काही चित्र का काढत नाहीस? आजकाल तू तुझ्या रंगांना अजिबात बोट लावत नाहीस.''

तो मुलगा आता घाईघाईत पीत नाहीये. त्याच्या ग्लासमधली पातळी हळूहळू खाली जातेय. जॅकच्या डोक्यात प्रश्नं उसळी मारतात, पण कुठून सुरुवात करावी

त्याला कळत नाही.

हवालदार त्यांच्यापाशी येऊन उभा राहतो. ''अजून अर्धा तास. बस्स! मग मी दुकान बंद करतोय. जर तुम्हाला शेवटचं काही मागवायचं असेल तर...''

जॅक मान हलवतो.

''मला बास झालं.'' मुलगा म्हणतो.

''जर तुम्ही नुसतंच बसून गप्पा मारणार असाल, तर उद्या येण्याची गरज नाही. इथे फार वेळ बसलेलं मला आवडत नाही. समजलं नं तुम्हाला?'' हवालदार टेबलावर कागदाचा तुकडा ठेवतो.

''बिल भरा आणि निघा. जलदीनं!''

''आपण उद्या भेटू शकतो का?'' जॅक विचारतो.

मुलगा मान हलवतो. ''कशासाठी?''

''फक्त एखाद तास. त्यानंतर मी तुला त्रास देणार नाही.'' जॅक विनंती करतो. ''पण इथे नको. मी ज्या हॉटेलमध्ये उतरलोय तिथे ये. तिथे आपल्याला कोणी घाई करणार नाही.'' मुलगा त्याचं पेय गपकन गिळतो आणि जॅक नोटा काढून मोजतो.

मुलगा उभा राहतो. आपल्या जीन्सला हात पुसतो. ''तुम्हाला माझं नाव माहीत करून घ्यायचं नाही?''

''शिवू आहे. मला माहितीय.'' जॅक म्हणतो.

''उद्या कधी?''

''साडेअकराला. ठीक आहे? तेव्हा बार उघडतो.''

''अे, अे,'' मुलगा निषेध करतो. ''मी दारुडा नाहीये. तुम्ही असं का म्हटलं मला कळलं नाही.''

''मला तसं म्हणायचं नव्हतं.'' जॅक समजुतीनं म्हणतो.

दारूनी शिवूची जीभ थोडी सैल होईल एवढंच त्याला वाटलं होतं.

तू जेव्हा ते घडलं तेव्हा तिथे होतास. हो नं, शिवू? तू सत्याला तोंड देऊ शकत नाहीयेस. तू ते कसंतरी थांबवू शकला असतास कदाचित.

४

आता ते थांबवणं शक्य नाही. एकदा भूतकाळाची भेंडोळी उलगडायला सुरुवात झाली की, ते त्याच्या पलीकडे जाईल. जॅकला हे माहितीये. तो कुठल्याही गोष्टीवर हात वर करून म्हणू शकणार नाही, ''थांब, मी पुरेसं ऐकलंय. मला पुरेसं माहितीये!''

ह्या सगळ्यासाठी त्याच्याजवळ धैर्य आहे का?

"ह्या मुली वेश्या होत्या, हे आम्हाला माहिती होतं." मुलगा तोंड पुसतो आणि मग स्वत:च्याच शब्दांनी दचकून तो जॅकची बाही पकडायला जातो. "मी हे तिच्याबद्दल नाही म्हणत आहे. ती, स्मृती, वेगळी होती. ती इतर मुलींसारखी नव्हती. द एन आर एफ, आम्ही त्यांना म्हणायचो. द नॉन रेसिडेंट फक्स." पुन्हा तो श्वास रोखून धरतो. आपल्या हातात तो डोकं घालतो. "मी हे काय बोलतोय? मला माफ करा. माझा असा अर्थ नव्हता म्हणण्याचा. मला समजत नाहीये मी हे काय बोलतोय ते!"

जॅक त्या मुलापासून नजर वळवतो. त्याच्यासाठी मी हे सगळं सोपं करू का? त्याला मी असं म्हणू का की, हो, हो, माहितीये की, तू म्हणत असलेल्या त्या सर्व मुली तशा होत्या. माझ्या मुलीबद्दल मात्र तुला असं म्हणायचं नव्हतं. तू तसं म्हणणारही नाहीस. एक तुझ्यासारखा चांगला, सभ्य मुलगा चांगल्या, सभ्य मुलींवर असे आरोप करणारही नाही. खास करून माझी मुलगी.

पण तो त्या भेलकांडणाऱ्या मुलाशी एक वाक्यही बोलत नाही. त्याऐवजी, तो त्याच्या खांद्यावर थोपटतो. आणि म्हणतो, "बोल बोल. मी ऐकतोय."

तो मुलगा हातातून डोकं वर उचलतो. आता मनातलं ओझं उतरवण्याच्या भावनेनं पश्चात्तापाच्या भावनेची जागा घेतलीये. आत्म्यावरचं असं ओझं, जे त्याला अशा बकाल बारमध्ये घेऊन आलंय.

शिवू ग्लास उचलतो. पिणं त्याला स्थिर करतं. शांत करतं. क्षमाशीलतेच्या धुक्यात त्याला घेरून टाकतं. तुम्हाला दोष देता येणार नाही. तुम्हाला माहिती नव्हतं तुम्ही काय करत होतात.

कॉलेजजवळ एक अशीच राहण्याची जागा आहे. तिथे ते चांगली गाणी लावतात आणि तिथे पिण्याचीदेखील सोय आहे.

आमच्यापैकी बरेच जण कॉलेजनंतर तिथे जातात. मुलीसुद्धा येतात. डे स्कॉलर्स आणि होस्टेलमधले. पण त्या परदेशी मुली मुलांसारख्याच नियमानं यायच्या. त्यांच्याकडे खर्चायला पैसे असत आणि मला वाटतं की, त्यांच्या देशात असलेल्या जागांसारखी ही जागा असावी बहुधा. अशी जागा, जिथे तुम्ही कोणाबरोबर तरी अडकू शकता. सर्वांना ते माहीत होतं. ती पद्धतच होती.

तो जॅकचा चेहरा न्याहाळतो.

जॅक त्याच्या नजरेला स्थिर नजरेनं पाहतो. तो त्या मुलाच्या बोलण्यामागचा हेतू वाचू शकतो. याच्या मुलीचं जीवन उघडं करताना हा माणूस काय विचार करत असेल?

जॅक कुठलीही भावना न दाखवायचा प्रयत्न करतो. 'आम्हीपण हेच केलं होतं, हे मी त्याला सांगू का? आणि हेही की पूर्ण जगातल्या महाविद्यालयीन विद्यार्थ्यांना एकत्र जमून आणि त्यांच्या आधीच डंवरलेल्या हॉर्मोन्सला उत्तेजित करायला कॉफी, बियर, कोक किंवा अशाच कशाचीही गरज भासते म्हणून? हे की मला माहितीये की, योजना कशा शिजतात, धाडस छलांग मारतं आणि सहकाऱ्यांची मैत्री जगाचं आव्हान झेलायला तयार आहोत ही जाण आणून देते.

जॅक मुलाकडे बघून एक कोरडं स्मित करतो. "मला कळतं. म्हणजे तिथे तू स्मृतीला भेटलास का?"

मुलगा मान हलवतो. 'तिथे मी तिला पहिल्यांदा पाहिलं. ती तिथे तिच्या कॉलेजच्या ग्रुपबरोबर आली होती. ती आत चालत आली, तेव्हा आमचे डोळे तिच्यावर खिळून राहिले." मुलगा हातवारे करत म्हणतो.

जॅकचे डोळे पडतात. त्या मुलाच्या बोलण्याचा अर्थ स्पष्टच असतो. स्मृतीनं अंगाला जे टोचून घेतलं होतं, त्यामुळे कुणीही बिचकलं असतं.

"मी आणि नीना वेगळे झालोय म्हणून तू हे केलंस का?" तिच्या शरीरावर टोचलेलं अविश्वासानं बघून त्यानं विचारलं होतं. शरीरावर जिथे शक्य होईल तिथे टोचून घेतलेला हा प्राणी त्याचीच मुलगी होती का?

"याचा तुमच्याशी संबंधच काय असायला हवा?" तिनं आपले केस फेकत डोकं हलवलं. तिचा अवतार बघून त्यानं तोंड वाकडं केलं. एखाद्या देवळाच्या गाभाऱ्यात अंगात देवी आलेले भ्रमिष्ट जीव इकडे-तिकडे हिंडत असतात, तशी ती दिसत होती. गुंतलेल्या जटा, चकाकणारे काळे डोळे आणि त्यांच्या म्हणण्याशिवाय दुसरं कुठलंही सत्य न स्वीकारण्याचा एक ठाम, उद्दाम भाव.

तिच्या जिभेतपण टोचलेलं होतं का? तिच्या बेंबीतपण त्याला एक टोचलेलं दिसलं. अजून कुठे? अजून कुठे ईश्वरा? अशा ताणाच्या वेळेस जॅक लहानपणच्या मायलापूर मधल्या किच्छाकडे वळत असे, जो संकटातून सुटण्यासाठी साहाय्यासाठी देवाची आळवणी करीत असे.

"ओ, पुरे नं, पपा जॅक, एवढं काही झालं नाहीये. हे माझं 'गॉथ लूक' आहे. हे असंच मला दिसायला हवंय सध्या. त्या भारतीय पालकांसारखं करू नको हं. चल रे पपा जॅक, मी तुला कधी विचारते का की, तुला काय करायचंय ते?" ती त्याच्या गुडघ्यांवर चढून बसली, जशीकाही ती सतरा वर्षाची नसून आठच वर्षाची होती.

जॅकला माहीत होतं की, नीना किंवा त्याचे कुणीही नातलग याला काय म्हणतील. नीनाचं तोंड नाराजीनं वाकडं होईल. 'अरे देवा, किच्छा, ती आता छोटी

मुलगी नाहीये!'

पुरुष नातलग त्यापासून डोळे वळवतील आणि बायका फुसफुसतील, 'शिवा, शिवा, काय झालंय तुला? काही अक्कल आहे की नाही? आणि ही मुलगी, हिला काही लाजलज्जा, शरम?'

पण जॅकनं किच्छाकडे पाठ फिरवलीये, जो तो मुलगा होता आणि आता एका नव्या जगात तो राहतो, जिथली तो निर्मिती आहे. तो आपल्या वयात आलेल्या मुलीला आपल्या गुडघ्यांवर बसू देऊ शकतो. तिच्या वक्षांवर आणि योनीवर टोचून घेतलेले खडे आणि रिंगा यांच्याबद्दलच्या विचाराकडे डोळेझाक करून आणि तिचं मस्तक प्रेमानं थोपटत तिला विचारतो, 'हे त्रासदायक नाही आहे का? हे सगळे खडे आणि रिंगा? ते मध्ये मध्ये येत नाहीत का? कपड्यांमध्ये, केसांमध्ये अडकत नाहीत?'

ती त्याच्या मांडीवरून उडी मारून उतरली. ''तुम्हाला त्याची सवय होते. पपा जॅक, माहितीय? तुम्हीपण तुमचा कान टोचून घेतला पाहिजे!''

जॅकनं कानाच्या पाळीला स्पर्श केला. ''मी जेव्हा बाळ होतो तेव्हाच माझे कान टोचलेत, पण आता ते बुजलेत वाटतं. मी पुन्हा टोचेनसुद्धा कदाचित.'' तो हसून म्हणाला.

''कूल!'' स्मृती हसली. तिचा पपा जॅक तिचा कधीच विरस करणार नाही आणि जॅकला पुन्हा एकदा विजयी झाल्यासारखं वाटलं. त्यानं ते नीनाला सांगायचा प्रयत्न केला. मुलांच्या मागे लागण्यात काहीच अर्थ नाही. तुम्हाला त्यांना बरोबर पकडावं लागतं.

''आम्ही तिच्यासारखी कुणी कधी पाहिलीच नव्हती. तिच्या भुवयांवर खडा, नाकातली रिंग, ओठाखालचा खडा आणि अजून एक तिच्या जिभेत, तिच्या बेंबीत, जिथे म्हणून तिला टोचता येत होतं तिथं तिनं ते करून घेतलं होतं.'' शिवू आता सहजपणे बोलायला लागलाय. ''पण आम्ही खऱ्या अर्थानं भेटलो ते स्त्री-शक्तीच्या व्यासपीठावर.''

शिवू आणि त्याच्या नाटक कंपनीला एका कार्यशाळेसाठी त्या व्यासपीठानं बोलवलं होतं. रूपा, त्या व्यासपीठाच्या संयोजिकेने आम्हाला तिथे येण्याबद्दल विचारलं. ''तुम्ही तुमचं काम केल्यानंतर आमच्यासाठी एवढं तरी नक्की करू शकता.'' रूपा हसत म्हणाली.

शिवूला काय होणार ते कळलं होतं. ''याचा अर्थ आम्हाला पैसे मिळणार नाहीयेत, असं मी समजतो.''

''तू बरोबर समजलास.'' रूपानं त्याच्या हातात एक प्रिंटआऊटचं भेंडोळं देत म्हटलं.

"म्हणजे एक कथानकसुद्धा आहे वाटतं चक्क!" शिवूनं नाटकीपणानं डोळे विस्फारून म्हटलं. "नुसता वादविवाद नाही, मग काय आहे या वेळी? एक जाळलेली स्त्री सुंदर स्त्री नसते?"

रूपानं त्याच्या हातावर खेळकरपणे मारलं. "आमची थट्टा करू नकोस. स्त्रीचा छळ फार लवकर सुरू होतो. शिवू, हे गंभीर आहे. स्त्री-भ्रूण-हत्या. आम्हाला हे नाटक लहान गावांमध्ये घेऊन जायचंय. स्त्री-शक्तीचे प्रतिनिधी निरनिराळ्या केंद्रांवरून इथे येतील आणि जर तुम्ही त्यांना प्रशिक्षित केलंत, तर ते नाटक घेऊन ते पुढे जातील. हुंडाबळीबद्दल जाणीव होण्यासाठी आपण जे केलं तसंच आहे हे. आजकाल बऱ्याच केसेस असतात आणि हे आपल्याला गंभीरपणे घ्यायला हवंय."

स्मृती तिच्या कॉलेजच्या काही मुलींबरोबर यात करायला ओढली गेली होती आणि टोचून घेण्यासारखंच हे एक खूळ आहे की काय असं शिवूला वाटलं होतं; पण ती एक प्रामाणिक कार्यकर्ती होती, जिचं बेलगाम कुतूहल तिच्या अथक परिश्रमाशी मेळ खात होतं. पुढच्या दिवसांमध्ये शिवू त्या विचित्र दिसणाऱ्या मुलीला दहा लोकांचं काम करताना पाहत राहिला. जेव्हा रूपानं तिला सांगितलं की, ती फार काम करतेय; पण स्मृतीला ते मान्य नव्हतं. "एवढंच काय ते मी करू शकते." ती आवेशानं म्हणाली होती. "त्या सर्व मुली! संधी मिळायच्या आधीच मारून टाकलेल्या! त्याचा नुसता विचारसुद्धा मला उद्ध्वस्त करतो!"

शिवूला त्याचं कुतूहल कौतुकात रूपांतरित होताना जाणवलं आणि अजूनही काही. एक दिवस रिहर्सलनंतर त्यानं कॉफीबद्दल सुचवलं.

"स्मृती सहज तयार झाली आणि आम्ही त्या कॉफी शॉपमध्ये गेलो, जिथे मी तिला प्रथम पाहिलं होतं. मला तिच्याबद्दल कुतूहल होतं. ती इथे काय करत होती? भारतात? बंगलोरमध्ये?" त्याचा आवाज होऊन गेलेल्या गतकाळाबद्दलच्या गोडव्यानं भरला होता. जेव्हा त्यांच्या सगळ्यांची आयुष्यं आशेनी आणि उमेदीनं काठोकाठ भरली होती.

जॅक आणि नीना, जेव्हा तिनं ब्राऊन अँड कोलंबिया युनिव्हर्सिटीचा अर्ज फेटाळून भारतात पदवीचा अभ्यास करायचा निर्णय घेतल्याचं जाहीर केलं, तेव्हा स्तंभित झाले होते. नीना तेव्हा बर्कलेत काम करत होती, तिला आपला राग आवरणं कठीण झालं होतं. "तुला याचा पश्चात्ताप होईल! भारतभरची मुलं अगदी लहान गावातलीदेखील इथे यायला पाहतात, इथे शिकायची स्वप्नं रंगवतात आणि तुला तिथे जायचंय! जर तुला समाजकार्यकर्ती व्हायचंय, तर ते इथे अमेरिकेत व्हायला हवं. भारत! तुला भारतात शिकायचंय! माझा यावर विश्वास बसू शकत नाही! तिला सांग किच्छा, तिच्या डोक्यात जरा अक्कल घाल!"

सुरुवातीला ते दोघंही तिला इथे ठेवण्याच्या प्रयत्नात होते. "हा समाजकल्याणाचा काय मूर्खपणा आहे? आम्हाला वाटलं की, तुला स्त्रीशिक्षणाबद्दल शिकायचंय."

स्मृतीनं त्याचं शांतपणे ऐकून घेतलं. "तू एक शिक्षक आहेस" तिनं नीनाला सांगितलं. "स्त्री-शिक्षणाची परिणिती कशात व्हायला हवी, हे तुला कळत नाही; पण मला कळतं. प्रत्यक्ष जीवनाच्या उत्तरांमध्ये त्यांचं रूपांतर झालं पाहिजे. भारतातल्या स्त्रियांचं काय होतंय हे तुला माहितीये का? तू तुझ्या सुबकशा छोट्याशा घरात बसून ज्यात स्वयंपाकघरातल्या बरण्यांवर चिठ्ठ्या लावल्यात आणि एक खोली पुस्तकांनी भरलेली आहे आणि हाच उद्धार आहे, असं समजतेस. अधिकार आतून जाणवला पाहिजे."

मुलगी आणि आई बरेच दिवस वाद घालत राहिल्या आणि जॅक बघत आणि ऐकत राहिला. आणि नेहमीप्रमाणेच तो कमजोर पडला. त्यानं त्याच्या कानातली बाळी चाचपली. त्याच्या आईच्या नाकातली मोरणी आणि सौम्य भूमिका घेतली. "तिला हे करून बघू दे! जर तिला ते आवडलं नाही, तर ती नेहमीच परतू शकते किंवा तिच्या उच्च शिक्षणासाठी अमेरिकेत येऊ शकते. कदाचित भारत माहीत करून घेण्याची हीच वेळ असेल. स्वत:च शोध घ्यायचा. ती एका अवस्थेतून जातेय; जगाला वाचवण्याची इच्छा असण्याच्या. आपण सगळेच तसे गेलो, नाही का? हे बघ नीना, ते काही इतकं वाईट नाहीये. आपण दोघंही, तू आणि मी तिथेच शिकलोय. आठवतंय?"

स्मृतीनं जॅकचा बुरुज ढासळताना आणि नीना अनुमोदन देताना पाहून आइसक्रीमचा कोन हात माइकसारखा धरला आणि जॅकच्या तोंडावर हसू येईल याची खात्री असलेलं गाणं गायला लागली. अगदी त्याच्याच लिओनार्ड कोहेनचं. 'शुड द रूमर ऑफ अ शॅबी एंडिंग रीच यू, इट वॉज हाफ माय फॉल्ट, इट वॉज हाफ द ॲटमॉस्फीयर.'

नीनानं खांदे उडवले. 'तुझी शवयात्रा!' तिच्या खांद्यांच्या हालचालीचा हाच अर्थ होता. 'तुझी जबाबदारी. लक्षात ठेव. तू किच्छा, तू जबाबदार आहेस. शॅबी एंडिंग किंवा कसंही.'

त्यानं ती तिथेच राहावी यासाठी जास्त प्रयत्न करायला हवे होते का? मागे लागून, समजूत घालून, लाच देऊन काय करायला हवं होतं त्यानं ती त्यांच्या बरोबर राहायला. निदान ते सगळे एकाच देशात तरी असते; एकाच खंडात. त्याऐवजी तो स्मृतीच्या वरचढ इच्छेला बळी पडला. ती तर एक तरुण मुलगी होती; जंगली, उतावीळ, आणि हट्टी; पण त्याला ते दिसलं नाही. खरंतर त्यानं तिच्याकडे डोळेझाक केली. असा कसा बाप होता तो? हा विचार त्याला पछाडून

टाकतो. तो बेजबाबदार राहिला; पण तिला दु:खी पाहणं त्याला शक्य नव्हतं. हे असंच नेहमी व्हायचं. जॅकला स्मृतीच्या डोळ्यांत सावल्या सहन व्हायच्या नाहीत.

"तर अशा तऱ्हेनं तुम्ही दोघे भेटलात." जॅक शांतपणे म्हणतो "आणि बाकीचे? ती दोघं मुलं आणि आशा?"

"तुम्ही कशाबद्दल बोलत राहता? आशा कोणीच नव्हती. निशी, प्रिया, शबनम आणि अनु होत्या."

"माझ्याजवळ चुकीचं नाव असेल मग." जॅक पुटपुटतो. "मला त्या दोन मुलांबद्दल सांग. तुला ती माहीत होती?"

मुलगा मान डोलवतो. त्याच्यावर उतरलेला थोडा हलकेपणा पुन्हा उडून जातो. "मॅट आणि रिशी. मॅथ्यू कोचीचा होता, पण बंगलोरला येऊन माझ्यासारखं बायोटेक्नॉलॉजी करायचं होतं त्याला. मॅथ्यू माझा जिगरी दोस्त होता. रिशी त्याच्यापेक्षा मोठा होता. तो कुन्नुरचा होता. आम्ही जेव्हा भेटलो, तेव्हा तो खरंतर पास होऊन गेला होता, पण तो आमच्या नाटक कंपनीत बराच ॲक्टिव्ह होता. आम्ही मित्र होणं एक प्रकारे अटळ होतं. आमच्यात खूपच गोष्टी समान होत्या आणि काही तऱ्हेनं आम्ही बाहेरचेपण होतो. म्हणून आम्ही एकत्रच असायचो."

होतो, असायचो, जॅकला भूतकाळ वापरल्याचं लक्षात येतं आणि शिवूचे हात कापताहेत हेपण.

तो ग्लास शिवूच्या पुढे सरकवतो. "पी" तो आज्ञा सोडतो. "गिळून टाक. त्यानंतर काय झालं? सांग मला."

पण शिवूचे हात कापायचे थांबत नाहीत.

"पहिल्यांदा, मला वाटलं, ती माझ्याकडे आकर्षित झालीये. मला ती आवडली होती. मला ती खूप आवडली होती." शिवू म्हणतो. अचानक तो वरती बघून म्हणतो, "मी हे तुम्हाला कसं सांगू? तुम्ही तिचे वडील आहात. आम्हाला काय वाटत होतं, आम्ही काय बोललो, काय केलं हे कसं सांगणार तुम्हाला... खूपच अवघड आहे. हॅट् सालं, हे लाजिरवाणं आहे."

जॅक थोडा वेळ बोलत नाही. "मला तिचा बाप समजू नकोस. तुझा मित्र, आहे असं समज." तो म्हणतो.

"तुम्ही माझे मित्र नाही आहात." मुलगा तटकन म्हणतो.

"मग तुला कोणीतरी नुकतंच भेटलंय, असं समज. बारमधला एक अपरिचित. आणि तेच खरंय. तुझा-माझा काही संबंध नाही. काही पाश नाही. तू मला काहीही सांगू शकतोस. कळलं?" जॅक स्वत:च्याच आवाजावर स्तिमित होत ऐकतो. तो आपल्या आवाजात हा मखलाशीचा स्वर कसा काय आणू शकतो?

मुलगा त्याच्या ग्लासकडे शून्य नजरेनं पाहतो. ''आम्हाला सर्वांनाच एक गर्लफ्रेंड असावी असं वाटायचं; पण स्मृती अशी होती, जिच्याबद्दल सर्वांनीच स्वप्नं पाहिली होती. ती गोड होती, चलाख होती आणि आपल्या इथल्या मुलींना असतात तसे काहीही संकोच तिला नव्हते.''

जॅक वरमतो. आपल्या इथल्या मुली. माझी बिच्चारी गोड पोर! 'तुला कधीतरी असं वाटलं का की, तुझं मोकळं वागणं कसं इथे चुकीच्या पद्धतीचं समजलं जात होतं?' जॅकला बोलल्याशिवाय राहवलं नाही. ''म्हणजे?''

''म्हणजे तिला चार लोकांमध्ये तुमचा हात धरायला काहीच वाटायचं नाही. किंवा तुम्हाला मिठी मारून तुमचं स्वागत करायला. किंवा तुमच्या कमरेभोवती हात टाकायला, जेव्हा ती मोटरसायकलवर मागच्या सीटवर बसली असेल.''

''पण इथल्या मुलीपण हे सगळं करत नाहीत का?'' जॅक अविश्वासानं म्हणतो.

''हो करतात नं, पण त्या पोहायला जाताना बिकिनी घालत नाहीत किंवा तुमच्या खोलीवर झोपत नाहीत वगैरे वगैरे. स्मृती सैल होती, असं मी म्हणत नाही. ती बिनधास्त होती. ती खरंच बिनधास्त होती, पण ती मोकळी होती आणि जर आम्ही तिच्याशी लगट करायचा प्रयत्न केला, तर ती सरळ आमचे हात बाजूला करायची आणि तिच्या त्या तमिळ हेलात म्हणायची, ''कोन्नड्ड वेन!'' ''

जॅकच्या ओठाच्या कोपऱ्यात एक नस उडते. त्यानं नेहमी आपल्या मुलींना लटकी धमकावणी दिलेली असते : 'तुम्ही जर आगपेटीशी खेळलं, तर कोन्नड्ड वेन, रात्री जागून टी.व्ही. पाहिलाम तर कोन्नड्ड वन. तुम्हाला मारून टाकेन, छोट्या राक्षसींनो!'

''तू म्हणालास की तुला वाटत होतं की, तिला तू आवडत होतास.'' जॅकनं मध्येच म्हटलं. त्याला या मुलानं असं म्हणायला हवं होतं का की, किती प्रकारे स्मृतीनं त्या मुलांनी तिला एखाद्या वेश्येसारखं वागवलं असेल?

''हां, आम्ही काही वेळा कॅफेमध्ये भेटलो आणि मला वाटू लागलं की, स्मृती आणि माझी जोडी आहे. मला तिच्यासमोर शान मारायची होती; पण मॅथ्यू आणि रिशीलाच खरंतर मला ऐट दाखवून द्यायची होती म्हणून मी त्यांची स्मृतीची ओळख करून दिली.''

'आणि जे व्हायचं ते झालं.' जॅक अंदाज करतो. त्याला त्या मुलासाठी वाईट वाटतं. ''त्यांच्यापैकी एकानं तिला पळवून नेली.'' तो म्हणतो. ''असं झालं का ते?'' मुलगा मान हलवतो.

''हो आणि नाही!'' त्याच्या स्वरात एक अलिप्तता येते.

दोन आठवड्यानंतर शिवूला पोटात गुद्दा मारल्यासारखा वाटला, जेव्हा रूपानं

त्याला फोन करून काहीतरी पाहिल्याचं सांगितलं. ते दोघांचं लफडं संपलं का? स्मृतीचं आणि त्याचं? तिला काढायला हवं होतं. मॅथ्यू आणि स्मृती एकमेकांबरोबर खूपच खेळीमेळीनं वागत होते. ''त्या मुलीबरोबर तुमच्या लोकांचं काय चाललंय? पासिंग द पार्सल?''

शिवूला मॅथ्यूच्या खोलीवर जाऊन त्याला बाहेर खेचावंसं वाटलं. त्याचं थोबाड फोडून त्याच्या पोटात लाथ मारावीशी वाटली. इतका तो संतापलेला होता, पण त्यानं संताप आवरला. तो काय विचार करत होता, त्यानं स्वत:लाच विचारलं, स्वत:चं जनावरात रूपांतर होताना बघून स्तंभित होऊन. मॅथ्यू त्याचा मित्र होता आणि स्मृती त्याची प्रेयसी. त्यांचा संशय कसा काय घेऊ शकला तो? रूपाच एक मत्सरी कुत्री होती, चुगल्या करणारी. कदाचित अगदी साधंच स्पष्टीकरण असेल याचं.

मग अजून असं बघण्याच्या बातम्या आल्या. एखादा सहज मारलेला शेरा. एखादं फेकलेलं स्वगत. शिवूला वाटलं की, मॅथ्यू आणि स्मृतीवर नजर ठेवण्यापलीकडे जगाला काही कामच नाहीये.

असूयाच त्याला डाचतेय का, हे शिवूला समजत नव्हतं की, त्याचा स्वाभिमान जो दुखावला गेला होता. लोकांना ते एकत्र फिरताना दिसतायेत हा विचार त्याचं तोंड कडवट करून जायचा. 'जर मी हे असंच चालू राहू दिलं, तर ते मला नेभळट समजतील.' शिवूनं स्वत:ला — ज्यादिवशी त्यांचा सामना करायचा निर्णय घेतला – त्यादिवशी सांगितलं; पण तो घाबरला होता मात्र. स्मृतीवरची त्याची अस्पष्ट पकड त्याला घाबरत होती आणि जर त्यानं हा विषय काढला, तर तो तिला गमावून बसेल.

मॅथ्यू वेगळा होता. मॅथ्यू इथलाच होता. त्याला जास्त चांगलं माहिती असेल. शिवूनं मॅथ्यूचा दरवाजा उघडायच्या आधी स्वत:ला सांगितलं. एके काळी ते एकाच खोलीत राहत असत. आता नाही. शिवूला जाणवलं की, त्याचे डोळे खोलीत शोध घेताहेत आणि त्याची नजर एका रुमालावर पडते, जो तिचा असल्याचं तो ओळखतो.

''हा स्मृतीचा आहे नं?'' तो विचारतो.

मॅथ्यू खांदे उडवतो. शिवूला काय बोलावं कळत नव्हतं. हे खांदे उडवणं म्हणजे युद्धाला आव्हान देण्यासारखं होतं. प्रेमात आणि युद्धात सर्व माफ असतं.

निराशेत शिवू स्मृतीकडे वळला.

स्मृती भयंकर संतापली. ''तू माझा बॉयफ्रेंड नाहीयेस. तू माझा फ्रेंड आहेस. तूपण मला भेटलेल्या इतर भारतीय मुलांसारखंच का असायला हवं? आपण

केवळ मित्र नसू शकतो? तू, मॅथ्यू, रिशी आणि मी. मी रिशीबरोबरपण बाहेर जाते. तर काय मग?''

शिवू त्याच्या ग्लासमध्ये स्ट्रॉ घालतो. तळाशी असलेले बर्फाचे तुकडे खुळखुळतात. त्याला बावळ्यासारखं वाटतं. त्यानं कदाचित त्याच्यात आणि स्मृतीमध्ये जरा जास्तच काहीतरी असल्याचं वाटून घेतलं होतं. या विचाराच्या पावलावर पाऊल ठेवून एक अस्वस्थता दाटून आली. मॅथ्यूला स्मृती आणि रिशी एकत्र हिंडतात हे आवडणार नाही.

''तू रिशीबरोबर हिंडतेस हे मॅथ्यूला सांगितलेलं बरं.'' शिवूनं तिला सांगितलं. ''मॅथ्यू खूपच संकुचित आहे. त्याला त्याचं जे आहे, ते वाटून घ्यायला आवडत नाही.''

''मी त्याची नाहीये आणि अजून कोणाचीही नाहीये.'' ती म्हणाली; त्याला आणि त्याच्या मनातल्या बेचैनीला झटकून टाकत.

''मॅथ्यू मत्सरी होता, नाही का?'' जॅक शोधक स्वरात म्हणतो.

''मॅथ्यूइतका उदार मुलगा मी दुसरा पाहिला नाही, पण तो ज्या लोकांवर प्रेम करी, त्यांच्याबद्दल संकुचित मनाचा होता. पहिल्यांदा जेव्हा रिशी आणि मी मित्र झालो, तेव्हा मला अजून एक जवळचा मित्र आला, हे त्याला सहन झालं नाही. त्यानं रिशीमध्ये एक आगंतुक पाहिला. हळूहळू जसं त्याला लक्षात आलं की, त्याच्या-माझ्यात काहीच बदललं नाही, तेव्हा तो शांत झाला; पण जेव्हा त्याला रिशी आणि स्मृतीबाबत कळेल तेव्हा तो संतापेल, हे मला माहीत होतं.''

जॅक डोकं हातावर टेकवतो. 'स्मृती खरंच वाटत होती एवढी अनभिज्ञ असेल का? ती या मुलांशी खेळतीये, हे तिला जाणवलं नाही का? की तिला या सामर्थ्यामुळे आनंद होत होता? घटस्फोटित आईवडलांची मुलं गरजू असतात म्हणे! तीन तरुण तिच्यावर फिदा झालेत ही भावना तिला सुरक्षितता देत असेल का? जॅक उभा राहतो आणि शरीर ताणतो. ही कथा कुठे जातेय?'

स्मृतीचे शेवटचे दिवस जोपर्यंत रहस्याच्या बुरख्याआड दडले आहेत, तोपर्यंत जॅक आपलं आयुष्य राखून ठेवणार आहे. असं नाहीये की त्याला ते हवंय, पण त्याचं मन मानणार नाही. त्याची मेल-बॉक्स त्या सकाळी छप्पन मेसेजेसनी ओसंडतेय. तो त्यावरून जराही रस न दाखवता भराभरा नजर फिरवतो. काहींना तो ज्या पुस्तकावर संशोधन करतोय त्यात रुची असते. एक संदेश जर्नलकडून तो देणार असलेल्या प्रबंधाबद्दलची विचारणा करणारा असतो. दोन हवामान-परिषदांची आमंत्रणं, दोन वाईकिकी आणि ब्रिस्बेनमधल्या भाषणांची. या सर्वांना त्याचं लक्ष आणि कृती आवश्यक असते.

शेवटी जॅक एका गोष्टीचा निर्णय घेतो. तो या सगळ्याकडे लक्ष द्यायला कुणाचीतरी नेमणूक करेल, तोपर्यंत त्याला या उदासीनतेतून बाहेर पडता येईल. तो शीलाला पत्र लिहील. ती त्याच्यासाठी एक संशोधन सहायक शोधून देईल.

बाहेर, दुपार आता संध्याकाळेत बदलतेय. किती काळ मी या मुलाच्या मागे लागू? मी शहरजादी आहे की खलिफा आहे? त्यांच्यामध्ये काही फरक तरी आहे का खरोखर? ते दोघंही अटळ गोष्ट टाळतच तर होते.

म्हणजे त्या दोघांपैकी कुणालाच नंतर काय करायचंय, याचा निर्णय घ्यायला नको होता.

~ ५ ~

मीराच्या आयुष्यात पुढे काय घडतं, तर शीलाकडून एक मेल येते. मीराला नवल वाटतं. ती एक जनसंपर्क अधिकारी आणि त्या एकमेकींना फारसं ओळखतपण नाहीत. मीराच्या पुस्तकांची प्रसिद्धी करण्यासाठी रणधीरनं जेव्हा तिला नेमलं होतं, तेव्हा तो तिच्याशी थेट संपर्क साधायचा. मीराला फक्त मुलाखतींमध्ये आणि फोटो शूट्समध्ये बसून राहावं लागलं आणि शीला पार्श्वभूमीवर लगबग करत, अगणित फोन करत आणि तिच्या ब्लॅकबेरींवर मुलाखती ठरवण्यात मग्न होती. मीराला काय फक्त एका कॉर्पोरेट-पत्नीची भूमिका निभावायला लागली. उंच फुलदाणीत एका टायगर लिलीची दांडी आणि रेशमी उशांसहित ट्रेमधून चहा द्यावा लागला होता आणि तेव्हापासून मीरा तिच्या यादीत सामील झाली होती.

सध्या काही दिवस झाले, तिला अशा प्रसिद्धीच्या कार्यक्रमांची आमंत्रणं येत नव्हती. कदाचित शीलानं तिचं अध:पतन झालेलं ऐकलं असेल, पण आता ती तिला पुष्परचनेच्या पुस्तकाच्या प्रकाशनासाठी आमंत्रणं देत होती आणि ''सहज जाता जाता, तुला कुणी असा संशोधन सहायक माहिती आहे का? माझ्या एका मित्राला, जो युएसच्या कॉलेजमध्ये प्रोफेसर असून रजेवर आहे, त्याला हवंय. तो अगदी घायकुतीला आलाय आणि चांगला पगार देईल आणि वेळेचं काही बंधन नाही. हा त्याचा ई-मेल आयडी आहे.''

मीरा त्या निमंत्रणाकडे दुर्लक्ष करते आणि ताबडतोब ई-मेल करून स्वत:चा फोन नंबर पाठवते. तिला ती शीर्षकं द्यायच्या उपसंपादकाची नोकरी मिळाली होती. पुढच्या आठवड्यापासून तिला कामावर रुजू व्हायचं होतं, 'पण जर हे जास्त चांगलं असेल तर?' ती स्वत:लाच सांगते. हे असं काही असेल, जे करताना जरा जास्त प्रतिष्ठितपणाचं वाटेल तर काय?

फोनवरचा त्याचा आवाज खोल आणि खरखरीत येतो. एक वयस्क आवाज;

वयानं जाड झालेला आणि जास्त धूम्रपानानंसुद्धा कदाचित! ती अंदाज करते.

"हॅलो, मी मीरा गिरीधरशी बोलू शकतो का?" तो आवाज विचारतो. एक मवाळ, काळजीपूर्वक जतन केलेला आवाज.

मीरा म्हणते, "हो, मीराच बोलतेय."

"हॅलो मीरा! कशा आहात तुम्ही? मी प्रोफेसर कृष्णमूर्ती बोलतोय. मला आज सकाळी तुमची ई-मेल मिळाली आणि मी विचार केला की, तुमच्याशी थोडं बोलायला हरकत नाही." तो आवाज थोडा थांबतो. "तुम्ही माझ्यासाठी काम करायला तयार आहात का, हे माहीत करून घ्यायचं होतं.

"मला तुमची क्वॉलिफिकेशन्स आवडली आणि तुम्ही बंगलोरमध्ये या भागात राहता, हेपण महत्त्वाचं आहे. वेळेबद्दल फिकीर न करता आपण दोघांनाही जमतील तसे कामाचे तास पक्के करू; पण आपल्याला आधी भेटून आपलं एकमेकांशी जुळतं की नाही हे बघणं जरुरी आहे. जे लोक निकटपणे काम करतात, त्यांना हे आवश्यक आहे." तो पुढे म्हणतो.

आणि अशा तऱ्हेनं तारीख आणि वेळ पक्की केली जाते.

"मला तुमची क्वॉलिफिकेशन्स आवडली."

नंतर त्या रात्री जेवताना मीरा यावर चर्चा करते.

"तुला हे खरंच करायला हवंय का?" लिली आवाज करत सूप ओरपताना विचारते.

"मम्मा प्लीज," सारो मध्येच म्हणते. "मीराला समजतंय ती काय करतेय ते."

मीरा आईकडे कृतज्ञतेचा कटाक्ष टाकते. ह्या आईला ती ओळखत नाही. हुकूमशाहीची जागा संरक्षक वागण्यानं घेतलीये. जेव्हा मुलं किंवा लिली त्रास देतात, तेव्हा सारो मीराच्या मदतीला धावते.

"पण ही तर सेक्रेटरीची नोकरी आहे! ती कशी काय तू करू शकणार?" लिली विचारते.

"त्यात काय झालं?" सारो फणकारते. "शिवाय ती एका शिक्षण क्षेत्रातल्या माणसासाठी काम करायला जातेय. प्रोफेसर कृष्णमूर्ती. मीरा म्हणते की, त्यांच्या बोलण्यात अमेरिकन ढब आहे. मीरा, तू त्यांना इथे कधीतरी ड्रींक घ्यायला बोलवलं पाहिजेस. तुझ्या कुटुंबाशी त्यांना भेटू दे आणि स्वत:लाच ठरवू दे की, तू एका खानदानी पार्श्वभूमीवरून आहेस आणि हे म्हणजे काही परिस्थितीमुळेच...."

"मम्मी, बास." आता मीराची पाळी होती बोलणं थांबवण्याची. "मला अजून ती नोकरी मिळालेली नाही. शिवाय, बोलण्यावरून तो बराच वयस्क माणूस असावा, जो त्याच्या पुस्तकांमध्ये हरवून गेलाय. तो असा नसावा जो मी कोण

आहे, याची फारशी फिकीर करेल; जोपर्यंत मी चांगलं काम करतेय तोपर्यंत.''

''तो किती वयाचा असेल?'' निखिल अचानक म्हणतो. मीरा आठ्या घालते. ''कळत नाही तसं, पण आपण बघू आता!''

''तुला काय करावं लागेल?'' निखिल अंडं पोळीमध्ये गुंडाळून घेत म्हणतो.

''मला नक्की माहीत नाही. संशोधन करायला हवं असेल कदाचित. पत्रं लिहिणं वगैरे, मला वाटतं.'' मीरा निखिलला आठ्या घालून खाताना न्याहाळते.

''तुला सॅलॅड नकोय का?''

निखिल गाजराची कांडी चिमटीत अशी पकडतो, जशी ती एक मेलेलं झुरळच आहे.

''तू काय घालशील मीरा?'' लिली वर पाहते.

''साडी.'' मीरा म्हणते. तिची आई मान्यतेची मान हलवते.

''स्मार्ट कॉटनची साडी आणि तू माझे मोती घालू शकतेस. ते नेहमीच छान दिसतात. मग अर्धी लढाई तर जिंकलीसच समज!''

निखिल दूध पिताना बडबडतो, ''तू कार्गो पँट्स आणि जोडे का नाही घालत, जर ही लढाई असेल तर?'' तो त्यांच्या धक्का बसलेल्या चेहऱ्यांकडे बघत हसत म्हणतो, ''तू जशी नेहमी घालतेस तेच कपडे का नाही घालत?''

त्या तिन्ही बायका त्याच्याकडे एकत्र वळून म्हणतात, ''तुला या गोष्टी कळत नाहीत!''

मग ती त्याला पाहते. लांब लांब ढांगा टाकत तिच्याकडे येताना. मीराला तिचं हृदय बसलेलं जाणवतं. तिला हा मनुष्य माहितीये. ह्यानंच तर तिला आणि निखिलला त्या दुपारी घरी सोडलं होतं आणि आता तो तिला ओळखेलसुद्धा आणि तिच्या पळून गेलेल्या नवऱ्याबद्दल त्याला माहीत करून घ्यायचं असेल. मीरा आवंढा गिळते.

तो तिच्यासमोर येऊन उभा राहतो आणि त्याच्या डोळ्यात ओळख उमटते.

''मीरा?'' तो विचारतो. ''मीरा, बरोबर?''

''हॅलो!'' ती स्मित करते. मीरा त्याच्या पलीकडे दाराकडे बघते. तिला त्याचं नाव किंवा काहीच आठवत नाही. आता या क्षणी त्यानं इथून निघून जावं अशी तिची इच्छा असते.

''काय आश्चर्य आहे! तू कशी आहेस मीरा?'' एकमेकांशी औपचारिक बोलण्याची देवाणघेवाण झाल्यावरही तो तिथेच उभा राहतो.

''तर मग...'' तो म्हणतो. ''तूपण इथे कुणाला भेटायला आलियेस का? मी इथे माझ्या संशोधन कार्यासाठी लागणाऱ्या मदतनीसांसाठी एका महिलेची मुलाखत

घ्यायला आलोय. तुला एक सांगू का मीरा? जर तुझ्याकडे थोडा वेळ असेल, तर तू आमच्याबरोबर बसत का नाहीस? मला तुझंही मत घेणं आवडेल. मी भारतात असं याआधी कधी केलेलं नाहीये.''

आणि मीराला अचानक साक्षात्कार होतो की, हाच तो वयस्क माणूस आहे, प्रोफेसर कृष्णमूर्ती, ज्याच्यासाठी ती थांबलीये.

''प्रोफेसर कृष्णमूर्ती, मीच ती आहे, जिची मुलाखत घ्यायला तुम्ही इथे आला आहात.'' ती हळूच म्हणते.

तो एकदम ताठ होतो. ''ओह! मीरा गिरीधर. तुझ्या नावावरून तुला न ओळखणं हा माझा मूर्खपणाच झाला. तर, मी बसू का इथे?'' तो खुर्ची ओढत म्हणतो.

''हे एक नवलच आहे, पण ही तूच आहेस हे बघून आनंद झाला मीरा. खरंच आनंद झाला, पण तुझ्या पाककृतींची पुस्तकं लिहिण्याचं काय झालं? ते काही सोपं नसणार. ते खूप मेहनतीचं काम आहे मला माहितीये आणि आता हे काम करणं. तुझ्याकडे वेळ असेल तेवढा?''

मीरा तिची जिवणी कसंबसं हसत रुंदावते. ''मी खरंतर दोन पुस्तकं लिहिण्याच्या मध्ये रिकामी आहे सध्या.''

''छान!'' तो मागे झुकून पुटपुटतो.

'मी त्याच्याबद्दल हेच म्हणायला हवं. हा माणूस दूरदर्शी आहे.' मीरा स्वत:ला सांगते. 'त्यानं मला अजून गिरीबाबत विचारलं नाहीये. बहुतेक लोकांनी आत्तापर्यंत विचारलं असतं.'

६

तिच्यासमोर बसलेल्या माणसाला बघून बहुतेक लोकांना आश्चर्य वाटेल. लिली आणि सारोला हा पसंत पडणार नाही. मुलं करतील कदाचित. आणि गिरी? तो त्याला एक शानमारू माणूस म्हणून झिडकारून टाकेल, पण गिरी इथे नाही. त्यामुळे ती थांबेल आणि वाट पाहील.

तो फोनमध्ये बोलताना मीरा त्याचं बारकाईनं निरीक्षण करते. तिला ती जे पाहते ते आवडतं. हा काही गिरी नव्हे, जो नीट केस विंचरेल, छातीवरच्या खिशात मॉंट ब्लँक पेन असलेला आणि चकचकीत जोडे घातलेला, रोलेक्स ऑयस्टरचं घड्याळ आणि टायपिन कामांच्या दिवशी आणि शनिवार-रविवारसाठी विचारपूर्वक घातलेले कॅज्युअल वेअर्स. गिरी नेहमीच आपली प्रतिमा जपत असे आणि तिनंपण असंच करावं ही त्याची अपेक्षा असे. हा एक दिलासा होता की, हा माणूस गिरीसारखा दिसत नव्हता; हा धिप्पाड मनुष्य खुंट उगवलेल्या करारी जबड्याचा

आणि चमकदार निळ्या रंगाच्या अरुंद चष्म्याच्या फ्रेमच्या मागे लुकलुकणारे डोळे असलेला. ती त्याच्या मनगटावर कडं, मानेभोवती चामड्याच्या वादीत घातलेलं सोन्याचं पदक आणि कानात रिंग्ज पाहते.

ती त्याची सुटाबुटात कल्पना करू शकत नाही. एका कुठल्या कॉर्पोरेट ऑफिसर्सने भरलेल्या टेबलामागे बसलेला. न की त्याला एखाद्या वर्गात पाहू शकते. हा गृहस्थ काय करतो? हा प्रोफेसर कृष्णमूर्ती?

ती त्याच्या प्रतिमेची या-त्या प्रकारे कल्पना करत राहते. तिच्या चेहऱ्यावर स्मित उमटतं.

तिला त्याचे डोळे तिच्यावर खिळलेले दिसतात, जेव्हा ती समोरच्या मटन-कटलेटबरोबर चाळा करत असते, जे त्यानं ऑर्डर केलं असतं. असं म्हणून की, "शीलानं ह्याची खूपच शिफारस केली होती आणि आता आपण इथे आहोत, तर मला ते खाऊन पाहायचंय."

मीरा स्मित करते आणि म्हणते, "तिचं बरोबर आहे. हे खरंच चवदार आहे."

ती भुकेली आहे आणि ते पूर्ण एकाच घासात खाऊन टाकायचा मोह ती टाळते आणि मग एक विचार हळूच उंदराच्या पावलांनी तिच्या मनात येतो. तिचं असं निरीक्षण करताना तो काय कल्पना करत असेल?

'मी स्वत: माझ्याकडे बघताना काय पाहते?' मीरा समोरच्या काचेत दिसणाऱ्या स्वत:च्या चेहऱ्याकडे पाहते. तिनं कायम स्वत:ला दुसऱ्यांच्या नजरेतून पाहिलं आहे. लिलीची गंभीर नात. सारोची नीटनेटकी मुलगी. गिरीची सुरेख पत्नी. निखिल आणि नयनताराची विश्वसनीय आई.

'हा काय बघतोय? एक मूर्ख पाककृतीचं पुस्तक लिहिणारी लेखिका! एक करुणास्पद, टाकलेली पत्नी! एक उतावीळ, काहीही न येणारी पगारी नोकर!'

ती कोशीजमध्ये आसपास नजर फिरवते. तिला एक स्त्री दिसते, जिला ओळखून ती तिच्याकडे स्मित करते. ती स्त्री तिच्याकडे बघून आळसाने हात हालवते. तिला प्रोफेसर कृष्णमूर्तींबद्दल कुतूहल वाटलं असणार. मीरा स्वत:लाच सांगते, त्या हात हलवण्याला तसाच सुस्त, बेपर्वा हात हलवून प्रतिसाद देत. 'हाय, हाय आता माझ्या डोळ्यासमोरून चालती हो!' मीरा तोंड वाकडं करत म्हणते. "हाय. हाय."

तो फोन आदळून बंद करतो आणि हळूच म्हणतो, "तू अशा तऱ्हेचं काम पूर्वी केलं नाहीयेस, पण त्यानं काही फरक पडत नाहीये. तू हळूहळू शिकशील. तुला फक्त खुल्या मनानं आणि प्रामाणिकपणे प्रयत्न करावे लागतील, एवढंच मी म्हणतो.

"बाकीचं आपोआपच होईल. तू जर हे काम स्वीकारलंस, तर मला खूपच आनंद होईल."

मीराचे डोळे विस्फारतात. 'काहीही इकडचं तिकडंच बोलणं नाही. क्वालिफिकेशन किंवा पदव्या पडताळून बघणं नाही. हा नेहमीच असा उतावळा असेल का?' तिचे डोळे त्यानं त्याच्या अटी सांगितल्यावर अजूनच विस्फारतात.

तिच्या दाराबाहेरचे भुकेले लांडगे आता ओरडायचे थांबतील. निदान तीन महिने तरी. हा परीक्षणाचा काळ असेल, असं तो म्हणतो.

मीरा त्या कारच्या अवस्थेकडे चक्रावून बघते. 'एखाद्याची कार इतकी गचाळ कशी काय असू शकते? तो चालवतो मात्र चांगली आणि निष्णातपणे! गिरीपण एक चांगला चालक आहे; पण ड्रायव्हरनं रहदारीला, खराब रस्त्यांना, भीक मागणाऱ्या मुलांना आणि स्त्रियांना सामोरं जाणं तो जास्त पसंत करतो आणि त्यानं मागे आरामात बसून इकॉनॉमिक टाईम्स वाचणं. त्याला त्रास करून घेणं आवडत नाही. प्रोफेसर कृष्णमूर्तीलापण फारसा त्रास आवडत नसावा.' तिला लक्षात येतं; 'पण वेगळ्या तऱ्हेचा. कदाचित मी त्याची कार प्रथम स्वच्छ केली पाहिजे.' ती स्वतःला सांगते आणि मग वेळेतच स्वतःला आवरते. 'मी कसला विचार करतेय? मी त्याची संशोधन-सहायक आहे, त्याची बायको नव्हे.'

"मला वाटतं की, मी तुला माझं घर कुठेय ते प्रथम दाखवतो आणि मग तुला घरी सोडतो. ते फार काही लांब नाहीये. केवळ दोन रस्ते पलीकडे!" तो म्हणतो आणि थॉम्स कॅफेच्या वळणावर व्हीलर रोडवर वळतो.

वाऱ्यानं मीराच्या तोंडावर तिचे केस येतात. "तुम्ही नेहमी बंगलोरमध्ये राहिले आहात का?" ती विचारते. त्या दोघांच्यामधल्या शांततेला भरून काढण्यासाठी.

"मी मद्रासमध्ये वाढलो. मग यू.एस. मी बंगलोरमध्ये आता गेल्या आठ महिन्यांपासून आहे. मी अजूनही नवखाच आहे इथे."

"मग बंगलोर कसं काय निवडलं तुम्ही? तुम्ही आय. टी. इंडस्ट्रीत आहात का? मला माहितीय प्रोफेसर, पण जरा विचित्रच आहे की, मी तुम्हाला कोणत्या संशोधनात मदत करायचीये हे विचारलंच नाहीये."

तो हसतो. "मला कळतं. आपण दोघंही यात नवखेच आहोत. आणि नाही, माझं आय.टी.च्या जगाशी काही देणं-घेणं नाही. मी एक हवामानाचा विशेषज्ञ आहे; एक चक्रीवादळाचा तज्ज्ञ – अचूक सांगायचं तर. मी चक्रीवादळाच्या पुस्तकावर काम करतोय सध्या. त्यासाठी खूप माहिती गोळा करायचीये, खूप मुद्दे पडताळून बघायचेत आणि त्यासाठी मला मदत हवीये. इथे तुझी भूमिका महत्त्वाची आहे.

"आणि बंगलोरचं म्हणशील, तर माझ्या बायकोनं काही वर्षांपूर्वी मला हे घर विकत घ्यायला लावलं आणि माझ्या मुलीनं इथल्या कॉलेजमध्ये शिकायचं ठरवलं. म्हणून जेव्हा मला भारतात यावं लागतं, तेव्हा याचा उपयोग होतो!"

'बायको म्हणजे घरी बायको आहे. मीराला बेचैन वाटतं थोडंसं. तो बऱ्यापैकी सभ्य वाटतोय, पण काही सांगता येत नाही. एक बायको सगळंकाही कितीतरी सोपं करून टाकते.'

"माजी पत्नी म्हणायला हवं. आमचा घटस्फोट होऊन काही काळ लोटलाय."

मीराचं काळीज बसतं. अरे देवा! तिला कशाचा सामना करावा लागणार आहे?

"पण घर पूर्ण भरलेलं आहे! तू पाहशीलच! मला माझ्या कामासाठी जागा बनवायला लागते..." त्याचा स्वर लांबतो आणि त्याच्या आवाजातला एकत्रित कडवटपणा आणि दु:ख तिला बुचकळ्यात पाडतं.

ते एक ग्रॅहम रोडवरचं, साधारणसं घर आहे. चौकोनी आणि खालचं, जे त्या काळच्या लोकांच्या उत्कट इच्छेप्रमाणे घराचे वासे आणि फरश्यांपेक्षा कॉंक्रीटचं छत जास्त पसंत करीत होते. एक सपाट छत, ज्यावर वाळवणं घालत आणि अगदी जरूर पडली, तर कपडे वाळवायची दोरीसुद्धा बांधली जाऊ शकेल असं. फाटकापासून एक गोल वळणावरचा रस्ता आहे आणि त्याच्या टोकाशी पोर्च आहे. घराच्या डाव्या बाजूला, इमारतीपासून जरा कोपऱ्यात लांब गॅरेज आहे. साठाव्या दशकातली तऱ्हा, बुटका बंगला, ज्यात आढं आणि पारव्यांमधली चांदई आणि माकडांच्या जागा नाहीत – तिच्या बंगल्यासारख्या. दिसायला अनाकर्षक, पण स्वच्छ ठेवायला सोईस्कर. मीराला तिच्या घरच्या, दर महिन्याला लांब दांडीच्या जाळं काढण्याच्या कुंच्यानं केलेली साफसफाई आठवून अंगावर शहारा येतो.

"नीनाला जुना बंगला हवा होता. त्या खानदानी बंगलोरच्या बंगल्यांपैकी एखादा; पण मला ते त्रासदायक वाटलं. आम्ही हे घर निवडलं, याचा मला आनंद होतो. हे खूप सुंदर नाहीये, पण सोईचं आहे." तो कार पोर्चमध्ये थांबवत म्हणतो. मीरा काहीच बोलत नाही. 'तो मन वाचतो का?' ती त्याच्याकडे बाजूनं एक कटाक्ष टाकते.

बगीच्यावर ती एक धावती नजर टाकते. एक प्रचंड चिकूचं झाड बाजूला उभं असतं; गडद हिरव्या सावलीची पखरण करत आणि प्रकाशाच्या चमक्या घराच्या भिंतीवर उधळत.

पोर्चच्या छतावर बोगनवेल लोंबत असते. पोर्चच्या खांबावर त्याचं जाड खोड

लगटून चिकटलेलं असतं. दूरच्या कोपऱ्यात रानटी गवत माजलेलं असतं. हेलिकॉनियाची लोंबणारी फुलं फर्नच्या पसाऱ्यात फुललेली आहेत. कधीतरी हिरवळ असलेल्या अंगणाच्या मध्यात एक खुंटलेलं फ्रँजीपानी आहे. वेडीवाकडी फरसबंदी काही भागांमध्ये फुटलेली आहे आणि जिथे सूर्यकिरणं घुसू शकतात, तिथे जिरॅनियमची फुलं फुललीत; गुलाबी, लाल आणि पांढरे गुच्छ उंच आणि रसरशीत दिसतात.

कुणीतरी तिथे बागकाम करायचा प्रयत्न करतंय किंवा करायची इच्छा तरी. चिकूच्या झाडाखाली मातीच्या कुंड्या ओळीनं लावून ठेवल्यात आणि प्लॅस्टिकच्या पिशव्यांमधली झाडंपण.

"मी जेव्हा जमतं तेव्हा बागेत काम करायला बघतो." तो खांदे उडवतो.

पुन्हा. 'तो पुन्हा ते करतोय.' मीराला वाटतं. 'तो त्या मनकवड्या लोकांपैकी तर नाही, ज्यांना सहावं इंद्रिय असतं?'

मीरा तिच्याभोवती पदर गुंडाळून घेते.

घर शांत आहे. मीरा दारापाशी रेंगाळते. दारात किल्ली घालताना ती त्याला न्याहाळते. 'घरात अजूनही लोक आहेत, असं तो म्हणाला होता नं?' ती काय विचार करतेय? एका अनोळखी माणसाच्या घरात जाणं.

तो दार उघडतो आणि आत पाऊल टाकतो. "कला चित्ती!" तो हळूच हाक मारतो. मीरा श्वास घेते. इथे अजूनही माणसं आहेत. 'मग त्यानं घंटी का वाजवली नाही?'

एक राखाडी साडीतली वयस्क स्त्री आतल्या खोलीतून बाहेर येते. मीरा तिच्या डोक्यावरच्य, साडीसारख्याच राखाडी खुंटांकडे न बघायचा प्रयत्न करते.

"ही माझी मावशी आहे." तो हळूच म्हणतो. "ही मीरा!" तो त्या वयस्क स्त्रीकडे वळून म्हणतो. "ही माझ्यासाठी काम करणार आहे." तो तमिळमध्ये बोलतो.

ती वयस्क स्त्री हात जोडून नमस्कार करते. मीरापण तसंच करते.

मग ती तिला येऊ शकणाऱ्या तामीळमध्ये म्हणते, "मी इथेच दोन रस्ते सोडून राहते. बेली रोडवर, डी कॉस्टा चौकानंतर."

तो भुवया उंचावतो. "तामीळ का! म्हणजे या घरात काही गुप्त गोष्टी नकोच!"

मीरा हसते. "मी ऊटीमध्ये मोठी झाले." ती स्पष्टीकरण देऊ पाहते.

"बसा, मी कॉफी घेऊन येते." ती स्त्री म्हणते.

"तुम्ही दोघंच इथे राहता का?" मीरा विचारते. ती खोली नीटनेटकी, पण

साधी असते.

वर्तमानपत्रं काचेच्या कॉफीटेबलवर नीटपणे ठेवलेली असतात, वेताच्या सोफ्यावर उशा नीट रचलेल्या असतात. कोपऱ्यात टी.व्ही. असतो. साइड-टेबलांवर कोस्टर्स ठेवली असतात.

तो नजर वळवतो. ''नाही, माझी मुलगीपण आहे इथे. म्हणूनच मी राहण्यासाठी बंगलोर निवडलं. माझ्या मुलीमुळे.'' तो थांबतो आणि पुन्हा सुरू करतो, ''मी तुझ्या मुलाला भेटलोय. तुला तो एकच मुलगा आहे का?'' मीरा हसते.

''नाही, मला एक मुलगीपण आहे. नयनतारा. ती एकोणीस वर्षांची आहे आणि चेन्नईला आयआयटीत आहे.''

''हुशार असणार मग! तुला तिचा अभिमान असेल.''

मीराच्या मनात एक विलक्षण दु:ख भरून येतं. 'माझ्या मुलीचा मला अभिमान असेल, असं तुम्ही म्हणता. मला आहेच. नयनतारा! माझ्या डोळ्यातला तारा! पण तिच्याकडून मी जखमीपण झालेय. मुलींचं असंच असतं बघा! त्यांच्या आयांना सगळं सोसावं लागतं.'

''मला सांगा, तुमची मुलगी किती वर्षांची आहे? माझ्या मुलीसारखंच तिनंपण तिच्या आईऐवजी तुम्हाला निवडलं का? जेव्हा वेळ आली तेव्हा? कुठेय ती तुमची मुलगी, जिनं स्वत:ला तुमची विश्वासू, दोस्त आणि डॅडीची सर्वोत्तम मैत्रीण म्हणून नेमून घेतलं?''

''स्मृती. तीपण एकोणीस वर्षांचीच आहे.'' तो अर्धवट उठतो. ''ये, आपण हे एकदा संपवूनच टाकू.'' तो तिच्या विचारांमध्येच म्हणतो.

आणि मग मीरा स्मृतीला पाहते.

मीरा दारात उभी राहून त्या खोलीत काय काय आहे याचा बोध घ्यायचा प्रयत्न करते. खिडकीतून सूर्याचा हिरवा प्रकाश पानांतून आत झिरपत असतो. अंधारात एक समुद्री हिरव्या रंगाचा साचा, जो सतत समुद्राच्या हलत्या प्रतिमा दाखवत असतो. पलंगासमोरच्या भिंतीवर एक प्रोजेक्टद्वारे लाटांचं एक सततचं दृश्य दिसत असतं. स्पीकर्समधून त्यांच्या पाण्याचा उसळण्याचा आवाज घुमतो; पाण्याचा आवाज पुन्हा पुन्हा.

काही फळ्यांवर पुस्तकं ठेवलीत. बाकीची खोली बाहुल्यांनी गच्च भरलीये. सर्व प्रकारच्या बाहुल्या, यांत्रिक आणि माणसाच्या हातच्या; मूल्यवान आणि साधारण.

पण पलंगावर जी मुलगी झोपलेली असते, तिला बघून मीराची बोटं तिच्या बॅगभोवती आवळली जातात. तिचे डोळे बारीक होतात. 'ती मुलगीच आहे नं?' तिनं आजपर्यंत असा प्राणी कधीच पाहिला नाही. अगदी तिच्या भयंकर डाक्युमेंटरीमध्येसुद्धा! एक उलटीची भावना तिला घेरून टाकते.

ती कुऱ्हाडीसारखी झोपलेली असते. पण लांबलांब आणि हात बाजूला पसरलेले. तलम सुती कापडाचा पायजमा आणि पोलकं घातलेले आणि केस भादरलेले. कागदासारखी पातळ आणि त्यासारखीच पांढरी कातडी हाडांवर ताणलेली. त्यामुळे गालफाडं आत ओढली गेलेली. डोळे सताड उघडे, जणू काचेचे. तोंड वाकडं. एक चेहरा, जो कायमचा वाईट नजरेनं पाहातोय. त्या टक लावलेल्या नजरेच्या काठिण्यामुळे आणि वेड्यावाकड्या तोंडामुळे एक भयंकर ओंगळवाणेपणा प्राप्त झालेला. मीराला भय वाटतं. 'हा कुठला प्राणी आहे?'

"मीरा, ही माझी मुलगी स्मृती. एकोणीस. एवढंच वय आहे तिचं आणि जीवनातून उठून अशा राक्षसी रूपात जगतेय, जिला पाहून प्रत्येक वेळी तुम्ही उन्मळून पडता." जॅक म्हणतो.

मीराला लाज वाटते. ती नजर उचलून त्याच्या डोळ्यांत बघते.

"नीना आणि मी सुरुवातीला घर विसरू शकत नव्हतो. आम्ही अमेरिकेत राहत होतो. म्हणजे आमची शरीरं फक्त; पण आमची मनं भारतातच रेंगाळत राहिली, जो आम्ही मागे सोडला होता. त्यामुळेच आम्ही एकमेकांच्या जवळ आलो. त्यानेच बांधले गेलो; आणि म्हणून जेव्हा हिचा जन्म झाला, आम्ही तिचं नाव स्मृती ठेवायचं ठरवलं. आठवण. आणि आता तेवढीच फक्त तिच्यातली उरलीये."

तो हळूहळू तिच्या आवळलेल्या मुठी सोडवतोय. "थोड्या वेळातच तिची बोटं आत वळतील पुन्हा. आम्ही हे प्रत्येक तासानं करतो, म्हणजे तिच्या बोटांची हालचाल बंद पडणार नाही."

तो एकामागून एक बोटं सरळ करतो, त्यातला कडकपणा नरम करत; हळुवार मध्ये चोळत. एका ट्यूबमधून क्रीम काढून तो त्यावर चोळतो. मीरा आवंढा गिळते. घशातून गोळा झालेली लाळ आवाज करत खाली जाते.

ती काही बोलत नाही. तिला काय प्रतिक्रिया द्यावी ते उमगत नाही. समजूत घालण्याची की कुतूहलाची.

मीरा घरी चालत येते. "काही मिनिटांच्या अंतरावरच आहे ते." ती दार स्वत:च्या मागे ओढून घेत म्हणते. ती कोपऱ्यावर वळताक्षणीच तिच्या डोक्यात प्रश्न उठायचा थांबत नाही. 'तो कसं काय हे सहन करतो? हे असं तिला पडलेलं

पाहून तो वेडा कसा होत नाही?'

'काय झालं?' तिनं विचारलं होतं. 'तिचं असं कसं?' तिचे शब्द अर्धवट राहिले होते.

त्यानं क्रीम खाली ठेवून बोटं पुसली होती. ''मला माहीत नाही. त्याच्या अनेक कथा आहेत. डॉक्टरची एक कथा. पोलीसची एक. एकूण मला एवढंच माहितीये की, ती तिच्या काही मित्रांबरोबर फिरायला गेली होती आणि तिथे एक विचित्र अपघात झाला, असं ते म्हणतात.''

मीरा तिची बोटं त्या जिवाच्या बोटांवर फिरवते. तिची वाढलेली बोटं जसजशी ती सरळ करते, तिला नयनतारा जेव्हा तान्ही होती तेव्हा तिच्या मुठीत बोटं घालण्याचा विलक्षण आभास होतो. ती उबदार, नाजूक आणि स्वत:ची इच्छा नसलेली बोटं.

''नयनतारा'' मीरा फोनमध्ये घाईत म्हणते.

''हाय मॉम!'' एक नाजूक आवाज तिच्या कानात किणकिणतो.

''इंटरव्ह्यू कसा झाला?''

''चांगला झाला. मला ती नोकरी मिळाली.'' मीरा म्हणते. ''त्याचं नाव प्रोफेसर कृष्णमूर्ती आहे.''

मीरा संभाषण वाहवत नेते. काहीही करून नयनताराला दुसऱ्या टोकाला गुंतवून ठेवणं. काहीही करून सजा काही क्षणांसाठी तरी तहकूब करणं. तिची पोर तिच्याशी जितका वेळ बोलतेय तितका वेळ ती सुरक्षित आहे, याचा अनुभव घेत राहणं.

''मॉम, मला जायला हवंय.'' नयनतारा मध्येच म्हणते.

''हो, हो, नयनतारा, बेटा, तू काळजी घे हं. घेशील नं?''

''काळजी कसली?'' ती हसते.

''अगं, असंच काळजीपूर्वक वाग म्हटलं!'' मीरा तिच्या आवाजात खेळकरपणा आणायचा प्रयत्न करते.

''हो.''

मीरा फोन तोंडाशी धरते आणि त्याच्या शांततेत आर्जव करते. 'काळजी घे बेटा. प्लीज काळजी घे.'

७

'काळजी घे. हे प्रकरण तुला वेगळ्या तऱ्हेनं हाताळावं लागेल.' जॅक स्वत:ला सांगतो.

'मीरा इथे असती, तर बरं झालं असतं.' असं त्याला वाटतं. हे स्वाभाविक कसं दिसेल, हे तिला माहीत असणार. 'सावधान! तो खोलीत नजर फिरवताना स्वत:ला सावध करतो. इथे खबरदार राहा. हा शिवूसारखा माहिती द्यायला तयार नसेल.'

जॅकचे डोळे पूर्वेकडच्या भिंतीकडे असणाऱ्या मंचावर रेंगाळतात; लाकडी क्रूसावर आणि मेणबत्त्यांवर. त्या मुलाच्या धार्मिक भावनेचा फायदा घेऊन तो सत्य सांगायला त्याचं मन वळवू शकेल का? त्याचं तोंड कडू होतं. हा येणारा प्राणी कसा, कोण असेल? स्मृतीच्या शेवटच्या शुद्धीवरच्या तासांची पुनर्निर्मिती करायला काहीही केलं तर चालेल का?

कधी कधी जॅक स्वत:ला ओळखू शकत नाही. कलाचित्तीच्या डोळ्यांमध्ये एक हरवलेला मुलगा त्याला दिसतो. मीराच्या बुचकळ्यात पडलेल्या नजरेत एक स्वच्छंदी शिक्षणतज्ज्ञ दिसतो. स्मृतीच्या बुबुळांमध्ये असहाय बापाची स्तब्धता दिसते. आपण जे असतो तसे आपण दिसतो. की नसतो?

जेव्हा तू कोशीजमध्ये गेलास तेव्हा तू मीराला ताबडतोब हेरलंस; बारीक काळ्या नक्षीची गडद दुधाळ रंगाची साडी आणि टेबलांच्या समुद्रात. तुझ्या मनाला एक अपरिहार्यता जाणवली. तू तिथे तिला न्याहळत उभा राहिलास. ती हॉपरच्या चित्रासारखी बसली होती. 'द चॉप सुये' हॉटेलमधलं हॉपरचं स्त्रीचं पेंटिंग.

'ती इथे काय करत होती?' तू स्वत:लाच कुतूहलानं विचारलं. जेव्हा तू तिथल्या जगाच्या लोकांमध्ये तिला बसवायला पाहिलंस.

त्या पहिल्या कारच्या प्रवासात ते कमीच बोलले होते, पण त्यानंतरच्या आठवड्यात तुझ्या मनात तिचे विचार सारखे येत होते. काय झालं होतं? तुला नवल वाटलं होतं. नवरा घरी आला असेल का तिचा? त्यांनी आपलं भांडण मिटवलं असेल का? तुला स्वत:च ते कळू शकलं नव्हतं. फक्त कदाचित तुला तिच्या घट्ट ताणून धरलेल्या दु:खात आणि असहायतेत स्वत:च्या दु:खाचं प्रतिबिंब दिसलं असेल. तिचा तो अविर्भाव, तीव्र काकुळत दर्शवणारं चेहऱ्यावरचं सावट, जेव्हा ती तुझ्या कारमध्ये रस्त्याकडे कटाक्षानं लक्ष न देता प्रथम बसली, तुला भावून गेली. तुला अशा स्त्रियाच आवडतात ज्या त्यांच्या निराशेच्या वजनाखाली दबून गेलेलं दर्शवत नाहीत. स्त्रिया, ज्या स्वत:ला खंबीर ठेवतात.

पण त्या कोशींजच्या गोंधळात ती हरवून गेल्यासारखी वाटली. तू तिला मुलाखत घ्यायला मदत करण्यासाठी का विचारलंस, हे तुलाच कळलं नाही. बहुधा तुला तो क्षण लांबवायचा होता. जेव्हा तिनं म्हटलं की, ती तीच होती, तेव्हा तुझ्यातलं काहीतरी हललं. एक आशेची निळी ज्योती. तिचा नवरा बहुधा अजूनही

बेपत्ता असावा, तू निष्कर्ष काढलास. अर्थात, एकदा तुझं मन एखाद्या स्त्रीवर जडलं की, त्यांचे नवरे तुझ्या खिजगणतीत नसतात.

नंतर तुझ्या घरात तू तिचा चेहरा बारकाईनं न्याहाळलास, जेव्हा तू तिला स्मृतीला पाहायला आत नेलंस. तू धक्क्याची अपेक्षा केली होतीस. त्याऐवजी तू दुःख पाहिलंस.

तिनं तुला स्मृतीची बोटं सरळ करताना लक्षपूर्वक पाहिलं.

'एक दिवसाची नर्स आहे आणि रात्रीची एक आहे. आणि बदलीच्या बायापण आहेत. जर कुणी येऊ शकलं नाही, तर कलाचित्तीपण आहेच, जी तिच्याशी बोलते, गाणं म्हणते, तिच्यापाशी बसते, आणि मी आहे. आम्हाला जे शक्य आहे ते आम्ही करतो, मीरा. आम्हाला करावंच लागतं. मी तिला कसंकाय टाकून देऊ शकतो आणि नीनाला तिथे एखाद्या इस्पितळात टाकून द्यायला परवानगी देऊ शकतो? ते म्हणजे तिला जिवंत गाडण्यासारखं होईल. दिसतंय नं तुला?' पण हे काहीच तू मोठ्यानं म्हटलं नाहीस. तुला तिला भावनेच्या बटबटीत प्रदर्शनानं लाजिरवाणं करायचं नव्हतं.

मग तिनं स्मृतीचा हात हातात घेतला. त्यानं तुला दिलासा वाटला. तिलापण एक मुलगी होती. तुला काय वाटतं हे तिला कळू शकेल.

दोन आठवड्यात मीरा तुझ्या दिनचर्येचा भाग बनली. तिच्याशिवाय तुझ्या दिवसाचं व्यवस्थापन करणं म्हणजे तुला सुकाणूविना असहायसं वाटू लागलं. तुझ्याबरोबर कोचीनला येण्याबद्दल तिला विचारावं का, असं तुला वाटून गेलं; पण ती तुझ्याबरोबर येईल याची तुला खात्री नव्हती. कदाचित एखाद दिवशी जेव्हा तुम्ही एकमेकांना जास्त जवळून ओळखायला लागाल, जेव्हा ती तुझ्यावर विश्वास टाकेल.

एक मध्यमवयीन माणूस खोलीत येतो. पांढुरके विस्कटलेले केस आणि सुटलेल्या पोटामुळे ताणला गेलेला टी शर्ट. त्याचं धोतर (मुंडु) कडक आणि पांढरं; प्रत्येक पावलाबरोबर फलकावणारं. जॅकचं काळीज बसतं. हा मनुष्य वयानं माझ्याएवढाच असेल, पण त्याच्याभोवतीचा आदरयुक्त दरारा मला तो विषयसुद्धा काढू देणार नाही. तो प्रथम संतापेल आणि मग सरळ धुडकावून लावेल. 'तुमची काहीतरी चूक होतेय. माझा मुलगा मॅथ्यू! तो खूपच अभ्यासू मुलगा आहे. आणि चर्च कॉयरचा सदस्य आहे. मला वाटतं, तुम्हाला चुकीची माहिती मिळालीये.'

'सावध! सावध!' जॅक स्वतःला सांगतो आणि खोटं बोलायला तयार होतो.

मॅथ्यूचे वडील त्याच्याकडे बघून स्मित करतात. एक सुंदर नक्षीकाम केलेल्या टेबलाकडे जाऊन त्यावरचा कार्डांचा डबा काढतात आणि जॅकपुढे एक कार्ड करतात. ''जोसेफ जॉन. तुम्हाला भेटून आनंद झाला.''

कार्डासाठी जॅक स्वत:चे खिसे चाचपतो. मग एक कार्ड उपसून त्या माणसाला देत तुटकपणे म्हणतो, ''मी प्रोफेसर कृष्णमूर्ती. मी युनिव्हर्सिटी ऑफ फ्लोरिडाच्या बायोटेक्नॉलॉजी विभागाचा प्रमुख आहे.'' जॅक त्याच्या कमावलेल्या अमेरिकन उच्चारांमध्ये शब्द फेकतो, त्या माणसावर छाप पाडायला आणि त्याला अपराधात सहभागी करून घ्यायला. जर मॅथ्यू मेडिसिनमध्ये असता, तर जॅक स्वत:लाच सांगतो, त्यानं स्वत:ची डीन ऑफ पेडिॲट्रिक्स ॲट फ्लोरिडा मेड स्कूल अशी ओळख करून दिली असती. मॅथ्यूनेच 'प्रेमात आणि युद्धात सर्व क्षम्य असतं'चा झेंडा फडकावला होता नं?

''तुमचा मुलगा एक हुशार तरुण मुलगा आहे. मी त्याच्याशी ई-मेलवर संपर्क साधून आहे. आता मी इथे आलोय, तर त्याला चकित करावं, असा विचार केला.''

त्या मनुष्याचा चेहरा उजळतो. ''हे फारच छान आहे. मॅथ्यू चर्चमध्ये गेलाय. लवकरच परतेल. आपण बसा ना! तुम्ही चहा घेणार की कॉफी?''

जॅक खुर्चीत स्थिरावतो आणि वाट पाहतो. ज्या माणसाचा आत्माच अस्वस्थता आहे, त्याला ही नव्यानं गवसलेली सहनशक्ती चकित करते. 'एवढं शांतीचं भांडार इतके दिवस कुठे लपून बसलं होतं?'

तर अशा नव्यानं सापडलेल्या सहनशक्तीसोबत जॅक मासिक चाळतो, कपभर कॉफी पितो, बशीतून केळ्याचे काप खातो आणि वाट पाहत थांबून राहतो.

शिवू जे काय सांगू शकला, ते त्यानं केलं. आता मॅथ्यूची पाळी होती, कथेला पुढे न्यायची. 'पण तो नेईल का?'

''तो बराच धार्मिक आहे का?'' जॅक विचारतो.

मॅथ्यूचे वडील भुवया उंचावतात. ते प्रसिद्ध जोसेफ जॉनचं भुवया उंचावणं सगळ्या कुटुंबाला चांगलचं माहीत असतं. मूर्खासारखं बोलू नकोस, त्याचा अर्थ असतो. ''आमचं कुटुंबच धर्मभीरू आहे. एक ख्रिश्चन कुटुंब. आम्ही सगळे चर्चमध्ये जातो. माझे काका पाद्री आहेत खरंतर!''

जॅक चूपचाप नरमाईनं बसून राहतो. क्षणभरानं तो स्मित करून आवाजात मधाळपणा आणून म्हणतो, ''मॅथ्यू इतका आध्यात्मिक मुलगा आहे हे पाहून मला खूपच आनंद झाला. या नव्या पिढीत अशी मुलं विरळाच आहेत. तुम्ही भाग्यवान आहात!''

जोसेफ जॉन शेफारून जातात. कोणता बाप जाणार नाही, जॅकला वाटून दु:ख

होतं. आपल्याला सगळंकाही आपल्या मुलांसाठी हवं असतं. आरोग्य आणि आनंद, अव्वल क्रमांक आणि सरस्वतीचा वरदहस्त. आपल्याला आपल्या मुलांचं प्रेमापेक्षा कौतुक जसं व्हायला हवं असतं. आपल्याला आपल्या मुलांमध्ये आपली स्वप्नपूर्ती पाहायला हवी असते, आपल्या आयुष्याचा विस्तार.

८

'आपली आयुष्यं आपली नाहीत. ईश्वर आपल्या आयुष्यांच्या वचनांचा निर्णय घेतो.'

'अनेक दांभिक साधू उदयाला येतील आणि अनेकांची फसवणूक करतील.' बायबल असं म्हणतं. थोड्या वेळ मीपण फसवला गेलो. ती माझ्या दुःखाची सुरुवात होती. कारण खूप महत्त्वाचं होतं. हेपण सगळं बायबलमध्ये होतं शिवू, पण मी स्वर्गात मानवाच्या पुत्राचं चिन्ह बघितलं, मी त्याच्या देवदूतांनी फुंकलेली तुतारी ऐकली.

मॅथ्यूनं शिवूला पाठवलेलं पत्र जॅक पुन्हा एकदा वाचतो. तो त्याची घडी करून पुन्हा खिशात ठेवतो, जिथे त्या प्रिंटआऊटच्या लगत ते पडून राहतं, जे तो सगळीकडे बाळगतो. तीन मुलगे आणि एक मुलगी. एका चौकोनाची बाजू आणि त्यात अडकलेला भूतकाळ.

तो मॅथ्यूच्या चेहऱ्याकडे बघतो. ब्रदर बेनी, तू देवदूतांची चिन्हं आणि तुतारी ऐकलीस; पण आता तू खरं बोलशील का?

मॅथ्यू चकित होतो, जेव्हा तो घरी येऊन खुर्चीत बसलेल्या जॅकला पाहतो; केळ्याचे काप चघळून आणि अमेरिकन शिक्षणप्रणालीच्या फायद्यांवर भाषण देत.

"हे बघ, कोण आलंय." जोसेफ जॉन उत्साहानं म्हणतो. "प्रोफेसर जॅक इथे येतील, असं तुला कधीही वाटलं नाही, हो नं? ये, ये, बस इथे." जोसेफ जॉन त्याच्या फोर्ट वर्थ आणि लाँग आयलँड मधल्या कुटुंबाचा विचार करतो. आणि जर मॅथ्यूनं अमेरिकेला घर केलं तर.

'तिथे अगदी इथल्यासारखंच आहे; तुम्हाला जे हवं ते मिळतं तिथे, फक्त ते खूप जास्त स्वच्छ आणि जास्त कार्यक्षम असतं.' एका अमेरिकेहून भेट द्यायला आलेल्या भावंडानं म्हटलं होतं; त्यांच्या घराचे, गुलाबांचे, कुत्र्याचे आणि कारचे फोटो दाखवून शान मारत. "आता हे बघा! तुम्ही मॅथ्यूला तिथे उच्च शिक्षणासाठी पाठवण्याबद्दल गंभीरतेनं विचार केला पाहिजे." आणि म्हणून असं ते येऊन ठेपलेल्या स्थलांतराचं बीज पेरलं गेलं होतं.

मॅथ्यू आसपास भर्रकन नजर फिरवतो. जॅक त्याचे विस्फारलेले डोळे आणि

फुललेल्या नाकपुड्या पाहतो, मग मॅथ्यूचा चेहरा हळूहळू वाकड्या स्मितहास्यात बदलतो. अपरिहार्यतेचा स्वीकार भीतीवर मात करतो. ते वाकडं स्मित अलिप्ततेत पिळवटतं. जे व्हायचं ते होईल असा 'के सेरा सेरा' भाव. 'मॅथ्यूला हे गाणं बहुधा त्याच्या वडलांकडून माहिती असेल.' जॅक स्वत:लाच तुच्छतेनं सांगतो. जोसेफ जॉन अशा तऱ्हेचा माणूस दिसतोय. ज्याच्याजवळ जिम रीव्हज, केनी रॉजर्स आणि पन्नासमधलं संगीत यांचा देखणा संग्रह असेल.

'चर्च कसं होतं?' जॅक विचारतो. त्याच्या स्वत:च्या कानांना हा प्रश्न मूर्खासारखा वाटतो, पण मॅथ्यूच्या डोळ्यात भीतीचा भाव दाटून आलेला बघून त्याला उमगतं की, कसा एक निरुपद्रवी प्रश्न सापासारख्या क्रूर वेटोळ्यांनी वेढलेला आहे. माझ्यापासून काही छपून राहणार नाही बेटा की, तुला चर्चमध्ये का जावं लागतंय!

मॅथ्यू गप आहे.

"कॉयर प्रॅक्टीस बरी झाली का आज?" जोसेफ जॉन आपल्या अचानक दातखीळ बसलेल्या मुलाच्या मदतीला धावतात. 'याला काय झालं? इथे, पार अमेरिकेकडून हा मनुष्य ह्याला भेटायला आलाय – कदाचित त्याच्या मोठ्या संस्थेत प्रवेश देण्यासाठी आणि हा मुलगा एखाद्या खेडवळ मूर्खासारखा वागतोय; बावळटासारखा हसत आणि तोंडं वेडीवाकडी करत आणि चकार शब्द न बोलता.'

"बरंय, मी आता तुमच्यावर सोडतो सारं! तुम्हा दोघांना एकमेकांशी बरंचकाही बोलायचं असणार, यात शंका नाही." जोसेफ जॉन उठतो आणि बाहेर जाताना मॅथ्यूला त्याच्या मागे यायला खुणावतो.

"मी लगेच येतो परत!" अखेर मॅथ्यूला आवाज फुटतो; खालचा आणि कापणारा. वऱ्हांड्यात जोसेफ जॉन मुलाकडे बघून आठ्या घालतात. "काय झालं तुला? त्यांच्यावर छाप मारण्याऐवजी तू एखाद्या घाबरलेल्या नवरीसारखं वागतोयस! जा आता, बोल त्यांच्याशी. ते जेव्हा परत जातील, तेव्हा त्यांनी तुला त्यांच्या कोर्ससाठी एक गंभीर विद्यार्थी म्हणून पाहिलं पाहिजे."

"चाचन, तुम्हाला माहीत नाहीये ते कोण आहेत!" मॅथ्यू बोलू पाहतो.

त्याचे वडील हात वर करतात. "मला माहितीये. मला माहितीये की, तुझं भविष्य त्यांच्या हातात आहे. तर आत जा आणि ते त्याची अपेक्षा करतात तसा वाग!"

मॅथ्यू एका खुर्चीत आवरून बसतो. जॅक तो बोलायची वाट पाहतो.

"चल, आपण फिरायला जाऊ." जॅक त्या अवघडलेल्या मुलाकडे बघून म्हणतो; त्याच्याबद्दल सहानुभूती वाटून. "मला वाटतं, तुला ते आवडेल. काय म्हणतोस?"

ते समुद्राकाठी भिंतीपाशी शांत बसतात. दूर अंतरावर समुद्रपक्षी दगडांच्या पिकावर बसलेत. आकाशाचा रंग हळूहळू पालटतोय आणि जॅकला एक शांत किनारा त्याच्या आत जाणवतो. त्याच्यावर समुद्र नेहमीच हा परिणाम करत असे. हे खरंय की, त्या चावून चोथा झालेल्या म्हणीप्रमाणे काळ हा दुःखावर औषध असतो. 'माझी मुलगी तिथे स्तब्धतेच्या थडग्यात पडलीये आणि मी इथे बसू शकतो? आणि क्षितिजाकडे बघून त्याच्या सौंदर्याचा आनंद घेऊ शकतो? मला अपराधी वाटायला हवं का? की हाच शहाणपणा आहे असं वाटायला हवंय?' हे असं परिस्थितीचा स्वीकार करणं. जॅक त्याच्या सिगारचं टोक तोडतो आणि तोंडात ठेवतो. ती पेटवत हळूहळू फिरवतो. त्याच्या सर्वांत रास्त आवाजात तो विचारतो, ''तू एकदाही स्मृतीला भेटायला का आला नाहीस?''

तो मुलगा दूरवर टक लावून पाहतो. तो उत्तर देत नाही.

जॅकचा नव्यानं मिळवलेला शांतपणा नाहीसा होतो. ''मला उत्तर दे.'' जॅक त्या मुलाचा बाहू पकडून म्हणतो.

'कसं उत्तर देऊ शकलो असतो मी? तुम्हाला तरी ते देता आलं असतं का? मी तिच्याकडे क्षमायाचनेसाठीसुद्धा मागणी करू शकत नाही. मी कशातून जातोय, हे तुम्हाला माहिती तरी आहे का? प्रत्येक क्षणी अपराधी भावनेनं छळ होणं म्हणजे काय, हे तुम्हाला माहिती आहे?

'मीच जबाबदार होतो हे माहिती असताना....'

''शिवूनं तुम्हाला सांगितलंच असेल.'' मॅथ्यू सुरू करतो.

जॅक मान हलवतो. ''थोडंसं.'' तो सिगार पुन्हा पेटवत म्हणतो. समुद्राचं वारं सिगारच्या धुराचा गोडपणा नेहमीच्या सहजतेनं गोळा करतं. ''शिवूनं मला सांगितलं की, तू आणि स्मृती.... की, तू तिच्या प्रेमात पडला होतास.''

''मी मूर्ख होतो.'' तो मुलगा कडवटपणे म्हणतो.

''मी एक लहान गावातला मुलगा होतो, जो तिच्यामुळे बहकला गेलो. तिच्या अमेरिकन वागण्यामुळे!''

मॅथ्यूला वाटलं की, हे असं त्याला सतत वाटतच होतं. प्रेम, संताप, मृदुता, तिरस्कार, असूया या सगळ्या भावना त्याच्या हृदयात एखाद्या विदूषकासारख्या उड्या मारत, माकडचेष्टा करत होत्या. तिचं नाव कागदाच्या कपट्यावर तो लिहीत होता. स्मृती. स्मृती. स्मृती. स्मृती. स्मृती. पानांमागून पानं! जणूकाही कागदावर असं लिहिल्यानं ती कायमची त्याची होणार होती. ती त्याच्या डोळ्यांच्या आतल्या पापणीत राहत होती. प्रत्येक वेळी डोळे मिटल्यावर ती तिथे असे. तिचं मस्तक हसताना मागे झुकलेलं, तिच्या गळ्याचा बाक, सगळं त्याचं, सगळं त्याचं. ती प्रत्येक झुळकीवर सवार, तिनं ल्यायलेला सुगंध त्याच्या नाकात भरून राहिलेला,

म्हणजे तो पुन्हा पुन्हा त्याला अनुभवता यायचा. त्याचे कान फक्त तिच्याच पायरवाची चाहूल घेत टवकारलेले. त्याची त्वचा तिच्या त्वचेच्या आठवणीनं रोमांचलेली. स्मृती. स्मृती. स्मृती. स्मृती. मॅथ्यू त्याच्या बाइकवर रेलून घड्याळाकडे नजर टाकतो. तिला उशीर झालाय. तिला वेळेचं काही भान नाही. आणि हे जर त्यानं तिला दाखवून दिलं की, तिला उशीर झालाय, तर ती नाक वर करून म्हणेल, 'त्यानं काय फरक पडतो?'

तो अजून पाच मिनिटं थांबेल आणि परत जाईल. ती जेव्हा इथे येईल, तेव्हा त्याला फोन करू शकेल आणि जर तो मोकळा असेल, तर तो येईल. तो त्याच्या मोबाइलवर गेम खेळायला लागतो. त्याची बोटं 'तू कुठे आहेस' हे टाइप करायला उतावीळ झाली असतात; पण तो आधीच तिच्यापायी वेड्यासारखा वागतोय.

जेव्हा शिवूनं तिची ओळख करून दिली होती तेव्हा एखादी वीज त्याच्यातून कडकडत गेली, असं त्याला वाटलं होतं. ते खरोखरंच तसं घडलं होतं. पाहताक्षणीच प्रेमात पडणं! मी फक्त हाच विचार करू शकत होतो की, शिवू माझा जानी दोस्त आहे; पण तरीही हे मला थांबवता येत नाहीये. मी तिच्यावर प्रेम करतो. मी तिच्यावर असं प्रेम करतो, जे शिवूला कधी कळायचंपण नाही. मीच तिच्या लायक आहे; शिवू नव्हे, जरी तो माझा जानी दोस्त असला तरी.

त्याला तिला एकटी कुठे आणि कशी गाठावी ह्यासाठी सगळी चतुराई पणाला लावायला लागायची. स्वत:साठी स्थान पक्कं करून तिला जाळ्यात पकडणं, शिवूपासून तिला चोरून नेणं, त्याचा विवेक त्याला टोचणी द्यायचा, पण मॅथ्यू ऐकत नव्हता. प्रेमात आणि युद्धात सर्वकाही क्षम्य असतं, त्यानं स्वत:ला सांगितलं.

त्यानं घड्याळाकडे नजर टाकली. अजून दोन मिनिटं. शिवू इथे असता, तर बरं झालं असतं, असं त्याला वाटतं. त्याला शिवूची गरज भासत होती; पण एका आठवड्यापूर्वीच होस्टेलवर एक वाईट तमाशा उभा राहिला होता. मॅथ्यूनं स्मृतीला वायानाडला नेलेलं शिवूनं शोधून काढलं होतं. "हे बरोबर नाहीये" शिवू पांढऱ्या ओठांनी म्हणाला होता. "स्मृतीला जंगली हत्ती पाहायचे होते, हे मला माहितीये आणि तुझे वडील त्यांच्या लाग्याबांध्यामुळे ते करू शकतात, हेही मला माहितीये. पण मॅथ्यू, ती माझी गर्लफ्रेंड आहे. तू तिच्याबरोबर आता जाऊ शकत नाहीस. हा जर तू नसतास, तर मला वाटलं असतं की, तू तिच्यावर लाइन मारतोयस."

जेव्हा मॅथ्यूनं यावर स्वत:चा काहीच बचाव करायचा प्रयत्न केला नाही, तेव्हा शिवू धक्का बसून त्याच्याकडे बघतच राहिला.

"तू लाइन मारतोयस, हो नं? तू तिला माझ्यापासून दूर करायचा प्रयत्न करतोयस. पण मॅथ्यू, तू माझा मित्र आहेस."

मॅथ्यूनं मान फिरवली आणि म्हटलं, "प्रेमात आणि युद्धात सर्व क्षम्य असतं. स्मृती तुझ्यावर प्रेम करत नाही. नाहीतर ती माझ्याबरोबर कशाला आली असती?"

शिवू त्यावर पाठ फिरवून चालता झाला. त्यानं तेव्हापासून त्याला पाहिलं नाही.

मॅथ्यूनं बाइकला किक मारून सुरू केली. तो कॉफीशॉपमध्ये जाईल आता. आतल्या चकचकीत सजावटीमुळे आणि संगीतामुळे त्याला एवढं तुटलेलं आणि पिळवटलेलं वाटणार नाही.

कॉफीशॉपमध्ये गेल्यावर त्याला स्मृती दिसली. ती कुणाबरोबरतरी बसली होती. 'शिवू!' त्याला वाटलं. 'तो साला, तो तिला माझ्यापासून हिरावून घेतोय. पिलाई दी मॉन!'

मॅथ्यू त्यांच्याकडे रागारागानं गेला. त्याची बोटं मुठीत वळलेली आणि मग तो अचानक थांबला. स्मृती खांद्याला खांदा लावून, मांडीला मांडी भिडवून रिशीबरोबर बसली होती आणि तो हरामखोर मुलीचा हात धरून भविष्य सांगण्याची जगातली सर्वांत जुनी युक्ती वापरत होता.

आणि स्मृती, ती तिची हनुवटी दुसऱ्या तळव्यावर टेकवून अर्धोन्मिलित डोळ्यांनी लक्षपूर्वक ऐकत होती की ते काही वेगळंच होतं? ती असं कसं करू शकते? रिशीबरोबर तिला असं बसलेलं दुसरे कोणी पाहतील, याचं तिला काहीच वाटत नाही का? मॅथ्यूला तिच्या भुवया उंचावलेल्या दिसू शकल्या आणि तिच्या सर्वांत तिखट स्वरात विचारताना, "रिशीबरोबर काय? तो फक्त माझा हात धरून होता. मी काही त्याला अजून काही करायला देत नव्हते! तुला काय झालंय मॅथ्यू?"

मॅथ्यूला त्याच्या मस्तकात अजून एक आवाज ऐकू आला. जोसेफ जॉनचा, जेव्हा त्यानं मॅथ्यूला डेक्कन कॉलेज ऑफ बायोटेक्नॉलॉजी मध्ये प्रवेश मिळवून दिला होता. "मी या प्रवेशासाठी भरपूर पैसे खर्च करतोय. मला आशा आहे की, तुला हे समजतंय! आणि हा अभ्यासक्रमपण खूप स्वस्त नाही. मला तू भरपूर मेहनत करायला हवीये आणि चांगले गुण मिळवायला हवेत. ऐकतोयस नं मी काय म्हणतोय ते?"

मॅथ्यूनं मान हलवली होती; तिथून वडलांची टीका टाळायला आणि त्याच्यासाठी असलेल्या त्यांच्या महत्त्वाकांक्षेपासून पळून जायला.

"अजून एक गोष्ट," जोसेफ जॉन पुढे झुकून म्हणाले. मॅथ्यूनं ताटावरून पाहिलं. त्याच्या लक्षात आलं, त्याच्या आईनं तिच्या ताटावर नजर खिळवून ठेवलीये; त्याची नजर टाळायला. "तू घरापासून लांब चालला आहेस आणि मी

किंवा तुझी आई कुणीच तुझ्यावर नजर ठेवायला नसणार. सैतान कुठल्याही रूपात येतो. तुला स्वत:च दक्ष राहावं लागेल. सैतान तुला मोह पाडेल आणि भुरळ घालेल. सैतान देवदूताचा चेहरा घेऊन तुला आपलंसं करायचा प्रयत्न करेल. तुला कळतंय का मी काय म्हणतोय ते?''

मॅथ्यूनं पुन्हा मान डोलावली. या सगळ्याचा अर्थ 'मुलींबरोबर लफडं करू नकोस!' असा होता.

पण कदाचित चाचनचंच बरोबर होतं. मॅथ्यूच्या तोंडात कडवटपणा भरून आला. तो सैतान हसला आणि त्यानं देवदूताचा चेहरा धारण केला. सैतानानं तुझ्याबरोबर खेळ केला, तुझ्या आत्म्याच्या तुझ्या मनाच्या चिंधड्या उडवत. त्या सैतानाचं नाव होतं स्मृती. मॅथ्यूनं हंबरडा फोडला.

'तो कोण होता ज्यानं मला दूर ओढून आणलं? मला आठवत नाही. तो शिवूच असला पाहिजे. जेव्हा माझ्या डोक्यातला लाल ढग मोकळा झाला, मी त्याला तिथे पाहिलं.'

जॅक बोलू शकत नाही. काहीतरी उलटीसारखी भावना त्याला व्यापून टाकते. ह्या मुलांना ही कोणती मुलगी माहितीये? ही स्मृती असणं शक्य नाही. त्याची स्मृती तर नक्कीच नाही, जिला कपटही माहीत नाही आणि फसवणूकही.

''तू स्मृतीशी बोलला होतास का?'' जॅक विचारतो.

''ती म्हणाली की, मी रिशीबरोबर फिरते असा विचार करणारा मी मूर्ख आहे. तसं म्हटलं, तर ती कुणाच बरोबर फिरत नाहीये — शिवू, रिशी किंवा मी.''

''आणि मग?''

''मी तिच्यावर विश्वास ठेवला नाही. मला ठेवायचा नव्हता. ती माझ्यावर कशी काय प्रेम करू शकत नव्हती? मी तिच्यावर किती प्रेम करत होतो, पाहा बरं! शिवू म्हणाला की, ती आम्हा सगळ्यांचीच मित्र आहे. आणि त्यानंपण तीच चूक केली; त्यांच्या संबंधाचा चुकीचा अर्थ लावण्यात. ''या मुली अशाच असतात. त्यांना फार गंभीरपणे घेऊ नकोस!''

''पण मला ते जाऊ द्यायचं नव्हतं. मी सगळंकाही ठीक झाल्याचा आव आणला. आम्ही सगळे पुन्हा मित्र झालो. शिवू, स्मृती आणि मी; पण मला नाही वाटत आमच्यापैकी कुणी कुणावर विश्वास ठेवत होता असं; फक्त स्मृती सोडून. बिचारी स्मृती! तिनं आमच्यावर विश्वास ठेवला. आम्ही सगळे एकत्र आल्याचा तिला खरोखरच आनंद झाला होता. ''माझं कुटुंब'', ती म्हणाली. ''तुम्ही माझं कुटुंब आहात. आलं नं लक्षात?'' ''

जॅक त्याचे डोळे मिटून घेतो. अपराधीपणाचा आणि दु:खाचा वार त्याला

खोलवर विद्ध करून गेला.

''तुझे अप्पा सुखी नव्हते.'' अम्मानं एका संध्याकाळी म्हटलं होतं. अप्पा सोडून गेल्यावर काही महिने झाले होते.

किच्छा त्याच्या आईकडे बघत राहिला. अचानक ती अप्पांबद्दल का बरं बोलायला लागली? मग तिचे डोळे कॅलेंडरवर रेंगाळलेले त्याच्या लक्षात आले आणि त्याला आठवलं की, तो आप्पांचा वाढदिवस होता.

त्याची आई दिवसभर विचित्र मन:स्थितीत होती. सकाळची कामं उरकताना हळुवार गुणगुणत. संध्याकाळी तो जेव्हा शाळेतून घरी आला तेव्हा त्याला आढळलं की, तिनं 'टिंडी' शिजवली आहे. आज चहासाठी तिनं कुणाला बोलवलं होतं; चक्कर पोंगल आणि बोंडा अवल उपमा आणि कुळ्ळीपनियारम! तो नवल करत राहिला.

प्रत्येक वेळी जेव्हा ऑटोरिक्षावाला गल्लीत थांबला, तेव्हा तिनं मान वर करून पाहिलं. तिचे डोळे दाराकडे, दार वाजण्याची वाट पाहत. किच्छाला दयेची भावना घेरून टाकते.

कोणत्या निराशेच्या विचारानं तिनं हे सगळे शकुन त्या दिवसासाठी केले? कदाचित ह्या दिवशी ते घरी येतील. तिचा नवरा आत चालत येईल आणि तो तिथे राहत नसेल, तरी ते कसे राहताहेत हे त्याला कळेल. म्हणून ती त्याची आवडती किर्तनम गुणगुणत होती, त्याच्या आवडत्या निळ्या रंगाची साडी नेसली होती, त्याचे आवडते जिन्नस तयार केले होते आणि त्याच्या येण्याच्या अपेक्षेत स्वत:ला फसवत होती.

किच्छानं नजर वळवली. त्याला ते नेहमीचं होतं. अप्पांचं त्यांच्याभोवतीच्या सगळ्या गोष्टींबाबतचं असमाधान. त्यांचं घर, त्यांची पत्नी, त्यांचा मुलगा आणि त्याबरोबरच पश्चात्तापाचा एक जालीम दुर्गंध! चुकीची निवड केल्याचा, जीवनापासून भटकण्याचा. किच्छाला हे सगळं पाहायचं नव्हतं. जर त्यानं पाहिलं नाही, तर ते निघून जाईल, असं त्याला वाटत होतं. जसे आजकाल रोज रात्री त्याला पडणाऱ्या दु:स्वप्नांसारखे! अम्मानं त्याला एक मंत्र रात्री जपण्यासाठी दिला होता. ''झोपण्यापूर्वी दोन वेळा म्हण आणि तुला ती वाईट स्वप्नं कधीच पडणार नाहीत. हृदयाच्या गाभ्यापासून तशी इच्छा कर!''

पण अप्पांचं दु:ख गेलं नव्हतं. त्याऐवजी त्याला ते होत होतं.

''मी त्यांना धरून ठेवलं. तसं मी करायला नको होतं. जेव्हा लोक एकमेकांवर प्रेम करायचं थांबवतात, तेव्हा त्यांनी एकत्र राहायला नको. त्यामुळे काही भलं होत नाही.'' अम्मा म्हणत होती. ''मी त्यांचं दु:ख समजून घ्यायला हवं होतं. त्यांना

अगोदरच जेव्हा जायचं होतं तेव्हाच मी जाऊ द्यायला हवं होतं.''

''कधी?'' किच्छा पुटपुटला.

''तू जन्मल्यावर एक वर्षानं. पण तसं मी कसं करू शकणार होते? मुलाला वडील लागतात. मी आर्जव केलं. मला माझा नवरा हवा, मला म्हणायचं होतं; पण म्हटलं नाही. त्यामुळे ते मागे राहिले नसते. पण तू — मी तुझ्यासोबत काळ विकत घेतला; आणि त्यांना खूश ठेवायला मी सर्वकाही केलं, पण त्यामुळे ते माझा अजूनच तिरस्कार करायला लागले.''

किच्छा उठून उभा राहिला. त्याला अजून ऐकायचं नव्हतं. लग्नाचं हे ओंगळवाणं स्वरूप उघडकीस आणणं, आयुष्याचे असे तुकडे तुकडे करणं. तो पंधरा वर्षांचा होता, पण त्याला एखाद्या म्हाताऱ्यासारखं वाटू लागलं. ''तू त्यांना जाऊ द्यायला हवं होतं. म्हणजे मला ते कधी माहीतच झाले नसते.''

एक स्तब्धता. खूप नंतर, जेव्हा ते झोपायची तयारी करायला लागले, तेव्हा अम्मानं त्याला विचारलं, ''तुला मिंजिकापुरमला कलाला भेटायला आवडेल का? मला काही दिवस बाहेर जावं लागणार आहे. आणि तू जर कलाबरोबर असलास तर मला निश्चिन्त मनानं जाता येईल.''

किच्छानं मान डोलवली. त्याच्या आईनं एकामागोमाग एक देवळांना भेटी द्यायला सुरुवात केली. समाधानासाठी नव्हे, त्याला माहीत होतं. तिचे डोळे देवळाचे परिसर आणि अंघोळीचे घाट शोधत फिरायचे. कदाचित कधीतरी तिला तिचा नवरा एखाद्या झाडाखाली बसलेला आढळेल; थकलेला, भागलेला आणि तिच्या गोडीगुलाबीला सहज बळी पडून घरी यायला तयार होणारा. हीच प्रार्थना ती तिच्या हृदयात आणि ओठांवर घेऊन त्या निराशेच्या तीर्थयात्रेवर गेली होती.

किच्छा जेव्हा जॅक झाला तेव्हा त्याला हेच आठवलं होतं, जेव्हा एका संध्याकाळी त्यानं ड्रिंक पिता पिता वर बघून नीनाला, जी कागदांची चळत घेऊन तिच्या दुराग्रही स्तब्धतेत बसली होती, विचारलं होतं, ''तुला घटस्फोट हवाय का नीना?''

नीनाला आणि त्याला आजकाल एकमेकांशी काहीच बोलायचं नसायचं, हे त्याला प्रकर्षानं जाणवू लागलं होतं. ह्या नीनाला तो ओळखेनासा झाला होता. ही नीना, जी तुमच्या सहकाऱ्यांच्या पार्ट्यांना आणि प्रकाशन समारंभांना सतत भारतीय मसाले आणि कोरीव मूर्त्या आणि कथकली आणि चोलाचे पितळी पुतळे, याबद्दल बोलत असायची, ज्याबद्दल तिला केवळ तोंडदेखली माहिती होती. जेव्हा तिच्या ज्ञानावर टाळ्या पडायच्या, ती नव्यानं कमावलेल्या, श्वास न घेता केलेल्या हास्यासहित म्हणायची, ''पण ओह, मी तर एक इंडोफाईल आहे!''

पहिल्या वेळी जॅकची हसता हसता पुरेवाट झाली होती. ''नीना, तुला काय झालंय? इंडोफाइल कसली? तू तर इंडियन आहेस!''

लवकरच त्याची गंमत टर उडवण्यात बदलली, जी तो तिच्या तोंडावर करू लागला. ''हे नाटक मी तुला भारतात करताना बघू इच्छितो. म्हणूनच तू परत जात नाहीस. तुला माहितीये, ते तुझ्या त्या नऊवारी गळफासावर आणि वासनेच्या शिवलिंगावर अतिशय हसतील!''

यावर तिनं स्वत:च्या निरीक्षणावर आधारलेलं खणखणीत उत्तर त्याला दिलं. ''बरं किच्छा, तुला जर भारत इतका आवडतो तर तू परत का जात नाहीस? आधी स्वत:कडे पाहा आणि तू कुठल्या हास्यास्पद थरापर्यंत जातोस ते बघ. बागेतल्या गळणाऱ्या नळामुळे म्हणे तुला तुझ्या लहानपणाच्या घरातल्या स्वयंपाकघरातल्या नळाची आठवण येते, जिथे तू मोठा झालास. वऱ्हांड्यातल्या पक्ष्यांची शीट तू मला स्वच्छ करू देत नाहीस. कारण त्यामुळे तुला तुझ्या त्या घरातल्या मागच्या अंगणाची आठवण येते.''

ही एक सतत रागावणारी नीना होती. प्रत्येक दिवसागणिक ही दरी वाढतच गेली, जोपर्यंत ते एकमेकांच्या स्वप्नांना आणि शरीरांना पारखे होऊन अनोळखी माणसांसारखे राहायला लागले होते.

त्याची आई जशी चिकटून राहिली, तसा तो राहाणार नाही. आप्पा जसं सोडून गेले, तसं तो ती सोडेपर्यंत थांबणार नाही. तो त्याच्या मुलींना प्रश्न पाडणार नाही की, 'हा आमचा दोष आहे का?' त्याला जे मिळू शकलं नाही, ते त्याला त्यांच्यासाठी हवं होतं. स्थिरता. जी कोणत्याही तऱ्हेनं तो पुरवू शकेल अशी.

पण त्यानं जशी स्वत:ची सांत्वना शोधली, तशी स्मृतीनंपण तिची शोधली. एक खोटं लटकं कुटुंब, जे तो आणि नीना तिला देऊ शकत नव्हते.

'हे कधीच संपणार नाही का? भूतकाळ आम्हाला कधीच मोकळं सोडणार नाही का?'

त्याच्या वडलांसारखाच तोपण पालकाच्या बेजबाबदारपणाबद्दल अपराधी आहे? असं कसं होऊ शकेल, जेव्हा की त्याच्या संपूर्ण आयुष्यभर त्यानं आप्पांच्या चुकीची पुनरावृत्ती न करण्याचं ठरवलं होतं?

''तू म्हणालास की, तुला वाटतं तू जबाबदार आहेस. पण का?'' जॅकनं पुन्हा प्रश्न विचारण्याचे धागे उचलले.

''स्मृती माझ्याशी खोटं बोलली, जेव्हा तिनं म्हटलं की, रिशी तिचा नुसताच मित्र होता म्हणून. ती आणि रिशी एकमेकांना भेटताहेत, हे मला आढळून आलं

आणि मी मोडून पडलो. मी संतापलो, दुखावलो आणि मला मत्सर वाटला. तिला त्याच्यापासून कसा हिसकावून घेऊ, एवढा एकच विचार मी करू शकत होतो. रिशी दिसायला देखणा आहे आणि तो त्या चांगल्या, आधुनिक शाळांमध्ये शिकून आलाय. तो एकदम मारू आणि फक्कड आहे आणि त्याच्यासमोर स्वत:ला मी एकदम गावठी मुलगा समजलो; पण मी स्मृतीला जाणत होतो आणि आमच्यात बरंच साधर्म्य होतं. पण रिशी आणि तिच्यात काहीच सारखं नव्हतं. ती त्याच्या देखणेपणावर आणि मोहकतेवर भाळली होती, बस्स! त्याच्या विचारांत काही खोली नव्हती. मला माहीत होतं की, जर ती माझ्यासोबत काही दिवस राहिली, तर ती मला परत मिळेल.

"तेव्हाच शिवूनं मला या स्त्री शक्तीनं तामीळनाडूमध्ये आयोजलेल्या कार्यशाळेबद्दल सांगितलं. त्याची आयोजिका रूपानं आम्ही तिला मदत करू शकण्याबद्दल विचारलं होतं. आम्हाला धर्मापुरीला सुरुवात करून सालेम, मग मदुराई आणि मग संपूर्ण तामीळनाडू हिंडायचा होता. त्यातल्या बऱ्याच जिल्ह्यांमध्ये वळणं घेतसुद्धा जायचं आहे, असं तो म्हणाला."

शिवूनं कार्यक्रमाचं वर्णन केल्यावर मॅथ्यूचे हृदयाचे ठोके जलद झाल्यासारखे त्याला वाटले. त्यांना स्थानिक कार्यकर्त्यांना ते पथनाट्य करून दाखवायचं होतं आणि ते खेड्यांमध्येही करायचं होतं. "मी त्यांना हो म्हटलंय." शिवू म्हणाला. "मी त्यांना आपल्या दोघांसाठी हो म्हटलंय. राम, चेतना, कृपा आणि मारियानंपण यायचं ठरवलंय. हे खूप चांगलं असेल मॅथ्यू; पण आपल्याला 'मरणाऱ्या बालिका' यावर अजून एकदा थोडं काम करावं लागेल, मात्र."

मॅथ्यूनं हातातल्या पानांचे तुकडे तुकडे करीत होकार दिला. त्याला काय करायला हवं होतं, हे तो जाणत होता.

"स्मृती," तो फोनवर बोलला. त्यानं अशीच वेळ निवडली होती, जेव्हा ती एकटी होती आणि पाठपुरावा करायला मोकळी असणार होती. "विचार कर जरा. तुला खरंखुरं भारतदर्शन होईल. भारत, ज्याबद्दल तुला कळकळ वाटते. काहीतरी करण्याची ही खूपच चांगली संधी आहे. अशा स्त्रियांशी बोलता येईल, ज्या गर्भातच त्यांच्या मुलींची हत्या काही रुखरुख न बाळगता करतात. इथे जागृतीची गरज नाहीये, तर त्यांच्या अपराधी भावनेला, पश्चात्तापाला, दुःखाला हवा देऊन चेतवण्याची आहे. शिवूनं सांगितलं की, स्त्री-शक्ती मंचाच्या वेळी तू अथक कार्य केलंस आणि रूपासुद्धा, तुला माहितीच आहे, ती कशी तिरसट आणि सगळ्याबाबत आक्रमक आहे. ती म्हणाली की, तू तिला माहिती असलेल्या लोकांपैकी एक सर्वांत वाहून

घेतलेली कार्यकर्ती आहेस आणि तुझ्यासारखे अजून कार्यकर्ते असते, तर त्यांना आता तुझी गरज आहे. भारतातल्या मरणाऱ्या मुलींना तुझी गरज आहे.''

मॅथ्यू थांबला. त्यानं स्वत:ला आरशात पाहिलं. स्वत:ला पाहून त्याला आपल्या काकांची आठवण आली, जे रिअल इस्टेटचे दलाल होते आणि ज्यांच्या डोळ्यांत अनिवासी भारतीय ग्राहकांना गचाळ, लहानशी खुराडी आधुनिक सोईंसकट विकताना एक चमक येत असे — गजबजत्या एर्नाकुलमच्या भर मध्यावर निसर्गाकडे परत जाण्याची, पक्ष्यांचं कूजन ऐकून सकाळी उठण्याची आणि पूर्वीच्या काळाचा पुनर्प्रत्यय घेण्याची वचनं देताना. मॅथ्यूसुद्धा स्मृतीला एक स्वप्न विकत होता, जे तिला आवडेल याची त्याला खात्री होती. त्याला असं करताना गचाळ वाटत होतं, पण त्याला पर्वा नव्हती. त्याचं कार्य प्रामाणिक होतं आणि त्या प्रकल्पासाठी तिचं असणं अमूल्य ठरणार होतं. जेव्हा लोक एकच स्वप्न पाहतात, तेव्हाच संबंध जन्माला येतात. बंगलोरपासून दूर, मॅथ्यू आणि तिनं कुठलं स्वप्न पाहिलंय, हे स्मृतीला दिसून येईल आणि रिशीबरोबरचे तिचे संबंध किती पोकळ आहेत हेदेखील.

''पहिल्यांदा तिला जायचं नव्हतं. एक दिवससुद्धा रिशीला सोडायला ती नाराज होती. ती म्हणाली होती. ती बदलून गेली होती. ती गप्पगप्प झाली होती. तिनं टोचून घेतलेली काही कडीसुद्धा काढून टाकली होती आणि केस आवरले होते. स्मृतीला रिशीला इतकं खूश करायचं होतं. आम्हाला ते सर्व दिसू शकत होतं आणि म्हणून मी तिला सांगितलं की, ती एक लबाड आहे, जी नुसती बोलते आणि निर्दय आहे. नुसतंच कार्यकर्ती म्हणून मिरवणारी आणि तिला रिशी सोडला, तर कुठल्याही जिवंत जिवात खरा रस नाही.

''यावर ती माझ्याशी एक आठवडाभर बोलली नव्हती. मग मी शिवूला तिला फोन करायला लावून पटवायला सांगितलं होतं. तिला काय सांगायचं हे शिवूला माहीत होतं, कारण तिनं जायचा निर्धार व्यक्त केला. ती मला आणि शिवूला मदुराईला भेटणार होती. ती तेव्हाच मोकळी असेल, असं ती म्हणाली होती.

''आम्ही तिच्यासाठी मदुराईला थांबलो. मार्चच्या पहिल्या तारखेला ती आम्हाला भेटणार होती. जेव्हा ती आली नाही, मला धोका दिल्यासारखा वाटला; पण शिवू इतका नाराज नव्हता. तो क्वचितच असतो. तो म्हणाला की, ती येईल. एक दिवसानंतरसुद्धा जेव्हा ती आली नाही तेव्हा आम्ही ग्रुपबरोबर पुढे गेलो.

''एक महिन्यानंतर आम्हाला रिशीचा भाऊ भेटला. तो म्हणाला की, काहीतरी अपघात झाला. रिशी बराच जखमी झाला होता, पण स्मृती कुठे आहे हे त्याला माहीत नव्हतं. ''मला वाटतं तिनं त्यालापण धुत्कारलं, जसं तुम्हां दोघांना

धुत्कारलं.'' तो म्हणाला. ''कुत्री साली.''

''आम्ही दोघंही तिच्या बाजूनं बोलायला तयार नव्हतो. आमचीसुद्धा तिच्यामुळे गोची झाली होती.

''दुसऱ्याच दिवशी रूपा कॅफेमध्ये भेटली आणि म्हणाली की, तिनं स्मृतीबद्दल पेपरमध्ये काहीतरी बातमी वाचली. ती मदुराईच्या पूर्वेकडे एक शंभर मैलांवर असणाऱ्या एका छोट्या गावी गेली होती आणि तिला तिथे एक विचित्र अपघात झाला. एक ओंडका लाटांबरोबर उचलला जाऊन तिच्यावर येऊन आदळला. तुम्ही कल्पना करू शकता? ती लुळीपांगळी झाली, रूपा म्हणाली.

''मग तिथे कुणीतरी विचारलं, 'पण ती त्या तामीळनाडूतल्या छोट्या गावात करायला तरी काय गेली होती? या एनआरआय पोरी, त्या इथे येतात आणि समजतात की, त्या आपल्या बापाच्या मूठभर डॉलर्सनी आणि दीडशहाणेपणानी आमचे प्रश्न सोडवू शकतात.'

'' 'स्मृती तिथे तिच्या एखाद्या ध्येयाच्या मागे गेली असेल. तिच्यासमोर अनेक अशी ध्येयं होती.' कुणीतरी म्हटलं.

'' 'डोंबलाची ध्येयं!' कुणीतरी हसून म्हटलं.

''आम्ही काहीच बोललो नाही; पण आम्ही एकमेकांच्या नजरेला नजर देऊ शकलो नाही. त्याबद्दल आम्ही नंतर कधीच एकमेकांशी बोललो नाही; पण शिवूलापण माझ्याच एवढा धक्का बसला होता, हे मी जाणत होतो. जर आम्ही तिला मदुराईला यायला लावलं नसतं, जर आम्ही तिला आमच्याबरोबर जायला भाग पाडलं नसतं, तर हे सगळं घडलं नसतं. तसंही तिला फार काही जायचं नव्हतंच.

''शिवू, ज्यानं बंगलोरहून पदव्युत्तर अभ्यास करायचा ठरवला होता, सालेममध्येच राहिला आणि मी इथे कोचिनमध्ये परतलो.

''आम्हाला कसं वाटलं असेल, याचा जरा विचार करा. आजसुद्धा प्रत्येक दिवशी आम्हाला कसं वाटतं!'' मॅथ्यू म्हणाला.

त्यांना काय किंवा कसं वाटतंय, हे जॅकला जाणून घ्यायचं नाहीये. त्यात त्याला काही रस नाही. त्याच्याकडचा त्यांना दाखवायच्या सहानुभूतीचा साठा संपुष्टात आलाय. तो त्याचे डोळे कष्टानं वळवतो. तो मुलगा त्याचा चेहरा पश्चात्ताप दाखवण्यासाठी धरून बसतो.

जॅक कसाबसा आवंढा गिळतो. ह्या सगळ्याची परिणिती अपार दुःखात झालीये. त्यातलं स्मृतीच्या वाट्याला किती आलं, जिच्या बाबतीत तो अपयशी

ठरला? आणि त्याच्या वाट्याला किती आलं? त्याच्या आयुष्याची काळोखी, जी कुठलंही प्रायश्चित्त, कुठलंही सत्कृत्य कधीच मिटवून टाकू शकणार नाही.

मॅथ्यू त्याच्या बाहीला स्पर्श करतो. "काका," तो म्हणतो, "ती कशीये आता?"

"तशीच आहे."

"ती बरी होईल, हो नं?"

जॅक त्या मुलाकडे टक लावून बघतो. स्मृतीबद्दल त्यानं त्याला सांगायला हवंय का? ती म्हणजे शिक्षाच होईल. पण ह्या मुलांचा अपराधच काय आहे? काहीच नाही, खरंतर.

"ती..." तो सुरू करतो.

तेवढ्यात मॅथ्यू म्हणतो, "तुम्ही रिशीला भेटलात का? स्मृती आणि तो त्या समुद्राकाठच्या छोट्या गावी गेले होते, हे मला माहितीये. त्यांनी दोनएक दिवस घालवले."

जॅकला पुन्हा चाकं फिरल्यासारखी वाटली. म्हणजे तिच्याबरोबरचा माणूस रिशीच होता तर!

जॅकला एकदम थकवा घेरून आल्यासारखं वाटू लागतं. त्याला या सगळ्यापासून पळून जावंसं वाटतं. घरी जावंसं वाटतं. घरी, लोळागोळा होऊन पडलेल्या स्मृतीकडे, जी यापुढे कुठलेच धक्के त्याला देणार नाही आहे; घरी, कलाचित्ती त्याच्यासाठी थांबून आहे; एक बलशाली बुरुज. घरी, मीराकडे, जी त्याच्या आयुष्यात हळुवारपणे आली आणि सहजपणे सामावून गेली.

'घरी जा किच्छा, घरी जा.' जॅक स्वत:ला सांगतो. तुला आराम मिळेल, थोडी शांतता मिळेल आणि कदाचित काही काळानं सगळंकाही नेहमीसारखं.

१

काळाचा वरचष्मा आहेच. काळ, जो त्याच्याबरोबर विश्राम आणतो, थोडीशी मन:शांती आणतो आणि नेहमीप्रमाणे सगळंकाही सुरळीत होण्याचा दिलासासुद्धा.

आता त्या सप्टेंबरच्या सुंदर दिवसापासून दोन महिने झालेत. तेव्हापासून तिचा विश्वास असाच कायमचा कलला. ती कोण आहे याबाबत मीराच्या मनात आता कायमचा संभ्रम असतो. ती हेरा कशी असू शकेल, जेव्हा तिच्या जीवनात झ्यूसच नाही? काही दिवशी ती स्वत:ला त्या स्वत:च निर्मिलेल्या काल्पनिक साम्राज्याला दुसऱ्या भागात पाहते. ती आता हेराचा मुलगा हिफॅटियसनं निर्माण केलेल्या यांत्रिक सोनपुतळ्या, ज्या त्याला त्याच्या सोनारकामात मदत करतात, त्यांच्यापैकी स्वत:ला

एक समजते. त्या आसपास चालू शकत, बोलू शकत आणि कुठलंही कठिणातलं कठीण काम त्या बिनबोभाट करीत होत्या. कारण भरकटायला त्यांना काळीज किंवा आत्मा नव्हता. देव-देवता आता कशा हे कळून हसत असतील की मी, जी हेरा होती, जी सर्वांना पुरवणारी सम्राज्ञी होती, ती आता अशी यांत्रिक सोनपुतळी झालीये, जी त्या खाष्ट, संतापी, ओंगळवाण्या गरज नावाच्या प्राण्याच्या तालावर नाचतेय; पण त्या उकळणाऱ्या संतापाबरोबरच अजून काहीतरी जोडलं गेलंय. एक ठाम अभिमान, अशा विचाराचा की, ती कोसळून पडली नाही किंवा उन्मळून पडली नाही. त्याऐवजी तिनं जमवून घेतलं.

मीराला त्या दुसऱ्या जीवनातली एक रात्र आठवते. गिरी सोडून जाण्यापूर्वी काही आठवडे आधीची.

तो एक दिवस चमत्कारिक भाव घेऊन घरी आला होता. संपूर्ण संध्याकाळभर तो भाव त्याच्या तोंडावर येत होता आणि त्या विशिष्ट संध्याकाळच्या बदसूराला न जुमानता तो गेला नव्हता.

"कुणीतरी माझ्या बाटलीला हात लावलाय. मला नाही आवडत. मला अगदी आवडत नाही." लिलीनं बाटली वर धरत केविलवाण्या स्वरात तक्रार केली. "जर कुणाला घ्यायला हवीच असेल, तर त्यांनी स्वत: विकत आणावी."

आणि गिरी, जो नेहमीच लिली किंवा सारोची बडबड — आरोप, गप्पा, तिरकस शेरे त्याच्या खांद्यावरून झटकून टाकत असे, मासिकातून वर पाहून, तिच्याकडे रोखून बघून अगदी शंका येणार नाही एवढ्या सौम्य स्वरात, पण तरीही काठोकाठ भरलेल्या तुच्छतेनं म्हणाला, "मी आठवड्याच्या मधल्या दिवसांमध्ये कधीच पीत नाही. मी तुम्ही आहात तसा दारूबाज थेरडा नाही!"

आणि सारो, जिला या स्वरात कुणीही तिच्या आईशी बोललेलं अजिबात खपत नसे, फिस्कारून अतिशय थंड स्वरात म्हणाली, "माझ्या आईला थेरडी दारूबाज म्हणायची हिंमत करू नकोस!"

आणि गिरी गुरकावला होता, "तुमची कशावर हरकत आहे? थेरडीवर की दारूबाजावर? दोन्ही विशेषणं खरी आहेत, हे घरातल्या आपल्या सर्वांना माहितीये!"

मीराचा हात आश्चर्याच्या आणि भीतीच्या धक्क्यानं तोंडावर गेला. हे काय होत होतं? या सगळ्या वर्षांत, काहीही झालं तरी, अशी उघड बाचाबाची कधी झाली नव्हती. मीरा नेहमीच दोन्ही पक्षांना कुरबुरीसाठी कारणीभूत झालेली क्षोभकारक गोष्ट दाखवून देत असे. म्हणजे वरवर का होईना, शांतता राखली जात असे. एकदा तुटलं की, कधीच जोडलं जायचं नाही, याची तिला काळजी वाटे. फक्त आजच्या संध्याकाळी त्यांनी तिला पूर्णपणे डावललं होतं.

आणि पुन्हा नयनतारा, जी सुटीवर घरी आली होती, जेवताना शाकाहारी झाल्याचा निर्णय जाहीर करून मीरानं वाढलेला सेरी ब्रेटरी कॉजवे हा मांसाहारी पदार्थ नाकारते. "मी हे खाऊ शकत नाही." टेबलावरून उठून जात ती म्हणाली होती.

आणि गिरी, ज्याला कुणी अन्न वाया घालवलेलं किंवा ताटाकडे नाखुशीनं बघितलेलंसुद्धा खपत नसे, आपल्या डिशमधल्या नूडल्सच्या घरट्यावर चिकन सॉस, काही शेंगदाणे, अंड्याचे आणि हिरव्या मिरचीचे तुकडे चमच्यानं वाढून घेत म्हणाला होता, "ठीक आहे. फ्रीजमधून भात आणि वरण काढून घे तुझ्यासाठी."

मीरानं बापाकडून मुलीकडे पाहिलं. असं वाटलं की, गिरी आज कुणालाच किंवा कशालाच त्याच्यामध्ये येऊ देणार नव्हता.

अंथरुणात शिरल्या-शिरल्या मीरा त्याच्याकडे वळली आणि त्याच्या टी-शर्टची बाही पकडून म्हणाली, "काय झालं गिरी? काय घडलंय?"

"काय घडलंय?"

"तुला माहितीये. पहिल्यांदा लिलीबरोबरचा तो तमाशा."

"ओ, ते! त्यांची जिन चोरल्याचा आरोप त्या माझ्यावर करू शकणार नाही."

"आणि नयनतारानं कॉजवेकडे बघून नाक मुरडलं तेही चाललं तुला."

"त्या मुलीला थोडी मोकळीक दे मीरा. तिला काय खायला हवंय हे कळण्याइतकी ती मोठी झालीये."

मीराला खात्रीनं वाटलं होतं की, गिरीला कामात बढती मिळाली असणार आणि चांगलीच पगारवाढसुद्धा बहुतेक. त्याखेरीज त्याचं हे एकाच वेळी विचित्र ताणल्यासारखं वागणं आणि दुसरीकडे उदारता, चांगुलपणा आणि त्या म्हाताऱ्यांच्या वागणुकीवरची दाखवलेली नाखुशी याचं समर्थन! दुसरं काय असू शकेल.

ती उशांवर रेलली. तिच्या ओठांवर स्मित उमटलं. निखिलपण असाच होता. शाळेत थोडंसं यश मिळालं की, तो स्वत:ला हिरॅक्लसच समजायचा. सगळं जग उचलायला निघालेला; जर त्याला तसं करायला दिलं तर.

"मीरा," गिरी आता बोलला. "माझ्या एका सहकाऱ्यानं मला सकाळी एक वेबसाइट दाखवायला नेलं. ते विलक्षण आहे. तुम्ही स्वत:ला चक्क पुन्हा जन्माला घालू शकता. मला एक नवीन नाव, एक नवीन व्यक्तिमत्त्व आहे. ते खरंच विलक्षण आहे. मला तर अगदी नवीन व्यक्ती झाल्यासारखं वाटतंय."

मीरा कोपरावर उठून बसली. "हेच होतं का?"

"हेच होतं का म्हणजे काय?" गिरी करवादला.

"ते काही खरं नव्हे गिरी. ते म्हणजे निखिल जरासं कंप्युटरवर एखादा बिनडोक खेळ खेळतो आणि ते सगळं मला गंभीरपणे सांगत राहातो – त्या

सकाळी मला पोलिसांनी चार वेळा थांबवलं. जमिनीवर ये गिरी!'' मीरानं फटकन तिच्याबाजूचा दिवा बंद केला.

ते सगळं आता आठवून ती दबकून जाते. ती त्याच्या बाबतीत इतकी बेपर्वाईनं कसं वागू शकली? इतकं निष्काळजीपणे? बेदरकार? असे अनेक क्षण येतात, जेव्हा मीरा तिटकाऱ्यानं शहारते की, ती कोण होती? एक गर्विष्ठ, स्वसंतुष्ट स्त्री, जी या पूर्ण विश्वाची राणी म्हणून स्वत:ला समजत होती? जिला त्या गोष्टींबद्दल संपूर्ण अनादर होता, ज्या तिला हलवू शकत नव्हत्या.

आता तिच्या डोक्यात गिरीचे त्या वेळचे चेहऱ्यावरचे भाव खेळताहेत. थोडा विजय, थोडी उत्सुकता, पूर्ण जीवित; दुसरा जन्म, गिरीनं त्या खेळाला नाव दिलं होतं. म्हणजे तिचापण हा दुसरा जन्म आहे का?

जॅकच्या घरात मीरा जॅकच्या टेबलापाशी बसलीये. आता मीराचं टेबल.

"तू तुझ्या सोईनं आरामात बस.'' जॅकनं सुचवलं होतं. त्या खोलीत आरामात सोईनं बसण्यासारखं खूपच कमी होतं; पण ती जेव्हा घरात आणि बागेत फिरून आली, तेव्हा तिला एक खुर्चीवरची उशी, क्वार्ट्झचा एक गोळा पेपरवेट म्हणून, टेबलावर ठेवायला एक ओलिअँडर फुलांची फुलदाणी, एक भिंतीवर टांगायचं सुंदर, पण सही न केलेलं समुद्राचं पेंटिंग, जे आलमारीच्या मागे पडलेलं मिळालं तेव्हा मीराला स्वत: गवसल्याची भावना झाली.

ती खुर्चीत मागे होऊन शरीर ताणते. ती त्या भिंतीवर टांगलेल्या समुद्राच्या चित्राकडे बघते आणि ती खोली किती छान दिसतेय असं वाटून तिचं मन अचानक खूप आनंदानं भरून येतं. तिच्या डावीकडच्या खिडकीतून बागेचा एक कोपरा दिसतो. माजलेलं गवत आणि रानटी झुडपं, वठलेली झाडं आणि एक प्रचंड ओलिअँडर, ज्याचे जड, गुलाबी गुच्छ वजनानं लोंबकाळताहेत. या सगळ्या जंगलात एक हात तुटलेला लोखंडी बाक आहे. "तो या घराबरोबरच होता.'' जॅकनं सांगितलं. "तोपण मला नीट कुठेतरी बसवायचाच आहे!''

त्यानंतरच्या पसरलेल्या स्तब्धतेमुळे मीराला जॅकच्या असहाय परिस्थितीची पुन्हा कल्पना आली. दुसरी कुणी चांगली बाई असती, तर तिनं खुर्चीतून झटकन उठून म्हटलं असतं, "पण ते होऊ शकेल. मी ते करवून घेईन कुणाकडूनतरी.''

दुसरी कुणी चांगली बाई असती, तर तिनं त्याच्यासाठी माळी शोधून द्यायला म्हटलं असतं आणि तो सौम्यपणे ज्या पसाऱ्याला बाग म्हणून संबोधत असे, ती सावरून द्यायलापण म्हटलं असतं. दुसरी कुणी चांगली बाई असती, तर तिनं त्याला त्याच्या बागेचा आणि त्याच्या गाडीचा ताबा घेऊन त्याच्या सगळ्या

असहायतेचं तण साफ करून दिलं असतं; पण मीराला चांगली बाई असणं पुरे झालं होतं. 'नाही, मी तशी होणार नाही. निदान तो विचारेपर्यंत तरी. त्याला माझ्याकडून जेवढं हवंय त्यापेक्षा जास्त मी तशी देणार नाही.' आणि म्हणून तिनं त्याला तो बाक दुरुस्त करणाऱ्या माणसाला शोधायची इच्छा जाहीर करायची ऊर्मी कष्टानं दाबून ठेवली.

त्याची सुरुवात बाळासारख्या टँह्या टँह्या रडण्यापासून झाली. मग एक कर्कश्श रुदन, ज्याचं भीतिदायक किंचाळीत रूपांतर झालं. एक आक्रोश, जो चालूच राहिला. मीरा खिडकीपाशी धावली. तिला वाटलं, ती रस्त्याकडून आली.

मग ती ती पुन्हा ऐकते आणि धावत बाहेरच्या खोलीत जाते. तिचं हृदय धडधड करतंय. ते आक्रंदन आता गळा काढून रडण्यात बदललंय. मीरा स्मृतीच्या खोलीकडे दबकत जाते. तिला तिथेच उभं राहायचं असतं, पण उत्सुकतापण असते.

कलाचित्ती पलंगावर बसलीये. नर्स सीरिंज भरतेय आणि त्या दोघींच्या मध्ये लोळागोळा होऊन पडलेली स्मृती! तिचे डोळे छताकडे टक्क उघडे पाहाताहेत आणि तिची बोटं नेहमीप्रमाणे अर्धवट मुठीत वळलेली. तिच्या तोंडून पुन्हा किंकाळी बाहेर पडते आणि मीराला आपलं रक्त गोठल्यासारखं वाटतं.

ती कलाचित्तीबरोबर उभं राहायला जाते. "मी हॉस्पिटलला फोन करू का?"

कलाचित्ती मान हलवते. "नाही, ती थोड्या वेळात शांत होईल." ती स्मृतीचं कपाळ हळुवारपणे थोपटते. "तिला कसं कळतं माहीत नाही, पण जेव्हा किच्छा बाहेर जातो तेव्हा ती अस्वस्थ होते आणि मग ती हे असं सुरू करते."

"ती भ्यायलेली वाटते. असं असेल का?" मीरा स्मृतीच्या मुठी सरळ करू लागते, जसं तिनं जॅकला करताना पाहिलं होतं.

एक हुंदका. तिचं आतडं आवळून येतं. गरीब पोर! गरीब, बिचारी पोर!

"तुला भीती नाही नं वाटली?" कलाचित्ती विचारते.

"हो" मीरा कबुली देते.

"या आक्रोशालाच आम्हाला धरून ठेवायला हवंय. तिला जर हे कळलंय की, किच्छा दूर गेलाय, तर कदाचित तिच्यात थोडंतरी भान शिल्लक असेल, असं नाही वाटत तुला? आमची स्मृती या प्राण्यात अडकून पडलीये आणि एक दिवस ती जागी होईलही. हे असं झालेलंय. मी अशा गोष्टी ऐकल्या आहेत. किच्छा ते कबूल करणार नाही, पण त्यालासुद्धा असं होण्याची आशा आहेच. तू आम्हाला मूर्ख समजत असशील नं मीरा?"

मीरा मुकाट राहते. 'आशा! त्यावरच आपण सगळे जिवंत राहतो कलाचित्ती!'

तिला म्हणावंसं वाटलं. 'कुणाला माहीत, कोणती नशिबाची कलाटणी आपलं सर्वांचं जग पुन्हा सुरळीत करेल?'

"मलापण मुलगी आहे." ती म्हणते. "प्रत्येक वेळी मी स्मृतीकडे बघते, तेव्हा हिनं काय काय गमावलंय, याची मला जाणीव होते."

"गमावलंय! हिरावलंय, मी तर म्हणेन." कलाचित्ती एका वाक्यात म्हणते.

"हिरावलंय?"

"किच्छा म्हणतो की, तो एक चमत्कारिक अपघात होता. त्याला वाटतं की, तिला काहीतरी झालंय."

मीरा बोलत नाही. काडीचा आधार घेणं तिला पक्कं माहीत आहे. रागानं हिसकावून घेणं, दु:खात वळणावळणापेक्षा सोपंय.

फोन वाजू लागतो. "तुम्हाला जर काही लागलं तर मला नक्की फोन करा." ती पुटपुटते, आपली सुटका करून घेत. 'हे कसेकाय सहन करतात? कलाचित्ती आणि जॅक? दिवसामागून दिवस ते कसं काय निभवतात?'

सहा घंट्या आणि मीरा थरकापत फोन कानाशी धरते. अजूनही ते कमी झालेलं नाहीये. पहिल्यांदा ती चोरटी आशा. गिरी. मग ते भय. लिली किंवा सारो पडल्या. नयनताराला अपघात झाला. निखिलला लागलं. प्रत्येक वेळी फोन वाजल्यावर काळज्यांचा समुद्र तिच्या रोजच्या दिवसावर उचंबळणारा. या वेळी मात्र तो जॅकचा असतो.

"मी विमानतळावरून फोन करतोय." तो म्हणतो.

"फ्लाइट उशिरानं आहे. वेळेवर उडली, तर मी सहापर्यंत घरी पोहोचेन."

आणि मीरा. तो कोचीला कशासाठी गेला होता हे माहीत नसूनही विचारते, "सगळं ठीक झालं नं? संशोधन, बैठकी?"

शांतता.

"हॅलो? हॅलो?" मीरा फोनमध्ये आवाज देते.

"हो." तो म्हणतो, "हो माझ्या अपेक्षेपेक्षाही छान झालं. मी तुला लवकरच भेटेन मीरा."

मीरा फोन खाली ठेवते. तिला पुन्हा वाटतं की, दोनच महिन्यांत तिचं आयुष्य किती बदललं! अनिश्चिततेच्या काजळीनं डागलेले तिचे दिवस हळूहळू स्वत:च निवळताहेत. जॅकनं तिला तिचं स्थान शोधून द्यायच्या आधी कशी परिस्थिती होती, याबद्दल ती विचार करते. तिला हे मिळण्याआधी कसं होतं – तिचं दु:ख, आयुष्य आणि काळ!

तिच्या आतून एक अनामिक आनंद फुटून येतो. आनंद? छे, शक्य नाही. ही सुटका आहे. निखळ सुटका की, तो लवकरच घरी येईल.

तिसरा टप्पा

फसवणुकीचे वलयाकार पट्टे

सॅल्वाडॉर डालींच्या कॅटास्ट्रॉफिवरच्या 'स्वालोज टेल सीरिज'मधलं हे शेवटचं पेंटिंग. हे या सीरिजमधलं शेवटचं होतं, जे रेने थॉमच्या कॅटास्ट्रॉफीवरच्या सिद्धान्तावर आधारित होतं.

सात प्रकारच्या प्राथमिक कॅटास्ट्रॉफी असतात. घडी, टोक, स्वॉलो पक्षाची शेपटी, फुलपाखरू, हायपरबोलिक नाभी, दीर्घवर्तुळाकार नाभी आणि तिरकस नाभी. कॅटास्ट्रॉफ हा शब्द मोठा मजेदार आहे. संकटासाठी वापरल्या जाणाऱ्या या शब्दाचे अनेक अर्थ निघू शकतात.

प्राचीन ग्रीक लोक याला त्यांच्या निवेदनाच्या कथानकाचा कळसबिंदू आणि उलगड्याचा मुद्दा मानीत असत. शेअर बाजाराचे दलाल ज्या बाँडमधली जोखीम निवेशकांबरोबर वाटली जाते अशा बाँडला कॅटॅस्ट्राफिक बाँड म्हणतात. विमा कंपन्या दैवी कारणांमुळे होणाऱ्या नुकसानीचा अंदाज करण्यासाठी या कॅटास्ट्रॉफ मॉडेलचा उपयोग करतात.

नैसर्गिक आपत्तींना देवाचा कोप म्हणणं हे विरोधाभासी आहे. जणूकाही कुणीही किंवा काहीही निसर्गाने ठरवलेला क्रम बदलू शकत नाही. आणि या इथेच सिद्धान्त-तज्ज्ञ महत्त्वाची भूमिका निभवतात, जे त्यांच्या कॅटास्ट्रॉफच्या सिद्धान्तामार्फत आपल्याला सांगतात की, कसा एखादा छोटासाच बदल, एखादी बारीकशी विसंगती, जी एरवी आपण दुर्लक्षित करू, ती बदलत्या प्रणालीवर जबरदस्त परिणाम करते आणि आमूलाग्र बदल घडवून आणू शकते आणि हाच कॅटास्ट्रॉफीचा जन्मजात स्वभाव असतो. फसवणूक करणे आणि धोका देणे आणि म्हणून तुम्हाला वाटतं की, धोका कुठेतरी दुसरीकडेच आहे आणि संकट हाताच्या अंतरावरच उभं असतं.

सायरस छत्राच्या आत लपलेली एक ठळक रचना असते : कनव्हेक्टिव ढगांचे पट्टे चक्राकार फिरत मध्याकडे जात असतात.

या पट्ट्यांमधून जोरदार पाऊस आणि वावटळ बाहेर पडते; पण ह्या इथे खरं संकट नाहीच आहे. कारण चक्राकार पट्टे हेच खरे फसवणूक करण्यात वस्ताद आहेत. हीच वादळाची मर्यादा आहे, असा ते आम्हाला विश्वास देऊ पाहतात.

आम्ही किती पराकोटीचे भोळसट आहोत, जेव्हा दैवी सामर्थ्य आणि ईश्वरी करणीचा प्रश्न येतो! पारडं पलटण्याचा क्षण अजून यायचाच आहे.

प्रोफेसर जे. ए. कृष्णमूर्ती
द मेटाफिजिक्स ऑफ सायक्लोन्स

तिला घरात हजारो गोष्टी अजून करायच्या राहिल्यात; पण या क्षणी मीरा ही दुसरीच कोणी आहे, जी तिच्या मैत्रिणीची घेऊन जायला वाट पाहतेय. ती तिच्या हलक्या उनी शालीचं टोक तिच्या खांद्यावर टाकते.

डिसेंबर. वर निळंभोर आकाश आणि एखादाच ढग. सूर्य चमकदार आणि टोचणारा; पण उन्हापासून झाडाच्या सावलीत, छताखाली नाहीतर वऱ्हांड्यात उभं राहा की, लगेच मणक्यापर्यंत शिरशिरी येईल. बंगळुरूमध्ये, मीराला वाटतं की, डिसेंबरला दोन चेहरे आहेत, न की जानेवारीला.

तरीही ती त्या फसव्या डिसेंबरच्या सकाळी विन्नीसाठी फाटकाबाहेर थांबलीये आणि एक अनोखा आनंद तिच्यात भरून येतो.

तिला वाटतं, तिला बहुतेक 'द कॉर्पोरेट वाइफ्स गाइड टू एंटरटेनिंग'ला एक लायक वारस मिळालाय. फक्त ती या वेळी रणधीर-सोनीला ते आयतं वाढून देणार नाहीये. जर वॉटर मिल प्रेसला 'द कॉर्पोरेट वाइफ अॅब्रॉड' हवं असेल, तर त्यांना तिला त्याची किंमत द्यावी लागेल.

तिच्या अनुभवापासून तिच्याशिवाय दुसऱ्या कुणाला प्रथम फायदा होणार नाहीये. ती स्वत:ला ठामपणे सांगते. काय पॅक करायचं, काय नाही करायचं, तुमचा नवरा जेव्हा कॉन्फरन्स रुममध्ये बंद असेल तेव्हा काय करायचं, औपचारिक मेजवानीसाठी काय घालायचं, हॉटेलमध्ये काय मागवायचं, घरी आणायला काय घ्यायचं, घरच्या नोकरांसाठी परदेशवारीहून काय खरेदी करायचं नाही. वर्षांनुवर्षं मीराला गिरीच्या सहकाऱ्यांच्या बायकांनी सूचनांसाठी आणि माहितीसाठी फोन केले होते आणि त्या सगळ्यांना मीरा हवीये, हे गिरीला आवडत होतं. त्यामुळे त्याची कॉर्पोरेट जगतात वट वाढली होती.

'जर आता कुणाला जास्तीचा सल्ला हवा असेल, तर त्यांना तो विकत घ्यावा लागेल.' मीरा स्मित करते.

“कॉफी?” विन्नी सराईतपणे लाल दिवा तोडताना विचारते.

मीरा विन्नीकडे पुन्हा आदरानं बघते. हिच्यासारखं व्हायचं असेल, तर काय करावं लागतं? विन्नी, जी एक बुटिक चालवते, स्वत:ची कार चालवते, बायको आणि रखेलीचं दुटप्पी आयुष्य जगते आणि जिचा रंगलेला एकही केस कधीच विस्कटलेला दिसत नाही. अगदी तिची चॉपस्टिकसुद्धा जिथे असायची तिथेच असते.

“मग? कसा काय आहे तो काम करायला?” विन्नी कमर्शियल स्ट्रीटवर सफाईनं गाडी पार्क करीत विचारते.

“इतक्या लवकर काही सांगता यायचं नाही.” मीरा पुटपुटते. “आत्तापर्यंत तरी ठीक आहे.”

“ओ, निदान एकदा तरी इतकं सावध वागायची जरुरी नाही. मला खरंखरं सांग तुला काय वाटतं ते!” विन्नी तिचं दार बंद करीत म्हणते.

मीरा आहे तिथेच थबकते. गिरीनं तिच्यावर संकुचित वृत्तीची म्हणून आरोप केलेला असतो, नयनतारा तिला ताठर म्हणते. ‘आता ही विन्नीपण मला तेच म्हणतेय. सावध कसलं डोंबलाचं! दर वेळी धोरणीपणा हा घाबरटपणाच का समजला जातो?

‘मी तिला काय सांगू?’ मीरा ओठ चावते. ‘की त्या चक्रीवादळतज्ज्ञाकडे वादळाबद्दल माझ्यासाठी काहीच नाही आहे; पण त्याऐवजी त्यानं माझ्याकडून तीन फाइल्स उघडून घेतल्या. शिवू, मॅथ्यू, रिशी. थोडीफार माहिती त्या दोन एकोणीस वर्षीय मुलांची आणि रिशीची एक कोरी फाईल. की त्यानं मला रेल्वेचं वेळापत्रक आणि भरती-ओहोटीबद्दल पाहायला सांगितलं की त्यानं मला इंटरनेटवर गुगलमध्ये विचित्र अपघातांबद्दल आणि एक स्त्री-शक्ती नावाच्या स्त्री-गटाबद्दल पाहायला सांगितलं की त्याच्या डोक्यात कुठलातरी अजब हेतू आहे, ज्याबद्दल मला काहीच समजलेलं नाही.’

“जॅक?” जेव्हा मीरा त्याचं नाव उच्चारते तेव्हा विन्नीच्या भुवया वर जातात. “अच्छा, त्या लोकांपैकी का? त्याचं खरं नाव काय आहे? थांब, मला अंदाज करू दे. जगन्नाथ? जगदीश? जगदीप? जगजीवन?”

मीरा हसते. “तुझा श्वास रोखून धर. जयमकोंडण अनंतरामन कृष्णमूर्तींचं लघुरूप जे. ए. के. म्हणून प्रोफेसर जॅक!”

“तर मग तू त्याला काय हाक मारतेस?” विन्नी हसते. “मला खरंतर जयकोंडण आवडलंय. तू त्याला जय म्हणू शकतेस!”

“त्याची मावशी त्याला किच्छा म्हणते, त्याचे सहकारी त्याचा उल्लेख प्रोफेसर जॅक असा करतात. मी प्रोफेसर कृष्णमूर्ती म्हणून सुरुवात केली, पण

त्यांनी मला प्रोफेसर गाळायला सांगितलं. म्हणून मीपण त्यांना जॅकच हाक मारते!'' मीरा तिला काळजीपूर्वक सांगते, हे सिद्ध करायचा प्रयत्न करीत की, तिचं त्याला पहिल्या नावानं हाक मारणं म्हणजे हे असं होतं.

''हं'' विन्नी शांत, विचारमग्न स्वरात असं म्हणून सुचवते की, मीरा जेवढं सहज दाखवते आहे तेवढं ते आहे, यावर तिचा विश्वास नाहीये.

''तो खूपच सहजतेने वागणारा माणूस आहे. तुला ते आवडतील विन्नी! कसलाही तोरा नाही. काही नाही. आणि एखादं काम झालं नाही, तरी ते फार मनावर घेत नाहीत. वीजकपात, यु पी एस जळणं. ते आसपास असणं सहजसोपं असतं.'' मीरा तटकन मध्येच थांबते. 'गिरीच्या विरुद्ध. माझ्या नवऱ्याच्या अगदी विरुद्ध, असंच मी सांगायचा प्रयत्न करतेय, असं विन्नीला वाटेल.' तिला वाटतं.

ती आजकाल गिरीबद्दल बोलत नाही, पण ती खूपदा त्याचा विचार करते आणि अगदी त्याच्याबद्दलचा दीर्घ द्वेष डंख मारतो, तरी दिवसातून हजार वेळा तिला त्याची आठवण येते. ते असंच मधूनच तिच्या आत सरपटून येतं; तो कधीही भरून न निघणाऱ्या नुकसानीचा क्षण, तो रिकामपणा, एक क्रूर थंड हात तिचं हृदय पिळवटून टाकतो आणि तिच्या गळ्यात हुंदका दाटून येतो; ''ओ, गिरी!''

हे अगदी, सकाळी उठल्या उठल्याच पहिल्यांदा घरात, जेव्हा तिच्या डोळ्यांतून झोप बाहेर जात असते आणि ती रजईच्या आत पाय अंगाशी घेऊन स्वत:ला एके काळी त्याच्या गोल वळलेल्या पाठीच्या खळग्यात घुसवत असे. त्याची कोपरखळी जाणवत, पण स्वत:च्या मांड्यांच्या मधल्या घरट्यात शांतपणे पडून राहात. ती ऊब. ते अस्तित्व. ते शांत समाधान आणि मग तो हुंदका. ''ओ गिरी!''

चुकीनी त्याच्यासाठी जास्तीची जागा करून ठेवणं. माशाच्या लोणच्याची बाटली, जी फक्त त्याला आवडत असे. ड्रायक्लीनरकडून परत आलेला त्याचा शर्ट. टाकून दिलेले सँडल्स. संगीताच्या मूक असलेल्या सीडीज. टेबलावरच्या त्याच्या फायली. दुसऱ्या माणसापासून आलेला आफ्टर शेव्हचा विशिष्ट सुगंध. एक विशिष्ट निळा रंग. संत्र्याच्या सालीचा झणझणीत, उग्र दर्प, शेंगदाण्याच्या टरफलांचा रिकामा अर्थ. किती किती प्रकारे 'ओ गिरी!'

आणि मग रात्री जेव्हा ती चेहऱ्याला क्रीम लावते आणि केसांची वेणी घालते आणि पुस्तक घेऊन अंथरुणात शिरते, तिच्या शेजारच्या जागेत अंधाराचं तळं. एके काळी ती मालवेपर्यंत जळत राहाणारा त्याच्या बाजूचा दिवा असा कायमचा मालवलेला, बल्बवर धूळ आणि काळ साठवत. तिचा हॅविशॅमचा लग्नाचा ड्रेस कधीच घातला जाणार नाही. 'ओ गिरी, ओ गिरी, ओ गिरी.'

टेबलावरून विन्नी तिच्याकडे निरखून बघते. मीराला तिच्या नजरेची धार जाणवते. तिला अस्थिर करते. "काय?"

"काही नाही." विन्नी म्हणते आणि मेनू बघायला लागते. अचानक ती वर बघते आणि विचारते, "तो तुझ्याबरोबर कसा वागतो?"

"तुला काय म्हणायचंय?"

"तुला कळतंय ते. हो नं? तो एक घटस्फोटित आहे; तू विभक्त झाली आहेस. तो आक्रमक आहे का?"

"ओ, नाही." मीरा स्मित करते. "तो खूपच सभ्य आहे. जवळजवळ एखाद्या काकांसारखा. कधीकधी मला वाटतं की, एवढंही नसावं...." ती मागून विचार आल्यासारखं म्हणते.

"त्यानं आक्रमक असावं, असं तुला वाटतंय की काय?" विन्नीच्या भुवया पुन्हा आकाशात चढतात. त्या दिवसापासून विन्नी आणि मीरा महिन्यातून एकदा तरी भेटतातच. ही अशी मैत्री आहे, जिचं दोघीही स्पष्टीकरण देत नाहीत. जर त्या अजून कुठे भेटल्या असत्या, तर त्यांनी एकमेकींची दखल घेतली नसती. मीरानं विन्नीला लुटारू आणि थंड म्हणून बाद केलं असतं. विन्नीनं मीराकडे बघून अविश्वासानं मान हलवली असती. तिच्यासारख्या बायका खरंच अस्तित्वात असू शकतात का, ज्या काळाच्या ताण्याबाण्यात अडकून पडलेल्या आणि घर आणि नवऱ्याचं बांडगूळ असूनही समाधानी असलेल्या?

आता मात्र त्या एकमेकींकडे बघतात आणि त्यांचे चेहरे उजळतात. तुझ्याबरोबर असणं छान वाटतं.

'आम्ही जसं वयानं वाढतो, तशा पुरुषांपासून दूर का जात राहतो?' मीराला नवल वाटतं. 'असं तर नाही की, आमच्यातला जीवन-रस पाझरायचा थांबतो आणि आम्हाला एका नराची नव्हे, तर एक सहचराची निकड भासते? आम्ही दुसऱ्या बायकांमध्ये सुख शोधतो का – त्यांचं मनोधैर्य, त्यांचं सामर्थ्य, त्यांची निग्रही कार्यक्षमता, त्यांची निखळ मजा? म्हणूनच बहुधा मला माझ्या विन्नीची गरज भासते. अशी मैत्रीण, जिनं त्या दिवशी मला पहिल्यांदा जमिनीवरून उचललं.'

मीरा आता विन्नीकडे बघते. 'आम्ही इथे काय करतोय?' तिला नवल वाटतं. दोन मध्यमवयीन बायका खरेदी करायला आलेल्यांच्या समुद्रात डुंबणाऱ्या! मीरा तिच्या पेयातला बर्फ चाखते, ती उंच थंड कॉफी, चॉकलेट आणि क्रीमकलर असलेली.

"मला माहितीये की, मी हे प्यायला नको, पण आज दिवसभर मी फक्त याचाच विचार करतेय." मीरा हसते. ही हवं असण्यातली अगतिकता, ही

आसक्ती कबूल करण्यानं विन्नीच्या हृदयाला पीळ बसतो. ''अजून एक घे.'' ती म्हणते. ''तुला भटूरा नाहीतर पावभाजी हवीय का खायला?''

मीरा मान हलवते. ''नाही, नाही, हे छान आहे, पण हे चांगलं असलं तरी आकंठ थोडं खाता येणार आहे! आत्म्यासाठी ते चांगलं नाही!''

विन्नी तिचा हात थोपटते. ''ठीक आहे नं! तुलापण तुझ्या गरजा आहेतच. आपल्याला सर्वांनाच असतात. मग त्या चॉकलेटसाठी असतील, नाहीतर पुरुषांसाठी. जर तुला स्त्रीसारखं वाटायला लावणारा जॅक असेल, तर असू दे तो जॅकच.''

''तू हे सगळं चुकीचं समजते आहेस. मी पुरुषांच्या लक्ष देण्याबद्दल बोलतेय.''

''कुठल्याही पुरुषाचं लक्ष? तू कुठल्याही पुरुषाने लक्ष देण्याचं स्वागत करशील का कारण त्यामुळे तुला तुझं स्त्रीत्व जास्त जाणवेल आणि आपण हिजडा नाहीये हेदेखील, असं नाही नं?''

'विन्नी हा विषय सोडून का देत नाहीये? ती एखाद्या कुत्र्यासारखी आहे, जो चिंधीबाबतच काळजी करीत बसतो.' मीराला सध्या तिच्या आयुष्यात पुरुष नकोय. बराच काळ तरी नकोय. निदान तिला कुठलं लफडंही नकोय आणि प्रणयसुद्धा....

मीरा डोकं हलवते. ''नाही, नाही, तुला कळत नाहीये. मी फक्त हेच म्हणतेय की, मला अगदी रिकामं झाल्यासारखं वाटतंय. जॅकचा काही संबंध नाही यात. खरंच विन्नी!''

''पण एक स्त्री म्हणून असणं, दिसणं हे चांगलं आहे. मलासुद्धा एकटं एकटं वाटतं विन्नी; पण मी ते मान्य करावं, हे कुणालाच आवडणार नाही. माझ्या मुलांना, माझ्या आईला किंवा आजीला. हे असं आहे की, जसंकाही गिरी सोडून गेला, म्हणून माझ्यातली स्त्री मरायलाच हवी.''

मीरा तिचे शब्द तोलून-मापून कॉफीचा घोट घेत बोलते. तिला काय झालंय? हे सगळे विचार, हे शब्द, हे कुठून येताहेत? ती तारखांचा हिशोब करते. तिची पाळी जवळ आलीय का?

मीरा टेबलावरच्या काट्याचमच्यांशी चाळा करते. ती सुरी आणि काट्यानं 'व्ही' बनवते. मग 'एन'. मग 'ए' आणि 'एल'. मग मिठाच्या भांड्यानं कसाबसा 'जे' बनवते, पण 'जी' काही बनवता येत नाही. आणि 'एस'सुद्धा. एक, जो तिच्यापासून दूर गेला आणि दुसरा, जो तिच्या जगात येऊ पाहतोय.

''तू माझ्यापासून काय लपवून ठेवतेस मीरा?'' विन्नी विचारते. ''तुझं नक्कीच काहीतरी गुपित आहे. मी तुझ्या स्मितात ते बघू शकते.''

जेव्हा काही रात्रींपूर्वी एकदा फोन वाजला, मीरानं थरथरत्या हातानं तो

उचलला होता. 'आता काय नवीन संकट दुसऱ्या टोकाला उभं आहे?' तरीपण कुठे तरी तिच्या आतमध्ये ती फडफडणारी आशा. 'तो गिरी आहे का? असला, तर तो काय म्हणेल?'

"हे, मीरा!;' दुसऱ्या टोकावरून आवाज येतो.

मीरा धसकते. तो गिरी नव्हता, पण तो अगदी अनोळखी आवाजपण नव्हता.

"हॅलो" ती म्हणते.

"मला ओळखलंस?"

ती अपरिचित ओळख. एक अशी जाणीव की, तिला तो आवाज कुठूनतरी माहितीये.

"मला माहितीये तू ओळखलं नाहीस!" एक हसणं; एक असं हसणं, जे ऐकणाऱ्या स्त्रीच्या मणक्यातून शिरशिरी निर्माण करेल.

मग तिला कोडं सुटलं. तो नट. तलावाकाठचा मदन. तो तिला का बरं फोन करत होता?

मीरा फोनमध्ये हसली. "हॅलो, सोमण? तू अचानक कुठून उगवलास?

"त्या तलावाच्या काठावरून, जिथे तू मला एकट्याला सोडून गेलीस."

आणि पुन्हा तेच गालातल्या गालात हसणं. "पण तू मला ओळखलंस, याचं मला आश्चर्य वाटलं. बरेच दिवस झालेत कारण. मला आधीच फोन करायचा होता, पण धीर झाला नाही."

मीरानं तिचा श्वास रोखून धरला.

"आणि मग मला मुंबईला जावं लागलं मीरा. मी एका टी.व्ही. सीरिजमध्ये होतो. मी दोन दिवसांपूर्वीच आलोय आणि मला वाटलं की, तुला फोन करून हॅलो म्हणावं."

मीरानं श्वास सोडला. त्याला तिच्याबद्दल काही माहीत नव्हतं.

"त्या दिवशी मी आपलं बोलणं इतकं एन्जॉय केलं मीरा. आपण कॉफीसाठी भेटू शकतो का एवढ्यात?"

मीरा तिच्या नखांकडे बघते. "नक्की", ती म्हणते.

"उद्या?" तो विचारतो.

मीराला कळतंय की, विन्नी तिचं बोलणं ऐकायला थांबलीये. शेवटी मीरा तेच करते, जेव्हा लिली किंवा मुलं अवघड प्रश्न विचारतात. *'गिरी तुला मुलांसाठी किती पैसे देतो? डॅडीला मैत्रीण आहे असं वाटतं का तुला? लिली दारुडी आहे का? मम्मी, लिली दारुडी आहे का? ती किती पिते हे पाहिलं नं तू?'* ती बेफिकीरी दाखवत तो विषय शिताफीनं बदलते.

खांदे उडवून संपूर्णपणे असंबंधित प्रश्नावर उडी मारणे; "तुझा तो शालींचा माल भागलपूरहून आला की नाही अजून? जॅकनं मला दोन घ्यायला सांगितलेत कुणासाठीतरी.

"एक बाई आहे लिसा नावाची. या लिसाला काय बरं दिसेल असं तुला वाटतं? मधाळ सोनेरी की शेवाळी हिरवा?"

'ही खरंच मी आहे का?' मीरा स्वत:लाच विचारते. 'मी खरंच असं म्हटलं का? 'त्या लिसाला काय बरं दिसेल?' '

अर्ध्या तासानंतर मीरा तिचं गुपित लपवून ठेवू शकत नाही. तिला विन्नीबरोबर चर्चा करायचीये. ती सोमणबाबत काय करेल? ती त्याला उत्तेजन देतेय आणि तिला सतत टोचणी लागलीये.

"मी आणि गिरी एकत्र राहात नाहीये, हे त्यानं ऐकलं असणार. म्हणजे आता मला फोन करायची योग्य वेळ आहे. एक एकटी स्त्री, जिला जीवनात एक मर्द हवाय." मीराचा हात तिच्या तोंडावर जातो. 'ही कोण बाई आहे, जी असल्या शब्दांचा नुसती विचारच करीत नाही, तर ते वापरतेसुद्धा?'

"विन्नी, मला त्याची खात्री पटवून द्यायचीय की, मी त्या प्रकारची बाई नाही आहे."

"त्या प्रकारची बाई कोण आहे मग?" विन्नी फटकन म्हणते, जेव्हा मीरा तिच्यातलं माजणारं काहूर स्पष्ट करायचा प्रयत्न करते. "कोणती बाई, जर ती समलिंगी किंवा वेश्या नसेल, तर ती उपलब्ध आहे असं दाखवून देईल? आपण तसं करत नाही मीरा. मीसुद्धा नाही. मला माहितीये की, तुला वाटतं की, मी माझे प्रियकर माझ्या केसातल्या चॉपस्टिकप्रमाणे बदलते म्हणून; पण मी उपलब्ध नाही आहे. तुला माहितीये आपण काय आहोत ते? आपण हळवे आहोत."

"हो नं, आपण असेच आहोत. हळवे, मूर्ख, जे यावर विश्वास ठेवतात की, याआधी आपण कितीदाही चूक ठरलो असू, पण या वेळी तरी आपल्याला योग्य पुरुष मिळालाय. असा पुरुष, जो आपल्या आयुष्यांना लांबवलेल्या परिकथेत मंतरून बदलणार आहे. असा पुरुष, ज्याच्यावर आपण अवलंबून राहू शकतो आणि तो तुमच्यासाठी नेहमीच तत्पर असेल."

मीरा 'अवलंबून राहणे' या शब्दांवर शहारते. यापेक्षा जास्त स्पष्ट काहीच असू शकत नाही. ते शस्त्र खाली ठेवून देणं, एक सुटकेचा नि:श्वास, मृदू मृदुलता आणि ही जाणीव असणं की, आपल्याला एक भक्कम आधार आहे. तिला हे सर्व गमावल्याची प्रकर्षानं जाणीव होते. असं काहीही सोडून देणं आणि अवलंबून

राहायला कुणीतरी आहे ही जाणीव असणं.

ती आदल्या दिवशीच्या संध्याकाळचा विचार करते. सोमणनं तिला एका आर्ट शोला यायचं आमंत्रण दिलंय.

त्यात एका काळोख्या खोलीत बसून एक इंस्टॉलेशनची व्हीडीओची फिल्म पाहायची होती. मीराला त्या पडद्यावर लुकलुकणाऱ्या प्रतिमांबद्दल काय आठवतंय? काहीच विशेष नाही तिला वाटत. पूर्ण वेळ ती त्याच्या बाहुंच्या तिच्या दंडावर असलेल्या दाबाबद्दल सावध होती. त्वचेचं एकमेकांशी घासणं; आकर्षणाचं अभिसरण आणि त्या क्षणाची स्थिरता. मीरानं तिच्या आसपास पाहिलं. त्यांच्यासारखे इतरही बसले होते का? मीराच्या आत एक उबदारपणा भरून येतो, जेव्हा तिला प्रत्येक खुर्चीत एक हिरवं मरुद्यान आढळून येतं. ते आणि फक्त तेच एकमेकांवर अवलंबून दिसत होते. "पण विन्नी, मी त्याला उत्तेजन देतेय, असा तो नाही विचार करणार? मी दूर जायला हवं होतं!" मीरा तिला मध्येच थांबवते.

"स्वत:ला ऐक आधी. तू इतकी भाबडी आहेस नं मीरा. तू फक्त त्याच्या निकट बसलीस आणि तुला एवढं उत्तेजित झाल्यासारखं वाटतंय. ही तर एक चौदा वर्षांची पोरगी बोलतेय, न की एक चाळिशीची बाई. एक सेक्सबद्दल सगळं माहिती असलेली बाई.... मीरा, तुझ्या मुलीलासुद्धा पुरुषांबद्दल तुझ्यापेक्षा जास्त माहीत असेल!"

मीरा त्यावर स्मित करते. एक अवघडलेलं पश्चात्तापाचं स्मित. ती इतक्या थोडक्यात एवढं कसं काय जाणून घेऊ शकेल? ती आता परिपक्व होईल. ती अशी स्त्री होईल, जी सोमणला ती आहे असं वाटतंय. अशी स्त्री, जी विन्नीला ती व्हायला हवीये.

१

ही कोण आहे? मीरा हॉलमधल्या आरशात स्वत:च्या प्रतिबिंबाकडे पाहत स्वत:लाच विचारते. उंच आणि ताठ आणि तिच्या चेहऱ्यावर तिला जी जीवघेणी भीती वाटतेय, तिचा मागमूसही नाही. ज्या क्षणाची तिला भीती वाटत होती, तो आता पुढ्यात आलाय.

नयनतारा चेन्नईहून आत्ताच विमानानं उतरलीये. गिरीनं भाड्याचे पैसे दिले, असं तिनं सांगितलं. लिली आणि सारो एकमेकांकडे पाहतात आणि मग मीराकडे; पण विमानाचं तिकीट काढणं नेहमीचंच असल्यागत मीरा मान डोलवते. गिरी, कंजुष गिरी, ज्यानं चेक देताना दर वेळी 'का' हे कसं न विचारणं कठीण आहे – ह्याबद्दल तक्रारीचा सूर काढलाच होता.

ती तिथे उंच फुलदाणीत जिंजर लिलीची फुलं सावरत उभी राहते. ‘‘तू किती छान आहेस!’’ ती पिवळं पान तोडून टाकत आणि एका भोचक मुंगीला तर्जनी आणि अंगठ्यात चिरडून टाकत म्हणते.

नयनतारा गिरीचं पत्र घेऊन आलीये. मीरा पत्र उघडताना ती आसपास घोटाळते; तिचे हात कापून तिचं भांडं फुटणार नाही या भितीनं.

गिरीनं लिहिलंय की, त्यांनी त्यांच्या ट्रायल सेपरेशनचे तीन महिने जवळपास पूर्ण केले आहेत, आणि या काळात त्यांना असं आढळून आलंय की, त्यांची आयुष्य, त्यांना जेवढं वाटत होतं तेवढी एकमेकांत गुंतली नाहीयेत आणि आता यामुळे ते आपली वेगवेगळी आयुष्यं आनंदानं आणि समाधानानं जगू शकतील, म्हणून आता बहुधा कायदेशीर फारकत घ्यायला काही हरकत नाही. म्हणजे त्यांना आपापली निवड करून पुढे जाता येईल.

मीरा पत्राची घडी घालताना ओठ चावते आणि लिफाफ्यात पुन्हा सरकवून ठेवते. ती आपल्या मुलीच्या डोळ्यांतली उत्सुक चमक पकडते.

‘‘यात काय आहे हे तुला माहितीये?’’ मीरा पत्र फडकवत म्हणते.

नयनतारा उभी राहते; बावचळून; बोलू की अज्ञान पांघरू या कात्रीत सापडून. ही तिच्या वडलांची मुलगी आहे, जी खांदे उडवतेय.

मीरा टक लावून पाहते; चकित होऊन. ‘‘असं कसं करू शकलीस तू? तुला माहितीये का की, तुझे वडील मला घटस्फोट मागताहेत? तुला माहिती होतं का की तू माझ्याकडे काय आणते आहेस?’’

नयनतारा नजर वळवते. ‘‘तुला पोस्टानं घटस्फोटाची नोटिस मिळालेली चालली असती का? तसंच केलं जातं नं? ते तुझा विचार करीत होते; हा धक्का सौम्य करायचा प्रयत्न करायला. ममी, मला दोष देऊ नकोस. मी फक्त संदेशवाहक आहे.’’

‘‘तुला हे घडणार हे माहीत होतं; होतं नं माहीत! स्वत:ला फसवू नकोस. तुला माहीत होतं की, डॅडी परत येणार नाहीये. ते अटळ होतं; तुझा घटस्फोट!’’

मीरा अवाक होते.

‘‘मी डॅडींना हे सांगितलं होतं. मी म्हटलं की, तू मलाच जबाबदार धरशील म्हणून. की तू माझ्यावरच रागावशील; पण ते म्हणाले की तू जाणतेस, जसे ते जाणतात, की, तुम्ही दोघे समाधानानी एकत्र राहू शकणार नव्हता यापुढे. ते म्हणाले की, मी हे पत्र तुला आणून दिलं, तर ते थोडंफार कमी दु:खदायक होईल. तेच फक्त मी केलं, ममी. माझ्याकडे असं बघू नकोस.’’ नयनताराचे डोळे भरून येतात.

मीरा तिच्या मुलीला बाहुत घेते. ‘‘नाही, मी तुला दोष देत नाहीये. असं मी कसं करू शकेन? तुझे वडील आणि मी....’’

"ममी, त्यांना जे हवंय ते तू देत का नाहीस? मग कदाचित ते परततील."
नयनतारा तिच्या आईला बिलगते; एक मोठी पोरगी, जिला आईवडील एकाच
घराच्या छपराखाली राहायला इतकं मनापासून हवंय आणि कायमचे सुखी होऊन,
ज्या घरापासून एक रंगीत इंद्रधनुष्य क्षितिजापर्यंत जाऊन पोहोचतं तिथपर्यंत.

'मी एवढी रागावलेली का आहे? तसंही, मी एवढी चकित का झालेय?' मीरा
कपडे घालता घालता स्वत:ला विचारते आणि नयनतारा म्हणते तसं हे तर अटळ
होतं. तिला नयनताराकडून गिरीबद्दल पुरेसं जाणलंय की, तो आपलं नवीन आयुष्य
आखायला लागलाय. त्याचा दुसरा जन्म खरोखरीच.

एका उंच फ्लॅटमध्ये, जिथे एका बाजूने समुद्र आणि दुसऱ्या बाजूने शहरातले
दिवे दिसतात, तिथे बदामाकृती उशा आणि उंच मेणबत्त्या आहेत. फुलांच्या
फुलदाण्या आणि काचेचे मणी देठांना चिकटवलेले. मुलं किंवा म्हाताऱ्या बायका,
त्यांचं देखणेपण किंवा सोफ्यावर बटाट्याच्या चकत्यांचा चुरा. भिंतीवर दमट डाग
नसतील आणि या अशा घरात गिरी त्याची नवीन जिंकलेली पत्नी आणेल आणि
त्यांच्या त्या नव्याने गवसलेल्या निर्वाणात तो पुन्हा नव्यानं सुरुवात करेल.

'मी त्याला काय देऊ शकते नयनतारा? एकच गोष्ट, जी त्याला माझ्याकडे
आणू शकली असती, ती त्याला द्यायला माझी नाहीच आहे.'

गिरी जायच्या आधी काही आठवड्यांपूर्वीची एक रात्र मीराला आठवते. ती
तिच्या तोंडाला क्रीम लावताना तो तिला निरखत होता.

"काय?" तिनं विचारलं.

"त्या तुझ्या मांडीवरच्या नसा.... तो अचानक म्हणाला. तू त्या कुणालातरी
दाखवायला हव्यात."

"मी चव्वेचाळीस वर्षांची आहे. मी आता काही तरुण राहिलेली नाहीये गिरी.
मला त्या नसा असणारच." तिनं फटकन म्हटलं होतं.

त्यानं तेव्हा खांदे उडवले होते आणि टी.व्ही.चा रिमोट दाबला होता. "त्या
भयंकर दिसतात." तो म्हणाला होता.

तो सोडून गेल्यावरच्या दिवसांमध्ये मीरानं हा प्रसंग पुन:पुन्हा अनुभवला होता.
'त्यामुळे झालं होतं का? कारण तिचं वय होत चाललं होतं म्हणून. त्या
मांड्यांवरच्या लहान रेषा आणि कानशीलाजवळचे पांढरे केस यामुळे तो दूर गेला
असेल का? की दुसरंचकाही होतं ते?'

ब्युटी सलूनमध्ये मारिया तिच्या खांद्याभोवती प्लास्टिक गुंडाळते. "नेहमीसारखेच
बारीक करायचे नं?" ती मीराला आरशात विचारते.

मीरा तिची नजर क्षणभर पकडून ठेवते. "नाही. काहीतरी नवीन प्रकार कर. छोटे. मी ते तुझ्यावरच सोडते."

"नक्की?" मारियाचे डोळे विस्फारतात.

"हो. माझे असे केस गेल्या बावीस वर्षांपासून आहेत." 'जेव्हापासून गिरी माझ्या आयुष्यात आला तेव्हापासून आणि मला एकही गोष्ट बदलायची नव्हती. माझे केस, माझं घर, माझी स्वप्नं, मला स्वत:ला. त्याला जे हवं होतं, तसंच त्याला मला इतकं द्यायचं होतं.'

"मग तर तुला अगदी नवीनच दिसायला हवं आहे." मारिया म्हणते. आणि तिचे केस गोळा करून मीराच्या डोक्यावर पिवळ्या फुलपाखराच्या क्लीपमध्ये अडकवते. "यामुळे तुला नवीन स्त्री झाल्यासारखं वाटेल."

'एका पार्लरच्या मुलीच्या तोंडून ऐकावं लागतंय!' मीराला वाटतं. 'मी नवीन स्त्री बनायची वेळ आलीच आहे. अशी कुणी कुणीतरी, जी मला आवडेल.'

जॅकच्या घराकडे जाताना मीराच्या मानेला वारा स्पर्शून जाताना जाणवतो. अशी मान उघडी टाकणं तिला विचित्र आणि उघडं उघडं वाटतं.

मीरा स्वत:ला दुकानाच्या काचेत पाहते आणि चकित होऊन थबकते. ती स्वत:लाच ओळखत नाही.

मारियानं सगळ्या बाजूंनी तिला आरसा दाखवला होता, म्हणजे ती स्वत:ला छान बघू शकेल. "कसं काय वाटतंय?" तिनं विचारलं. ती स्वत:च्या हाताच्या करामतीवर खूश झाली होती, हे स्पष्ट होतं.

"छान आहे!" मीरा म्हणाली, जरी तिला एक अनिश्चिततेची लहर उठल्याची जाणवून गेली. हे तिनं काय करून घेतलंय? मुलं काय म्हणतील? सारो आणि लिली काय म्हणतील?

मीरा स्मृतीच्या खोलीत जॅकबद्दल विचारायला घुटमळते. त्याच्या चेहऱ्यावरच्या भावांबद्दल ती विचार करते, जेव्हा त्यानं तिला काही दिवसांपूर्वी आर्ट गॅलरीमध्ये पाहिलं होतं. तिला अंदाज करता येऊ शकला नव्हता की, तो नाराज होता का? ती जातेय, असं तिनं त्याला सांगायला हवं होतं का?

कलाचित्ती विचारते, "काय झालं? तुला केस का कापावे लागले?"

मीरा त्या प्रश्नाच्या थेटपणानं बावरते. कलाचित्ती क्वचित इतकं असं व्यक्तिगत मत बोलून दाखवते.

मीरा खांदे उडवते. "मला एकदम एक नवा चेहरा हवा, असं वाटलं."

कलाचित्ती तिचं पूर्ण व्हायची वाट पाहत थांबते. मीरा तिच्या कॉफीच्या कपात

डोकवून बघत म्हणते, "गिरीला घटस्फोट हवाय."

कलाचित्ती तिच्याकडे बघते आहे.

"मी काय करायला हवं होतं, याबद्दल मला प्रश्न पडत राहतो किंवा काय करायला नको होतं. गिरीला निघून जायला काय कारण घडलं असावं?"

"तो परतेल असं तुला वाटतं का?" कलाचित्ती विचारते. मीराच्या परिस्थितीबद्दल कधीच चर्चा केली गेलेली नसते, पण जॅकनं तिला सगळी माहिती सांगितली असल्याची मीराला खात्री असते.

मीरा मान हलवते. "मला माहीत नाही."

"जास्त महत्त्वाचं म्हणजे तुला तो परत यायला हवाय का?"

मीरा तटकन वर बघते. हे तिनं कधी विचारातच घेतलं नव्हतं. ती पुनश्च गिरीसोबत राहू शकेल का? काहीच झालं नाही असं दाखवत?

"हे बघ मीरा, आपला नवरा आपला देव आहे, असेच संस्कार आपल्यावर लहानपणापासून केलेले आहेत. त्याच्या इच्छा आपल्या असतात आणि त्याच्याशिवाय आपण काहीच नाही आहोत. एक म्हण आहे, 'कल्ल आनाळुम् कणवन्, पुल्ल अनाळुम् पुरुषम्.' तो पाषाणासारखा कडक असला किंवा गवताच्या तणासारखा निरुपयोगी, तरी नवरा हा नवराच असतो. तुझ्या नवऱ्याशिवाय तू आयुष्य घालवू शकतेस का?"

मीरा कप टेबलावर ठेवते. "मला माहीत नाही." ती म्हणते. "मी फक्त एवढाच विचार करत राहते की, तो परत येईल का? मी स्वतःला कधीच हे विचारलं नाही की, जर तो आलाच तर...." मीराचा आवाज पडतो. "तुम्ही काय केलं असतं?"

"मला नाही माहीत मीरा. मला स्वतःला हे विचारावंच लागलं नाही." कलाचित्तीची नजर स्थिर असते आणि आवाज सरळ.

"पण तुम्ही तुमच्या नवऱ्याला सोडलंत!"

"तुला माझ्याकडून काय माहिती करून घ्यायचंय मीरा? माझ्याजवळ तुला देण्यासारखं काही ज्ञान नाही. माझ्या आयुष्यातल्या निवडी तुझ्या असू शकणार नाहीत. नवरा सोडण्याची माझी स्वतःची कारणं होती."

"तुमच्या नवऱ्याच्या जीवनात दुसरी स्त्री होती, हे तर कारण नव्हतं?"

"दुसरी स्त्री?" कलाचित्तीचा आवाज आश्चर्यानं वर जातो आणि तिचा हातपण. ती तिच्या भादरलेल्या डोक्यावरून हात फिरवते.

"मग तुम्ही त्याला अजून कशासाठी सोडलंत?" मीरा त्या म्हाताऱ्या चेहऱ्यावरची स्तब्धता तोडण्याच्या इराद्यानं म्हणते.

"कशामुळे तुम्ही नवऱ्याला सोडलंत मग?" मीरा पुन्हा विचारते.

कलाचित्ती तिच्या खुर्चीत रेलते. "असं काही पक्कं कारण नव्हतं. खरंच नव्हतं. त्याच्याबरोबर त्यामुळे मी आयुष्य घालवू शकत नव्हते असं सांगितलं, तर तू विश्वास ठेवशील का? ते यापुढे शक्यच नव्हतं. मला सोडावंच लागलं.

"तर असं बघ मीरा, तुलाच निर्णय घ्यावा लागेल. मी तो तुझ्यासाठी घेऊ शकत नाही. तुला अजूनही गिरीची पत्नी म्हणून राहायचंय का?" कलाचित्ती खुर्चीतून उठत म्हणते.

मीरा तिच्यापलीकडे बघत नवल करते. 'मला राहायचंय का?'

२

"काय केलंयस का?" मीरा तिच्या खांद्यावरून म्हणते.

"मी काय विचारतेय याबद्दल तू विचार केलायस का?"

मीरा तिच्या मुलीकडे काळजीपूर्वक वळते. "कशाबद्दल नयनतारा?"

"तुला माहितीये, त्या पोर्टफोलियोबद्दल.... मी तुला सांगितलं होतं. डॅडींच्या मित्राच्या बायकोनं म्हटलं की, मी एक तसा करून घ्यायला हवाय. तिला वाटलं की, ती काही योग्य लोकांना तो पाठवू शकेल."

मीरा आठ्या घालते. "मला वाटतं की, तू ते गंमत म्हणूनच केलं होतंस. तुला मॉडेलिंगमध्ये करीयर करायचंय, असं मला वाटलं नाही आणि तुझ्या अभ्यासाचं काय? तू आयआयटीत आहेस. किती कमी मुलांना तिथे जायला मिळतं, याची कल्पना आहे तुला? आणि तुला ते सोडून द्यायचंय."

नयनतारा चेहरा वाकडा करते. "ऐश्वर्या रायबद्दल काय मग? ती एक मेडिकलची विद्यार्थिनी होती."

"तुझे वडील काय म्हणतील मला माहीत नाही." मीरा कोंडी करायचा प्रयत्न करते.

"डॅडींचा होकार आहे, पण ते म्हणाले की, तुझा होकार असला म्हणजे झालं."

'धन्यवाद गिरी! मीच ती थेरडी हडळ असू दे, जिला तुझ्या मुलीच्या मूर्ख स्वप्नांना नकार द्यायला लागेल.'

पण हे असंच नेहमी नव्हतं का? पालकत्वाची जबाबदारी कायम तिच्यावर थोपवणं आणि सोपवणं. सुरुवातीच्या त्या काही वर्षांमध्ये मीरानं विरोध केला होता. "आपली मुलं मी एकटीनं जन्माला घातली नाहीयेत. तुलापण त्यातला वाटा उचलावा लागेल."

आणि गिरी, त्याच्या गांजलेपणाचं समर्थन दिल्यासारखा निर्विकारपणे म्हणायचा, "तुलाच तर मुलं हवी होती; मला नाही. मुलांशिवाय तुला पूर्ण स्त्री झाल्यासारखं

वाटणार नाही, असं तूच म्हणाली होतीस.''

मीरा तिच्या या गरजेपोटी गप्प बसून मुकाटपणे गिरीच्या बाप असण्याच्या जबाबदाऱ्या कमी कमी करत जायला शिकली होती. काळजी करायला मुलं तिची होती आणि गिरी त्यांच्याबरोबर हसाय-खेळायला-मजा करायला! त्याला कडक बाप असण्याचं तंत्रपण माहीत होतं; पण बहुतेक वेळा तो त्यांच्या स्वप्नांशी आणि इच्छांशी खेळायचा. 'बापाचं पालकत्व कसं असायला हवं यापेक्षा त्यानं त्याला कसा आकार दिलाय, हे गिरीच्या लेखी जास्त महत्त्वाचं होतं.' तोंडात भरून आलेला कडवटपणा न थुंकण्याचा प्रयत्न करीत मीराला वाटतं.

मीरा हँगरवरून साडी काढते. ''मला काही हे आवडलं नाहीये. कास्टिंग कोच ही काही कपोलकल्पना नाहीये. त्या तऱ्हेच्या जगाला तोंड देण्यासाठी तू अजून खूप लहान आहेस.''

''तुला असं म्हणायचंय का की, मी मोठी झाल्यावर माझ्यावर कोणी झोपलेलं चालेल म्हणून?''

मीरा पांढरीफटक पडते. ''चूप!'' ती फुस्कारते. ''काहीतरी बोलू नकोस. जर तू तीन वर्षांच्या लहान मुलासारखी वागायला लागलीस, तर मला तुला असंच वागवावं लागेल. तू माझ्यासाठी फारसं काही गत्यंतर सोडत नाहीयेस. मी असं सुचवेन की, तू हे सगळं मॉडेलिंग वगैरेचा मूर्खपणा विसरून जावास.''

नयनतारा खजिल होते. ''आय ॲम सॉरी. मला तसं म्हणायचं नव्हतं.'' पण मीराचा चेहरा बघून ती थबकते.

मीराला साडी नेसताना नयनतारा न्याहाळते. ''मला वाटलं की, जाण्याबाबत तुझा निश्चय झाला नाहीये.'' ती लिपस्टिकची ट्यूब उघडताना बंद करत म्हणते.

''नको. तू ते लिपस्टिक पाडशील.'' मीरा साडी नीट करताना म्हणते.

''तू पार्टीला कशी काय जाऊ शकतेस? काहीच तर महिने झालेत तू आणि डॅडी....'' नयनतारा तिच्याकडे रोखून पाहते.

''तुझे डॅडी सोडून गेलेत. ते मरण पावले नाहीयेत.'' मीरा तोडून बोलते. ''आणि शिवाय, त्यांनी मला नुकतंच घटस्फोटाविषयी विचारलंय, हो नं?''

नयनताराला खजिल झाल्याचं पाहून मीराला पश्चात्ताप होतो. ''ही काही कुठलीही पार्टी नाहीये. ती विन्नीची पार्टी आहे. मी नाही म्हणू शकले नाही.'' मीरा हळूच म्हणाली.

ती स्वतःला पूर्ण उंचीच्या आरशात निरखते. ''तू मागून साडी ओढशील का? ती थोडी वर गेलीये.''

नयनतारा आज्ञाधारकपणे गुडघ्यावर बसते आणि साडी खेचते. ''पण लोक

काय म्हणतील?''

''नयनतारा, पुन्हा मला हे म्हणू नकोस. मला लोकांची पर्वा नाही. ती मी यापुढे कधी करणारही नाही.''

''मला माहितीये की तू लोकांची पर्वा करीत नाहीस. नाहीतर स्वत:च्या वयाच्या अर्ध वय असणाऱ्या माणसाबरोबर तू गेली असतीस?''

''काय?'' मीरा चकित होऊन वळत ओरडते.

''तुला कुणी सांगितलं हे?''

''तर मग हे खरंय! अशी कशी तू करू शकतेस ममी?''

''नयनतारा, तुला याबद्दल काहीच माहिती नाहीये.''

''मग मला सांग....'' नयनतारा तिच्या गुडघ्यांभोवती मिठी घालते. 'तू कास्टिंग कोचबद्दल आणि बाहेरच्या माझ्यावर टपलेल्या वाईट जगाबद्दल बोलत असतेस, पण स्वत:कडे तर पाहा! तुला माहितीये का की मला कसं वाटत असेल जेव्हा माझ्या मित्र-मैत्रिणी मला विचारतात की, सोमण माझा बॉयफ्रेंड आहे का म्हणून? आता मी त्यांना हे सांगायचं का की, तो तुझा बॉयफ्रेंड आहे म्हणून?''

''तो माझा बॉयफ्रेंड नाहीये! तो फक्त एक मित्र आहे.''

नयनतारा अविश्वास दाखवल्यासारखा चेहरा करते.

''पण मला एक सांग, जर तो असता, तर इतकं वाईट झालं असतं का?'' मीरा बेफिकीरीचं सोंग घेत म्हणते.

''मी जर डॅडींच्या वयाचा माणूस निवडला, तर तुला कसं वाटलं असतं?'' नयनतारा उभी राहाते. ''हे खूपच लाजिरवाणं आहे ममी, खूपच भानगडीचं.''

'आणि डॅडींबद्दल काय?' मीराला विचारावंसं वाटलं. 'त्यांची गर्लफ्रेंड तुझ्यापेक्षा काहीच वर्षांनी मोठी आहे, हे भानगडीचं नाही? की तुझ्या जगाच्या दृष्टीतून हे ठीक आहे?' मग ती नयनताराचा चेहरा पाहाते.

''सोमण माझा बॉयफ्रेंड नाही. प्लीज समजून घे बेटा. तो असाच ओळखीचा आहे. बस्स, एवढंच. शप्पथ!'' मीरा तिच्या मुलीची समजूत घालण्याचा प्रयत्न करते जेणेकरून ती तिचं समर्थन स्वीकारेल.

''ठीक आहे, जर तू असं म्हणत असशील तर.'' नयनतारा म्हणते.

आपल्या लेकीच्या डोळ्यांतले दीन भाव पाहून मीराच्या आत कुठेतरी तुटतं.

''जर तुला मी या पार्टीला जायला नको असेल, तर मी घरीच राहते.'' मीरा म्हणते.

''नाही, ठीक आहे.'' नयनतारा म्हणते. ''तुला माझ्या उंच टाचांच्या चपला हव्यात?''

मीरा हसते. सगळं पुन्हा आलबेल झालं. ''नक्की नं?'' ती अंदाज घेत

म्हणते. आपल्याकडून सगळंकाही ठीक आहे असं दाखवायला ती म्हणते, ''जर तुला पोर्टफोलियो करून घ्यायचा असेल, तर मी आक्रमला विचारू शकले असते. तो योग्य लोकांपर्यंत तो पोहोचवेल. आणि मला त्याच्याबरोबर सुरक्षित वाटेल; पण तू तुझा अभ्यास सोडू शकणार नाहीस. तुला दोघांत समतोल राखणं जरुरीचं आहे. सगळ्या वाटा खुल्या असणं केव्हाही उत्तमच!''

'आणि माझ्यासारखा शेवट होऊ देऊ नकोस; दुसरी योजना नसण्याचा मीराला वाटतं.'

''तुला उशीर होईल का?'' नयनतारा दारात विचारते. निखिल आणि लिली सोफ्यावर पसरून सिनेमा पाहत असतात. सारो वाचतेय.

मीरा आपल्या मुलीला जवळ धरते. ''मी कार पाठवून देऊ का परत?'' ती पुन्हा विचारते.

''नाही, नाही, तुला जायलाच हवं. मजेत वेळ घालवून ये.'' नयनतारा हात हलवत म्हणते.

मीरा आवंढा गिळते. ही भूमिकांची अदलाबदल जरा अस्थिर करणारी आहे. ''मला फार उशीर व्हायचा नाही.'' ती कारच्या खिडकीची काच खाली करत आवाज देते.

विन्नीनं फ्रेंच विंडोज उघडल्यात म्हणजे खोली आणि गच्ची एकत्र झालीत. तर इथे ते एकत्र येतात. विन्नीचे मित्र आणि व्यावसायिक सहकारी. विन्नीचा प्रियकर. विन्नीचा नवरा आणि मीरा. थोडीशी बिचारी मीरा, जिला त्या जोडप्यांनी भरलेल्या खोलीत एकटी स्त्री म्हणजे काय असते, ह्याचा शोध लागतोय.

ती तिचा ओठ विचारमग्न होऊन चावते. हे आमंत्रण स्वीकारून तिनं चूक तर नाही नं केली? पण विन्नीनं तिला काही पर्याय ठेवला नव्हता. ''तुला आलंच पाहिजे.'' तिनं आग्रह केला होता; मीरा काही सबब सांगेल याच्या आधीच सगळं खोडून काढत. ''मी तुझ्यासाठी कार पाठवेन. त्यामुळे येण्याजाण्याचा प्रश्न सुटेल. तू तुझ्या प्रोफेसरला का बोलवत नाहीस? की तुला अजून कुणाला बोलवायला आवडेल? सोमण? तुमच्या दोघांमध्ये काय चाललंय सध्या? आजकाल तू त्याच्याबद्दल बोलत नाहीस.''

विन्नी तिच्याकडे तिरपा कटाक्ष टाकते. मीरा तिचं डोकं वळवते. क्षणभरासाठी तिनं थांबून सोमणबद्दल विचार केलेला असतो.

तो कितपत चांगला नर आहे, ह्यावर मीरा विचार करते. त्याचा तिच्यातला रस हा अभिनय तर नव्हे? की ते खरंच आहे? ह्याचं कारणसुद्धा घरच असलं पाहिजे. गिरीसारखंच. तो घराकडे एक घबाड म्हणूनच पाहत असेल. नाहीतर

स्वत:पेक्षा पंधरा वर्षांनी लहान असलेल्या बाईबरोबर तो का फिरत असेल?

नाही, ती विन्नीच्या पार्टीला एकटीच जाईल. ''नाही, असं कुणीच नाहीये ज्याला मला पार्टीला आणायचंय.'' मीरा तिचं डोकं ठामपणे हलवते.

''मग ठीक आहे तर!'' विन्नी हसते. ''तुला बरोबर कुणी नकोय तर! आजकाल अशा गोष्टींना कुणी फारसं महत्त्व देत नाही. पार्टीत एखादी बाई एकटीच असणं, हे पुरुषांसारखंच समजलं जातं.''

'असं खरंतर नाहीये.' कुणीतरी तिला ड्रिंक द्यावं, असं वाटून थांबलेल्या मीराला वाटून जातं. कुणीतरी तिला बरोबर येऊन एखाद्या ग्रुपमध्ये आणि संभाषणात सहभागी करून घ्यावं. कुणीतरी हॅलो म्हणावं.

एके काळी गिरी हे सगळं करीत असे. तिचा ग्लास भरणं, तिची नवीन लोकांशी ओळख करून देणं, लोकांना निरोप देताना मदत करणं. मीराला आपल्या आत कुठेतरी खड्डा जाणवतो. हे यापुढे असंच असेल का? एक कमकुवत करणारी असहायता केव्हा तिच्यावर वार करेल हे कळणारच नाही तिला? सावल्यांच्या अंधारात सरकून तिथेच निश्चयानं बसून राहावंसं वाटेल तिला?

तिला अजूनही एकटीनं लोकांमध्ये वावरायची सवय झाली नाहीये. गिरी सोडून गेल्यावर काही महिन्यांतच आमंत्रणं जवळपास येईनाशी झाली होती.

तिला कळतं स्वत:ला ती कुणाची आठवण करून देतेय ते. केटलीचं फळीवरचं झाकण. तुम्हाला याचं काय करायचं हे कळतच नाही. त्याच्याबरोबर जुळलेल्या भावना त्याला फेकून देण्याऐवजी ठेवून द्यायला भाग पाडतात, पण प्रत्येक वेळी त्याला पाहिल्यावर त्याचं आपण काय करणार आहोत याचं तुम्हाला नवल वाटतं.

एक एकटी स्त्री हा एक अवघडलेला जीव असतो; निदान तसं वाटतं तरी. पलंगाच्या शेजारी असलेलं छोटं टेबल, ज्यानं आपला साथीदार गमावलाय. एक एकटा स्वयंपाकघरातला हातमोजा. तुम्ही त्यानं काम चालवू शकता, पण ते काही खरं नाही. जर बसून जेवायचं असेल, तर तुम्ही तिला कुठे बसवाल? ती एखाद्याच्या संगतीनं आली असेल, तर मग ठीक आहे; पण ती जर एकटी असेल, तर तुम्हाला एकदा तिच्यावर नजर ठेवावी लागते आणि एकदा तिच्याकडे लक्ष द्यावं लागतं की, ती तिची नखं तुमच्या नवऱ्यात खुपसत तर नाही नं! सहानुभूती एक गोष्ट आहे; आणि हो, भगिनी-भाव हीपण एक मेख आहेच. स्त्रियांना स्त्रियांसाठी असलंच पाहिजे. म्हणून तुम्ही तिला सकाळच्या कॉफीपानासाठी बोलवता किंवा ड्रिंक्ससाठीसुद्धा... पण संपूर्ण संध्याकाळभर तिला टाळलेलंच बरं.

मीरा यजमानिणीचं मन जाणते. तीपण एके काळी होतीच. गिरीची बढती झाल्यावर दिलेल्या पार्टीत ती त्याच्या ऑफिसातल्या त्या विधवेला सोईस्कररीत्या विसरली होती. नव्यानं घटस्फोट झालेल्या दीनाच्या आवाजातल्या आर्जवाकडे दुर्लक्ष करत जेव्हा त्या ब्युटी पार्लरमध्ये भेटल्या होत्या आणि दीना म्हणाली होती, "मी तुमच्या डिनर पार्टीबद्दल इतकं ऐकलंय. तुम्ही मला पुढच्या वेळी बोलवलंच पाहिजे."

शेवटी विन्नीचा नवरा किशोरच तिच्या मदतीला धावून येतो. मीराच्या हातात लगेच एक ड्रिंक येतं, बसायला एक खुर्ची, एक ग्रुप ज्याबरोबर ती स्वत:ची मतं मांडू शकेल आणि एक माणूस तिच्या शेजारी. जर किशोरनं तिला सहानुभूती दाखवली नसती, तर तिनं काय केलं असतं, असं तिला वाटून जातं.

ती त्याच्याकडे एक चोरटी नजर टाकते. हा इतका सभ्य, पराकोटीचा देखणा, अतिशय उमदा आणि पूर्णपणे समतोल किशोर. विन्नी आणि तो फक्त घर आणि व्यवसाय शेयर करतात. बाकी उरलेल्या सगळ्या गोष्टींसाठी ते वेगवेगळं आयुष्य जगतात.

जेव्हा विन्नीनं या व्यवस्थेचं स्पष्टीकरण दिलं, तेव्हा मीरा आपली नाराजी लपवू शकली नाही.

"तुला हे मान्य नाही?" विन्नीनं विचारलं.

"नाही, अजिबात नाही. तू लग्नाचा खेळखंडोबा करते आहेस." मीरा आपल्या आवाजातला कडवटपणा लपवू शकली नव्हती. "लग्न पवित्र असतं. ती काही घर आणि व्यवसायासारखी एकत्रित मालकीची गोष्ट नव्हे."

तर मग तू गिरीनं मागितला असता, तर त्याला तसाच घटस्फोट देऊन टाकला असतास? विन्नीचा आवाज लोखंडासारखा थंड होता.

"माझी परिस्थिती वेगळी आहे." मीरा खोटं बोलायचा प्रयत्न करीत म्हणाली. तिनं दिला असता का? जर गिरी तिच्याकडे येऊन म्हणाला असता की, त्याला निघून जायचंय तर?

तर तिनं त्याला जाऊ दिलं असतं का?

"आह मीरा, स्वत:ला फसवू नकोस. मी तसं करीत नाही. आम्हाला लग्नाचा अर्थ कळतो आणि आवडतो. गिरीला त्याचा तिरस्कार वाटत होता. कोंडल्यासारखं वाटत होतं, हे जरी तुला माहीत होतं, तरी तुला हे लग्न हवं होतं. मलापण हवंय. किशोरलासुद्धा हवंय, मला वाटतं. एक सुरक्षेचं रिंगण आपल्याला सर्वांना त्याला जखडून ठेवतं. न की घर किंवा पैसा, सेक्स किंवा मुलं. अगदी एकत्र सहवाससुद्धा." मीरा गप्प होती. त्या जखडून ठेवणाऱ्या रिंगणातून बाहेर काढलं जाणं म्हणजे काय

असतं, ते तिला माहितीये. एकटं राहणं काय, हे तिला माहितीये.

ती किशोरकडे पुन्हा बघते आणि विचार करते की, 'कशा काय आम्ही दोघी, मी आणि विन्नी, आम्ही ज्या कोणी आहोत, आजच्या जगातल्या स्त्रिया, आमच्या हृदयाच्या तळकप्प्यात कुठेतरी कला चित्तीच्याच स्वभावाच्या बनल्या आहोत? तिनं काय म्हटलं होतं – *कळ अनाळुम् कणवन्, पुल्ल अनाळुम पुरुषन.*'

गिरी सोडून गेल्यावर काही आठवड्यांतच मीराला प्रश्न पडला होता की, तिला जर पार्टीला बोलवलं तर ती काय करेल. स्वीकारेल की अस्वीकार करेल? मग तिला हे डाचत राहिलं की, तिला बोलवलंच जात नव्हतं, त्यामुळे हो-नाही म्हणण्याचा काही प्रश्नच उरला नव्हता.

पण आता इथे, ती स्वत: ताठ उभी आहे. तिला वाटतं की, सारोचं बरोबरच आहे. तुमच्या उभं राहण्यावर सर्वकाही आहे. तुम्ही सौजन्यावर होणाऱ्या परिणामाबद्दल अनभिज्ञ राहून आतल्या आत दबकून जाऊ शकता. तुम्हाला तुमच्या नव्या आयुष्यातले कुठलेच कायदे माहीत नसतात; पण जर तुमची पाठ ताठ असेल आणि खांदे सरळ, तर तुम्ही बरंचकाही निभवून नेऊ शकता, ज्यात यजमानिणीसाठी स्पायडर प्लँटचं झाड भेट म्हणून देणं पण आलं.

इथे विन्नीच्या घरी मीराला ते अवघडलेपण जाणवत नाही, जे गिरीशिवायच्या मागच्या काही पार्ट्यांमध्ये तिला जाणवलं होतं. इथे संभाषणाला काहीही खीळ बसली नाही. कुणीही गिरीचा विषय काढायचा प्रयत्न केला नाही आणि मग काय बोलायचं ते न कळून गप्प बसलं नाही. आधीच्या मित्रमंडळात सगळं संभाषण गिरीच्या भोवती आणि ती गिरीची पत्नी म्हणून तिच्याभोवती रेंगाळत असे. इथे विन्नीच्या पार्टीत गिरीला अशा भूतकाळात गाडलं गेलं होतं की, ज्याबद्दल ना कोणाला खबर होती ना त्याबद्दल कुणाला काही घेणं-देणं!

कुणीतरी मीराच्या शेजारी बसतं. एक प्रौढ माणूस. "तुम्ही विन्नीला कशाकाय ओळखता?" तो तिच्याकडे स्मित करीत विचारतो. "धंद्याशी संबंधित?"

"नाही, मैत्रीण म्हणून." मीरा म्हणते. "मी मीरा" ती पुढे म्हणते, तिचा हात पुढे करत. "राज" तो तिचा हात त्याच्या हातात घेतो. तिचा पंजा तो अंमळ जास्त वेळ पकडून ठेवतो. 'जरुरीपेक्षा जास्तच!' मीराला त्याच्या पकडीतून बोटं काढून घेताना वाटतं.

विन्नीनं तिला त्याच्याबद्दल सावध केलेलं असतं, "बहुतेक सगळे पुरुष सभ्य आहेत, पण राज थोडा लघळ आहे. जर तो तुझ्याशी लोचटपणा करेल, तर त्याच्यापासून लांब जा. त्याला काही वाटायचं नाही. एव्हाना तो या सगळ्याला निर्ढावला असला पाहिजे. त्याचा याला नाइलाज आहे बहुधा. त्याच्या बायकोसाठी

मात्र मला वाईट वाटतं.''

मीरा स्वत:ला त्याच्याशी बोलताना सांगते.

''तर मीरा, तू विवाहित आहेस का? तुझा नवरा आसपास आहे का?'' तो तिच्यावर प्रश्न फेकतो.

''एकटीच!'' मीरा म्हणते. मग आवाजात बर्फाळ थंडपणा आणून स्पष्ट करते, ''एकटी आणि उपलब्ध नाही.''

मीराला एक किरकोळ स्त्री त्यांच्याकडे चिंतातुर नजरेनं पाहतेय हे लक्षात आलं. ती तिचे डोळे बारीक करून विचारते, ''ती तुमची बायको आहे का? मला वाटतं ती तुम्हाला बघतेय.''

आता लांडग्याला धडा शिकवल्यावर मीराला मेंढरांबरोबर नाचायचा आत्मविश्वास येतो.

तरी याउप्परसुद्धा ती थकून गेलेली असते आणि येऊन तिच्या उंच टाचांच्या चपला भिरकावून देते.

घर गाढ झोपलेलं असतं. मीरा कपाटाचं दार जितक्या हळुवारपणे उघडता येईल, तितकं उघडते. जेव्हा त्याची मूठ हातात येते, तेव्हा तिला थकवा अजून खोलवर जाणवतो. 'अजून एक गोष्ट दुरुस्त करायचीये.' ती थकून विचार करते. 'या दुसऱ्या जन्माला कधीपासून, कुठपासून, कोण सुरुवात करतं?'

मग त्या उघड्या कपाटातून चंदनाचा सुगंध येतो. त्याची छोटी पिशवी काढताना तिचा ऊर आनंदानं भरून येतो आणि ती तिथे नाक त्या पिशवीत खुपसते.

असं स्वअस्तित्व असण्याचा हलकेपणा किती हळूच तो तुमच्या आत रांगत येतो. एका क्षणी तुम्हाला वाटतं की, तुम्ही या सगळ्याच्या ओझ्याखाली मोडून जाल आणि दुसऱ्याच क्षणी चंदनाची एक रेशमी सुगंधी पिशवी तुमच्या उरावरचं असहनीय ओझं हलकं करू शकते.

चांगलं असण्याची ही जाणीव अगदी निसटती आणि पुसटती असली, तरी हरकत नाही. कारण आता मीराला ती पुन्हा नव्यानं जाणवते आणि तिला बळ आल्यासारखं वाटतं.

ती डोळे मिटते आणि त्या सुगंधाला खोलवर अनुभवते; पुन्हा आणि पुन्हा.

मीरा मग अजूनही एक इच्छा करते की, जॅकलासुद्धा हे जाणवलं पाहिजे. त्याच्या उतरलेल्या खांद्यात तिनं पराभवाचा प्रतिध्वनी पाहिलेला असतो, जो तिला कुरतडत असतो. जॅकलासुद्धा असा हलकेपणा अनुभवता आला, तर त्यांच्या डोळ्यांतलं दु:ख पुसलं जाईल मग. काही काळ तरी.

३

'माझ्यासारखे आणि जॅकसारखे लोक एवढ्याचीच आशा करू शकतात सध्या.' तात्पुरती सुटका. या संकट काळाच्या शांततेत एक क्षणिक आनंद! आनंदासाठी कष्ट घेणं जरुरी आहे. आनंद शोधणं जरुरी आहे. आनंद क्वचितिच आपल्या आयुष्यात येतो. आपल्यालाच तो शोधत जावं लागतं. कलाला हाच विचार त्रास देतोय आणि ती अंथरुणात कूस पालटत तळमळत असते.

ती झोपू शकत नाही. ती एका कुशीवर झोपते, मग दुसऱ्या. एकदा पाठीवर, एकदा पोटावर; पण कुठल्याही स्थितीत तिच्या शरीराला आराम मिळत नाही आणि ते झोपेच्या अधीन होत नाही. तिचे विचार एकापाठोपाठ गर्दी करून येतच राहतात.

सध्या अमावस्येचा काळ आहे. बाहेर डांबरासारखी काळीकुट्ट अभेद्य रात्र आहे. तिची खोली रहस्यापासून दूर आहे आणि रहदारीचासुद्धा आवाज तिच्यापर्यंत पोहोचत नाही. काळानं पडदे ओढून घेतलेत आणि अंधाऱ्या, गर्भाशयासारख्या खोलीत ती छोट्या चेंडूसारखी पाय दुमडून झोपलीये; गुडघे हनुवटीपर्यंत घेऊन, हात मांड्यांमध्ये दाबून आणि तरीही ती झोपू शकत नाही. तिला कबूल करायचं नसलं, तरी मीरानं तिला अस्वस्थ करून टाकलंय.

ती तिच्या भूतकाळाबरोबर जगायला शिकलीये. तिच्या आत्ताच्या जीवनाच्या वस्त्राची चुणी क्वचितच विस्कटते. म्हणून कलाला ह्या विस्मृतीत गेलेल्या आठवणींचं पुन्हा येऊन लाटांसारखं धडकणं समजत नाही.

ती उठते आणि दिवा लावते. तिला बोलायला हवंय आणि स्मृतीमध्ये तिनं आपला आदर्श श्रोता धुंडाळलाय. असा श्रोता, जो तिचं सबुरीनं ऐकून घेतो आणि अबोल दोषारोपांनी तिचं आतडं पिळवटत नाही.

कला स्मृतीच्या खोलीत हळूच प्रवेश करते. तिथल्या हिरवट प्रकाशात तिला स्मृतीचे डोळे टक्क उघडे दिसू शकतात. डोळे उघडे ठेवून झोपता येत असेल का, याचं ती नवल करते. तुमची तुम्हाला निर्दोष दृष्टी असू शकते, पण तरी तुम्ही आंधळे असता; तिला असं कुणीतरी माहितीये ज्याला फेफऱ्यातलं अंधत्व होतं. तर म्हणून कदाचित हे शक्य असेल. आणि स्मृतीचं कुणी काय सांगावं? पण एका गोष्टीबाबत तिची खात्री होती. स्मृतीला ऐकू नक्की येतं.

"तू जागी आहेस का बेटा?" कला हलकेच विचारते.

तो भयंकर राक्षस भिंतीकडे टक लावून पाहतोय.

कला उसासते.

"मला माहितीये तू ऐकते आहेस. मला माहितीये ते स्मृती. मला माहितीये

की, कुठेतरी तुझ्या तोंडून हे जे काही शब्दांचे आवाज उच्चारते त्यांचा उलगडा, त्यांची उकल होत राहते. मला ते पक्कं माहितीये पोरी.

"मला हे कसं उमगलं, ह्याचं तुला आश्चर्य वाटत असेल नाही?

"मी ते शोधून काढलं, ज्या दिवशी मी तुला शेंगांची डाळ उसळ बनवण्याबद्दल सांगत होते."

त्या सकाळी किच्छा नेहमीपेक्षा जास्तच बोलायच्या मन:स्थितीत होता. त्याला भूतकाळाबद्दल बोलावंसं वाटतंय, असं दिसत होतं. किच्छाच्या एरवीच्या अबोलपणामुळे कलाला थोडं आश्चर्य वाटत होतं.

"मला यू एसमध्ये असताना नेहमी तुझ्या शेंगांच्या उसळीचं स्वप्न पडायचं." तो अचानक म्हणाला होता.

कला हसली होती. "हो, तुला ती किती आवडायची! हे मी विसरूनच गेले होते. आता तुझ्यासाठी ती केली पाहिजे." ती म्हणाली होती. मनात कॉक्स टाऊन मार्केटमध्ये स्वत: जाऊन कोवळ्या श्रावण घेवड्याच्या शेंगा, ज्यांना नुसतं अंगठ्यानं धक्का दिला तरी तुटतील, अशा आणायचा बेत करीत.

जेव्हा कला त्या शेंगांच्या शिरा बाजूनं काढून टाकत, निवडत बसली होती, तिनं स्मृतीला उसळ कशी करणार याची कृती सांगितली होती. त्या दिवशी घरी कुणी नव्हतं. स्मृतीच्या नर्सनं ती एक तास उशिरा येईल असं कळवलं होतं. मी तिला अंघोळ घालून द्यायला आणि खायला घालायला येतेच आहे, नर्स सारानं म्हटलं होतं.

कलाला ते आवडलं नव्हतं. तिला माहिती होतं की, किच्छापण नाराज होईल; पण तिनं साराची विनवणी मान्य केली होती. "प्लीज मॅडम, खूपच महत्त्वाचं काम आहे. नाहीतर मी विचारलं नसतं. तुम्ही जर त्या खोलीत थोडा वेळ बसलात, पंधरा मिनिटं फारतर, तर तिला बरं वाटेल. तिला जर जास्त वेळासाठी एकटं सोडलं, तर ती घाबरून जाते."

कलानं श्वास रोखून धरला. त्यांना हे माहीतच नव्हतं. "तू हे आम्हाला कधीच सांगितलं नाहीस." तिनं स्वत:च्या आवाजात आरोप ऐकला.

"कसं काय सांगणार होते मी? अगदी खात्रीलायक सांगण्यासारखं काहीच नाही आणि ह्या अशा अवस्थेतही रुग्ण म्हणून मी उगीचच खोटी आशा वाटायला नको, म्हणून सांगितलं नाही; अगदी थोडीशीसुद्धा!"

कलाजवळ एक लहान भाजी कापायचा पाट होता. तिनं तो एका टेबलावर ठेवला आणि शेंगा कापायला घेतल्या. "तुझे वडील, माझा किच्छा, त्याला ही शेंगांची डाळ उसळ खूप आवडते. आता खूपच दिवस झाले मी ती बनवली नाहीये. त्याला ती आवडेल असं वाटतं का तुला? आठवण ही एक विचित्र गोष्ट

असते स्मृती. साध्या गोष्टींनासुद्धा कपोल-कल्पितपणाची बाजू जोडायची शक्ती असते. जेव्हा किच्छा म्हणतो, ''तुझ्या हातच्या उसळीची चव अजून माझ्या जीभेवर रेंगाळते.'' तेव्हा मला भीती वाटते. आठवणीशी मी कशी काय लढा देऊ?

''हे बघ स्मृती, आता शेंगा सगळ्या कापून झाल्यात. डाळ भिजत घातलीये आणि शिजवलीये. आता फक्त शेवटचं करायचं राहिलंय की, त्यात उकडलेले बीन्स घालायचे आणि ढवळायचं. तुला माहितीये नं डाळ घालायची असते ते!''

तेव्हा कलाला भास झाला की, तिनं स्मृतीच्या गळ्यात हालचाल झालेली पाहिली. 'तिला लाळ सुटली असेल का?' एक उत्तेजित लहर तिच्यातून सळसळत गेली.

जेव्हा सारा स्वयंपाकघरात स्मृतीला द्यायची लापशी तयार करायला आली, तेव्हा कलानं बीन्सच्या डाळ-उसळी बरोबर भात आणि तूप कालवलं आणि ते साराला दिलं. सारानं आठ्या चढवल्या. ''हे काय आहे? पेशंटचं खाणं इतकं कमी आहे की, ते सकसच असलं पाहिजे.''

''हे तिला एकदाच दे फक्त.'' कलानं विनंती केली. ''मला वाटतं तिला ते आवडेल.''

कला सारासोबत गेली. स्मृतीला ती जेव्हा खायला देते, तेव्हा तिला ते पाहायला सहसा आवडत नाही. सारा ज्या सहनशीलतेनं स्मृतीच्या घट्ट मिटलेल्या तोंडात चमचा घालते आणि तो तिच्या दातांवर आपटतो. म्हणजे ती तो आत घालून त्यातलं अन्न गळ्यात उतरवू शकेल. तो मऊ लगदा स्मृतीच्या तोंडाच्या कोपऱ्यातून बाहेर पडतो. सारा ओली फडकी वापरते आणि ती वाडग्यातलं सगळं संपेपर्यंत असं करत राहते आणि स्मृतीच्या थुंकीनं आणि अन्नानं भरलेल्या ओल्या फडक्यांचा ढीग वाढत जातो.

पण स्मृतीनं नेहमीपेक्षा आज जास्त खाल्लंय आणि जेव्हा सारा आश्चर्यानं कलाकडे पाहते, ती तिच्या डोळ्यांत तिचा विजय लपवते. ''तिला ते खरंच आवडलेलं दिसतंय!''

''मला वाटतं की, अधूनमधून मी तुला असा वाडगा भरून द्यायला हवा.'' कला अनिश्चितपणे म्हणते.

''हो दोन-तीन दिवसांतून एकदा. तिला विशेष अन्नाची गरज आहे, ज्यात सगळी व्हिटॅमिन्स, प्रथिनं असतील.''

कला मान डोलवते.

पण ती काय घडून गेलं हे किच्छाला सांगणार नाही की, कसं कैदी बनवून ठेवलेल्या स्मृतीच्या त्या शरीरात कुठेतरी जीवन दडून बसलंय. एक स्नायूतल्या हालचालीमधली गळ्यातल्या खालीवर होताना प्रत्ययाला येणारी जीवनशक्ती! किच्छा ते धुडकावून लावेल; जशी नीनापण; पण कलाला स्मृतीबद्दल आशा वाटते.

"स्मृती पोरी, तू ऐकतेयेस न? मला झोप येत नव्हती, म्हणून मी तुझ्याशेजारी बसून तुझ्याशी बोलतेय. तुला आवडतंय ते. हो नं?"

"मी तुझ्याशी काय बोलते हे किच्छाला कळावं असं त्याला वाटतं. मी त्याला सांगितलं की, मी तुझ्याशी रोज काय शिजवायचं याबद्दल बोलते. मी पदार्थांबद्दल तुझ्याशी चर्चा करते.

"किच्छा त्यावर हसला होता.

"अजून कशाबद्दल बोलू शकणार आहे मी? असं त्याच्या चिडवणाऱ्या हसण्यावर वैतागून मी त्याला विचारलं होतं.

"आपल्याला तिच्याशी बोलायला हवं. नुसतं जोरानं वाचून होणार नाही. मी म्हटलं होतं. त्यानं त्यावर आठ्या पाडल्या होत्या. नीनासारख्याच, जेव्हा तिला कळलं होतं की, किच्छा स्मृतीला श्रुतीनं पाठवलेला ई-मेल वाचून दाखवतो. "तुला झालंय काय किच्छा? तिला काही समजतंय असं वाटतंय का तुला? वर्तमानपत्रातल्या बातम्या, पुस्तकातले उतारे तू वाचतोस. त्यापेक्षा तू तिला टेप ऐकव." नीनानं जॅकला निरखताना म्हटलं होतं.

" "नाही, माझ्याकडे असं बघू नकोस. मी एक निर्दय कुत्री आहे असा विचार करायला तुला आवडतं; पण मी तशी नाहीये. मला फक्त तिला घरी घेऊन जायचंय, जिथे तिला योग्य वैद्यकीय उपचार मिळतील."

"त्यावर जॅकनं फटकारलं होतं, "तिला सर्वोत्तम वैद्यकीय उपचार इथेही मिळतील, पण तुझ्याकडे तिला द्यायला वेळ आहे का?" "

'मला आहे. माझ्या मुलींसाठी द्यायला माझ्याकडे वेळच वेळ आहे. माझी पंधरा वर्षांची पोर श्रुती आता वयात येतेय, पण त्या प्रक्रियेत मी सामील आहे का? ती मला फारसं जाणतच नाही आणि मी तिला. मला तिच्या स्वप्नांबद्दल आणि आकांक्षांबद्दल काहीच माहीत नाहीये; तिच्या आवडी-निवडी. तिचा माझ्याशी फार थोडा संबंध राहील, असंच तू पाहिलंस, तर मग तू बघच आता, मी माझ्या या दुसऱ्या पोरीला तुला माझ्यापासून दूर नेऊ देणार नाही.' जॅकला रागानं वाटलं होतं; आपली धास्ती न दाखवण्याचा प्रयत्न करीत.

किच्छाच्या डोक्यातली चक्रं कलाला जवळपास ऐकू येऊ शकत होती. तिनं त्याच्या कोपराला हळूच स्पर्श करून म्हटलं, "मोठ्यानं वाचून दाखवणं हे थोडं कोरडं होतं. जेव्हा तुम्ही तिच्याशी बोलता तेव्हा तिला यात सामील करून घेता."

तिला काय माहितीये हे कला त्याला कसं सांगू शकेल? ती त्याला कशीकाय आशा दाखवू शकेल, जोपर्यंत स्मृती त्याच्या कायम शंका घेणाऱ्या मनाचं समाधान करेल?

किच्छा वळतो. "तिला त्यातला फरक कळतो असं तुला वाटतं का? तो फक्त बोलण्याचा आवाज आहे!"

~ ४ ~

एक हलका, कुजबुजण्याचा आवाज. हळुवार बोललेल्या शब्दांचा तालबद्ध चढ-उतार ऐकून जॅक त्याच्या गाढ झोपेतून अर्धवट उठतो. क्षणभरासाठी काही काळ मागे जातो आणि तो पुन्हा किच्छा असतो; एक मुलगा, ज्याला बोलण्याच्या आवाजानं जागं व्हायला आवडत असे. तो अर्धवट डोळे मिटून अंथरुणात पडून राही, त्या आवाजामुळे एक विलक्षण समाधान अनुभवत. त्याच्या आईचा आणि वडलांचा आवाज. त्यांची सकाळची नित्यकार्ये उरकतानाच त्याची आई सतत काहीतरी बोलत असलेली आणि त्याच्या वडलांचा त्यावर एखादा हुंकार किंवा छोटंसं उत्तर. किच्छा त्याचं तोंड उशीत खोलवर खुपसत असे; आतून उबदारपणा अनुभवत. एक सगळं चांगलं असल्याची जाणीव. तो पुन्हा झोपी गेला, तरी त्याचं जग नित्याप्रमाणे फिरतच राहतं. ते आवाज त्याची साक्ष होते –

मग वस्तुस्थिती जाणवते आणि जॅक दचकून उठून बसतो. 'स्मृती, काय झालं?' तो त्याच्या तोकड्या चड्डीवर टी-शर्ट चढवतो आणि दार उघडतो.

स्मृतीची खोली हिरवट प्रकाशानं भरलीये. तो कलाचित्तीला तिच्या शेजारी बसलेली पाहातो. तिच्या ओंजळीत तिची हनुवटी असते आणि बोलताना तिचा चेहरा खिन्न असतो.

"मी या रात्री तुमच्याच सर्वांचा विचार करत होते – किच्छा, तुझी आई, स्मृती आणि तू. तुम्ही मद्रासला मला भेटायला आला होतात." कलाचित्ती म्हणते.

ती आठवण उलगडताना जॅक थबकतो.

दहा वर्षांची स्मृती. सहा वर्षांची श्रुती. नीना अद्याप तिच्या प्रसिद्ध झालेल्या पूर्ण जगतातल्या स्त्रियांनी उचलून धरलेल्या पुस्तकाच्या यशाच्या मस्तीत मग्न! तिचं 'द नाइन यार्ड नूज' हे साडी आणि साडीची भारतीय स्त्रियांच्या परिस्थितीतली भूमिका यावरचा प्रबंध – इतका यशस्वी होईल अशी कुणालाच अपेक्षा नव्हती. ना नीनाला ना द स्मॉल युनिव्हर्सिटी प्रेस या प्रकाशकांना. तू हे सगळं घडताना काठावरून पाहत होतास. नीनाचं एका अबोल शिक्षिकेपासून सुप्रसिद्ध लेखिका होतानाचं रूपांतर, आश्चर्यचकित होऊन आणि मजेनी. नीनालाच मद्रासला जायचं होतं. तिला तिच्या पुढच्या पुस्तकाबद्दल संशोधन करायचंय, ती म्हणाली. ते कोन्नेमारामध्ये राहिले होते आणि वातानुकूलित गाड्यांमधून फिरले होते, ज्यामुळे

त्यांचा मद्रासच्या उष्म्यापासून आणि धुळीपासून बचाव झाला होता.

मग कलाचित्तीच्या दरवाजाबाहेर उभं राहून तू मोगऱ्याचा, शिकेकाईचा, ताज्या दळलेल्या कॉफीचा, कोथिंबिरीचा भरभरून श्वास घेतलास आणि तुझ्या आत जुन्या स्मृतींची मोठी लहर उंचबळून आली.

"मला ह्या सर्वांची खूप आठवण येते!" तू म्हणालास.

"तुला यायचीच!" नीना हसली होती. "ओ किच्छा, मी तुझं काय करू शकते?" तिनं नाक मुरडलं होतं आणि एखाद्या मांजरीच्या पिल्लासारखा तिचा चेहरा तुझ्या बाहीवर घासला होता.

कलाचित्तीनं दार उघडलं आणि त्यांना आत घेऊन आली. जेवताना बऱ्याच गप्पा आणि झालेल्या घटनांवर बोलणं झालं. कलाचित्तीनं किच्छाचं आवडतं ऊरुंडा कोळंबू केलं होतं.

श्रुतीनं एक ऊरंडा उचलला आणि विचारलं, "हे काय आहे?"

स्मृतीनं त्याचा तुकडा खाल्ला आणि म्हणाली, "वा! मला आवडलं हे!"

आणि तू विचारलं, "आयकेईए हॉटेलमधल्या स्वीडीश मीटबॉल्सपेक्षा जास्त चांगलंय?"

"हो, हो, जास्त चांगलंय. मला आवडलं हे!"

तेव्हा नीनाच्या चेहऱ्यावर एक त्रासल्यासारखा भाव चमकून गेल्यासारखा वाटला का तुला? तिला तिच्या मुलीला तिकडच्या दूरच्या आयुष्यात काहीतरी इथल्यापेक्षा कमी आवडावं, ही कल्पना तिला आवडलेली दिसली नाही. तो 'होता' हा भाग नीनाला आवडला नव्हता.

नीना म्हणाली, "डंपलिंग. डंपलिंगच आहेत हे. भाजीचे कबाब!"

आणि कलाचित्तीनं म्हटलं, "मी मांस शिजवत नाही. मला ते शिजवण्याची कल्पनाही सहन होत नाही; खाण्याची तर दूरच!"

"तुम्ही काय गमावताय ह्याची तुम्हाला कल्पना नाही." नीना म्हणाली. "खरंतर कलाचित्ती, इथेच राहून तुम्ही आयुष्यात किती, काय गमावलंय ह्याची तुम्हाला कल्पना नाही. तुम्ही अमेरिकेत येण्याचं किच्छाचं आमंत्रण घ्यायला हवं होतं."

कलाचित्तीचा आवाज पुन्हा. "पोरी, त्या दिवशी तुझ्या आईनं काहीतरी खूपच मूर्खासारखं म्हटलं. तिनं म्हटलं की, मी काय गमावलंय हे मला माहीत नाही. मला तिला उलट उत्तर द्यावंसं वाटलं. मी बरंचकाही गमावलंय. भरपूर नुकसान आणि दुःख करण्यासारख्या कमतरता. तिला माझ्या आयुष्याबद्दल काय माहितीये, मला वाटलं आणि तरीही. हे बघ की, ती म्हणत होती की, मांस खाऊन किंवा अमेरिकेला जाऊन माझं आयुष्य काही वेगळं झालं असतं म्हणून!"

जॅक होता तिथेच थांबतो. त्याला चोरून ऐकायचं नाही आहे, पण तिथेच राहून ऐकण्याचा मोह त्याला आवरत नाही. कलाचित्तीपण एक कोडंच आहे. तिनं तुला तेवढंच सांगितलं, जेवढं तिला वाटतंय की, तुला माहीत हवं.

"पहिल्यांदा मला वाटलं की, मी या पृथ्वीवरची सर्वांत भाग्यवान स्त्री आहे. का बरं नसणार मी? त्यांना माझ्या बऱ्याच गोष्टी आवडत होत्या. त्यांना अगदी माझे केससुद्धा आवडत होते, ज्यांचा मी तिरस्कार करीत होते.

"तुला हे माहीत नव्हतं, हो नं? कधी काळी माझे केस जवळपास गुडघ्यांपर्यंत लांब होते. आकडा काढल्यावर एखाद्या धबधब्यासारखे कोसळणारे केस! पावसाच्या लडीसारखे सरळसोट केस, जे कणमात्र कुरळे नव्हते. मी त्यामधून डोक्यापासून टोकापर्यंत सरळ वेगाने कंगवा फिरवू शकत असे आणि रोज सकाळी मी ते विंचरून, वेणी घालून वरती बांधत असे. त्याच्या वजनानं माझं डोकं दुखायचं आणि मान वाकायची. ह्या केसांनी मला एक अति नम्र मुलगी बनवलं होतं आणि मग एक अति नम्र स्त्री. मी एक मुलगी होते, जिनं तिच्या वडलांना खूश ठेवलं होतं आणि मग एक पत्नी, जिनं तिच्या नवऱ्याला खूश ठेवलं होतं.

"माझ्या संपूर्ण शाळेच्या दिवसात आणि कॉलेजमध्येसुद्धा मी माझे केस वाढू दिले होते. मग मला लक्षात येऊ लागलं की, दुसऱ्या मुली कशा मोकळ्या आहेत. फक्त मलाच हे वजन सहन करायला लागतंय. मला ते कापायचे होते. माझ्या वडलांना धक्काच बसला. "वेडी आहेस की काय?" त्यांनी विचारलं. "स्वत:च्या केसांकडे पाहा जरा. ते किती मूल्यवान आहेत, याची कल्पना आहे तुला? प्रत्येकाला काही तुझ्यासारखे केस मिळत नाहीत."

"मला हे कळू शकत नव्हतं. जेव्हा बाकी सर्वांनी त्यांच्या मुलींची शिक्षणं हायस्कूल नंतर थांबवली, माझ्या वडलांनी आम्ही दोघीही बहिणी पुढे शिकू यावर भर दिला. त्यांना आम्ही पदवीधर व्हायला हवं होतं. इतका प्रगत विचारांचा माणूस केसांच्या बाबतीत एवढा मागासलेला कसा असू शकतो? ते माझे स्वत:चे केस होते काहीही झालं तरी.

"मी जे फक्त सुचवलं होतं, त्यातून बाहेर यायला माझ्या वडलांना जवळपास एक आठवडा लागला. डॉक्टरांनी त्यांचा रक्तदाब खाली यायला, काळजी कमी व्हायला आणि धैर्य जागेवर यायला गोळ्या दिल्या. ते डॉक्टर, जे माझ्या वडलांचे मित्रच होते, त्यांनीसुद्धा मला सल्ला दिला की, माझ्या वडलांना या तऱ्हेच्या पोरकट चाळ्यांनी त्रास द्यायला नको म्हणून. "तू तुझे केस कापून जे काही करायचं असेल, ते लग्नानंतर कर." ते म्हणाले; वडलांचेच शब्द पुन्हा उच्चारून. "पण तुला खरंच कापायचेच का आहे? किती सुंदर केस आहेत तुझे कला!"

"माझी मान त्या रात्री खूप दुखली. एक वेदना, जी माझ्या खांद्यांपर्यंत उतरली आणि तिथेच जमून बसली. माझ्या आईला, जी आत्तापर्यंत काहीच बोलली नव्हती, मी त्या रात्री वेदनेनं कण्हतेय असं आढळलं. "काय झालं कला?" ती कुजबुजली. "तुझी पाळी आलीये का जवळ? तुला गरम पाण्यानं शेकून देऊ का? त्यामुळे तुझे पेटके जातील का?"

" "ह्याच्यामुळे हे होतंय." मी केसांकडे बोट दाखवत, रडत म्हणाले. "याचं वजन. माझी मान आणि खांदे किती दुखतात! ते पाळीच्या पेटक्यांपेक्षाही वाईट आहे अम्मा."

"ती काहीच बोलली नाही. मी तिचं कोपर हलवलं, तिचा आधार मिळेल या आशेनं. "पेटका एका दिवसात जाईल हे मला माहितीये, पण हे आणि आप्पा मला ते कापू देत नाहीयेत!"

" "नाही, तू तसं करू शकणार नाहीस. अर्थातच नाही! त्यांचं बरोबर आहे." तीपण त्यांच्याइतकीच हट्टी असू शकते, मला जाणवलं. की असं होतं की, जेव्हा त्यांची इच्छा असेल, तेव्हा त्यांच्यासाठी ती हट्टीपणा दाखवत होती.

" "मग मी काय करू? वेदनेबरोबर मरेपर्यंत जगू?" मी तटकन म्हटलं. माझा दृष्टिकोन बघू शकण्याच्या तिच्या असमर्थतेचा संताप येऊन.

" "तुला ते रोज वर बांधायची गरज नाही." ती माझी वेणी एखाद्या दोरीसारखी उलगडत म्हणाली. तिनं कंगवा घेऊन केस विंचरायला सुरुवात केली.

" "अशी सैलसर वेणी घातलीस, तर केसांना अपाय व्हायचा नाही. पाहिलंस!" ती सफाईनं पेड घालताना म्हणाली. आणि मग तिनं माझ्या मानेला चोळायला सुरुवात केली. "हे दुखणं थांबेल कला. मी तुला सांगते. याशिवाय आपणा बायकांच्या आयुष्यात याहून मोठं दुःख वाट पाहतंय. इतक्याशा दुःखासमोर कसली तू हार मानतेस?"

"ती सुटी वेणी माझ्या मानेभोवतालून माझ्या छातीवर येऊन पोटावरून मांड्यांपर्यंत रुळत गेली. मी खूप रडले तेव्हा. मला माझ्या केसांमुळे कैदेत अडकल्यासारखं वाटलं आणि ती जेलरसारखी. कारण माझ्या वडलांनी त्यांची भीती तिला बोलून दाखवली असणार." 'ती उतावळी आहे. तिच्यावर नजर ठेव म्हणजे. रागाबिगात येऊन ती केस न कापून टाको.'

"जेव्हा माझा नवरा आणि त्याचं कुटुंब मला प्रथम पाहायला आले, तेव्हा माझ्या वडलांनी माझ्या सर्वांत जास्त मूल्यवान ठेवीला उचलून धरलं. तुम्ही आजकालच्या मुली जसे केस मोकळे सोडता, तसं तेव्हा ते करणं शक्य नव्हतं.

म्हणून माझ्या आई आणि मावश्यांनी ते रेशमासारखे चमकेपर्यंत विंचरून काढले. मग त्यांनी वेणी घातली आणि त्यात मोगरा माळला. त्यानंतर माझा वर्ण सावळा होता किंवा माझं गाणं, सौम्यपणे सांगायचं झालं, तर सामान्य होतं किंवा आमचं घर गचाळ होतं या सर्वांमुळे काही फरक पडला नाही. माझ्या केसांमुळे ते भारावून गेले. अगदी त्यांनी हुंडासुद्धा मागितला, तो बेताचाच मागितला. अप्पांना कर्ज काढावं लागलं असतं, पण त्यामुळे ते बरबाद होणार नाहीत असं ते म्हणाले.

" "बघ, बघितलंस!" ते विजयानं म्हणाले. "माझंच बरोबर होतं. मी जर तुला केस कापू दिले असते, तर तू इथेच योग्य वराची वाट बघत बसली असतीस. पण हे मस्त झालं भानू!" ते आईकडे वळून म्हणाले. "तू ते पाहिलंस नं? मी त्यांच्याकडेच निरखून बघत होतो. त्या मुलाचे डोळे कलाच्या केसांवरून हलत नव्हते! आता तुला कळलं नं, मी तिनं केस कापायचे नाही असं का निक्षून सांगितलं ते?"

" "मला इथून घालवून द्यायची घाई का झालीये तुम्हाला?" मी थोडं गमतीनं विचारलं. मी माझ्या वडलांना इतकं उत्साही कधीच पाहिलं नव्हतं.

" "आज नाहीतर उद्या तुला जावंच लागणार आहे." माझ्या वडलांनी कडकपणे सांगितलं. "मुली कायमच्या राहण्यासाठी कधीच नसतात. त्या आम्हाला ऋण म्हणून काही काळासाठी मिळालेल्या असतात आणि शिवाय, शारदाबाबत जे घडलंय त्याबद्दल मुलांनी आणि मुलाकडच्या लोकांनी फार अवघड प्रश्न विचारायच्या आतच तुझं लग्न लावून दिलेलं बरं."

" "पण तुम्ही अक्काला कसं दोषी ठरवू शकता? अतिंबेल स्वत: निघून गेलाय, आपल्या सर्वांनाच ते माहितीये!" मी विरोध केला. "अम्मा, सांग त्यांना!"

"अम्मा अशा वेळी काहीच बोलू शकत नसे. ती वडलांशेजारी झोपाळ्यावर बसली. तिचा खालचा ओठ थरथरत होता आणि ती बोलू शकली नव्हती. मला भीती वाटली. सगळं जग माझ्यावर चाल करून येतंय, असं मला वाटल्याशिवाय कसं राहिलं असतं?

"मला तेव्हा जाणवलं की, त्यांनी अक्काला तिचा नवरा सोडून गेल्याबद्दल जबाबदार धरलंय. ती चांगली पत्नी म्हणून स्वत:ला सिद्ध करू शकली नाही, जिला नवरा राखून ठेवता येऊ शकला नाही. ती एक अपयशी स्त्री होती. माझी बहीण, जिनं पत्नी होणं असं स्वीकारलं होतं जसं की, तिचं जीवनच ते होतं. त्यानं संन्यासी होण्याकरिता तिला सोडलं; "तो दुसऱ्या स्त्रीबरोबर गेला असं नाही. त्याबद्दल तुम्ही तिला जबाबदार कसेकाय धरू शकता?" मी माझा राग दर्शवत म्हटलं. मला तेव्हाइतकी भीती आधी कधीच वाटली नव्हती. माझ्या बहिणीला आधार देणारा एखादा शब्दसुद्धा मला धैर्य द्यायला पुरेसा होता. एखादा तिच्या बाजूने निषेधाचा शब्द आणि मला याची खात्री वाटली असती की, जर माझ्या

आयुष्यात काही वाईट घडलं, तर ते मला त्यांचा आधार, प्रेम आणि शक्ती देतील.

"पण ते बोलणार नव्हते. अक्कासारखंच जर मी माझ्या नवऱ्याला खूश ठेवलं नाही, तर माझा वाली कुणी नसणार. माझं नशीब त्याच्याशीच जोडलं गेलं होतं. मला माझं स्वत:चं असं आयुष्य नव्हतंच राहिलं. माझं स्वत:चं असं माझ्याजवळ काहीच नव्हतं. म्हणून जेव्हा मी पाहिलं की, माझा नवरा माझ्यावर किती प्रेम करतो, तेव्हा मला सांत्वना मिळाली.

"माझ्या विवाहाच्या रात्री माझ्या नवऱ्यानं मला पाठ करून उभं राहायला लावलं. त्यानं माझ्या सैलसर गुंफलेल्या वेणीकडे पाहिलं आणि हातात तोलत म्हणाला, "तुझं डोकं या वजनानं दुखत असेल नाही का वैदेही?" त्यानं हळूच विचारलं. माझं नाव लग्नात बदललं होतं – पद्धतीप्रमाणे. आता मी वैदेही होते आणि तिच्यासारखीच माझ्याकडून अपेक्षा होती. आदर्श पुरुषाची! रामाची आदर्श पत्नी!

"मी मान हलवली. मला सावरता येतील इतके तो केस कापू देईल का मला?

" "उलगड ते वैदेही. त्यामुळे तुला जरा कमी भार वाटेल त्याचा." तो म्हणाला. मग त्यानं माझ्या खांद्यावर हात ठेवला. "नको, मला करू दे."

"माझी वेणी सोडताना, त्यातली फुलं काढताना मला त्याचा हळुवारपणा जाणवत होता. केस ओढले जाणार नाहीत किंवा गुंतणार नाहीत याची तो काळजी घेत होता. माझ्यात सुटकेची भावना भरून आली. 'हा माझ्यावरचा भार कमी करेल, मी जाणलं. जेव्हा तो ते केवढे लांब आहे हे पाहील, तेव्हा तो स्वत:हूनच तसं सुचवेल कदाचित. जमिनीवर वर्तमानपत्र ठेवून त्याला जितके आवडतील तेवढे लांब ठेवून बाकीचे कापेल. अगदी त्यापेक्षा एखादा इंचसुद्धा कमी असेल, तरी चालेल.' मी स्वत:लाच बजावलं.

"मला माझ्या पाठीवर केस जाणवले. मला त्यावरची त्याची नजर जाणवली. मी त्याला म्हणताना ऐकलं, "काय सुंदर केस आहेत! वैदेही, मला वचन दे की, तू कधीही माझी परवानगी घेतल्याशिवाय या केसांना हात लावणार नाहीस."

"दुसऱ्या दिवशी सकाळी मी माझ्या मनातले सगळे बंडखोर विचार केसांबरोबरच गुंडाळून ठेवले आणि वेणीचं वजन माझ्या मानेवर खोचून टाकलं. त्या भाराच्या वजनानं माझी मान अजूनच खाली झुकली. वेदना न थांबणाऱ्या होत्या; पण माझा नवरा आनंदी झाला होता आणि म्हणून माझे वडीलसुद्धा.

"मिंजिकापुरममधल्या समुद्रकाठच्या माझ्या नवऱ्याच्या घरात मी एका समाधानी पत्नीचं दक्ष आणि सुखासीन जीवन जगले.

"माझा नवरा आणि त्याचे कुटुंबीय भले लोक होते. त्यांनी अगदी मला प्रत्येक

शुक्रवार माझ्या केसांची निगा राखण्यासाठी देऊ केला. माझ्या नणंदा माझ्या केसांना तेल लावायला मदत करायच्या. माझा नवरा घंगाळ भरायचा, म्हणजे मला भरपूर पाणी मिळेल. प्रत्येक शुक्रवारी सकाळी, जोपर्यंत मी ते घर सोडलं नाही, तोपर्यंत माझी सासू मला शिकेकाई लावायला मदत करू का म्हणून विचारायची. रिठ्याच्या चुऱ्याचा फेस करण्यासाठी मदत करू का विचारायची आणि मग, मी जेव्हा झोपाळ्यावर पहुडत असे, तेव्हा ती आणि माझा नवरा आळीपाळीनं माझ्या केसांना वाळवायला सांबरानीचा धूर देत असत. ते दोघे तिथे बसून माझे केस कापूर जळत असलेल्या टोपलीत सावडत. त्यांच्या लांबीवर, चमकदारपणावर, निरोगीपणावर आश्चर्योद्‌गार काढत.

"शुक्रवारी रात्री माझा नवरा माझ्याबरोबर जोमानं प्रणय करीत असे. रात्री तो माझ्या पाठीवर एखाद्या प्रेतवस्त्राप्रमाणे पसरलेल्या केसांशी खेळत असे. त्याचा संभोग झाल्यावर तो अगदी आनंदात असे आणि म्हणून माझे वडीलसुद्धा आनंदात होते.

"तुझे वडील मला भेटायला तिथे आले होते. तो मोठा लोभस पोरगा होता! तुझे वडील – माझा किच्छा. मला तो मुलासारखाच होता. फक्त माझ्या किच्छालाच कळलं की, माझी किती घुसमट होतेय. फक्त किच्छालाच समजू शकलं की, मला माझ्या केसांमुळे कसं कोंडल्यासारखं वाटतंय.

"तो तेव्हापासून आकाशाचं निरीक्षण करायला लागला होता. त्याच्यासारख्या अल्पवयीन मुलासाठी ही आवड असणं विलक्षण होतं. त्यानं समुद्रकिनाऱ्यावर एक निर्जन जागासुद्धा शोधून काढली होती. ती आमच्या घरापासून फार लांब नव्हती. ती जवळपास आमच्या उंबऱ्यावरच होती. एक दिवस, जेव्हा अंबी ऑफिसच्या कामानं बाहेरगावी गेला होता, तेव्हा मी किच्छाबरोबर गेले. "चल, चल नं!" त्यानं आर्जव केलं होतं. "तू तिथे जे त्या वेळी पाहशील, अनुभवशील आणि जाणवून घेशील, त्यानं तुझं सगळं आयुष्यच बदलून जाईल."

"मी त्याच्या भावनावेगाकडे बघून हसले. त्यानं निवडलेल्या शब्दांकडे बघून.

"मी काय बेत केलाय, हे मी कोणाला कळू दिलं नाही. मी पहाटे लवकर उठले आणि किच्छाबरोबर लपतछपत बाहेर पडले.

"किच्छाचं बरोबर होतं. त्या वेळी आकाशातल्या आणि समुद्रातल्या अद्‌भुत प्रकाशानं मला त्याच्या कशाच्या प्रभेत वेढून घेतलं म्हणू मी? आशा? स्वातंत्र्य? समाधान? मला माहीत नाही पोरी, माझ्याजवळ आजसुद्धा त्या माझ्या आत्म्याच्या उंचबळण्यावर शब्द नाहीयेत. फक्त मला एवढंच कळलं की, मला तो कायम हवाय. ती कुठल्यातरी अतिमहत्त्वपूर्ण गोष्टीच्या उंबरठ्यावर उभं असल्याची जाणीव!

"किच्छा काही बोलला नाही. त्यानं फक्त माझ्याकडे पाहिलं आणि मला कळलं की, त्याला मी किती हेलावून गेलेय हे कळलंय. "तू अजून माझ्याबरोबर

काहीतरी करायला हवंय.'' तो म्हणाला.

" "काय?''

" "माझ्याबरोबर पाण्यात यायचं.''

" "किच्छा, मला पोहता येत नाही.''

" "त्याची जरुरी नाही. आपण फक्त थोडंसं आत जाणार आहोत.''

"त्यानं माझा हात धरला आणि मला आत नेलं.

"लाटा सुरुवातीला आमच्या पायाशी खेळत होत्या, मग त्या आमच्या गुडघ्यांवर येऊन फुटू लागल्या आणि मग माझ्या मांड्यांपाशी.

" "आता खाली बस'' त्यानं विनंती केली. "समुद्रात खाली बस.'' मी तशीही ओली झालेच होते. त्यानं विचारल्यावर एक प्रकारचा अविचार माझ्यात गोळा होऊन आला.

"आहा, मी काय सांगू तुला स्मृती? तुला कदाचित ते कसं वाटतं हे माहीत असेल. पाण्याचा तो तरंगता हलकेपणा! तुमच्या स्वप्नांना जखडणाऱ्या साखळदंडांचं वजन हलकं करणारं पाणी आयुष्यात प्रथमच मला वजनरहित असल्यासारखं वाटलं. एका क्षणिक उर्मीनं मी माझे केस सोडून टाकले आणि त्यातून समुद्र शिरू दिला. माझे केस वर उचलले गेले आणि माझी मान दुखायची थांबली. मी हसायला लागले. पहिल्यांदा हळू आणि नंतर जोरजोरानं, जशी मी पाणी जिकडे तिकडे उडवायला लागले तशी.

"किच्छा हसला आणि माझ्या तोंडावर पाणी उडवत सामील झाला आणि एखादं जखडलेलं जनावर मोकाट सुटावं त्याप्रमाणे माझे केस समुद्राबरोबर लहरत, उचंबळत राहिले.

"सूर्य जेव्हा वर आला तेव्हा घरी जायची वेळ झाल्याचं मला जाणवलं. मी माझ्या ओल्या कपड्यांकडे आणि केसांकडे बघितलं आणि मला वस्तुस्थितीची जाणीव झाली. आता मी काय करणार होते?

"मी माझ्याकडे पाहिलं. माझ्या ओल्या पोलक्याकडे आणि साडीकडे आणि भीतीनं माझा ताबा घेतला; पण मी कशाला घाबरतेय मी मलाच विचारलं. मी फक्त समुद्रातच डुंबले आहे, एवढंच. तो काय गुन्हा होता? आणि त्यांनी, अंबीच्या लोकांनी मला त्यांना घाबरायला काही कारण दिलं नव्हतं. शिवाय, मी काहीच अवाजवी केलं नव्हतं; पण मी माझ्याकडे पाहिलं, माझे थबथबलेले कपडे आणि केस, आणि माझ्या तोंडात भीतीची किळसवाणी जाणीव जमून आली.

"तुला हे असं काही माहितीये का पोरी? त्या अलिखित रेघांच्या जखडून टाकणाऱ्या सीमा, ज्या तुमच्या रक्तामासात कोरलेल्या असतात? ते एक हिरवट निळं वज्रलेपी गोंदण, जे तुम्हाला सांगतं की, काय योग्य आहे आणि काय अयोग्य? मी काहीतरी अयोग्य केलं होतं. मी अपराधी होते. ते गोंदण थरथरलं.

''वाऱ्यानं माझे कपडे सुकले. माझ्या केसांची मी पटकन वेणी घातली आणि मानेवर अंबाडा बांधून टाकला. घरी पोहोचल्यावर मी चटकन अंघोळ केली आणि कपडे बदलले. सगळे जागे होईपर्यंत माझी सकाळची सगळी कामं उरकून, कॉफीसुद्धा तयार झाली होती. कुणालाही माझ्या अनुचित कृत्याचा संशयसुद्धा आला नाही. फक्त माझ्या केसांना माहीत होतं.

''केसांच्या जडपणामुळे माझा चेहरा ओढल्यासारखा झाला होता. माझ्या सासूनं नाश्ता करता करता वर पाहिलं आणि म्हटलं, ''तू थकलीशी वाटतेस वैदेही. काय झालं?''

'' ''काहीच नाही'' मी मान हलवत स्मित करून म्हणाले. त्या तेवढ्या हालचालीनंसुद्धा माझ्या मानेत वेदनेची सणक उठली.

'' ''तिला अंबीची आठवण येत असणार.'' अंबीची काकू हसत म्हणाली.

''मी नववधूला साजेल अशा रीतीनं खोलीतून धावत बाहेर जाऊन माझ्या खोलीत आले. मला न धड उभं राहाता येत होतं, न झोपता येत होतं. माझे केस स्वतःच्याच खासगी नरकात मला खेचत होते. 'तुझ्यामुळेच हे सर्व झालं.' माझा विवेक मला टोचणी देत होता.

''मी डोकं दुखण्याचा बहाणा करीत पूर्ण दुपारभर खोलीतच झोपून राहिले. तिथल्या अंधाऱ्या एकान्तात मी माझे केस मोकळे सोडले आणि त्यांना श्वास घेऊ दिला. मी जेव्हा त्या दमट केसांमधून कंगवा फिरवला, तेव्हा किनाऱ्यावरचा कचरा त्यातून पडला. एक तुटकी काटकी, समुद्रातली वनस्पती, एकदोन शिंपली, आणि एक लहान मासा, जो माझ्या केसातल्या गुंत्यात अडकून जिवंत गाडला गेला होता. त्याचं चंदेरी अंग दिसताच माझ्या तोंडून किंकाळी बाहेर पडली आणि मग मी हसायला लागले. मी एक कोळीण होते आणि माझे केस माझं जाळं. 'हे अंबीला सांगितलं, तर तो काय म्हणेल!' मी खिदळले. मग मी अचानक थांबले. मी अंबीला काय किंवा कुणालाही मी हे काय केलं हे कसं सांगू शकणार होते?

''त्यांना कुणालाच ते आवडलं नसतं. ते गोंदण पुन्हा उडायला लागलं.

''माझे केस कोरडे झाल्यावर माझ्या जिवात जीव आला. मी असं मूर्खासारखं पुन्हा कधीच करणार नाही. मी स्वतःला सांगितलं.

''त्या रात्री जेव्हा किच्छानं मला पुन्हा सकाळी त्याच्याबरोबर जाण्याबद्दल विचारलं, तेव्हा मी नाही म्हटलं.

''आणि तरीही, त्या वेळी, जेव्हा तो बाहेर पडला तेव्हा मी त्याच्याबरोबर होते.

''किच्छा हसला. मला तुझ्या वडलांचं ते हसणं आवडतं. त्यानं नेहमीच माझ्या हृदयाला हात घातलाय. ते हास्य 'मला सगळं माहीत आहे' असं गुन्ह्यातल्या भागीदाराचं हास्य असतं. मला तुझ्याबद्दल सगळं माहिती असलं, तरी मी ते कधीच उघड करणार नाही, असाही त्याचा अर्थ असतो. तो पुन्हा हसला आणि त्यानं डोकं लटक्या दु:खानं हलवलं.

''मी त्याच्या खांद्यावर एका हातानं एक बेपर्वा धपका मारला आणि माझा दुसरा हात माझे बांधलेले केस सोडायलासुद्धा लागला होता. माझं हे कुठल्या जिवात रूपांतर होतंय, हे मला समजलं नव्हतं. मला ते नको होतं. ''एकही शब्द बोलू नकोस. चल जाऊ या.''

''किच्छा आणि मी पुढचे दोन दिवस समुद्रावर गेलो. प्रत्येक दिवशी माझ्या केसांच्या जाळ्यात पाणी अडकताना मी भारावून मुक्त होत होते. न्हाणीघराच्या खिडकीच्या कठड्यावर माझ्या केसात अडकलेल्या वस्तू जमा होत होत्या. ते एक गुपित होतं. माझं स्वत:चं गुपित, ज्यानं माझा आत्मा उजळून गेला होता. तो दैवी प्रकाश तुझ्या वडलांचं गुपित होतं. तो समुद्र माझा होता. शेवटच्या दिवशी, किच्छा मी वरती गुंडाळत असलेल्या केसांकडे बघून हळूच म्हणाला, ''हे फार जास्त मोठे आहेत, असं तुला वाटत नाही का?'' मी मान डोलवली.

'' ''तू ते थोडेसे कापत का नाहीस? काही इंचतरी....''

'' ''बाप रे! नाही.'' माझे डोळे धक्क्यानं विस्फारले.

'' ''मी ते करू शकणार नाही. ते अत्यंत नाराज होतील!''

'' ''त्यांना कसा पत्ता लागेल? कुणालाच तो फरक कळणार नाही. कुणालाच तो फरक जाणवणारसुद्धा नाही, पण तुला थोडं कमी वजन सहन करावं लागेल.''

''फक्त किच्छानं जाणलं होतं की, माझे केस माझ्यासाठी किती असह्य वजनाचे होते. ही गोष्ट त्याच्यात होतीच. एक तीव्र संवेदनशीलता, ज्यामुळे त्याला सगळ्या धरून बांधून आणलेल्या आवाच्या थरांचे, आपण पांघरून घेत असलेल्या सगळ्या फसवणुकीच्या ढगाचे काप करता येतात. तो थेट तुमच्या हृदयाच्या आरपार पाहतो. त्याला बहुतेक सगळ्या गोष्टी कळतात, जरी त्याला त्या कळून काय करायचं हे समजत नसलं तरी.

''किच्छा गेल्यानंतरच्या दुसऱ्या दिवशी अंबी यायचा होता. जर तसा तो आला असता, तर माझं आयुष्य असंच राहिलं असतं का, याचं मला आता नवल वाटतं. कोण सांगू शकतं? संपूर्ण आयुष्याचा आस कळण्यासाठी एक निसटता क्षण पुरेसा असतो.

"तुला महाभारतातल्या अभिमन्यूची गोष्ट माहितीये का? तो जेव्हा त्याच्या आईच्या, सुभद्रेच्या गर्भात होता तेव्हा त्याच्या वडलांना, अर्जुनाला कृष्णानं चक्रव्यूह भेदायचे धडे दिले होते. बिचारी सुभद्रा! ती एक लढवय्या राजकुमारी होती, पण तिला रणनीतीमध्ये काहीच रस नव्हता. चक्रव्यूहाची सात वलयं कशी भेदायची, हे कृष्ण अर्जुनाला सांगत असताना ते अभिमन्यूनंपण पोटात ऐकलं आणि त्या चक्रव्यूहातून बाहेर कसं पडायचं हे सांगायच्या वेळी सुभद्रेला झोप लागली. आणि म्हणून कुरुक्षेत्रावर लढाईच्या तेराव्या दिवशी अभिमन्यूला आत प्रवेश तर करता आला, पण मध्यभागी गेल्यावर कौरवांचं सैन्य भेदून बाहेर पडता आलं नाही.

"त्यानं त्या आतल्या गाभ्यापर्यंत जाताना काय विचार केला असेल? कायपण मूर्खपणा! कसली ही स्व-प्रतारणा. हे बघ स्मृती, आपण सगळे असेच असतो. कधीकधी मला वाटतं की, सगळ्या इच्छांना स्वत:लाच फसवण्यासाठी स्वत:च्या जाळ्यात अडकू देण्याची मुभा देतो; पण आपण जगत असलेल्या आपल्या निवडीच्या आयुष्यातून बाहेर कसं पडायचं हे आपल्याला ठाऊक नसतं.

"त्या शुक्रवारी मी काहीतरी गमावल्याचं अनुभवत जागी झाले. समुद्राकाठच्या पहाटेची मला आठवण येत होती आणि मानेवरच्या ओझ्याला काढून ठेवू शकले याचीही. कदाचित, जेव्हा अंबी परतेल तेव्हा मी त्याच्या मागे लागून मला किच्छासारखं समुद्रावर घेऊन चलायला सांगेन.

"शुक्रवार तेल-नाहण्याचा दिवस होता. माझ्या सासूनं आणि नणंदांनी मला कोमट तेल केसांना लावायला मदत केली. "तुझे केस इतके खरबरीत कसे झाले?" त्यांच्यापैकी एकीनं, रेमानं विचारलं.

"समुद्राच्या पाण्यानं ते तसे झाले होते, पण माझ्याकडे बोलायला शब्द नव्हते. म्हणून मी स्मित केलं आणि काहीच बोलले नाही. त्यांना माझं असं असणं आवडे की, मी क्वचितच उत्तर देत असे.

" "तुला अंबी-अण्णाची आठवण येतेय, त्यामुळे असेल." रुकुनं चिडवलं. "कधी कधी अक्का मला वाटतं की, तुझ्यापेक्षा अंबी-अण्णा तुझ्या केसांवरच जास्त प्रेम करतो."

"मी तरीही काहीच बोलले नाही. कधीकधी हा विचार माझ्याही मनात येतच होता.

"त्या दुपारी असह्य उकाडा होता. आभाळ भरून आलं होतं. माझं मन काळवंडून आलं. निराशेचा काळवंडलेला एक राखाडी पट्टा!

"त्या दुपारी माझे केस अजूनच दाट आणि जड वाटले आणि काही केलं तरी

ते वाळत नव्हते. मी त्यांच्या टोकांकडे पाहिलं. रेमाचं बरोबर होतं. ते नारळाच्या काथ्यांसारखे दिसत होते. माझ्या नेहमीसारख्या रेशमी लड्यांसारखे नाही; मला त्यांचा तिटकारा वाटला.

"मी कसला विचार करीत होते? मला माहिती नाही, पण जणूकाही संमोहित झाल्यासारखं शिवणयंत्रातून कात्री काढली आणि दीड फूट केस कापून टाकले.

"आभाळ ओथंबून आलं होतं. विजांचा कडकडाट. मी जमिनीवर पडलेल्या माझ्या कापलेल्या केसांकडे पाहिलं. 'हे मी काय करून बसले?' मी घाबरून स्वत:ला विचारलं. 'जर माझे केस आता परत वाढलेच नाहीत तर? अंबी काय म्हणेल? माझे वडील काय म्हणतील?'

"मला माझ्या केसांची टोकं नितंबावर जाणवत होती. ते एका नव्या हलकेपणानं झुलत होते. एरवी गुडघ्यापर्यंत रुळणाऱ्या आणि वजनदार केसांचं आता सौम्य प्राण्यात रूपांतर झालं होतं. मला खूपच मोकळं वाटलं. मी माझं डोकं इकडून तिकडे हलवलं. केस माझ्याबरोबर झुलले. इतका मोकळेपणा! मी पुन्हा एकदा समुद्राच्या लाटांवर तरंगत होते.

"पावसाला सुरुवात झाली. भारी, टोचणारे पावसाचे बाण ज्यांनी माझी खोली वेढून टाकली आणि त्यामुळे त्यातली शांतता अजूनच वाढली. मी जमिनीवर पडलेल्या माझ्या केसांकडे पाहिलं. मी ते पटकन गोळा केले आणि एका पिशवीत भरून माझ्या साड्यांमध्ये लपवून टाकले. जेव्हा माझे केस वाळले, तेव्हा मी वेणी घातली आणि नेहमीप्रमाणे मानेवर तिचा अंबाडा बांधून टाकला. 'कुणाच्याच लक्षात यायचं नाही. कुणालाच मी काय केलंय ते कळायचं नाही.' मी स्वत:शीच हसले. माझं रहस्य सुरक्षित होतं.

"मला जाणवलं की, मी आता खाली नजर झुकवलेली नम्र वैदेही राहिले नव्हते. माझी मान आता अजिबात दुखत नव्हती.

"अंबी दोन दिवसांनी आला. त्याला फरक जाणवला. "काय झालं वैदेही?" तो माझ्याकडे निरखून बघत म्हणाला. "काहीतरी झालंय. काय झालंय?" त्याच्या डोळ्यातला प्रश्न बघून मी अस्वस्थ झाले. अंबी आणि मला अजून आशा होती की, मला लवकरच दिवस जावेत. आता आमच्या लग्नाला दोन वर्षं झाली होती. उघडपणे कुणीच अजून काही म्हटलं नव्हतं, पण मी माझ्या आतल्या कानानं ते ऐकू शकत होते. वांझ! वांझोटी. कदाचित आता परिस्थिती बदलेल. माझे डोळे त्याच्या डोळ्याला भिडले.

" "तू माझ्याकडे बघून लाजत नाहीस हल्ली. तुझ्या चेहऱ्यावर मी खरंच काहीतरी पाहतोय; कपाळ सोडून." मी अंबीच्या आवाजात चिडवण्याचा सूर

ऐकला आणि एक सुटकेची भावना माझ्यातनं झिरपत गेली. अंबी माझा नवरा होता, माझा राखणदार नव्हे.

"अंथरुणात त्याच्या कुशीत झोपले असताना मला त्याची बोटं कुरवाळत होती. माझे केस त्याला जसे आवडत तसे त्याच्याभोवती पसरले होते. मग त्याची बोटं अचानक थांबली. "हे काय?"

" ""काय?" मी अर्धवट झोपेत म्हटलं.

" "तुझे केस..."

" "माझ्या केसांचं काय? मला झोप येतेय."

" "हे नेहमीइतके नाहीयेत." तो म्हणाला.

" "मी त्यांची टोकं कापली." मी स्वत:ला बोलताना ऐकलं. "फक्त टोकं. रुकु म्हणाली की, दुहेरी केस झालेत आणि खरखरीत झालेत. तिनं त्यांना नारळाच्या काथ्या म्हटलं." मी बडबडत होते, पण अंबीत काहीतरी बदल घडून आला, जो मला घाबरवून गेला.

" "दिवा लाव!" तो म्हणाला. "मागे वळ!" त्यानं खोली उजळल्यावर आज्ञा केली.

"त्यानं हातात केस घेऊन तोलले. "हे तू काय केलंस? तू फक्त टोकं छाटली नाहीयेस, तू ते कापले आहेस. असं कसं करू शकलीस तू?"

" "ते पुन्हा वाढतील." मी बिचकत म्हटलं.

" "तुला माझी परवानगीसुद्धा घ्यावीशी वाटली नाही?" मला काय बोलावं ते कळेना. माझ्या डोक्यात शब्द तयार झाले; 'हे माझे केस आहेत. तू जेव्हा दर रविवारी केस कापतोस, तेव्हा मला विचारतोस का? तू माझ्यावर प्रेम करतोस की माझ्या केसांवर?' पण मी बोलू शकले नाही. मी असा अंबी आधी कधीच बघितला नव्हता. असा थंड, अलिप्त, अपरिचित.

" "ते पुन्हा वाढतील." मी परत म्हटलं. "मला माफ करा. मला तेव्हा काय वाटलं होतं, हे मला माहीत नाही." माझे डोळे भरून आल्याचं मला जाणवलं.

" "तू मला फसवलंस. जर मला हे कळलं नसतं, तर तू मला सांगितलं असतंस? तू मला मूर्ख बनवलंस. यापुढे मी तुझ्यावर विश्वास कसा ठेवू?"

"मी त्याच्याकडे पाहत राहिले, चकित होऊन. हे सगळं फक्त दीड फूट केसांकरिता?

" "तुम्ही काय म्हणताय हे? हे फक्त केस आहेत आणि ते पुन्हा वाढतील."

" "हो, वाढतील कदाचित. आणि नाही वाढले तर? पण मुद्दा तो नाही. तू माझा अधिकार झिडकारलास. तू माझा विश्वासघात केलास. तू माझं हृदय तोडलंस."

"मला माझ्या मानेवर पुन्हा वजन जाणवू लागलं.

“ “तुला माहितीये की, एक इंच केस वाढायला किती दिवस लागतात?” कलाचित्ती विचारते. “एक महिना? सहा आठवडे?” ”

जॅक तिच्या आवाजात हुंदका ऐकतो. मग ती तिचा घसा खाकरते.

“किच्छानं इंटरनेट कसं वापरायचं ते मला शिकवलं होतं. त्यानं माहिती कशी शोधायची ते मला दाखवलं होतं. फक्त अर्धा इंच केस वाढायला एक महिना लागतो, हे मला माहितीये. आता; पण तेव्हा मला ते माहीत नव्हतं. मी घाबरून गेले होते.

“दररोज मी माझे केस मोजत असे; लांबीत काही फरक पडलाय का हे पाहायला. रोज मी भयभीत होऊन थांबून राहत असे. आधी ऐकलेल्या सगळ्या गोष्टी मनात घर करून बसल्या. की काही वयानंतर केस वाढायचे थांबून जातात. आणि ते केस कमजोर असतात. आणि वाढल्यानंतर गळून पडतात. मी सगळे प्रयत्न केले. गरम तेलाचा मसाज. केसाची तेलं. ज्या ज्या देवांची नावं मनात आली त्या सर्वांना नवस केले आणि वाट पाहत राहिले. काळाला काही अर्थ राहिला नाही. मी जाणारा काळ माझ्या केसांनी मोजत होते.”

जॅक त्याचा ओठ चावतो. तो स्मृतीच्या अपघातानंतरचे, सुरुवातीचे दिवस आठवतो. ते एक न संपणारं ताटकळणं, जे निर्दय कामांच्या ओघामध्ये बदललं. ते काळाचं सरणं, जे हॉस्पिटलमधल्या बातम्यांनी मोजलं-मापलं गेलं. स्त्रिया काळाचं मोजमाप पुरुषांपेक्षा वेगळ्या तऱ्हेने करतात का? स्त्रिया काळाला स्वत:वर कुरघोडी करू देतात का, जेव्हा की पुरुष त्यांच्या दिनचर्येत काळाला जमिनीत गाडतात? तो जेव्हा ताटकळत बसला होता, तेव्हा नीना काय करीत होती, याचं तो आत्ता नवल करतो.

“सात इंच वाढायला त्या केसांनी अठरा महिने घेतले. पहिले सहा महिने अंबीनं मला शिक्षा द्यायची ठरवली. मला धडा शिकवायला हवा, असं त्यानं ठरवलं. सहा महिने तो माझ्याशी बोलला नाही. सहा महिने स्मितसुद्धा नाही. आम्ही एकत्र जेवत होतो, झोपत होतो आणि अंबीला जेव्हा खूपच इच्छा होई, तेव्हा संभोगसुद्धा करीत होतो; पण हा तो अंबी नव्हता, जो मला ठाऊक होता किंवा ज्याच्यावर मी प्रेम केलं. मी तेव्हा इतकी कधीच एकटी किंवा दु:खी नव्हते. माझ्या वडलांनी मला एक पत्र लिहिलं. त्यांनी लिहिलं होतं की, मी जे काय केलं त्यावर त्यांचा विश्वास बसत नाही. त्यांनी म्हटलं की, त्यांनी त्या घरी पाठवलेली मुलगी मी पुन्हा होईपर्यंत ते मला भेटायला येणार नाहीत. ते आता जेवढे शरमिंदे झालेत तेवढे कधीच झाले नव्हते आणि याचं कारण मी आहे.

“मला माझं हृदय गोठल्यासारखं वाटलं. ते मला टाकून देत होते. अगदी खुद्द माझे वडीलसुद्धा!

“सुरुवातीला मी माझ्या सासूला मध्ये पडायला सांगितलं. “तुमचा मुलगा माझ्यावर रागवलाय.” तिनं जेव्हा आमच्यातल्या अबोल्याबद्दल विचारलं तेव्हा मी म्हटलं. “तुम्ही त्यांना मला क्षमा करण्याबद्दल बोलणार नाही का अम्मा? माझ्या मूर्खपणाला क्षमा करायला.”

“पण माझ्या सासूला ते एका मूर्ख मुलाचं अविचारी कृत्य वाटत नव्हतं. “मूर्ख?” तिनं ताडकन विचारलं. “हे कसंकाय करू शकलीस तू वैदेही? त्याचा विश्वास गमावलास तू, आमचा विश्वास गमावलास. ही काही केसांची बाब नव्हे. मला वाटतं, तुला ते कळतंय; पण तू जे काही केलंस, ते करण्यापूर्वी आम्हाला विचारायला हवं होतंस. तू त्याच्याशी बोलायला हवं होतंस. त्यामुळेच त्याला खूप राग आला. आता मी कशी मध्ये पडू?”

“मी तिच्या हातापाया पडले, माझ्या पापाला क्षमा करण्यासाठी. तेव्हा ती थोडी नरमली; पण फक्त एवढंच म्हणण्याइतकी, “कदाचित तुझे केस पुन्हा वाढल्यावर त्याच्या मनाला तुझ्यावर प्रेम करण्यासारखं वाटेल. तो हट्टी आहे, माझा अंबी. एकदा का त्यानं निश्चय केला की, मग कशानीच तो ढळू शकत नाही. ईश्वराला प्रार्थना कर की, तुझे केस लवकर वाढतील.”

“आणि म्हणून मी वाट पाहिली. समुद्रातून माझ्या केसात अडकलेली संपत्ती मला भानावर ठेवू शकली. ओंजळभर शंख-शिंपल्या, ज्यातून कुठल्यातरी अनादि काळाच्या लाचार संगीताचे प्रतिध्वनि घुमताहेत.

“काही काळानं माझे केस पूर्वीइतकेच लांब झाले. माझं डोकं खाली वाकलं. माझ्या खांद्यात पुन्हा वेदना सुरू झाल्या आणि अंबी पुन्हा पहिल्यासारखाच होता तसा झाला. स्वतःच्या क्षमाशीलतेनं आणि उदार हृदयामुळे तो किती दिलदार असू शकतो, हे त्यानं दाखवून दिलं.

“फक्त मी तीच राहिले नव्हते. मी न्हाणीच्या खिडकीवर ठेवलेल्या त्या शिंपल्यांसारखीच होते. रिती, रिकामी!

“लग्नानंतर सात वर्षं झाली तरी आम्हाला मूलबाळ झालं नाही. अंबीनं पुन्हा लग्न करायचा निर्णय घेतला. “ते गुण्यागोविंदानं आणि सभ्यपणे होईल. नवीन बायको आणि मी बहिणींसारख्या राहू.” तो म्हणाला. त्याच्या मुलाला दोन आया असतील, तो म्हणाला. “आपल्या मुलाला दुपटीनं आशीर्वाद मिळतील.”

“मी काहीच बोलले नाही. विरोध करण्याचा काही उपयोग नव्हता, हे मी जाणून होते. अंबीला जे आवडेल तेच तो करेल. आणि तो ते इतकं सभ्यपणे करेल, इतकं सौम्यपणे की, कुणालाही त्याचा राग यायचा नाही. तेच अंबीचं सर्वांत मोठं शस्त्र होतं. अत्यंत समजूतदार असणं, तेव्हाही जेव्हा तो तुमचं जीवन आणि

स्वाभिमानाचे लाखो तुकडे तुकडे करीत असेल तरी.

''शेवटी मला त्याला सोडायचं योग्य कारण मिळालं. या कारणास्तव माझ्या वडलांनापण दोष मला देता आला नसता. मी टाकून दिलेली पत्नी होते, म्हणून मी त्याला सोडलं. जाण्यापूर्वी मी माझे केस मानेपर्यंत कापले. मी ते अंबीला दिले. एक लांब गुंफलेली वेणी, मोगरा आणि अबोलीची फुलं माळलेली. ''हेच फक्त तुला माझ्यातलं हवं होतं. ठेव ते. आणि मला जाऊ दे.'' मी बाहेर जात म्हणाले.

''मी घरी गेल्यावर माझे वडील रडले. ''मी कोणत्या पापाची फळं भोगतोय!'' त्यांनी अनेकदा कपाळ बडवून घेतलं. ''मला दोन मुली आहेत आणि दोघीही परित्यक्ता आहेत. एकीला नवऱ्यानं सोडलंय; दुसरीनं नवऱ्याला सोडलंय. काय करू मी आता?''

'' ''आणि हे काय आहे वैदेही?'' त्यांनी माझ्या कापलेल्या केसांकडे बघत विचारलं.

'' ''मी परत जात नाहीये आणि मी परत कधीही यापुढे केस वाढवणार नाही.'' मी म्हटलं. ''जर तुम्ही माझ्यावर सक्ती केलीत, तर मी घर सोडून निघून जाईन. मी वेश्या होईन, पण कधीही पत्नी होणार नाही. अंबीचीपण पत्नी नाही आणि मला यापुढे कधीही वैदेही म्हणू नका. मी कला आहे, ऐकताय नं तुम्ही?'' ''

जॅक आवंढा गिळतो. त्याच्या गळ्यातला गोळा जात नाही. हे त्यानं काय केलं? कलाचित्तीचं आयुष्य असं उद्ध्वस्त करायचं कधीही त्याच्या मनात आलं नाही. तिनं पुन्हा हसावं, हेच फक्त त्याला हवं होतं. ते हसणं, ज्यामुळे त्याला आपल्या आईची आठवण येत असे आणि जे त्याचे वडील सोडून गेल्यावर क्वचितच तिच्या चेहऱ्यावर उमटलं.

तो खोलीच्या आत जाऊन कलाचित्तीच्या खांद्याला स्पर्श करतो. ती एकदम उठते.

''श्श! तुला दचकवायचं नव्हतं मला!'' तो म्हणतो.

''मला झोप येत नव्हती म्हणून मी हिच्याबरोबर बसायला आले.'' गांगरलेल्या कलाचित्तीनं त्याचे डोळे चुकवत म्हटलं.

अचानक सगळ्या आणलेल्या अवमानानं, फसवणुकीनं व्यथित होऊन जॅक तिचे हात हातात घेतो. ''मला नव्हतं माहीत कलाचित्ती. मला हे सगळं काहीच माहिती नव्हतं.''

ती काही क्षण काहीच बोलत नाही. मग कलाचित्ती पुनश्च एक नेहमीसारखी प्रेमळ मावशी बनते, जिच्यावर तो नेहमीच अवलंबून होता. ''तुला कसं माहिती असणार किच्छा? मी ते कुणालाच सांगितलं नव्हतं. अगदी तुझ्या आईलासुद्धा!

पण माझ्या आयुष्यासाठी तू स्वत:ला दोष देऊ नकोस. दुसऱ्याच्या जीवनात काय होतं, यासाठी कुणीच जबाबदार नसतं. तुला हे स्वीकारायलाच लागेल. हेच सत्य आहे. मग ते माझं आयुष्य असेल, नाहीतर स्मृतीचं.''

जॅक मान खाली घालतो. समोर आयती वाढून आलेली मुक्तता. फक्त तो ती स्वीकारू शकत नाही.

५

'एक नजराणा म्हणून या दिवसाचा स्वीकार कर. या नाहीतर त्या प्रकारानं त्याचा विचका करू नकोस.' मीरा स्वतलाच कडकपणे सांगते.

ती घरात संपूर्णपणे एकटी असते. आज बुधवार आहे आणि मीराला या जुन्या गुलबाक्षी घरात कधीही एकटीला स्वत:ला असा दिवस मिळाल्याचं आठवत नाही.

ती त्या लिफाफ्याकडे उत्सुकतेनं बघते. परतीचा पत्ता वॉटरमिल प्रेसचा असतो. ती तो उघडल्याबरोबर एक चेक आणि एक टाचण बाहेर पडतं. एका व्यावसायिक मालिकेनं तिच्या 'कार्पोरेट वाइफ्स गाइड टू एंटरटेनिंग'मधून एक लहानसा उतारा घेऊन छापलेला असतो. त्यासाठी हा मोबदला पाठवलाय, असं त्या पत्रात असतं.

मीरा ते टाचण वर धरते.

द कॉर्पोरेट वाइफ्स गाइड टू एंटरटेनिंग

एक उतारा

१. **आमंत्रणं** :– आमंत्रण लिहून काढा. एक आमंत्रण लिहून काढायला कितीसा वेळ लागतोय? पण त्याचा तुमच्या पाहुण्यांवर काय प्रभाव पडेल याचा विचार करा. आणि ते कमीत कमी दोन आठवडे आधी पाठवायला विसरू नका. टीप : जर तुम्ही पाहुणे असाल, तर आर एस व्ही पी पाठवायला विसरू नका.

२. **स्वागत** :– तुमचे पाहुणे यायच्या वेळी नीट तयार राहा. ते तुमच्या दारात उभे असताना तुम्ही त्यांचं स्वागत करायला सज्ज हवं.

३. **खासगी वस्तू** :– तुमच्या पाहुण्यांच्या खासगी वस्तू ठेवायला एक जागा ठरवून ठेवा. शाली, ब्रीफकेस, पिशव्या, काहीही. त्या ठेवायला अशी जागा ठरवा, जिथे त्या चटकन ठेवता येतील आणि सापडतील. पावसाळ्याच्या दिवसांत व्हरांड्यात किंवा समोरच्या दरवाजात एक बादली गळणाऱ्या छत्र्यांसाठी जरूर ठेवा.

४. **भेटवस्तू** :– तुमच्या मनाला अजून एका मेणबत्तीवर किंवा शिळ्या गुच्छावर ठेच लागेल, पण स्मितहास्याबरोबर ही यजमानीण बाईंसाठी आणलेली भेटवस्तू स्वीकारायला शिका. आपल्या पतीकडे वळून असे आनंदोद्‍गार काढले, तर खूपच छान होईल. 'ओह, पाहा तर खरं, अबकनी आपल्यासाठी काय आणलंय ते....' टीप : जर तुम्ही पाहुणे म्हणून जाणार असाल, तर एखाद्या छोटीश्याच, पण वेगळ्या भेटवस्तूची निवड करा आणि मिठाई किंवा फुलं टाळा. तुमच्या यजमानीणबाईंना सगळ्या पाहुण्यांना ती मिठाई शिताफीनं वाटणं किंवा तुमच्या फुलांप्रमाणे फुलदाणी शोधणं हे नक्कीच जिकिरीचं वाटेल.

५. **मुलं** :– काही पाहुण्यांना आपल्याबरोबर मुलं आणायची असतात. तुम्हाला हे आवडत नसलं, तरी त्याबाबत करण्यासारखं काही नसतं. त्यामुळे करण्यासारखी सर्वांत उत्तम गोष्ट म्हणजे वांड मुलांनी तुमच्या स्वारोव्हस्की क्रिस्टल ग्लासेस किंवा पुरातन मूल्यवान फर्निचरला हात लावायच्या आधीच त्यांना दुसरीकडे पाठवायचं.

जर तुम्हाला मुलं असतील, तर त्यांना त्या मुलांची करमणूक करायची विनंती (हे 'लाच' असं वाचा) करा. किंवा पिझ्झा बोलवा आणि ज्यूस किंवा कोक प्लास्टिकच्या पेल्यांमध्ये देऊन त्यांना डायनिंग रूमपासून दूरच्या खोलीत टी.व्ही. पाहायला पाठवून द्या. तुम्हाला त्यांनी तुमच्या डायनिंग टेबलभोवती रिंगण घालायला किंवा धिंगाणा करायला नको आहे!

६. **संवाद सुरू करणे** :– पाहुण्यांना ड्रिंक्स आणि खायला देण्यापूर्वी त्यांची एकमेकांशी ओळख करून द्या आणि ते काय करतात याबद्दल एखादं-दोन वाक्यं सांगा, म्हणजे कुठल्याही तऱ्हेची अवघड परिस्थिती टाळता येईल.

७. **उभ्यानं जेवणाचा बुफे किंवा बसून जेवण** :– जर तुमच्या पार्टीत बाहेरून पदार्थ बोलवले असतील, तर बसून जेवण्याची कल्पना मस्त आहे. त्यामुळे चांगली छाप पडते आणि तुम्हाला आणि तुमच्या पतीला सर्वांत उत्तम तऱ्हेनं वावरता येईल. टीप : – कॅटररच्या पदार्थांची चौकशी काही लोकांकडून त्याला बोलवण्याआधीच करून ठेवा आणि कॅटरर्स महागडे असतात. अशा वेळी तुमच्याकडे जर पुरेसे काटे-चमचे, भांडीकुंडी म्हणजे क्रॉकरी, वाढायला आणि खरकटी ताटं उचलायची मदत करायला कोणी असेल, तरच असं करा. नाहीतर उभ्यानं बुफे जेवणाचा बेत करा, जिथे तुम्ही तुमच्या डायनिंग टेबलाचा उपयोग अन्नपदार्थ ठेवण्यासाठी

करू शकता.

८. **च्याऊ-म्याऊ** :– जर तुम्ही कॅटररला बोलवलं असेल, तर त्यांना पदार्थ केव्हा आणि कसे वाढायचे ह्याबद्दल आधीच सूचना देऊन ठेवा. जर तुम्ही हे स्वत:च करीत असाल, तर योग्य ठिकाणी थोडे थोडे पदार्थ ठेवा. टीप : चिप्स, शेंगदाणे, फरसाण हे सगळं कॉलेजच्या पार्टीला चांगलं असतं. इथे सॅलड्स, साते, चीज, कोल्ड कट्स इ.चा विचार करा, जे आधीच विकत आणून तयार करता येतं. टीप : ते आकर्षक वाडग्यांमध्ये आणि डिशेसमध्ये द्या. तुम्हाला स्वत:ला इतरांनी आगळीच नजर असलेली यजमानीणबाई समजायला हवंय. च्याऊ-म्याऊ खायचा वेळ तुम्ही स्वयंपाकघरात जाऊन जेवणावर पटकन नजर फिरविण्यात उपयोगी आणू शकता.

९. **जेवण** :– टेबलावर पाहुण्यांना बोलवण्यापूर्वी एक तास जाऊ द्या. सॅलॅड कुरकुरीत आहे, गरम पदार्थ चांगले गरमच आहेत आणि कोमट नाहीत याची खात्री करून घ्या. टीप : शेफिंग डिशेसमध्ये पैसे गुंतवणं, ही एक चांगली कल्पना आहे.

१०. **डेझर्ट (गोड पदार्थ)** :– अशा तऱ्हेने पार्टीची नीटनेटकी योजना करून डेझर्ट आणि कॉफीची वेळसुद्धा चांगली साधता येऊन तिचा फायदा घेता येऊ शकतो. फक्त गोल्फकोर्सवर आणि बोर्ड-रूममध्येच व्यवहार ठरवले जात नाहीत. या शेवटच्या आनंददायक क्षणांचा व्यवस्थित उपयोग डेझर्ट आणि कॉफी पुनश्च बाहेरच्या दिवाणखान्यात सर्वांना देऊन करून घ्या.

११. **निरोप देणे** :– जेवणाला उशीर न केल्याने तुमचे पाहुणे वेळेवर परत जाताहेत याबद्दल निश्चिन्त व्हा. जेव्हा ते जायला सज्ज होतील, तेव्हा त्यांच्याबरोबर दारापर्यंत जा; पण लांबलचक निरोप घेऊ नका आणि/किंवा पुढच्या भेटीचे बेत ठरवू नका. त्याऐवजी त्यांना पुन्हा एकदा धन्यवाद द्या आणि दुसऱ्या पाहुण्यांकडे लक्ष द्या. टीप : जर तुम्ही पाहुणे असाल, तर दारात यजमानांना फार वेळ बोलण्यात गुंतवू नका.

१२. काहीही झाले तरी हे लक्षात ठेवा की, जर तुम्ही तुमच्या पार्टीत आनंद घेणार नाही, तर ते दिसून येईल. म्हणून स्वत:ला सांगा की, सगळंकाही ठीक होईल. मग स्वत:साठी एक वाइनचा ग्लास भरून घ्या. (एकच, जास्त नाही) आणि अशी कार्पोरेट पत्नी बना – जी सौजन्यशील, आनंदी आणि अत्यंत कार्यक्षम आहे!

मीरा गिरीधर

मीराचे ओठ कडवट स्मित करतात. 'सिबिलच्या शहाणपणानं असले सल्ले देणारी ही कोण स्त्री आहे?' ते आयुष्य आत्ताच्या आयुष्यापासून इतक्या दूर अंतरावर गेल्यासारखं वाटतंय आता.

ती स्वत:साठी केटलीभर चहा करून घेते, बिस्किटांची बशी ठेवते आणि ट्रेमध्ये ते सगळं ठेवून स्वत:च्या आवडत्या कोपऱ्यात बसते. घराच्या उत्तरेकडच्या व्हरांड्यात, झाडांनी वेढलेला कोपरा. ही दुरुस्त करण्यापलीकडे गेलेली काळवंडलेली जागा! तुटक्या शिड्या आणि बांबू, जे घराच्या बांधकामासाठी अनेक वर्षांपूर्वी वापरले गेले होते; भिंतीशी रचून ठेवले आहेत. पोत्यांमध्ये सिमेंटचे थिजलेले दगड पडले आहेत. अगदी वृक्षसुद्धा जुने आहेत आणि घनदाट पानांनी दाटलेले आहेत आणि एका कोपऱ्यात मीराच्या कंपोस्ट खताचा खड्डापण आहे. पावसाळ्यात एक गोडसर कुजका दुर्गंध त्या पडलेल्या खड्ड्यातून बाहेर पडतो आणि हवेत साचून राहतो.

पण या डिसेंबरच्या मध्य सकाळी सूर्य वृक्षांमधून खाली झिरपतोय; अंधार पुसत आणि हवा शुद्ध करत. प्रकाश गवतावर पडतो आणि त्याचा रंग पाचूचा होतोय. दोन मांजरांची पिल्लं एकमेकांशी लपाछुपी खेळताहेत आणि त्यांची आई, जी मीराला आशा वाटतेय की, घरची मांजर होईल, शिडीपाशी पहुडलीये. अर्धवट डोळे मिटून मीरा चहाचा घोट घेते आणि तिच्यात एक अतीव समाधान भरून येतं. "आपण दोघी बहिणी असू शकलो असतो." ती त्या मांजरीला सांगते, "तू आणि मी. आपल्याला आपल्या स्वत:च्या जबाबदाऱ्या आहेत, आपली ओझी, पण या क्षणासाठी मात्र आपल्याजवळ हे आहे; सूर्याखाली ही जागा, सावलीतलं एक आयुष्य."

मांजर डोळे मिचकावते. मीरा स्मित करते. ती वहीचं पान उलटते. ज्यात तिनं 'द कार्पोरेट वाइफ अब्रॉड'ची टिपणं लिहायला सुरुवात केलीये. तिला या पुस्तकाबद्दल पोटातून काहीतरी वाटतंय, जसं 'द कॉर्पोरेट वाइफ्स गाइड टू एंटरटेनिंग'बद्दल वाटत होतं आणि ती हे पुस्तक लिहिण्याचा नुसता बेत करणार नाही आहे. तर ती एक पूर्ण पुस्तकच लिहिणार आहे. छापण्यासाठी अजूनही प्रकाशक आहेत – पेंग्विन, हॉर्पर कॉलिन्स, हॅचेट, रँडम हाउस, रूपा आणि अनेक जण. त्यापैकी कुणीतरी एक नक्कीच ते विकत घेईल. पहिली गोष्ट करायची म्हणजे पुस्तकाला प्रकरणांच्या शीर्षकामध्ये विभागावं लागेल. मीरा चहाचा घोट घेते आणि पानावर काही खरडते.

तेव्हा घराच्या आतून तिला फोनची घंटी ऐकू येते. मीरा मांजरीकडे बघते. "घेऊ का?" ती तिच्या त्या बहिणीला विचारते.

मांजर स्वत:ला चाटता चाटता थबकते. 'तुला जे करायला हवं ते तू

करायलाच हवं आणि मी मला जे करायला हवं ते करते आहे.' तिनं असं म्हटलं वाटतं. ती हळूच उठते, शरीर ताणते आणि चालत निघून जाते.

फोन वाजतच राहतो आणि मीरा मांजरीच्या शेपटीच्या निषेधात्मक बाकामुळे धडा घेऊन आतमध्ये धावते.

"हे, मीरा कशी आहेस तू?"

मीराला आपलं स्मित गोठल्यासारखं वाटतं. त्या टोकाला सोमण असतो.

"मी बरी आहे. आणि तू?"

"तू कसली अपेक्षा करतेस मीरा?" तो हळूच विचारतो. "मी कॉलची वाट पाहत राहिलो."

तिच्या आत काहीतरी हलतं. नयनतारानं तिच्या आईच्या आयुष्यात त्याच्या अस्तित्वाबद्दल नाराजी दाखवल्यानंतर तिनं त्याचे फोन टाळायला सुरुवात केली होती. पण खरंतर ती त्याचा आवाज ऐकण्यासाठी, त्याच्यासोबत राहण्यासाठी वाट पाहते.

"माफ कर हं," मीरा म्हणते. 'मी खूपच व्यग्र होते.'

शांतता. मग तो म्हणतो, "तू कशात एवढी व्यग्र होतीस?"

"काम, काम आणि काम, अजून काय?" ती आवाजात काळजीपूर्वक खेळकरपणा आणत म्हणते.

"मी तुला मिस केलं मीरा."

मीरा बोलत नाही. काय बोलावं हे तिला कळत नाही.

"आपण भेटायचं का?" तो अचानक विचारतो.

"मी...." मीरा सुरू करते. त्याला नकार कसा द्यावा या दुग्ध्यात.

"आज दुपारच्या लंचला कसं राहील?" सोमण मध्येच म्हणतो. "मला जेवायला लागेल आणि तुलापण. मग आपण एकत्रच का नाही जेवायचं?"

मीरा हसते. एक आनंदाचं, काळजीयुक्त हसणं. आजच्या दिवस ती तिचे सगळे पराजय बाजूला सारेल — नयनताराची नाराजी, तिचा स्वत:चा एक तरुण मित्र असल्याबद्दलचा एक तिटकारा आणि त्याच्याबरोबर बाहेर जाईल. विन्नीचं बरोबर आहे. तिला स्वत:च्या जीवनात काहीतरी उल्हास आणायची आवश्यकता आहे.

६

उल्हास काय फक्त तरुणींनाच असणं आवश्यक आहे का? तिच्यात काय फक्त गंभीर सभ्यताच असायला हवी का?

मीरा स्वत:चा चेहरा आरशात निरखून पाहते. ती क्वचितच मेकअप करते.

"मी फक्त पाणी आणि निविया एवढंच वापरते." ती निष्काळजीपणे म्हणाली होती, जेव्हा विन्नीनं तिला स्वत:च्या दिसण्याची काळजी करायचा आग्रह धरला होता.

"तुझी आई, खरंतर तुझी आजीसुद्धा त्यांच्या वयाच्या मानानं चांगल्या राहतात." विन्नीनं लिपस्टिकच्या काही ट्युब्ज तिच्यापुढे ठेवत म्हटलं होतं.

मीरानं डोळे बारीक केले होते. "तुला खरंच असं वाटतं का? लिली ती जी काय आहे, ती तशीच दिसते — एक म्हातारी सिनेनटी जिच्या भुवया कोरलेल्या आहेत आणि लाल ओठ आहेत आणि आईचं म्हणशील, तर शिंग मोडून वासरात शिरल्यासारखी!"

"इतकी निष्ठूर होऊ नकोस मीरा. त्या निदान प्रयत्न तरी करताहेत आणि तू तर उगीचच शिष्टासारखी आणि स्वत:ला शिक्षा केल्यासारखी आहेस."

नंतर मीराला अंथरुणात पडल्या पडल्या असं वाटत राहिलं की, गिरी यासाठी तर सोडून गेला नसेल नं? तिनं तिच्या वयानुसार वयस्क दिसायला सुरुवात केली होती आणि त्याला अजून तारुण्यालाच चिकटून राहायचं होतं. मीरा आपलं थरथरणं थांबवायला ओठ आवळते. 'हे कधीच थांबणार नाही का? हे शंकांचे नगारे डोक्यात घुमणारे?'

मीरा तिच्या ड्रेसिंग टेबलासमोर मेकअपच्या विविध वस्तू घेऊन बसते, ज्या तिनं गुलबाक्षी घरातल्या अन्य स्त्रियांकडून उचलून आणलेल्या असतात — आजी, आई आणि मुलगी. आता मी कुठून सुरुवात करू?

फाऊंडेशन क्रीमचे ठिपके गालावर आणि कपाळावर; हनुवटीवर आणि जबड्याच्या रेषेवर. 'काळजीपूर्वक चोळून लावा.' बाटलीवर सल्ला लिहिलेला असतो. त्यानंतर कंसीलर. हे सत्य लपवायला की, ती गिरी सोडून गेल्यानंतर क्वचितच रात्री नीट झोपली होती आणि तिच्या तोंडाभोवती नवीन सुरकुत्या तयार झाल्या होत्या. बारीक पावडरचं थापणं; अनिश्चिततेमुळे उद्ध्वस्त झाल्याच्या खुणा उघड्या पडायला नको म्हणून ती फिक्या रंगाची पावडर थापणं. आय-लायनर, ज्यानं तिचे डोळे धुंद मादक, सरोवरासारखे झालेत. पेन्सिलीची रेखा, ज्यामुळे तिचे ओठ बेपर्वाईनं उचलले गेलेत. आता पुढे काय या काळजीनं चावलेले, खाल्लेले आणि फुटलेले ओठ लपवायचे. मीरा ट्युब उघडते. गडद, काळपट गुलाबी आणि ओठांवर रंग भरते. टिश्यु पेपरनं टिपा. त्यावर अजून हात फिरवा. एकदा-दोनदा. तीनदा आणि मग शेवटचा थर. मग नयनतारा तिच्या अनघड ओठांवर लावते, तो लिप-ग्लॉस लावून रंग पक्का करणं; तोच परिणाम आणण्यासाठी, जो तिच्या आईनं खूप विचारान्ती आणि अनेक उटणी आणि लेप लावून केलेला असतो. 'तारुण्य,

तारुण्य!' मीराला वाटतं. 'ते माझ्या त्वचेवर फुललं होतं तेव्हा त्याला किती थोडा अर्थ होता! ते इतक्या लवकर ओघळून जाईल हे मला कसं बरं कळणार होतं?'

स्वत:चं असं वय न सांगता येणाऱ्या आकर्षक स्त्रीमध्ये रूपांतर केल्यावर मीरा कपडे निवडायला बसते. ती तिच्या कपाटाकडे बघते, त्यातला कपड्यांकडे प्रथमच बघितल्यासारखं. हलक्या रंगछटा आणि पांढरे पोत. राखाडी, दुधाळ, करडे आणि कॉफीच्या रंगाचे.

ती सौंदर्याचं निस्तेज, उदास फिक्या रंगाशी समीकरण करण्याच्या चाकोरीत कधी बद्ध झाली? लिंबाच्या रंगाचा ताजेपणा किंवा आकाशी निळ्या रंगाचा हलकेपणा किंवा लाल रंगाचा उबदारपणा कुठेय? मीरा दाराला टेकून उभी राहते. 'पुनश्च नव्यानं सगळं सुरू करावं लागेल. या विचारानंच थकून, हरून. का काळजी करायची पण?' ती स्वत:लाच विचारते. 'मला एखादी फटाकडी पोरगी व्हायचंय का? अशी चटकचांदणी, जी तिच्या करंगळीच्या तालावर कधीही सगळ्या पुरुषांना नाचवेल? हे असं मला हवंय का?'

तरीही स्वत:ला मोहक बनवायला मीरा जे काय करायचं ते करू पाहते. एक पिवळ्या रंगाचा टॉप, खोल गळ्याचा आणि एक चिकटणारा जर्सी मटेरियलचा निमुळता काळा स्कर्ट. 'मी टॅक्सीसारखी तर दिसत नाहीये नं?' ती स्वत:ला विचारते; अचानक अनिश्चित होऊन. 'की एका गांधिलमाशीच्या राणीसारखी?'

तिला वाटतं : 'निखिल, ज्याला अवांतर बोलायला आवडतं आणि जेवण्याच्या वेळी जो बेकार तिखट-मीठ लावलेली फालतू माहिती सांगत असतो, त्यानं म्हटलं असतं की, हे म्हणजे एक प्रकारचं प्रणयाराधनच आहे. सगळ्या प्राणिमात्रांत असं प्रणयाराधन करणं, हे नैसर्गिक असतं.'

ती तिच्या कुरतडलेल्या नखांकडे बघते आणि पूर्ण कापलेली पायाची नखं बघते. अगदी दक्षिणी रंगीत कासवसुद्धा यापेक्षा जास्त मोठी पायांची नखं वाढवत असेल. गिओर्गिओ बेव्हरली हिल्स, जे तिनं अंगावर शिंपडून घेतलंय, त्याचा ती खोल श्वास घेते. श्रीमंत कुत्रीचा सेंट. मंगोलियन जेरबिल आणि तिच्यात तेवढं साम्य असतं. की ती आपली पिसं फुलवणारी आणि ऐटीत चालणारी फ्लेमिंगो पक्षी आहे? की मॅदागास्करचं फिस्कारणारं झुरळ, जे फिस्कारत म्हणतं, मी इथे आहे. आणि मग मीराला निखिलनं म्हटलेलं मागून विचार आल्यासारखं आठवतं; "हे फारच गंमतीशीर नाही का ममी की, प्राणि-पक्ष्यांमधले फक्त नरच प्रणयाराधनाचा प्रयत्न करतात? मादी फक्त निवड करते. सगळा प्रयत्न नरालाच का बरं करावा लागतो? मी तर कधीच लग्न करणार नाही!"

मीरा पलंगावर एकदम बसते. तिला आयुष्यात इतकं मूर्खासारखं कधीच वाटलं नव्हतं. हे असं सजणं-धजणं, ह्या पावडरी, सेंट, परफ्युम आणि रंग. तो

टांगलेल्या कपड्यांच्या हँगरचा आवाज, काय, तर म्हणे लंचसाठी योग्य पोशाख शोधायला. आणि हे सर्व कशासाठी? मीरा उसासते आणि उशीत डोकं खुपसते. ती या सर्वांपर्यंत कशी येऊन पोहोचली? ही अविचारी भूक, ही हलकट गरज.... जे ती कधीच करणार नाही असं तिनं निक्षून म्हटलं होतं, तेच ती करतेय. पुरुषाकडे स्वत:ला झोकून द्यायचं आणि मग मीरा विचार करते; तिला आत्ता असं पाहिल्यावर जॅक काय म्हणेल? आपल्या अर्ध्या वयाच्या असलेल्या माणसांबरोबर असं भटकताना बघून तो तिच्याबद्दल काय मत करून घेईल?

त्याच्या डोक्याला हलकेच हलताना, त्याच्या ओठाला मुरड पडताना आणि तो घोगरा आवाज स्पष्टपणे प्रतिपादन करतानाची ती कल्पना करू शकते : करुणास्पद, बिचारी, अशीच आहे नं ती?

जॅकची तिच्याबद्दल अशी कल्पना होईल, ह्याचा विचार तिला त्रास देतो. तिला स्वत:बद्दल काय वाटतं, यापेक्षा त्याला तिच्याबद्दल काय वाटतं, हे इतकं कसं महत्त्वाचं झालं?

काही का वाटेना, काय फरक पडतो? तो तिचा फक्त बॉस आहे. तेवढाच त्यांचा संबंध आहे.

'खरं का?' तिच्या डोक्यात एक आवाज उठतो, जो विन्नीसारखाच भासतो. 'एवढंच आहे का?' मीरा तिचं कपाळ पलंगाच्या कठड्यावर हळूहळू आपटते. थड थड.

ती कशाबद्दल विचार करतेय? विन्नीसारख्या कुणीतरी तिला हे सांगणं खूप सोपंय की, एखादी संधी हेच म्हणून. विन्नी, जिच्या स्वरातलं धिक्काराचं अबोल दु:ख ती लपवून ठेवू शकत नाही. तिच्या प्रेमिकानं त्या दुपारी अंथरुणात घोषणा केली की, तो तिच्याशी कधीच लग्न करणार नाही म्हणून. त्यानं म्हणे त्याच्या बोटाभोवती तिची बट गुंडाळून म्हटलं, "मी लग्न करणाऱ्यातला नव्हे, तुला हे माहितीये. हो नं?"

"पण विन्नी, तुला त्याच्याशी लग्न करता येणार नाही : तुझं तर आधीच लग्न झालंय." मीरानं हळूच म्हटलं होतं.

"तो मुद्दा नाहीये. त्याला मी लग्न करण्याच्या लायकीची वाटले नाही."

"मग त्याला सोडून दे!" मीरा म्हणाली. "तुला हे सगळे सोंग करायची गरज नाही."

"शक्य नाही. मला त्यातून जायला हवं. कुठलंही प्रेमप्रकरण हे पद्धतशीर असतं. आधी जन्म असतो, मग बहरणं आणि शेवटी मरण. ह्या चक्राला जर वेग द्यायचा प्रयत्न केलात किंवा मध्येच खीळ घातलीत, तर ते त्यांच्या स्वभावाविरुद्ध जाईल किंवा ते तुमच्या मनात कायमचं रेंगाळत राहील; घशात अडकलेल्या

माशाच्या काट्यासारखं; दु:खाचे, वेदनेचे असंख्य क्षण जागवत. मला माहितीये मीरा. मी यातून गेलेय. म्हणून मी काय म्हणतेय की, हे जे तुझ्यात आणि सोमणमध्ये उद्भवलं आहे, त्याला तुला संधी द्यायला हवी. त्याला जन्म घेण्याची मुभा दे. ते आधीच मरण पावण्याआधी.''

पण मीरा अशी स्त्री आहे, जी कधी धोका पत्करत नाही. शिवाय, तिला माहितीये हे सर्व काय आहे ते. सोमणनं सुरुवातीच्या त्या दिवसांमध्ये त्याच्या एका फसलेल्या प्रेमप्रकरणाबद्दल पुसटता उल्लेख केला होता. ती मुलगी त्याच्यापेक्षा बरीच लहान होती आणि त्याला चिकटली होती. तिच्या गळेपडुपणामुळे त्याला घुसमटल्यासारखं झालं होतं; तिच्या त्याच्याबद्दलच्या वेडामुळे, असं तो म्हणाला. तुझ्यासारखं नाही मीरा, त्यानं सुचवलं होतं. सोमण तिच्याकडे ती जी आहे त्या प्रतिमेकडे आकर्षित झाला आहे. हे सुंदर घर, एक लोकप्रिय यजमानीण, एक सुसंस्कृत, शांत स्त्री. जीवनाबद्दल आश्वस्त आणि स्वत:च्या गौरवाबद्दल सुरक्षित. जे, मीराला दु:खाच्या कळीबरोबर वाटून जातं की, त्यात भूश्याइतकाच कस आहे. जेव्हा तो तिच्या परिस्थितीबद्दल सत्य जाणेल आणि ती कुठल्या तऱ्हेची स्त्री आहे हे बघेल, तेव्हा तो पळून जाईल. तिला स्वत:ला पुन्हा अशा तऱ्हेनंच उघडं पाहायला हवंय का? ते धिक्कारणं, त्या जखमा? त्यासाठी तिच्यात शक्ती उरलीये का? मीरा आक्रसते. ती फोनपाशी जाऊन सोमणला जेवण रद्द झाल्याचं सांगायला फोन उचलते.

तिला फाटकाची कुरकुर ऐकू येते.

दाराची घंटी वाजते. पुन्हा आणि पुन्हा.

≈ ७ ≈

मीरा दाराकडे धावते. सारो आणि लिली दिवसभराकरिता बाहेर गेल्यात. सारोच्या एका मैत्रिणीकडे, जी तिला तिच्या 'मळ्याची मेम'पासूनच्या दिवसांपासून ओळखते. निखिल शाळेत गेलाय आणि राणीअम्मा मोलकरीणसुद्धा. तिच्या महिन्यातून एकदा होणाऱ्या मागधी रोडवरच्या देवीच्या मंदिरात दर्शनाला गेलीये. एक अशी देवी, जी एखाद्या आवडत्या, पण तऱ्हेवाईक स्वभावाच्या मावशीसारखी असते. जिला आवडी, नावडी, नखरे आणि औदार्य, ज्याची फक्त राणीअम्माच वाटेकरी आहे.

मीराला एकदा पार्टीत भेटलेली एक स्त्री आठवते. जेव्हा फोनची घंटी न थांबता वाजतच राहिली तेव्हा ती आक्रसली होती आणि मग रागानं कुजबुजली होती, ''कुणी तो फोन उचलत का नाहीये?''

मीरा आश्चर्यानं वळली होती. एरवी शांत असणाऱ्या त्या स्त्रीच्या कपाळावर घाम डवरून आला होता. मीरानं तिच्या कोपराला स्पर्श केला. ''तुम्हाला बरं वाटतंय नं?''

''माझा भाऊ अपघातात वारला.... कुणीतरी हॉस्पिटलमधून फोन केला. तेव्हापासून, फोनची घंटी वाजताना, फोन वाजताना, एखादी खिडकी आपटताना, मी सतत वाट पाहत असते. कुणीतरी सोडून जायची. कुणीतरी परत यायची. कारण माझ्या जगाला मागून बसलेल्या धक्क्यानं माझा चढेलपणा डळमळीत करून टाकलाय.''

दाराच्या फटीतून मीराला डॉरिक वास्तुशास्त्रातल्या खांबासारखा सरळसोट गळा आणि मंदहास्य करीत असलेला सोमण दिसतो. स्वत:च्याच इच्छेनं तिचं तोंड अप्रामाणिक हसू दाखवतं आणि त्याच वेळी तिच्या डोक्यात संताप उठतो : 'हा इथे काय करतोय? आधी सांगितल्याशिवाय हा आलाच कसा?'

ते बार्टन सेंटरच्या एबोनीमध्ये भेटणार होते. त्यानंच खरंतर ते सुचवलं होतं आणि मीरानं बिनतक्रार ते स्वीकारलं होतं. तिथला बुफेलंच माफक दराचा होता आणि मांडव घातलेली गच्ची त्यांच्या संबंधांना ज्या तऱ्हेने तिला वाटत होतं त्या तऱ्हेनं पुढे नेण्यात मदत करणार होती — उघड आणि मैत्रीपूर्ण आणि त्यांच्या मागच्या भेटींमध्ये जी काही कारणानं एक अबोल सलगी निर्माण झाली होती, तिचा मागमूसही नको.

''तू इथे काय करतोयस?'' ती करवादून म्हणाली. आणि मग संकोचून ताठ झाली.

''हॅलो मीरा!'' तो हळूच म्हणतो.

ती त्याच्या हाताकडे बघते. कुठेय एखादा फुलांचा गुच्छ किंवा चॉकोलेटचा डबा किंवा निदान एखादा हातानं बनवलेला साबण तरी? ती नक्कीच काळाच्या बरीच मागे आहे. ह्या लोकांना आजकाल एखादी कारणमात्र भेटवस्तूपण न्यायची जरूर भासत नाही का प्रणयाराधन करताना? त्याऐवजी तो तिथे उभा असतो. स्वत:वरच बेहद्द खूश! हे पाहा, मी स्वत:ला तुझ्याकरिता आणलंय. याहून अधिक तुला काय हवं असू शकतं?

आणि विन्नी, जिनं तिच्या डोक्यात कायमचं घर केल्यागत झालंय, खास करून पुरुषांबरोबरच्या व्यवहाराबाबत, वेडावून म्हणते, ''तुला त्याला धन्यवादच द्यायला हवेत की, तो तुझ्याकडे मळलेल्या कपड्यांची पिशवी धुवायला घेऊन आला नाही. तुझ्याकडून कपडे धुऊन, इस्त्री करून छान सुवासिक घड्या घालून

घ्यायला. माझ्या बाबतीत तर हेसुद्धा घडलंय!''

ती एक खोल श्वास घेते आणि हळूच म्हणते, ''हॅलो सोमण!''

''मला वाटलं की, बघावं तू आहेस का ते. आपण इथूनच रेस्टॉरंटमध्ये जाऊ शकतो, मला वाटलं...''

''ओ'', मीरा म्हणते आणि तिच्या डोक्यात ते ''ओ, ओ'' येतंच राहतं, जेव्हा तो त्या खोलीत ते दोघेच आहेत याचा अंदाज घेऊन तिच्या बोटांत बोटं गुंफून कुजबुजतो, ''तुला पुन्हा पाहून इतकं छान वाटतंय. तू सुंदर दिसते आहेस!''

एक हळुवारपणा तिला घेरून टाकतो. तिला त्याच्याकडे ओढल्यासारखं वाटतं. ''मला किल्ल्या घेऊ देत आणि आपण लगेच निघू.'' ती म्हणते. त्या क्षणाला लांबवण्याच्या आणि त्यापासून स्वत:ला ओरबाडून काढण्याच्या दुविधेमध्ये ओढाताण होत. ही भूक, ही भूकच हे सगळं करवतेय!

''आपण इथेच का नाही थांबायचं?'' तो म्हणतो, खुर्चीत धप्पकन बसत. त्याच्या हातात अजूनही तिचा हात धरून ठेवत. ''मला काही विशेष खायचंय असं नाही. कालचं उरलेलं असेल तरी चालेल आणि आपण असाच वेळ घालवू! एकत्र राहून...''

मीरा तिथेच उभी राहते, अनिश्चिततेत.

''ठरलं तर मग!'' तो म्हणतो. तिची बोटं ओठांपाशी नेत. त्याच्या ओठाच्या आर्द्र उबेनं मीराला स्वत:चे ओठ त्याच्यापुढे करायचा मोह होतो. हे काय होतं आहे इथे?

''मी जेवण तयार करते. फार वेळ लागायचा नाही.'' ती म्हणते. ''तिथे काही मासिकं आहेत. नाहीतर मी टी.व्ही. लावून देते.'' ती मासिकांचा ढीग त्याच्या मांडीवर टाकते आणि टी.व्ही.चा रिमोट त्याच्या हातात देते; स्वयंपाकघरात दडण्याची आशा करीत, म्हणजे तिला तिचे विचार काबूमध्ये आणता येतील.

'भयंकरच आहोत आपण, नाही का?' विन्नी मध्येच म्हणते. 'त्याला निघून जायला सांग, मग. पण तुला ते नकोय. हो नं?'

'आता मी काय करायला हवं?' मीरा स्वत:लाच सुगंधांच्या, स्वादाच्या, वाफेच्या आणि धुराच्या कोषात लपेटून घेऊन मोठ्यानं विचारते. हॉलकडे जाणाऱ्या बोळकंडीतल्या आरशात ती तिच्या चेहऱ्यावर ते भाव पाहते, जे दंतवैद्याकडून आल्यावर दिसतात. एक येणाऱ्या संभाव्य संकटाची भावना, जेव्हा तो त्याचे तुकडे गोळा करून तिला खोट्या शांततेत झोपवतो. एक सरळ दु:खी दिसणं जे म्हणतं, मी मला कशात ढकलतेय?

मीरा तिचे खांदे ताठ करते. मी इथेच उभी राहून एक वादळ शिजवेन आणि तो पाहत राहील. अशी आशा आहे की, एकदा का आम्ही जेवलो की, तो जाईल,

तृप्त होऊन आणि समाधान पावून.

पण सोमण स्वयंपाकघरातून हलला नाही. फ्रिज उघडून आणि पाण्याच्या ग्लासमध्ये बर्फ टाकत. गाजराचा तुकडा घेऊन तो चावत. अचानक त्याचे बाहू तिच्या कमरेभोवती वेढत जेव्हा ती कांदे कापत होती. ''रडू नकोस पोरी, बाबा आहेत इथे!''

पोरगी, बाबा, पाण्यातल्या बदामांचा रंग पालटावा तसा मीराचा रंग बदलतो. हा मूर्ख त्या कुठल्यातरी लाडक्या स्वप्नरंजनात रमलाय. मोठा पुरुष. लहान स्त्री. माझ्या गुडघ्यांवर बस आणि मी तुला झुलवतो. त्या दृश्याचा विचित्रपणा तिच्यावर आदळतो आणि मीरा त्याच्या बाहूत वळते. एक लांब, खोल श्वास घेत त्यानं स्वत:वर शिंपडलेल्या कोलनचा आणि कुजबुजते, ''मग बाबा कांदे कापतील का?''

काही मिनिटांतच बाबा रडण्यात विरघळून जातात. तो गुरकावतो. ''तुला हे इतके साले कांदे कशाला हवेत? मला आता आठवडाभर याचा वास येत राहील.''

मीराला हसू आवरत नाही. अचानक, आता ती इतकी गडबडली नाहीये.

'मी त्याला हाताळू शकते.' तिला वाटतं. जेव्हा शंका वाटते, तेव्हा मंद आचेवर स्ट्यू शिजवायचा; पण जेव्हा तुमचा आत्मा हलकेपणानं वर उचलला जातो, तेव्हा मरँगसाठी अंडी फेसायची वेळ आलेली असते.

जेव्हा सोमण त्याची बोटं कांद्याचा वास घालवण्यासाठी स्वच्छ घासून आणि त्याचे डोळे गार पाण्यानं धुऊन स्वयंपाकघरात परततो तेव्हा तो मीराला वाडग्यात अंड्याचे पांढरे ढग शुभ्र फेसात फेटताना पाहातो. बेकिंग शीटवर चमच्यानं फेस पसरताना तो आपल्याला निरखतोय हे तिला जाणवतं. जेव्हा ती ट्रे ओव्हनमध्ये घालायला वाकते, तो तिच्या शेजारी येऊन उभा राहतो.

''तू एवढी घामाघूम का झालीयेस?'' तो त्याच्या आवडत्या खालच्या, घोगऱ्या, कामुक आवाजात विचारतो.

''गरम ओव्हन!''

''तो काही एवढा गरम नाहीये मीरा. हो नं?''

तिच्या आत हसू फुटतं. शाब्दिक खेळ करणारा मदन ॲडॉनिस.

''बेबी, बाबा तुला गरम करेल!''

अरे देवा, हे एखाद्या वाईट सिनेमासारखं होतंय. मीरा आक्रसते. तरीपण त्याचा हात जेव्हा तिच्या पाठीवर फिरून तिला जवळ ओढतो तेव्हा तिच्या जिवाचं पाणी होतं. तिचा मेंदू विरोधात कितीही किंचाळला, तरी शरीराच्या हाकेपासून सुटका नव्हती. नसांच्या टोकांचं प्रेमगीत तिच्यात गुंजत होतं.

मीरा तिच्या चेहऱ्याबरोबरच सगळ्या जाणिवा पुसून टाकते. ''आपण खायला

हवं." ती म्हणते; त्याच्या बाहुंमधून सुटकेचा प्रयत्न करीत. "मला भूक लागलीये."

तो तिच्याकडे बघून स्मित करतो. "मलापण मीरा, मलापण!"

तिच्या डोक्यातली विन्नी कुत्सित हसते.

मीरा अजून जोरानं वळवळते. "म्हणजे मला म्हणायचंय की अन्न थंड होईल!"

याला प्रतिसाद म्हणून सोमण त्याचं डोकं झुकवतो. आणि तिचं तोंड चाटतो. मीरा श्वास रोखून धरते. तिला त्याला दूर ढकलायचं असतं, तिला त्याचा गळा दाबायचा असतो. ती तिला खेचणारी निराशा ताणून धरते.

त्याची तिच्याकडून काय अपेक्षा आहे, हे तिला कळतंय ह्या समाधानात सोमण तिच्या नितंबावर मनगटानं एक धक्का देतो आणि म्हणतो, "जा, बाई जा!"

आणि सगळ्या चांगल्या सुगरणींसारखी मीरा जाते.

खाताना ते काय बोलतात? मीराला फक्त तिच्या हृदयाची धडधड ऐकू येतेय आणि त्याची जबरदस्त भूक बघून तिची धडधड अजूनच वाढते. त्याचं झाल्याबरोबर तो तिच्यावर तुटून पडणार आहे. जर तसं केलं नाही, तर ती कोलमडून पडेल आणि जर केलं तर पुढे काय?

ओव्हनचा गजर वाजतो. तिची अंड्याची डिश मरँग तयार झालीये.

"खाऊन पाहा एक" मीरा विनंती करते. सोमण दोन उचलतो. मीरा त्याच्या डोळ्यांत अपेक्षित विस्मय पाहते. तिचा मरँग परिणामकारक असतोच. हलका, चवदार आणि अत्यंत तृप्ती देणारा; पण पुरुषांना आयुष्यभर नेहमी नेहमी मरँग खाण्याच्या कल्पनेत समाधान नसतं, हे मीरा जाणते. तिनं असा अविश्वास गिरीच्या डोळ्यांत पाहिलाय : मीराचं घर, मीराचे मरँग, मीरा... फक्त ते टिकलं नाही. कारण जसे सगळे केक बनवणारे सांगतात त्याप्रमाणे मरँग निव्वळ काल्पनिक असल्यासारखे असतात. अंड्याच्या पांढऱ्या भागाचा ढग, कस्टर्डची साखर आणि मनगटाची हालचाल, बस्स! त्यात काही कस नसतो, न रेंगाळणारी काही चव. म्हणून न त्यात आठवणीची पकड असते न टिकाऊ किमतीची शक्ती!

शेवटी मग ह्यामुळेच गोष्ट पक्की होते. ते निसटून गेलेलं सुख मीराला सगळ्या भयशंका खांद्यावरून झुगारून द्यायला भाग पाडतं. तिला याची गरज आहे : पुढे नशिबात येणाऱ्या एकाकीपणाच्या दु:खावर थोडीशी फुंकर. मीरा स्वत:ला सोमणला खोलीत नेऊ देते. मुलांची किंवा तिची नाही, लिली किंवा सारोची नाही, तर पाहुण्यांची खोली, जिथं भुतंपण राहत नाहीत. जिथल्या भिंतींनी तिथे राहून गेलेल्या सर्वांची गुपितं शोषून घेतली आहेत. रिकामी स्वच्छ खोली, थंडगार, पांढऱ्याशुभ्र चादरी, बागेचा थोडासा भाग दाखवणाऱ्या खिडक्या आणि उंच भिंत. तिची अनामिकता अपराधित्वाच्या आणि पश्चात्तापाच्या सगळ्या खुणा स्वच्छ

पुसून टाकेल. ती त्याला तिचे कपडे काढू देते आणि कुरवाळू देते.

तो जसा टेबलावर खात होता, तसाच तिचापण आस्वाद घेतो. त्याचे ओठ तिच्या शरीराच्या वळणांवर, कमानीवर, कोपराच्या आतल्या बाजूला, पाठीच्या खळग्यांमध्ये, पायाच्या बोटांमधल्या जागेमध्ये फिरतात. त्याचे ओठ तिच्या ओठांवर. मीरा धपापते. अशी भूक! ही कुठून उगवलीये? त्याच्या ओठांची मुलायमता, त्याच्या हनुवटीचा गुळगुळीतपणा... तिची बोटं त्याच्या पाठीवर, त्याला निकट निकट ओढून घेत. तिची ही अशी गरज आहे. त्या हावरट तोंडानी खाऊन टाकायची हाव अशी आहे. 'ही ती नव्हे मीरा!' ती स्वत:लाच सांगते. ही खोटी मीरा आहे. जशी कधीतरी एक खोटी हेरा होती.

जेव्हा कृतघ्न ईक्सिऑननं हेराला मोहात पाडायची योजना आखली, झ्यूसने केलेल्या विश्वासघातासाठी त्याला धडा शिकवायला, तेव्हा झ्यूसनं ढगांपासून एक हेरा निर्माण केली. ह्या हेराबरोबर ईक्सिऑननं प्रणयसुख घेतलं आणि दिलं आणि खरी हेरा अन्य स्थळी अस्पर्शच राहिली.

मी ती खोटी हेरा आहे. हे सगळं माझ्यासोबत घडत नाहीये. ते दुसऱ्याच कुठल्यातरी स्त्रीबरोबर घडतंय, जी की त्याला मीच वाटतेय. त्याच्या हाताच्या स्पर्शानं संवेदनांचं वादळ उठून ती तिची पाठ त्याच्या हातावर वाकवते आणि मग त्या पाठोपाठच अजून एक विचार : मग खऱ्या हेराचं काय? तीसुद्धा या सुखाला आचवली नव्हती का?

ती खरी हेरा तिला दुर्लक्षित करून विसरून गेल्यानं शोक करत बसली असणार. कुठली स्त्री, हेरा असो नाहीतर मीरा, जेव्हा असे ओठ पाठीच्या मणक्यावर चुंबनाची बरसात करीत असताना अनाघ्रात निश्चल राहू शकते? त्या खऱ्या हेरानं खोट्या हेराला नक्कीच शिव्याशाप दिले असणार. जशी मी, जी मीरा आता झालेय तिला देतेय तशी.

घाबरट मीरा! ढगांमध्ये आणि अन्य खोट्या अपेक्षांच्या देवतांमध्ये सुटका शोधतेय. जेव्हा की, तिला खरंतर हे हवंय..... हे..... हे.....

तिला त्याच्या पाठीवर व्रणांचा उंचवटा जाणवतो. तिची बोटं पाठ कुरवाळताना थांबतात. "हे काय आहे?" ती त्या मासाच्या नळीवर बोटं फिरवत विचारते. "हे कशामुळे झालं?"

तो आक्रसतो, "एक वाईट अपघात!"

"हे अजूनही दुखतं का?"

"नाही खरंतर, पण त्याचा विचारच......" तो तिच्या ओठांवर बोलतो. "मी

ज्यात पडायला नको होतं अशा भानगडीत अडकलो आणि ते, ती माणसं, त्यांनी मला खाली पाडून धरून ठेवलं आणि एकानं माझ्या पाठीवर वार केला. त्यानं म्हटलं की, जर मी दुसऱ्या दिवशी सकाळपर्यंत गेलो नाही, तर असंच चेहऱ्यावर आणि वीस अन्य ठिकाणी करू.'' तो शहारतो.

''ड्रग्ज?'' मीराला हृदय थांबल्यासारखं वाटतं.

''नाही मीरा, मी ड्रग्ज घेत नाही. कधीच घेतलं नाही. हे काही वेगळंच होतं. याबद्दल आपण आत्ता नाही बोललो तर?''

आणि तिला गप्प बसवण्यासाठीच जणूकाही त्याचे ओठ तिच्या ओठांवर दाबले जातात. त्याच्या चुंबनाच्या वर्षावामुळे तिचे ओठ फुलून येतात. एक ओलसरपणा तिच्या ओठांच्या आत वळवळणारी जीभ, सुखाची लांबलचक वेटोळी उलगडतात. हे सुख स्वत:ला नाकारायला ती काय वेडी आहे का?

गिरीचं आता स्वत:चं आयुष्य आहे. तिला मुलांकडून कळलंय. 'डॅडी, डॅडी, यू बास्टर्ड, आय ॲम थ्रू.' : मीरानं मनातल्या मनात प्लाथच्या ओळी म्हटल्या.

निघून गेल्यावर महिन्याभरानीच नयनतारा डॅडींच्या मैत्रिणीबद्दल बोलायला लागली होती. त्यानं जेव्हा नयनताराला बाहेर नेलं होतं तेव्हा ती बरोबर होती. मीराला याबद्दल खूप जाणून घ्यायचं होतं; पण नयनतारानं उडवून लावलं होतं. ''ओह, अशीच तरुण आहे मॉम. चांगले कपडे घालते. स्मार्ट! स्विफ्ट गाडी चालवते. डॅडीच्या ऑफिसातल्या मुली असतात तशी आहे वाटतं!''

नयनतारा त्याच्या अपार्टमेंटबद्दल जास्त उत्साही होती. ''ते दहाव्या मजल्यावर आहे आणि तिथून मस्त दृश्य दिसतं आणि ते सगळं इतकं छोटंसं छान आहे! स्वच्छ, सरळ रेषांसकट. ते खरंच खूप सुबक आहे मॉम.' ह्या गचाळ घरासारखं नाही. मीरा कुठेतरी दोषारोपण केल्याचं ऐकते. ''तू किचन पाहायला हवं. त्यात सरकणारे कप्पे आहेत आणि सगळी नवीन भांडी आणि कढया आहेत. कटलरी तर...''

तेव्हा निखिल नयनतारावर झेपावला होता. ''थांबव, थांबव हे सगळं! मला हे काहीच समजून घ्यायचं नाहीये. ममीलापण हे सगळं ऐकायचं नाही.'' तो तिच्या तोंडावर हात ठेवत ओरडला होता.

नयनतारा थांबली होती. शरमिंदी होऊन. अपराधी. ''आय ॲम सॉरी मॉम.'' ती मीराभोवती हात आवळत म्हणाली होती. ''मी विचारच केला नाही.''

मीराला ते माथं फिरवून टाकणारं सुख एकदम थांबल्यासारखं वाटतं. ती या मुलाबरोबर काय करतेय?

तिला कोमेजलेली लक्षात येऊन तो थांबतो. ''काय झालं?'' तो पुटपुटतो.

''काही नाही'' ती हळूच म्हणते.

त्याचं कुरवाळणं आता यांत्रिक आणि जीव गेलेलं वाटतं. तिला त्याचा हात झटकून टाकावासा वाटतो.

"मला खाली कुरवाळ" तो आर्जव करतो.

"नाही." ती म्हणते. "नाही." ती पुन्हा म्हणते; जरा कडकपणे, अशा स्वरात जो तिनं तिच्या मुलांच्या अवाजवी मागण्यासाठी राखून ठेवलेला असतो.

तो तिच्या मानेपाशी कुजबुजतो. "मला पकड." तो पुटपुटतो. "तिथे नाही, तिथे नाही..."

मीराला आपल्या शरीरापासून तो गोंजारणारा, ओढणारा हात वेगळा झाल्यासारखा वाटतो. विचित्रपणे, तिला कणिक मळण्याचीच आठवण येते. थापटणं, पिळणं, ओढणं, मळणं. अशी मऊसूत कणिक तिंबणं त्यामुळे ती फुगून वर येईल. तेव्हा तिथे एका पुरुषाला गोंजारताना, ज्याच्या उबेनं आणि कोलोननं तिला वेढून टाकलंय, मीराचं मन दुसऱ्याच माणसाबरोबर भरकटतंय.

'मला याबद्दल अपराधी वाटायला हवं का गिरी?' ती त्याला विचारते. 'एके काळी जे आपलं घर होतं, त्या घरात या माणसाबरोबर झोपायला मला पश्चात्ताप वाटला पाहिजे का की ज्याच्या वजनामुळे आणि भुकेमुळे मी गुदमरून जातेय? पण आपण अपराधीपणाचा काय अर्थ असतो याबद्दल आपसांत कधीच बोललो नाही की, ज्यामुळे आपल्याला आक्रसायला आणि झुकायला होतं. खरंतर आपण आपसांत कधी धड अर्थपूर्ण असं बोललोच नाही, नाही का?

'आपण आपल्या आयुष्याचं केलं तरी काय मग? ते सगळे नुसतेच सांसारिक तपशील. नाश्ता. जेवण. खरेदी. भांडण : सुट्ट्यांमधल्या सहली, तासन्तास गुंतलेले, एकमेकांबद्दल चकार खरा शब्दही न बोलता आपण एकमेकांना न समजताच हा आयुष्याचा खेळ खेळत राहिलो.

'हे जाणिवेचं नसणं जे आत्ता मला वाटतंय, तेच तुला सोडून जाताना वाटलं होतं का?

'तुझे वडील वारले तेव्हाची वेळ तुला आठवतेय का? मी तुझ्याबरोबर यायला बघत होते, पण तू ठाम होतास. तू म्हणाला होतास की, तुझे आणि त्यांचे संबंध तुटले होते आणि तू फक्त काही धागे उचलायला जातो आहेस. तुला काही दु:ख राहिलं नाही.

'मला त्या रात्री घाबरायला झालं होतं. मला वाटलं होतं की, असे कसे तू तुझ्या भूतकाळाचे बंध सहजासहजी तोडून टाकतोयंस?

'पण ज्या रात्री तू गावावरून परतलास, तू झोपू शकला नव्हतास. तुझं कूस पालटताना मी ऐकलं होतं. तुझे डोळे चमकताना मी पाहिले होते. जेव्हा मी तुला

स्पर्श केला, तेव्हा तू दूर होऊन झोपल्याचं नाटक करीत राहिलास.

'मला तुझं सांत्वन करायचं होतं, पण मला खरंतर सुटल्यासारखंच वाटत होतं. तू जेवढा अगम्य, अभेद्य असल्याचं दाखवत होता तेवढा नव्हतास तर! तुझ्या वडलांच्या मृत्यूनं तुला अस्वस्थ केलं होतं. हा अपराधीपणा होता का गिरी? की त्या क्षणाचा जरा जास्तच मी कीस काढत होते?

'तू मला सोडून गेलास. मग मला का अपराधी वाटावं? तुला माहितीये विन्नी काय म्हणते ते? विन्नी, माझी नवीन मैत्रीण. ती म्हणते, सुरुवातीला प्रत्येक पुरुष वेगळा वाटतो — त्याची त्वचा, त्याचा वास, त्याच्या हाताचं पोत, त्याच्या बोटांचा आकार, अगदी त्याच्या खांद्याची ठेवणसुद्धा : कडक, मांसल, कृश — पण त्या शेवटच्या क्षणी जेव्हा तुम्ही त्याला स्वतःच्या शरीराशी धरता, तेव्हा त्यात सगळाच सारखेपणा असतो. अंधारात सगळेच पुरुष सारखे असतात. म्हणूनच विन्नीला बहुधा अपराधी वाटत नाही.

'हेच ते एका स्त्रीला पुरुषाबद्दल वाटतं का, ज्यामुळे तो एकमेव जागा भरून न काढण्यासारखा वाटतो.

'या मुलाबद्दल काय तर मग?

'तो माझ्यासाठी काहीच नाही आहे. तो फक्त एक तहान भागवण्यापुरत्या गरजेचा आहे.

'आणि मला संभोगाची गरज वाटतेच असं नाही. तर मग मी काय करतेय?'

मीराचा हात ज्या कोनात तिनं धरून ठेवलाय, त्यामुळे दुखायला लागतो. ती तिचा हात हळूच काढून घेते. सोमण थिजतो. त्यांचा मरँगचा हलका क्षण उधळून जातो. आता फक्त मागे उरलेले तुकडे साफ करायचे उरलेत.

"मला कळत नाही, असं याआधी कधी घडलं नाही." तो तिच्या वक्षाशी म्हणतो. त्याच्या शरीराच्या अनिच्छेवर शरमिंदं होऊन त्याच्या उभारलेल्या अपेक्षांवर पाणी फेरत. "मला यापेक्षा अजून चांगलं करता येईल... खरंच... कदाचित जर तू..."

"काही हरकत नाही." मीरा त्याच्या गालावर थोपटते आणि त्याच्या मिठीतून सुटण्याची घाई न दाखवण्याचा प्रयत्न करीत बाजूला होते.

त्या अंधारलेल्या खोलीत ते मूकपणे आणि चटकन कपडे घालतात. मीरा स्वतःकडे हॉलमधल्या आरशात पुन्हा पाहते.

तो तिच्या प्रतिमेकडे पाहतो आणि मीरा नजर चुकवते. "चहा घेणार का?" ती विचारते. "नाही, मला गेलं पाहिजे." तो म्हणतो. ते जसे दाराकडे जातात, घंटी वाजते आणि ती निखिलला दारावर धडका मारताना ऐकते. "दार उघड ममी, दार उघड! कुठेयस तू?"

८

तू कुठे जाते आहेस? तू काय करीत होतीस? तू नजर का चुकवते आहेस? तू काय विचार करते आहेस?

प्रेतसंस्कार झाल्यानंतरच्या दिवसांमध्ये तिच्या प्रत्येक पावलावर, प्रत्येक विचारावर मुलांची नजर आहे, असं तिला जाणवतं. ही अशी सततची छाननी तिला अस्वस्थ करून जाते. मीराला इतकी वर्षं जवळपास अदृश्य असल्यासारखं वाटत होतं; निव्वळ एक आत्मा, जो घरात आणि त्यांच्या जीवनात फिरत, अन्न शिजवत, स्वच्छता करत, कपडे धुवत आणि मुलांच्या होमवर्कमध्ये मदत करत वावरत होता. ती, जिनं स्वत:च्या डोक्यात स्वत:लाच सांगितलं की, असं पायपुसणं होऊन राहू नकोस, जी तिथे असूनसुद्धा इतकी वर्षं नसल्यासारखी होती. तिची अचानक ते सगळे अशी दखल घेताहेत, हे तिला असह्य वाटत होतं.

प्रश्नं, कोंडी, तंबी, कुतूहल, भय. मीराला प्रत्येक दृष्टिक्षेपाची दुभंगलेली जीभ डंख मारून जाते. ती जेव्हा घर सोडते, तेव्हा तो दृष्टिक्षेप विचारतो, 'तू कुठे जाते आहेस?' जेव्हा ती परतते, तेव्हा तो दृष्टिक्षेप 'तू कुठे होतीस?' या प्रश्नानं तिचं स्वागत करतो. जेव्हा फोन वाजतो तेव्हा तो कशाबद्दल होता याची मागणी करतो. जेव्हा ती हसते, तेव्हा तू कशाचा विचार करतेयस अशी तो भुणभुण लावतो. ते कधीच 'कोण' हा शब्द वापरत नाहीत, हे तिच्या लक्षात येतं!

त्या 'कोण'ची तिच्या जीवनात असण्याची शक्यता त्यांच्या वडलांसाठी दरवाजा कायमचा बंद करेल, असं त्यांना वाटतं आणि याचीच त्यांना धास्ती वाटते.

मीराला आपल्या मुलांना कवेत घेऊन त्यांची धास्ती मिटवावीशी वाटली, पण असं ती कसं करू शकेल? कारण त्यांना एका पुरुषाचं अस्तित्व जाणवतं आहे. निखिलनं आपल्या आईचे चुरडलेले ओठ चावताना आणि पुटपुटताना पाहिलंय, ''हा माझा मित्र आहे. तो निघालाच आहे आता... हॅलो म्हण निखिल.''

निखिल तेव्हा त्याच्या पुढे केलेल्या हाताकडे दुर्लक्ष करत मागे वळून फाटक उघडायला गेला होता. तेव्हाच मीरानं ती निळ्या फिरणाऱ्या दिव्याची अँब्युलन्स पाहिली आणि तिच्या हृदयाचा ठोका पुन्हा एकदा चुकला.

सारो अजूनही हॉस्पिटलमध्येच आहे, असं त्यांनी सांगितलं होतं. लिलीला थोडेफार टाके पडले आणि तिच्या जखमांना मलमपट्टी करण्यात आली होती, पण सारोला त्यांच्या कारला समोरून येऊन धडकणाऱ्या पाण्याच्या टँकरचा पूर्ण धक्का सहन करावा लागला होता. सारो आणि ड्रायव्हर, सारोची मैत्रीण रडत म्हणाली.

''ते अगदी अचानक घडलं, असं पोलिस म्हणाले; तिला काहीच दुखलंसुद्धा

नसणार.'' त्या स्त्रीनं मीराच्या कोपराला स्पर्श केला.

मीरानं आसपास असहायपणे पाहिलं. ''हो, हो, मला कळतंय.'' ती म्हणाली होती. ती काय म्हणतेय हे न कळून आणि ती स्त्री निघून जाईल तर बरं अशी आशा करत.

तिला स्वत:ला सावरण्यासाठी काही क्षण आवश्यक होते. तिची आई कुठल्यातरी शवागारात पडलीये. तिनं तिला घरी आणलं होतं. मग त्यानंतर प्रेतयात्रा होती. तिला सर्वांना कळवायला लागलं होतं. मीरा खुर्चीत कोसळली.

निखिलनंच नयनताराला फोन केला होता. निखिलनंच त्याच्या वडलांशी बोलायचा आग्रह धरला होता, जरी तो एका मीटिंगमध्ये होता आणि त्याच्या सेक्रेटरीनं त्याला डिस्टर्ब करू शकत नाही असं सांगितलं होतं.

''काय आहे निखिल?'' गिरीनं आपला त्रासिकपणा लपवण्याचा प्रयत्न केला नव्हता. ''आता काय? मी तुला आधीच सांगितलंय की, तुझ्या आईनं ज्या गोष्टीला नाही म्हटलंय त्यासाठी तू माझी परवानगी घेऊ शकत नाहीस.''

''आजीबद्दल आहे. सारो. ती गेली आणि लिली आजी अजून हॉस्पिटलमध्ये आहे. त्यांच्या टॅक्सीला धडक मारली गेली. ड्रायव्हरपण मेला!'

तेव्हा गिरी गप्प राहिला होता, निखिलनं नंतर मीराला सांगितलं होतं.

''तुझी आई. ती कशीये?''

''ममी एकटी आहे. डॅडी तुला यावं लागेल आता. तिला तुझी गरज आहे.''

''बेटा, मी सगळं पाहीन. काळजी करू नकोस. मीराला फोन दे.''

लांबून कुठूनतरी मीरानं गिरीला सांगताना ऐकलं की, तो त्या दिवशी येऊ शकणार नाही, पण त्याच्या बंगळुरूच्या ऑफिसमधल्या कोणालातरी तो पोलिसांची, शव बाहेर न्यायची, शवपेटिका, स्मशान इ. ची व्यवस्था करायला सांगतो आहे.

''तुला तिला बघायचं नाही आहे का?'' मीराचा आवाज कापला होता.

पुन्हा शांतता.

''तुला माहितीये की आमचं....'' गिरीनं सुरुवात केली, पण नंतर मग त्यानं आपल्या कारणांना वेगळ्या तऱ्हेनं आकार दिला. ''मी मीटिंगमध्ये गुंतलो आहे मीरा. उद्या अजून एक सत्र व्हायचंय. माझं झाल्याबरोबर मी येईन. माझ्यासाठी थांबू नका.''

''गिरी, ती माझी आई आहे!''

''मी शक्य तेवढ्या लवकर येतो. लिली कशी आहे?''

''ती आराम करतेय. त्यांनी तिला हॉस्पिटलमध्ये झोपेचं इंजेक्शन दिलं आणि अँब्युलन्समधून घरी पाठवून दिलं. ती अजूनही धक्क्यात आहे. सतत ती आईबद्दलच विचारत असते. रडायची थांबतच नाही...''

पण गिरीला जावंच लागलं होतं आणि मीरा हातात निर्जीव फोन घेऊन उभी राहिली होती. आधीपेक्षा या वेळी तिला जास्त प्रकर्षानं जाणवलं होतं की, आता गिरी पुढे गेला आहे आणि निखिलनं आपल्या आईची पाठ पराभवानं वाकलेली पाहिल्यावर जॅकला फोन केला होता.

मीरा आणि सारोमधले संबंध कधीच सहजसोपे नव्हते. सारो स्वत:च्या तंत्रानं चालणारी होती आणि तिला त्यात बदल खपत नसे. त्यांचे परिस्थितीचे संदर्भ बदलले, तरी सारोला तिचा नवरा जिवंत होता तेव्हा जसं होतं तसंच सगळं राहायला हवं होतं आणि त्यातून मार्ग काढण्याचं अवघड काम मीरावर येऊन पडलं होतं.

तिची आई तिच्याकडून ज्या अपेक्षा करीत असे, त्याबद्दल मीराला घृणा वाटे. तिची आई जेव्हा स्टँडर्ड राखण्यावर भर देत असे, तेव्हा तिला संताप येई. 'तुमचं जीवन जरी उद्‌ध्वस्त झालं असेल, तुमचा हृदयभंग जरी झाला असेल, तरी तुमच्या रोजच्या दिनचर्येत जर तुम्ही समतोल राखून ठेवला, तर तुमचं जीवन पुनश्च तुमचं होतं.' असं सारो म्हणत असे.

तिची आई गेलीये. त्यांचं जीवन डळमळीत झालंय, पण मीरा जेव्हा जेवणासाठी टेबल सजवते तेव्हा तिला जाणीव होते की, जे सारोनं केलं असतं, तसंच ती आता करतेय. त्यांच्या दिवसांच्या वस्त्राला चुणी न पाडता. दु:खानं विद्ध होऊन मीराला वाटतं की, तिच्या आईची जी काही शिकवण होती, तीच तिच्या आयुष्यात मोलाची आहे आणि हे तिनं कधी मान्य करायचा विचारपण केला नाही.

जेव्हा मीरा लिलीला पाहण्यासाठी गेली, तेव्हा तिला ती तिच्या खोलीत पलंगावर बसलेली दिसली. तिचा चेहरा ओढलेला होता आणि तिचं शरीर अगदी अचल. जणूकाही एखादा स्नायू हलवला तरी ती तुटेल.

लिली ते छोटं भांडं हातात घट्ट धरून बसलीये "माझी पोर आहे ह्याच्यात" ती मीराला सांगते, "मी कसं सहन करू हे? ही माझी मुलगी आहे मीरा."

मीरा लिलीच्या शेजारी बसून तिच्याभोवती हात आवळते. "मला आईची उणीव भासते लिली. खूपच भासते! ती माझ्यासाठी काय होती, हे मी तिला सांगायला हवं होतं."

लिली नजर वळवते. "मी मरायला हवी होते. मी जिथे बसले होते, तिकडच्या बाजूनं ती आत आली होती; पण मी जागा बदलायलाा लावली. जर मी तसा हट्ट केला नसता, तर तुझी आई आज इथे असती."

लिलीचं सांत्वन कसं करावं हे मीराला कळत नाही. बिचारी लिली! दु:खाबरोबर

अपराधीपणाचं ओझं वागवायचं; पण तिची समजूत घालायला तिच्यापाशी शब्द नसतात. तिचं स्वतःचं दुःख तिची वाचा हरवून टाकते.

नयनतारा तिच्या खोलीत आढ्याकडे नजर लावून पडलीये. मीरा तिच्या शेजारी जाऊन बसते. जर तिच्या मुलीला काही झालं, तर ती कसं सहन करेल? लिली कशी करतेय? आत्तापर्यंत तिला याची जाणीवच झाली नव्हती की, दुःखाला स्वतःचं असं वजन असतं. यापैकी जास्त काय वाईट आहे? आपली आई गमावण्याचं दुःख की मूल गमावण्याचं दुःख?

मीराला कुठेतरी शांत जागी एकटं पडावंसं वाटतं आणि स्वतःभोवती हात गुंडाळून रडावंसं आणि शोक करावासा वाटतो. त्याऐवजी ती नयनताराचे केस थोपटते. "बेटा, तुला केव्हा परत जायचंय?"

"डॅडी कधी येतोय?" नयनतारा आढ्याला विचारते. मीरा मान हलवते. "मला माहीत नाही... कदाचित आज रात्री. कदाचित उद्या."

"तुला वाटतं तो येईल तरी का?"

"मला नाही माहीत."

आणि नयनतारा, जी गिरीबद्दल एकही निंदेचा शब्द बोलली नव्हती, मीरापासून दूर वळत म्हणते.

"काय हरामखोर आहे!"

मीरा धसकते. 'असं आपल्या वडलांबद्दल बोलू नकोस' ती आपोआप बोलू जायला पाहते आणि तिथेच स्वतःला थांबवते. स्वतःचा विचार करण्याइतकी नयनतारा मोठी झाली आहे आणि तरीही....

"ती त्याची फक्त सासू होती आणि आता तर माजी सासू. म्हणून त्याच्यासाठी दूर राहणं ठीकच आहे."

"तर तुम्ही घटस्फोट घेताय तर!" नयनतारा उठून बसते.

"त्याच्या वकिलानं मागच्या आठवड्यात बैठक ठरवण्यासाठी फोन केला होता." मीराचा आवाज फाटतो. "तुला हे होणार माहीत होतं."

"आणि तो? तू त्याच्याशी लग्न करायचा विचार करतेयस का?"

"कोण तो? असा कुणी तो माझ्या आयुष्यात नाहीये. तुला माहितीये ते!"

"निखिल म्हणाला की, असा एक जण आहे म्हणून. एक तरुण माणूस. तो सोमण होता, हो नं?"

मीरा उसासते. "तो एक मित्र आहे. फक्त एक मित्र...."

"निखिलला असं वाटलं नाही."

"निखिल हे सगळं कळायला खूप लहान आहे." मीरा म्हणते.

"ठीक आहे. त्यानं ठरवलंय की, तू त्याच्याशी लग्न करतेयस म्हणून."

आणि म्हणून मीरा तिच्या मुलाच्या शोधार्थ निघते. जॅक वऱ्हांड्यातल्या एका खुर्चीत बसलेला असतो आणि निखिल दुसऱ्या. निखिल तिला बघितल्यावर तिथून निघून जातो.

मीरा खुर्चीत बसते.

"लीली कशीये?" जॅक विचारतो. "तू खूपच थकलेली दिसते आहेस मीरा. मला तुझी काळजी वाटतेय."

"मी ठीक आहे. खरंच ठीक आहे, पण ते नाहीयेत." ती हात फिरवत तिचं जग दर्शवत म्हणते.

"तुम्ही जे काय केलंय त्यासाठी मी पुरेसे धन्यवाद दिलेच नाहीयेत." ती म्हणायला जाते.

"काहीतरीच काय! मला मदत करायला मिळाली, यातच मला आनंद आहे. मला फोन करून बोलवून घेण्यात निखिलची हुशारी दिसली आणि मी इथेच होतो, हे बरं झालं!"

जॅकलाच काय करायचं, कुणाला बोलवायचं हे सगळं माहिती होतं आणि मीराला छोटं पितळेचं भांडं घेण्याबद्दल त्यानंच आठवण दिली होती. "राखेसाठी." तो हळूच म्हणाला होता. त्यांनी ते एकत्रच सगळं केलं — मीरा निखिल आणि जॅक आणि जेव्हा नयनतारा आली, तेव्हा स्मशानात जायचा तो विचित्र, विस्कळीत प्रवास!

तो जॅकच होता, ज्यानं तिच्याशेजारी उभं राहून तिथल्या माणसाकडून ते भांडं घेतलं होतं.

"हो, तुम्हाला बोलवून निखिलनं अगदी योग्यच केलं."

मीरा तिचे डोळे चोळते. "निखिलचीच मला खूप काळजी वाटते." ती म्हणते.

ती अजून बोलेल म्हणून जॅक वाट पाहतो.

"हे वर्ष त्याच्यासाठी खरंच कठीण गेलं. आधी गिरीचं निघून जाणं. आपण पहिल्यांदा कधी भेटलो, ते आठवतं का तुम्हाला? तुम्ही आम्हाला घरी सोडलं तेव्हा. गिरी आम्हाला, माझ्या विवाहाला, मुलांना, सर्वांना एकदमच त्या दुपारी सोडून निघून गेला होता. निखिलनीच तर ते शोधून काढलं होतं की, तो दिसत नाहीये आणि आता हे...."

सारो आणि लिली निखिलच्या बिशप कॉटन स्कूलमध्ये जात होत्या, जेव्हा रस्त्यात तो अपघात झाला. त्याच्या वाढदिवसाची खरेदी करायला त्याला न्यायचा त्यांचा बेत होता.

"मी घरी फोन केला, पण कुणीच फोन उचलला नाही." निखिल आईची नजर चोरत म्हणाला.

मीराचं हृदय थांबलं. ती कुठे होती तर मग?

तिला पहिल्या काही क्षणांत फोनची घंटी वाजल्याचा आवाज दुरून ऐकू आला होता, पण सोमणनं तिच्याभोवती घट्ट मिठी घातली होती.

"नको, नको, वाजू दे तो." त्यानं त्याच्या कुरवाळण्यानं तो बंद करून टाकला आणि त्यानं जागृत केलेल्या चेतनेच्या उन्मादानं तो आवाज गिळंकृत केला.

"सारोआजीपण तिचा फोन उचलत नव्हती. म्हणून मी ठरवलं आणि मी शाळेच्या गेटमध्ये थांबून राहिलो. कुणीतरी सांगितलं की, जरा समोर, विठ्ठल मल्लया रोड, जिथे सेंट मार्क रोडला मिळतो तिथे अपघात झालाय. तिथे चालत गेलो आणि ममी..." निखिलचा चेहेरा पिळवटून गेला. "ते भयंकर होतं. पोलीस त्या धडक मारलेल्या गाडीपाशी उभे होते. त्यांनी आजीला आणि ड्रायव्हरला पोत्यांच्या दोन तुकड्यांनी झाकलं होतं. मला ती आजी आहे माहीत नव्हतं... मी मग लिलीला बघितलं. ते तिला ॲम्बुलन्समध्ये नेत होते आणि मी धावलो. क्षणभर मला वाटलं की, त्या पोत्याखाली तूच आहेस. मग मी तो अंगठ्या घातलेला हात पाहिला आणि मला कळलं की, ती आजी आहे. ते भयंकर होतं ममी! मला माहितीये की, मी असा विचार करायला नको होता की, ती आजी होती आणि तू नव्हतीस हे बघून मला बरं वाटलं होतं."

मीरा पुढे झुकून हातात डोकं टेकवते. "मी त्याचं बालपण हिरावून घेतेय या विचाराचं मला भय वाटतं. त्याचे वडील आणि मी! हे खरंच दुःखदायक आहे नाही का की, मुलांना त्यांच्या पालकांच्या पापाची फळं भोगावी लागतात!"

जॅक मीराचा हात हातात घेतो. "निखिल सावरेल. माझ्यावर विश्वास ठेव मीरा, मला माहितीये. मुलं मोठ्यांपेक्षा लवकर सावरतात."

१

मुलं सावरतात हे तो किती सहज म्हणून गेला. मोठ्यांच्या अपेक्षेपेक्षा त्यांना कितीतरी जास्त गांभीर्य आणि समज असते; पण हेच मीराला ऐकायला हवं होतं. आणि म्हणून तिला जे अत्यंत हवं होतं, तसं तिला बरं वाटावं म्हणून त्यानं म्हटलं की, ती एक पालक म्हणून अपयशी झाली नाही.

जॅक रस्त्यावरून स्थिर गतीनं धावतोय. रात्रीची हवा गार आहे आणि त्यानं टी-शर्टवर एक हलकं स्वेटर घातलंय. कुत्रे फाटकामागून भुंकतात, पण तो धावतच राहतो; त्याच्या विचारांच्या वेगाशी जुळवून घेत.

त्याला मीराबद्दल कळवळा वाटतो. पुढे काय वाढून ठेवलंय हे तो जाणतो. त्यापासून सुटका नाही. भविष्यातले ते काळे डाग तेव्हा तिला काही दिवस काळवंडून

टाकतील. भयाची एक वावटळ. 'निखिल तुला आता माफ करू शकणार नाही मीरा!' त्याला तिला सांगावंसं वाटतं; 'पण त्याच्या आयुष्यात पुढे अशी वेळ येईल जेव्हा त्याला तुझी परिस्थिती समजायला लागेल आणि त्याबरोबरच स्वीकार आणि क्षमादेखील येईल. तोपर्यंत तो सावरेल असा विचार करण्यात तुला समाधान मानावं लागेल. निखिल त्याच्या स्वत:च्या बळावर जीवनाशी तडजोड करेल.'

त्याला जेवढं हे चांगलं माहितीये तेवढं कुणालाच माहीत नाहीये. धावणारी जॅकची पावलं आणि मनाची लय जुळते. 'मुलं जमवून घेतात, पण व्रणांशिवाय नाही. मुलं समजावून घ्यायला शिकतात, पण आशेचा एखादा अंश गमावल्याशिवाय नाही. मोठी माणसं मुलांकडून क्षमेची कशीकाय अपेक्षा करतात? ती तर मोठ्यांची भावना आहे. पालकांच्यासाठी तडजोड करणं ही मुलांची सहजप्रवृत्ती नसते. एखादंच असं आदर्श मूल....' कदाचित तो तसा नव्हता. त्याच्याकडून काय अपेक्षित होतं, याबद्दल त्याच्या मनात एक काळाकभिन्न संताप भरलेला होता.

किच्छा कॉलेजमधून घरी आला तेव्हा त्याला आई काहीशा विचित्र मनस्थितीत आढळली. तेव्हा प्रेसिडेंसी कॉलेजमध्ये तो बी. एस्सी. भूगोलाचा विद्यार्थी होता. जसा समुद्र अभ्यासावा, तसा त्यानं आईचा चेहरा अभ्यासला. नित्य बदलणारा समुद्र; घडीत अगदी शांत, तर घडीत एकदम अस्थिर! 'कुठले भूकंपाचे हादरे बसलेत?' त्याला नवल वाटलं. 'आता या वेळी हा भूकंप कसाकाय उद्भवला?'

डोळ्यांच्या कोपऱ्यातून त्यानं कलाचित्तीसाठी घर धुंडाळलं. ती अचानक एक महिन्यापूर्वी आली होती. ''मी माझ्या नवऱ्याला सोडलंय आणि मी आपल्या आईवडलांचंपण घर सोडलंय. मला आता कुठेही थारा नाहीये.'' तिनं सरळपणे सांगितलं होतं.

शारदाचा हात तिच्या तोंडावर गेला होता. ''हे तू काय केलंस पोरी?'' ती उद्गारली होती. ''आणि तुझे केस?''

तेव्हा किच्छानं तिच्या हातातली पेटी घेतली होती. त्यानं तिच्या चेहऱ्यावर थिजलेपण पाहिलं होतं आणि त्याला तिचा शेवटी पाहिलेला समुद्रकिनाऱ्यावरचा तो चेहरा आठवला; केस मोकळे सोडलेला, डोळे चमकताना आणि तिचा आत्मा उचंबळताना! मागच्या थोड्याच वर्षांत तिला काय झालं होतं?

''त्याला दुसऱ्या बाईशी लग्न करायचं होतं, जी त्याला मुलगा देऊ शकेल.'' कलाचित्ती म्हणाली होती.

''त्याला आम्ही सगळे एकत्र राहायला हवे होतो. इतका अपमान! त्या अपमानानंच मला ते घर सोडायला भाग पाडलं आणि माहितीये, आपले आई-बाबा...'' तिनं नजर वळवली. आपल्या बहिणीला किंवा भाच्याला ओले डोळे दिसू

नयेत म्हणून. किच्छा आणि त्याच्या आईनं यापुढे काहीच म्हटलं नाही आणि तेव्हापासून कलाचित्ती त्यांच्या घरचा एक हिस्सा बनून गेली. कलाचित्तीला कळलं असतं का की, अम्माचे डोळे बोलताना का चमकत होते किंवा तिचा चेहरा एक प्रकारच्या वेगवेगळ्या उल्हासानं तेजाळला होता? त्याला त्याची भीती वाटते. मागच्या सात वर्षांत असे दोन प्रसंग आले होते, जेव्हा त्याची आई तिच्या द्विधा मनस्थितीतून बाहेर आली होती. दोनदा, जेव्हा त्यांना अप्पांबद्दल बातमी कळली होती.

पहिल्यांदा, जेव्हा एका नातेवाइकानं, जो अप्पांना एका आश्रमात भेटला होता, ज्यानं वाळलेली फुलं, अंगारा आणि कुंकवाची पुडी देऊ केली होती. किच्छाला या आधी अप्पांचा एवढा संताप कधीच आला नव्हता.

"त्यांनी आपल्यासाठी हे पाठवलंय किच्छा. त्यांनीच पाठवलंय. काय म्हणायचंय त्यांना यातून? ते आपल्याला अजून विसरलेले नाहीयेत" त्याची आई आनंदानं रडत म्हणाली. त्या माणसाच्या चेहऱ्यावरच्या संकोचाकडे नकळत दुर्लक्ष करून किच्छानं नजर वळवली होती; आईच्या डोळ्यांतली ती उघडी भूक समजून न आल्यामुळे.

नंतर त्या रात्री, जेव्हा त्या नातेवाइकाला जेवण देऊन, नवीन धोतर आणि दोनशे रुपये त्याच्या हातावर ठेवून, "काही नाही, जरा बसच्या भाड्यासाठी दिलेत" असं म्हणून अम्मानं त्या पुडीकडे बघत आशेनं व्याकूळ आवाजात म्हटलं, "ते परत येतील असा याचा अर्थ आहे का? म्हणून त्यांनी कुंकू पाठवलंय का? मला हे सांगायचा त्यांचा हा मार्ग आहे का?" ती तिथे कुंकवाला बोटाच्या चिमटीत कुरवाळत बसून राहिली, जणूकाही तो तिच्या नवऱ्याचा बाहूच आहे. त्याला स्पर्श करण्याची निकड भासून स्वत:लाच सांगायला की, तो तिथे आहे आणि तिच्याबरोबर आहे.

किच्छाला ती पुडी तिच्या हातातून हिसकावून घेऊन बाहेर फेकून द्यावीशी वाटली. अंगारा आणि वाळलेल्या फुलांबद्दल काय, असं त्याला विचारावंसं वाटलं. 'ते तुला काय सांगताहेत? की सर्वकाही संपलंय. तुला दिसत नाही काय ते?'

किच्छा तेव्हा काही बोलला नव्हता. जेव्हा ते पत्र आलं, तेव्हाही तो काही बोलला नव्हता. तो नातेवाईक येऊन गेल्यावर एक वर्ष होऊन गेलं होतं. तोपर्यंत अप्पांकडून काहीच आलं नव्हतं. अम्मानं शेजारच्या एका छोट्या शाळेत काम करायला सुरुवात केली होती. तिनं आपलं गणितातलं, पदवीतलं सर्टिफिकेट काढलं होतं, जे लग्नानंतर तिनं बाजूला ठेवून दिलं होतं. आता त्या शाळेला गणिताची प्राथमिक शिक्षिका हवी होती आणि अम्माला नशिबानं ती नोकरी मिळालीये, असं ते म्हणाले होते. अगदी घराजवळ; थोडीच, पण स्थिर कमाई, ठरावीक तास आणि बऱ्याच दीर्घ सुट्ट्या. तिला नोकरी मिळाल्याचा किच्छाला खूप आनंद झाला होता. तिला तेच मिळायला हवं होतं. एक करमणूक आणि एक

उद्देश! प्रत्येक वेळा कुणी दाराची घंटी वाजवली की, एक रिकामी आशा घेऊन एखाद्या गरजू प्राण्यासारखं जीवन जगत ती स्वत:ला थकवत होती.

ते पत्र त्याच्या नावानं होतं. तो शाळेतून घरी परतेपर्यंत अम्मा ते पत्र हातात धरून वाट पाहत होती. किच्छा सोळा वर्षांचा होता तेव्हा, ''मी हवामानाचा अभ्यास करणार'' कुणीही त्याच्या भावी बेताबद्दल विचारलं की, तो गमतीनं म्हणायचा. ''निदान ते बेभरवशाचं आहे, हे तरी खात्रीचं आहे.''

अम्मा दर वेळी त्यानं असं म्हटलं की, नजर चुकवायची. किच्छानं जेव्हा ते पत्र पाहिलं, तेव्हा त्याच्या कपाळावर आठ्या पडल्या. ''आता काय?''

''उघड ते'' अम्मानं आर्जव केलं. ''मला ते उघडायचं नव्हतं. ते तुझ्यासाठी आहे...पण ते त्यांच्याकडून आलंय. तुझे अप्पा !''

किच्छानं त्याची पुस्तकं झोपाळ्यावर ठेवली. ''मी कपडे बदलू का आधी?'' त्यानं मुकाटपणे विचारलं, तो क्षण लांबवण्यासाठी. 'अम्माला दिसत नाही का? ती स्वत:च्या आशा अशा कशा वाढवू शकत होती? ते परतणार नाहीयेत, हे ती कधी स्वीकारेल?'

''किच्छा...'' तिच्या आवाजातल्या आर्जवानं त्याला तो लिफाफा तिच्या हातातून घेणं भाग पडलं. त्याच्या आत एक चिठ्ठी होती, ज्यात अप्पांचा ॠषिकेशच्या आश्रमात जाण्याचा निर्णय होता, जिथे त्यांना अज्ञाताला चांगल्या तऱ्हेनं शोधता येईल असं लिहिलं होतं. त्यात श्लोक आणि समर्थनं होती आणि शेवटच्या ओळीत एक मूक अस्वीकार : नैनं छिन्दंती पावक: ....आता पुढे जायची वेळ आलीये. त्याप्रमाणे मला गेलंच पाहिजे. तुलाही गेलं पाहिजे.

ही मार्ग वेगळी होण्याची अपरिहार्यता होती.

अम्मानं त्यानंतर बी. एड.साठी अर्ज केला होता आणि जेव्हा विद्यापीठाच्या पदवीसाठी विषय निवडायची वेळ आली, तेव्हा प्रत्येकानं तो खात्रीनं अशा निरुपयोगी अभ्यासक्रमामुळे बेकार राहील, असं सांगितल्यावरसुद्धा किच्छानं ढग आणि समुद्रालाच निवडलं होतं.

आता अम्मा पुन्हा तिच्या डोळ्यात चमक घेऊन म्हणत होती, ''मला तुला काही सांगायचंय'' ती त्या रात्री म्हणाली होती. किच्छा टी.व्ही.कडे पाहत होता. ''हो अम्मा, मी ऐकतोय'' तो तिच्या डोळ्यांतली अपेक्षा पाहण्याचं टाळत म्हणाला.

''मी असा विचार करतेय'' अम्मानं सुरू केलं. मग तिनं पुढं होऊन टी.व्ही. बंद केला.

''मला तू नीट ऐकायला हवंय.''

किच्छानं मग वर पाहिलं होतं. कलाचित्ती मासिक वाचायचं सोंग करीत होती,

हे किच्छानं पाहिलं होतं. कुठल्याही क्षणी ती उठेल आणि निघून जाईल. कलाचित्तीपाशी अम्माच्या 'कुठल्याही दिवशी ते परत येतील घरी'च्या भ्रमासाठी वेळ नव्हता. ''तुला आयुष्याबरोबर पुढे जायला हवं अक्का'' ती म्हणाली होती. ''अतिंबेल परत येणार नाहीये, हे तुला स्वीकारलं पाहिजे!''

नंतर नंतर मात्र अम्मानं तिच्या नवऱ्याबद्दल बोलायचं सोडून दिलं किंवा त्याचा उल्लेख करणंही अखेर तिनं सोडून द्यायचं मान्य केलं होतं, असा त्यांनी निर्णय घेतला; सुटका झाल्यासारखी. अप्पा अम्माला कर्करोगासारखे ग्रासून होते; तिला खाऊन टाकत, तिच्यातल्या उत्साही, सळसळत्या स्त्रीला एका पोकळ शिंपल्यात परिवर्तित करत; ठिसूळ आणि कोरड्या!

किच्छाला काळजी वाटली होती की, अप्पांकडून आजकालमध्ये नव्यानं काही पत्र आलं असावं.

''तुझे वडील गेले. ते कधीच परत येणार नाहीत. हे तू स्वीकारतोस का?'' तिनं त्याच्या खांद्याला हळूच स्पर्श करीत विचारलं होतं.

''हो, मला माहितीये ते.'' किच्छा पुटपुटला होता. ''मला ते नेहमीच माहीत होतं.''

''पण माझं आयुष्य संपलेलं नाहीये.''

''काय झालं अम्मा? एम. एडबद्दल म्हणतेयस का तू? तुला त्यासाठी कुठे जावं लागणार आहे का?''

अम्मानं निःश्वास टाकला. ''नाही, एम. एडबद्दल नाही आहे हे. ते असंय की, मला कुणीतरी भेटलंय आणि आम्हांला लग्न करायचं आहे.''

आणि किच्छा ज्यानं आईच्या बाजूनं उसळायला हवं होतं, त्यानं तिच्यासाठी ते असं म्हणून सहजसोपं करून टाकायला हवं होतं की, हो अम्मा. तू तरुण आहेस. तुला नवऱ्याची गरज आहे आणि मी....मलापण वडलांची जरुरी आहे. असे वडील, जे इथे राहतील. किच्छा, ज्याला समुद्राचा रंग, ढगांची घनता आणि त्यांच्यातली नैसर्गिक संवेदनशीलता वाचता यायला लागली होती, त्यानं सहानभूतीनं आईचा हात हातात घेऊन, तिला अपराधीत्वाच्या भावनेतून मुक्त करत म्हणायला हवं होतं, 'तू खरंच हे दुसरं लग्न कर आणि या वेळी अम्मा, अशा माणसाची निवड कर, ज्याला जीवन आवडतं. अशा नाही की, ज्याला त्यापासून पळून जायला हवंय.' त्याऐवजी तो रागानं ओरडला होता, ''तुला झालंय काय? तू पुन्हा लग्न कसं करू शकशील? तू अजूनही अप्पांची बायको आहेस!''

कलाचित्ती किच्छाच्या स्वरातला विखार, त्याच्या शब्दांतलं जहर ऐकून फुत्कारली. अम्मा तिथे उभी होती, तिचं डोकं झुकवून. मग तिनं तिचे डोळे उचलले

आणि त्याच्या डोळ्यांत पाहत राहिली.

किच्छाला शरम घेरून आली. त्यानं हे काय केलं होतं? पण ती शरम हिंसेत बदलली. तो वळून दूर गेला होता; तिथे उभं राहणं अशक्य होऊन.

जेव्हा तो परतला होता तेव्हा तो शांत आणि पश्चात्तापदग्ध झाला होता; जसं त्याला तिच्यापेक्षा त्याच्या स्वत:साठीच प्रायश्चित्त घ्यायचं होतं.

पण तीसुद्धा खूप निर्दय होऊ शकत होती. ''तू जे म्हटलंस तेच तुला म्हणायचं होतं किच्छा! माझ्या दृष्टिकोनातून तू पाहशील अशी अपेक्षा करणारी मीच मूर्ख होते. तसं तू कसं करू शकणार? तू अजूनही लहानच आहेस.'' त्यानंतर त्याच्या आईनं त्याला प्रौढ माणसाची भूमिका घेण्याच्या प्रयत्नांपासून बाद केलं आणि तिने जे त्याच्यासाठी योग्य वाटलं, तोच दर्जा त्याला दिला. एका मुलाचा दर्जा!

तिला घटस्फोट घ्यायला एक वर्ष लागलं आणि दुसऱ्याच दिवशी तिनं त्या माणसाशी लग्न केलं. एक हैदराबादचा अबोल फिजिक्सचा मास्तर! एका वर्षानंतर ते टांझानियाला गेले. किच्छाला कधीमधी त्यांच्याबद्दल कळायचं आणि तो काही वेळा त्यांना भेटायलापण गेला होता; पण त्याच्या आईतलं आणि त्याच्यातलं काहीतरी मरण पावलं होतं. ते आधी जसे होते तसे होण्यासाठी परतीचा कुठलाच मार्ग उरला नव्हता. त्याच्या आईच्या दृष्टीतून तो उतरला होता आणि तरीही ती त्याला दोष कशी देऊ शकत होती?

मग कलाचित्तीजवळच तो त्याचा पश्चात्ताप आणि दु:ख मोकळं करीत असे आणि ती त्याला समजून घेऊ शकत होती असं त्याला वाटत होतं.

काही वर्षांनी त्याची आई कर्करोगानं गेली. तोपर्यंत किच्छा यूएसला गेलेला होता. तो तिच्या दिवसांना जाऊ शकला नव्हता; पण जसं त्यानं कलाचित्तीला सांगितलं होतं, तसं त्या दोघांनी एकमेकांचा केव्हाच निरोप घेतला होता. त्याच वेळी, जेव्हा आई त्याला कलाचित्तीच्या हातात देऊन नवीन नवऱ्याबरोबर निघून गेली होती.

तेव्हा मात्र कलाचित्तीनं त्याला फटकारलं होतं. ''तिच्या मृत्युनंतरसुद्धा तुला तिला क्षमा करता येत नाही. तिच्या मृत्यूच्या दिवसापर्यंत तिनं तुझ्यावर अन्याय केला या विचारानं ती स्वत:ला विद्ध करून घेत होती. आता तरी तिला सुखानं जाऊ दे किच्छा! जाऊ दे तिला!''

'तू तिला कसंकाय माफ करू शकतोस? अजून किती दिवस तू तिच्या वागणुकीचं समर्थन करणार आहेस?' मॉनिकनं एका उन्हाळी संध्याकाळी म्हटलं होतं. तुम्ही दोघं बागेत काम करत होतात. निदान ती तरी गवत उपटत होती; त्यांना दोन महिन्यांसाठी मिळालेल्या कॉटेजच्या मागच्या अंगणातलं.

अंब्रियामध्ये श्रीमंत मॉनिकच्या मानलेल्या आईवडलांनी त्यांच्या ह्या मानलेल्या

मुलीसाठी आणि तिच्या प्रियकरासाठी ही कॉटेज देऊ केली होती आणि ते अर्जेंटिनाला गेले होते. बहुभाषिक मॉनिक, जी एकाच वाक्यात इंग्रजी, इटालियन, फ्रेंच आणि स्पॅनिशमध्ये लीलया बोलत असे. कुठेही असली, तरी तिथल्या नोकरांशी, टॅक्सी ड्रायव्हर्सशी, बाजारात आणि ऑफिसमध्ये श्वास घेण्याच्या सहजतेनं अनेक भाषेत बोलणारी मॉनिक आणि हे सगळं होत असताना तुम्ही असहायतेनं ते बघत राहण्यावाचून काहीच करू शकणार नाही.

बेअक्कल, उथळ मॉनिक, जिनं कधीही पुस्तकात नाक खुपसून त्यातल्या व्यक्तिरेखांना समजण्याचा प्रयत्न केला नव्हता; पण तिला प्रत्येक जंगली वनस्पतीची सखोल जाण होती आणि ती आंबटचुक्याचं सूप बनवून मग तिच्या 'अरमानी'च्या कपड्यांमध्ये बाहेर डिनरला जाई आणि पोशाखांबद्दल आणि फॅशनबद्दल तिच्या खरेदीदारांशी इतक्या अधिकारवाणीनं बोले की, ते भारावून जात.

तिनं तुला गोंधळवून टाकलं होतं. रडारवर येणाऱ्या, गोंधळात पाडणाऱ्या, वाजणाऱ्या ठिपक्यासारखं! ती तुला तिच्या ढगांचा वाचक म्हणत असे; तिचा हवामानाचा पुरुष, ज्याच्या मानेच्या खळग्यापासून पार्श्वभागापर्यंत ती चुंबनाची बरसात करीत असे आणि तुला वाटलं होतं की, तिलापण तुझ्याबद्दल असंच वाटत असेल; मी अज्ञाताची जादू पेहेरतो.

फक्त आता, त्यांच्या संबंधाच्या अकरा महिन्यांनंतर आणि त्यांच्या या तीन आठवड्यांच्या सुटीमध्ये मॉनिक तिच्या आवाजातली चीड लपवू शकली नव्हती. तेव्हा गुलाबाच्या ताटव्यांवरून तिनं वर पाहून विचारलं होतं, "ही काही पहिली वेळ नव्हे, बरोबर? तिनं हे पूर्वीपण केलंय. कुठल्यातरी भानगडीत अडकणं. तू माझ्याबरोबर इथे येतो आहेस, याबद्दल तुझी मुलगी नाराज होती, हे तुला माहीत नव्हतं का? आणि तू परत यावास म्हणून ती नक्की असं काहीतरी होईल म्हणून आपल्याबरोबर तिला आणायला हवं होतं की काय?"

तू तुझा हात केसांमधून फिरवलास, नाक खाजवलंस, हातातल्या व्हाइट वाइनच्या ग्लासकडे खिन्नपणे बघून म्हटलं, "मला माहीत असतं तर बरं झालं असतं, असं वाटतं. स्मृती पुढच्या वेळी काय करेल हे जाणण्याचा काही मार्ग असता, तर खरंच बरं झालं असतं. हे अगदी विपरीत आहे की, मी, जो ढगांचा आणि समुद्राचा अभ्यास करतो, मी, ज्याला वादळांचं भाकित आणि त्यांचा मार्गक्रम जवळपास उस्फूर्तपणे सांगता येतो, त्याला स्मृतीबद्दल काहीच सांगता येत नाही; तिची मनस्थिती, तिच्या लहरी. ती मला हरवते.

"कधीकधी तुम्हाला असं वाटतं की, तुम्ही तुमच्या आईला ज्या दिव्यातून जायला लावलं त्याचीच भरपाई तुम्हाला करावी लागतेय."

मॉनिक पाहिल्यांदा काहीच बोलली नव्हती आणि जेव्हा ती बोलली, तेव्हा आपल्या आवाजातला राग ती लपवू शकली नाही. "तू कदाचित तिनं तुला ज्यातून जायला लावलंय त्याबद्दल तिला क्षमा करू शकशील, पण मला ते शक्य नाही. तेव्हा जेव्हा तिनं मला रांड म्हटलं आणि तिनं आणि तिच्या मित्र-मैत्रिणींनी माझं घर उद्ध्वस्त केलं. मी तुझ्यावर प्रेम करते जॅक, पण हे...हे म्हणजे हास्यास्पद आहे. तुझा तिच्या बेजबाबदार वागणुकीचा मूक स्वीकार! कधीकधी तू असा वागतोस, जसंकाही हे असं अटळच होतं!"

तू तेव्हा आक्रसला होतास.

स्मृतीनं जेव्हा मॉनिकला पाहिलं, तेव्हा तिनं दात विचकले होते. तिनं तिच्याकडे एक बळकावणारी म्हणूनच पाहिलं होतं. हे फक्त मॉनिकच्याच बाबतीत होतं असं नाही. कुठलीही स्त्री त्या जागी असती, तरी तिच्या वाट्याला हाच तिरस्कार आला असता. स्मृती, फक्त तू जे केलंस तेच परत करून दाखवत होती. "तुझी चांगली ओळख झाल्यावर तिला तू आवडायला लागशील." तू समजूत घालत म्हटलं होतंस.

मॉनिकनं मान उडवली. व्हेनिसमधल्या नाताळच्या सुट्यांचा बट्ट्याबोळ केल्याबद्दल ती तुला किंवा तिला क्षमा करू शकली नव्हती. तेव्हा स्मृतीला घेऊन जाण्याबद्दल तू आग्रह धरला होतास. सुट्यांमधल्या रोजच्या पार्ट्यांच्या कल्लोळात हे सर्वांत सुरक्षित असेल, असा तू आणि नीनानं निर्णय घेतला होता. तिला तिच्या तिथल्या वातावरणातून बाहेर काढायचं, जिथे ती संकटात सापडू शकली असती. तुम्ही दोघांनी फारकतीनंतर प्रत्येक वर्षी आळीपाळीनं असं करायचं ठरवलं होतं. श्रुती नीनाबरोबर इंग्लंडला जाणार होती. सहज वळणारी, जुळवून घेणारी श्रुती स्वत:ला रमवू शकली असती, असा विश्वास होता; पण स्मृतीबद्दल तसं नव्हतं. ती चोरून कुठेतरी गेली असती आणि असं काहीतरी मूर्खासारखं केलं असतं, ज्यामुळे तिचं आयुष्य, तिचं भविष्य धोक्यात आलं असतं.

म्हणून स्मृती त्यांच्याबरोबर व्हेनिसला एका आठवड्यासाठी गेली होती, जिथे तिनं सहज आणि निष्काळजीपणे त्यांना सतत त्रास दिला. ती कुढत तरी बसली, नाहीतर उशिरापर्यंत झोपून राहिली. तिनं आसपासच्या सगळ्या गोष्टींमध्ये दोष शोधून काढले, ज्यात कबुतरंसुद्धा होती. तिनं गोंडोला नावांमध्ये बसण्याचं आणि प्रेक्षणीय स्थळांना 'कंटाळवाणं' म्हणून नाकारलं आणि मॉनिकचं इतकं डोकं खाल्लं की, तिच्या डोक्यातल्या नसा तुटण्याचा आवाजसुद्धा येऊ शकला असता.

यांची भरपाई म्हणून तू मॉनिकवर वाइन आणि खाद्यपदार्थांचा मारा केलास. जेव्हा जेव्हा शक्य होईल तेव्हा तेव्हा तिच्याबरोबर प्रणय केलास आणि तिच्याबरोबर

कधी कधी खरेदी करण्यासाठीसुद्धा गेलास. तो सगळा काळ फार जिकीरीचा आणि निरुद्देश गेला होता.

स्मृतीनं आपलं खरं केलं होतं. त्या उन्हाळ्यात स्मृतीचा आचरटपणा निस्तरण्यासाठी जेव्हा तू परत गेला होतास, तेव्हा मॉनिक तुला सोडून निघून गेली. स्मृतीला आनंद झाला होता आणि पुढच्याच महिन्यात तिनं आपला भारतात जाण्याचा निर्णय जाहीर केला होता.

जॅक चालता चालता मध्येच थांबतो. त्यानं याबद्दल आत्तापर्यंत कधी विचारच केला नव्हता. ही क्षमा नावाची गोष्ट. ती कशी तुमचं आयुष्य उलगडून ठेवते! कदाचित आपण क्षमा करायला तेव्हाच शिकतो, जेव्हा आपली पापं आपल्याला समोर दिसतात. जेव्हा स्मृती एक उदास, तुसडी, उद्दाम पंधरा वर्षांची मुलगी झाली तेव्हा जॅकला कळून आलं की, त्यानं त्याच्या आईला किती ताप दिला असेल. जेव्हा स्मृतीनं त्याचंही आयुष्य असू शकतं हे स्वीकारायला नकार दिला, तेव्हा त्याला स्वत:चा – त्याच्या आईनं तिचं आयुष्य पुन्हा बांधायच्या प्रयत्नाला केलेला विरोध आणि असमजूतदारपणाची ताठर भूमिका मूर्खासारखी आणि अन्यायकारक वाटली.

त्याला तेव्हा स्मृतीला ती त्याला देत असलेल्या तापाबद्दल क्षमा करणं सोपं वाटलं होतं. त्याला फक्त स्वत:ला एवढंच सांगायचं होतं की, हा नशिबाचा फेरा होता बस्स! त्यापासून सुटका नव्हती. त्याला वाटतं की, या कर्माच्या कल्पनेत काहीतरी जिवाला शांती द्यायची शक्ती आहे. तुम्ही हे इतकंच करू शकता. इतकंच तुमच्या हातात असू शकतं.

जॅक घरी जाण्यासाठी वळतो. तो थकलाय, पण या थकव्याबरोबर समाधानपण आहे, जसंकाही तो एखादा लांबचा प्रवास संपवूनच आलाय. 'मीरा कशीकाय जुळवून घेत असेल?' त्याला नवल वाटलं. तिच्या नेहमीच्या शांतपणाला छेद गेल्यासारखा वाटत होता.

"मी झोपू शकले नाही" तिनं आदल्या दिवशी कबूल केलं होतं. "मी छातीत दाटलेपणा घेऊन उठून बसते, जसाकाही श्वास गुदमरावा तसं. यापुढे अजून काय करायला हवं, हे मला कळत नाही."

कदाचित आज रात्री तो चांगला झोपू शकेल. मीरालापण झोप लागेल, अशी तो आशा करतो. ही गोष्ट त्याच्यासाठी महत्त्वाची झाली आहे. तिला बरं वाटणं!

चौथा टप्पा

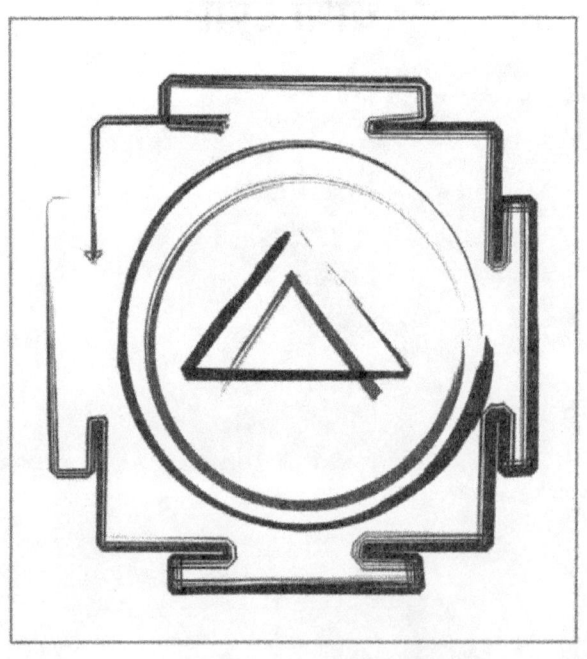

विध्वंसाचे नेत्र-सीमा-पृष्ठ

एका बुद्ध महंतानं दिलेलं ८''×८''चं एक लहान पेंटिंग माझ्याकडे अनेक वर्षांपासून आहे. तो दार्जिलिंगमधला एक लहान मठातला महंत होता आणि ऐंशीच्या दशकाच्या सुरुवातीला मी जेव्हा कंबोडियात होतो, तेव्हा भेटला होता. ते एक मंडळाचं चित्र आहे, तो म्हणाला होता. गोंधळ आणि उलथापालथीचं वादळ! तेव्हा मी त्याच्यासमोर त्याकडे पाहायला हवं आणि त्या पवित्र अवकाशातून एक सुव्यवस्था उद्भवेल जी अंतिमत: मला शांत करेल.

हे एक छोटंसं चित्र आहे, जे माझ्याबरोबर निरनिराळ्या घरांत प्रवास करीत आलं आहे. जरी एक अद्भुत भूमितीय आकारात अडकलेले रंगाचे फटकारे मारलेलं चित्र असलं, तरी मी ते कधीही टांगू शकलो नाही. हे मंडळ, कार्ल जंगच्या म्हणण्याप्रमाणे एक अज्ञात 'स्व'चे प्रतिनिधित्व करते. त्या चित्रावर सातत्याने केलेल्या ध्यानधारणेमुळे मी बहुधा माझ्या भावनिक आयुष्यात पूर्णत्व मिळवलं आहे.

पण सत्य हे आहे की, माझं हे बौद्ध चित्र मला घाबरवतं. जेव्हा मी त्याकडे बघतो, मला वादळाची परमावस्था दिसते. त्याची सर्वांत भयानक बाजू.

वादळाच्या मध्यापासून एक बाहेर निघणारी विषपूर्ण शक्ती! एखाद्या असुरांच्या झुंडीसारखी खुनशी, जी हिंस्र वादळांचं एक चक्र उत्पन्न करतं. कधीकधी तर दुप्पटीनं. इथेच धोका दबा धरून असतो. कारण वादळी वाऱ्यांना आत्मा नसतो आणि दयामाया माहीत नसते.

प्रोफेसर जे. ए. कृष्णमूर्ती
द मेटॅफिजिक्स ऑफ सायक्लोन्स

'तिला माझ्याबद्दल काय बरं वाटत असेल' असा जॅक विचार करत असताना स्वत:ला बरेचदा आढळतो. ती त्याच्याबद्दल विचार तरी करते का? मीराचा तळ धुंडाळायचा काही मार्ग नाही. ती सर्वकाही देऊ करते आणि तरीही काहीच देत नाही. तिच्या आईच्या मृत्यूनंतर जॅकनं तिला तिच्या राक्षसांशी लढताना पाहिलं. घट्ट पकडून फेकताना पाहिलं. तिच्या त्याच्याबद्दलच्या वाटणाऱ्या स्नेहाला कौतुकाची किनार आली आणि अजूनही काही. ही शांत स्त्री म्हणजे त्याच्या जीवनाला किनारा मिळाल्यासारखा आहे.

जॅकला त्याच्या टेबलाकडे जाताना तिच्या कपाळाचं चुंबन घेण्याची तीव्र इच्छा होते.

ते स्टडीमध्ये आहेत. त्याला जो पेपर एका जर्नलला पाठवायचाय त्याकडे ते दोघं पाहत आहेत. तो पेपर, ज्याला सहा आठवड्यांनी उशीर झालाय आणि संपादकाच्या तोंडाला फेस आलाय, तरी तो शांत आणि समजूतदारपणा दाखवतो आहे. 'तो निराशेनं आपले केस उपटत असेल.' जॅक काळजीपूर्वक, पण कडक शब्दांत लिहिलेली ई-मेल वाचत हसतो. "पण तो माझ्याशी भांडण करायला इतका घाबरतोय की, आतातरी तो काहीच म्हणायची हिंमत करीत नाहीये. ह्या सगळ्या शब्दांचा खरा अर्थ असा आहे – तुझा तो साला पेपर पाठव कुत्र्या."

मीरा स्मित करते. तिला त्याची ही शिवराळ भाषा फारशी आवडत नाही, पण जॅक इतका साधेपणानं आणि तिरस्कार किंवा विखाराशिवाय बोलतो की, ती बऱ्यापैकी सभ्यच वाटते. "तुम्ही आता काय करणार आहात?"

"मी काहीतरी थोडंसं लिहून ठेवलंय. आपल्याला फक्त जरा त्याला आकार द्यायचाय, जो प्रोफेसर अँडरसनला अपेक्षित आहे" जॅक त्याच्या लॅपटॉपला पिशवीत गुंडाळताना म्हणतो.

हॉटेलच्या पॅडवर खरडलेली टिपणं जेव्हा तो बाहेर काढतो, तेव्हा मीरा थक्क होऊन बघतच राहाते.

"हा पेपर आहे?" ती फिक्या आवाजात विचारते.

"बराचसा. असं धक्का बसल्यासारखं बघू नकोस. मी जे सादर करणार आहे,

त्याचा गोषवारा आहे. बाकी उरलेलं आपण सूची, तळटीपा, परिशिष्ट इत्यादींनी सजवलंय.'' जॅक त्याच्या खुर्चीत मागे रेलतो. ''असंच तर सगळे शिक्षणतज्ज्ञ करतात. जेव्हा शंका असेल, तेव्हा तळटीपा घाला. जेव्हा स्वत:ला फार ज्ञानी सिद्ध करायचं असेल, तर थोडी परिशिष्टं घाला. काम केलेलं दाखवा किंवा त्याहीपेक्षा चांगलं म्हणजे तुम्ही त्या अनुमानापर्यंत कसे पोहोचू शकला नाहीये, ते दाखवा; पण काम केलेलं दाखवा मात्र, अशीच युक्ती आहे!'' जॅक एक आळसावलेलं स्मित करतो. ''हा प्रत्यक्षात एक कलाप्रकारच आहे म्हणे, शैक्षणिक जर्नलसाठी लिहिणं म्हणजे!''

मीरा गमतीनं मान हलवते. ती कोड्यात पडलीये. त्याला हे दिसू शकतं. तो गंमत करतोय की उपरोधानं बोलतोय हे तिला कळत नाही. ''पण तुम्हाला त्या अनुमानाप्रती येणं किंवा न येणं यासाठी हे करणं आवश्यक आहे आणि त्यासाठी हे एवढंच तुमच्यापाशी आहे.'' ती तीन छोटे कागद फडकवते.

''ही सुरुवात करण्याची चांगली जागा आहे. बाकी सगळं आपोआप घडेल. त्या त्या योग्य वेळी. त्या श्रीयुत प्रोफेसराला थोडं अजून उकळू दे.''

''तुम्ही आता का सुरू करत नाहीये पण?'' मीरा विचारते.

जॅक अंदाज घेत डोळे बारीक करतो. ''तुला असं वाटतं? ठीक आहे, मग करू या! घे, शीर्षक लिहून काढ : द मेटाफिजिक्स ऑफ सायक्लोन्स. कसं वाटतंय?''

मीरा काहीच बोलत नाही.

त्याला माहितीये ती कसला विचार करतेय ते. की तो पाऱ्यासारखा आहे. की तो आपली मनस्थिती वारंवार, वेगानं बदलतो. अशा माणसावर कसा विश्वास ठेवायचा? एक दिवस तो इथे आहे आणि दुसऱ्या दिवशी तो गेलेला असेल.

फेब्रुवारी. दिवसाचे उजेडाचे तास आता लांबलेत. एक कावेबाज उबदारपणा! 'कोण म्हणतं की, भारतात ऋतू नाहीत म्हणून!' जॅकला पंखा लावताना वाटून जातं. प्रत्येक दिवसच खुद्द एक ऋतू असतो. खूप जाणवणारा बदल नसतो. त्याऐवजी लक्षावधी सौम्य प्रकाश पुंजांनी प्रत्येक दिवसाचा पोत दुसऱ्या दिवसापासून अलग होत जातो. इथे राहत असताना त्यांच्या हे सगळं कसं लक्षात आलं नव्हतं. उत्तरोत्तर जॅकला आपण संपूर्ण जगाकडे डोळे उघडून बघतो आहोत, हे लक्षात येतं. मीरामुळे झालेला बदल. ती त्याच्याकडे बघून बोलत नाही, हे त्याला आवडतं. 'नीनासारखं नाही!' त्याला वाटतं. मीरा त्याच्याशी बोलते.

''तुम्हाला सगळे सायक्लोन जॅक म्हणतात माहितीये? मी तुम्हाला गुगल केलं आणि ३९,४०० एंट्रीज पाहिल्या आणि जवळपास प्रत्येक एंट्रीमध्ये पहिल्या

दोन पानांवर हे नाव वापरलं होतं. सायक्लोन जॅक.'' ती तिरका कटाक्ष टाकत म्हणते. ''मला आश्चर्य वाटत नाही!''

तो भुवया वर चढवतो. ''मी बेभरवशाचा आहे असं तुला म्हणायचंय का?'' ती स्मित करते. ''बाकीच्या जगाला वाटतंय तसं. मला नक्की सांगता येणार नाही. मला वाटतं की, तुम्ही या बेभरवशाच्या पडद्याचा आडोसा घेता. मला वाटतं, हे फक्त नाटक आहे. काय? माझ्याकडे असं पाहू नका.''

जॅकच्या हृदयाचा ठोका चुकतो. आजकाल कधीमधी ते अशा तऱ्हेची थट्टामस्करी करत असत. सौम्य उच्छृंखलता, संभाव्यतेनं भारलेली. कोण पुढाकार घेईल? ती घेईल? की त्याला घ्यावा लागेल? त्याला हवंय का ते? प्रणयाराधन, नृत्य, दोन पावलं पुढे, तीन पावलं मागे, विचार करणं, काळजी करणं, ती संपूर्ण निष्ठा दाखवण्याची गोष्ट! तो राजी आहे का? ती तयार आहे? का?

नर्स दारावर टकटक करते. ''साहेब,'' ती म्हणते. ''मला तुम्हाला डिस्टर्ब करायचं नाहीये, पण तुम्ही जरा येता का?''

तिच्या आवाजातल्या गंभीर स्वरामुळे त्या खोलीतला हलकेपणा विरघळून जातो. जॅक ताडकन उठतो. तो मीराला घुटमळताना पाहतो. मग ती त्याच्या मागोमाग येते.

१

तो कुणाच्यातरी पाठीमागे आला का इथे?

त्याला इथे आत आल्याचं आठवत नाही. किंवा इथे बसलेलंपण.

तो आंधळ्यासारखा ठेचकाळत होता का, इथल्या खोल अंधाऱ्या भिंतीकडे आकर्षित होऊन? दु:खी प्रार्थनेची गपगार शांतता आणि आतल्या माणसांना बघून त्यांच्याइतकंच अजून कुणी जखमी असू शकतं का? त्याच्यासारखं रक्ताळलेलं अजून कुणी असेल का? कुठे आहे सुटका? कुठे आहे बचाव?

जॅक बाकाच्या लाकडी फळीवरून आपला माथा उचलतो. त्याच्या पुढच्या दोन ओळींनंतर एक म्हातारी स्त्री बसलीये. तिच्या डोक्याभोवती रुमाल बांधलेला. तिचे डोळे मिटलेले आणि तिचे हात प्रार्थनेसाठी घट्ट गुंफलेले. तिचे ओठ हलतायेत. ती केव्हा आली? तिच्या जीवनात एवढं दु:खदायक काय घडलंय? आणि मग जॅक विचार करतो : 'मलापण असंच दिसायला हवं. मी काही वेगळा नाही. आमच्यात काहीच साधर्म्य नसेल, पण आम्ही दोघेही पीडित आत्मे आहोत.'

मेणबत्ती हलते. जॅक बाकावरून उठतो आणि वेदीकडे जातो. क्रूसावरच्या ख्रिस्ताच्या चेहऱ्याकडे तो टक लावून पाहतो. एकदा कधीतरी एका युरोपियन

गावात त्यानं एका लहान चर्चमध्ये एक ख्रिस्त पाहिला होता. मॉनिकनं सांगितलं होतं की, त्याला 'मुक्तीचा ख्रिस्त' म्हणतात. (विलक्षण) तिनं पुढे विचारपूर्वक म्हटलं होतं. "मायकेल अँजेलोचा मुक्तीचा ख्रिस्त उजव्या हातात क्रूस घुसलेला असला, तरीही चेहऱ्यावर एक विनयी भाव दर्शवतो; पण मी इतका विद्ध झालेला ख्रिस्त कधी पाहिला नव्हता!"

त्याला मायकेल अँजेलोचा ख्रिस्त आठवू शकला नव्हता; पण तो ह्या कोणा एका अज्ञात शिल्पकाराने कोरलेल्या ख्रिस्ताच्या चेहऱ्यावरचा भाव विसरू शकला नव्हता : मी कशाला परत आलो, असं तो विचारत होता जणूकाही.

आणि आता जॅक, जो रिचर्डस पार्क रोडवरच्या होली घोस्ट चर्चमधल्या ख्रिस्तासमोर उभा आहे, त्या पुत्राला जो अख्ख्या मानव-जातीसाठी मरण पावला, त्याला विचारतोय, 'मी कशाला परत आलो?'

तो शहारतो.

नर्सनं नेहमीच्या सफाईनं स्मृतीला एका कुशीवर केलं होतं. मग तिनं स्मृतीचा घोटा उचलला आणि त्या बाजूच्या त्वचेकडे बोट दाखवलं. "हे पाहिलं का?" तिनं विचारलं. लालसर झालेल्या भागाकडे निर्देश करत, "स्पर्श करा!" ती म्हणाली.

त्याच्या अस्थिर बोटाखाली त्याला तिथली त्वचा उबदार आणि लिबलिबीत लागली.

थेरेसानं तिचा घोटा पुन्हा पलंगावर ठेवला. जसाकाही तो म्हणजे एखादं झोपलेलं बाळच होतं. ती मग स्मृतीच्या उजव्या बाजूला गेली आणि तिनं घातलेला लांब टी-शर्ट उलचून वर केला. तिच्या गुडघ्यावरून आणि वरच्या बाजूला मांडीवर आणि नितंबावर. जॅकनं मीरानं धसकून घेतलेला श्वास ऐकला.

मीराला काय वाटलं हे तुला जाणवलं. ही नर्स अशी कशी अविचारी असू शकते आणि तू तिचा बाप, त्याच्यातही इतकं भान नसावं, नजर दुसरीकडे वळवायचं? तुझ्या मुलीच्या शरीराकडे असं पाहत तू कसाकाय उभा राहू शकतोस? ती लहान असताना तू तिला अंघोळ घातली असशील आणि तिचं अंगही पुसलं असशील, पण हे मात्र अगदी घृणास्पद आणि असभ्य आहे.

तुला तिला विचारावंसं वाटलं की, तुला माहितीये का मला कसं वाटतं मीरा? की मला, तिच्या बापाला तिच्या स्त्रीच्या अवयवांना स्पर्श करणं भाग पडतंय म्हणून?

अनेकदा ही नर्स उशिरानं येते किंवा गैरहजर असते. कलाचित्ती मग स्वतःच कसंतरी निभावून नेते; पण तुला आठवतंय का, जेव्हा कलाचित्तीनं तिचं मनगट लचकवून घेतलं होतं? तेव्हा एकदा नर्स आली नव्हती; पण मग मी माझ्या

मुलीकडे असंच दुर्लक्ष करू शकलो असतो का? मला तिला अंघोळ घालून स्वच्छ करणं भाग पडलं. आणि बिचारा थिजलेला जीव तो, पण तो मी आहे, हे ती जाणते. माझ्या स्पर्शानं ती आक्रसत नाही. तेव्हादेखील, जेव्हा मला तिचे दोन्ही पाय फाकवून टॉवेलनं तिच्या योनीभोवतीची जागा स्वच्छ करावी लागते.

पहिल्या वेळी कलाचित्तीनं नजर वळवली होती. तिला धक्का बसला होता, पण अजून करण्यासारखं होतंच काय? ''ती माझी मुलगी आहे'' तू जितक्या हळुवारपणे म्हणता येईल तेवढं म्हटलंस. ''या बाळाला मी आंघोळ घातलीये आणि भरवलंय. ती अजूनही माझं बाळच आहे!''

''हे बरोबर नाही आहे.'' कलाचित्तीनं तोंड कसनुसं केलं होतं.

''इथे काय बरोबर आहे?'' तू म्हणाला होतास. स्मृतीच्या पाठीवर पफनं पावडर लावत, तिच्या बगलांच्या वळ्यांमध्ये शिंपडत. तिचं मन कुठेही असलं, तरी शरीर इथेच आहे.

नर्सेसना तिच्या बगलेतले आणि योनीवरचे केस कापून लहान ठेवायला सांगितलं होतं, पण ती शेवटची नर्स आळशी आणि गचाळ होती. तुला ते करताना तिला दुखापत होणार नाही, अशी भीती वाटली होती, पण तुला तेपण नीट जमलं होतं. बगलेतले आणि योनीचे केस काढणं, जेव्हा ते तुमचं मूल असतं आणि त्याला वेदना होत असतात, तेव्हा सभ्य समाजाच्या कुठल्याही नीति-नियमांना काही अर्थ नसतो. आपल्या मुलासाठी एक पालक काय करतो किंवा काय करत नाही, ह्याचा काहीही संबंध नसतो.

तुला स्मृती बारा वर्षांची होती आणि तिनं आपलं काहीतरी कलाकुसरीचं काम तू कौतुक करावं म्हणून दाखवायला आणलं होतं. तू ते फ्रेम केलंस आणि लटकवलंस आणि स्मृती, तिला छान वाटायला हवं की संकोच वाटायला हवा याबद्दल निर्णय न येऊन खुशीत कुरकुरली होती, ''पपा, मला अपेक्षारहित प्रेमाचा तिरस्कार वाटतो. त्यात काही शहाणपणा नसतो.''

तू ते मान्य केलं होतंस. ते शहाणपणाचं नव्हतंच. म्हणूनच की काय, जरी ती एक स्त्री असली, तरी सगळ्या सुरकुत्या, वळ्या, खळगे आणि भेगांमध्ये तू बाळच पाहिलंस, न की स्त्री आणि हा ओंगळवाणा जीव तर नाहीच नाही!

''साहेब'', थेरेसाचा आवाज यामधून येतो. ''हे पाहिलं का?''

तेव्हा जॅकला मीराच्या धसकून घेतलेल्या श्वासांचा अर्थ लागला, कारण स्मृतीच्या पाठीवर फोडाची सुरुवात दिसत होती. तिची त्वचा फाटलेली आणि लाल दिसत होती.

''हा बेडसोअर आहे का? हो का सिस्टर?'' जॅकचा आवाज चढला होता.

“मी त्या मुलीला काय करायचं ते सांगितलं होतं, पण या मुली अगदी निष्काळजी असतात आणि कर्तव्य म्हणजे त्यांच्यासाठी काहीच नसतं. तिची दर काही तासांनी कूस पालटायची ती विसरून गेली असणार आणि आता तसं गरम व्हायला लागलंय.” थेरेसाचा स्वर आरोप आणि दिलगिरीच्या मधला असतो. आणि अजूनही काहीतरी. अशा पलंगावर पडून पडून होणाऱ्या फोडांची अटळता.

“आपल्याला ते आता दिसलेत म्हणून आपण नशीबवान आहोत. या अवस्थेत त्यांच्यावर उपचार करणं सोपं असतं.”, थेरेसानं सुरू ठेवलं. “तुम्ही डॉक्टरांशी बोलून घ्याल का, मग मी त्यांना सल्ला विचारेन.”

“सिस्टर, तिला वेदना होत असतील का?” हे मीरानं विचारलं. हे फोड दु:खदायक असू शकतात. बरेच दु:खदायक, पण या रुग्णांबद्दल काही कळत नाही. तिला किती जाणवतंय किंवा ती जाणीव किती राहतेय, हे आपल्याला माहिती नाही.

जॅक जिझसकडे बघायचं थांबवू शकत नाही. जणूकाही त्यांचे डोळे एकमेकांत एका वेगळ्याच समजूतदारपणामध्ये गुंतले आहेत. आपल्या देवता क्वचितच असं दाखवतात. कारुण्य, सहानुभूती आणि एका दुखावलेल्या आत्म्यांच्या जखमा भरून काढायची इच्छा.... जॅकमध्ये एक तिडीक उठते. तो धार्मिक मनुष्य नाही. जेव्हा त्याचे अप्पा सोडून गेले, तेव्हा त्याची श्रद्धा दुखावली.

“किच्छा, कन्ना” अम्मानं तिच्याबरोबर त्यांच्या कुलदैवताला, तिरुमुलावैलाला येण्यासाठी त्याच्या मागे लागण्याचा प्रयत्न केला. “शिवाचार्यांच्या असंख्य पिढ्या तिथे धर्मगुरू म्हणून आहेत. आपल्या कुळाला ईश्वराची शक्ती माहीत आहे, तर तुला कसा देवाबद्दल तिटकारा असू शकतो.?”

“जर ईश्वर आहे, तर आपली आयुष्यं अशी झाली असती का?” त्यानं उत्तर दिलं होतं. त्याची आई मूक राहिली होती तेव्हा. म्हणून किच्छा गेला होता. त्याला त्याच्या आईला एवढं दुर्मुखलेलं पाहायला आवडत नसे.

तो देवळात मात्र जात नसे. तिरुमुलावयिलच्या देवळात जसा नंदी गाभाऱ्याकडे तोंड करून बसलेला असे, तसा किच्छा बाहेरच्या अंगणात थांबून राही; आकाशाकडे बघत आणि त्याची आई देवाच्या पायाशी स्वत:च्या दु:खाची गाऱ्हाणी सांगत असे, ज्यानं त्याचे डोळे मिटून घेतलेत, असं वाटत होतं.

नंतर बसमध्ये त्यानं तिला रागापेक्षा कुतूहलानंच जास्त विचारलं होतं की, “तुझा देवावर विश्वास कसा असू शकतो? आपल्या बाबतीत एवढं सगळं झाल्यावरसुद्धा कसा विश्वास असू शकतो?”

त्याची आई मद्रासच्या उपनगरांतून बस जाताना तिच्या खिडकीतून बाहेर बघत

राहिली होती. "तुला तिरुमुलवयिलच्या नंदीची आख्यायिका माहितीये का? ज्या राजानं हे मंदिर बांधलं तो शंकराचा थोर भक्त होता. एकदा जेव्हा तो तिथे पूजा करत होता, तेव्हा शत्रूनं त्याच्यावर तो नि:शस्त्र असेल ह्या खात्रीनं हल्ला करायचं ठरवलं. त्या वेळी नंदी प्रगट झाला. तो उठून उभा राहिला आणि राजाची पूजा होईपर्यंत देवळाचं रक्षण करत राहिला. कदाचित जेव्हा तुझ्या बाबतीत काही घडेल, तेव्हाच तुझी श्रद्धा परत येईल. कदाचित आपणाला दैवी शक्तीचा तेव्हाच शोध लागतो, जेव्हा कुठूनही काहीच सांत्वना मिळत नाही. मला तुला हे कधी कळावं अशी अजिबात इच्छा नाहीये किच्छा; पण प्रत्येकाच्या सर्वांत अंधारलेल्या काळात फक्त ईश्वरच आशेचा किरण असतो.''

हा त्याचा अंधारलेला काळ आहे का मग? जॅक त्या अनोळखी देवाला विचारतो, ज्याला त्यानं स्वत:च्या ईश्वरासारखंच नाकारलेलं असतं. मला तू काय सांत्वना देऊ शकतोस, जो इथे फक्त एक अंधारी आणि रिकामी जागा शोधत खुरडत आलाय?

माझ्या धर्मानं माझ्या आयुष्यात जे सगळं घडलंय आणि जे घडणार आहे, ते अटळ म्हणून स्वीकारायला शिकवलंय आणि असंही की, हे सगळं कोणीतरी, कुठेतरी काळाच्या आधीच किंवा माझ्या अस्तित्वाच्या पूर्वीच ठरवून ठेवलंय. म्हणून प्रत्येक दिवसाचा स्वीकार करण्यात समाधान असतं. नशिबाचं प्रत्येक वळण – आप्पा घर सोडून जाणं, अम्माचं दुसऱ्या माणसाबरोबर लग्न, माझा घटस्फोट, माझी जगाला मेलेली मुलगी, माझ्या स्वत:च्या आयुष्याचं स्तब्ध होणं; पण माझं शिक्षण माझ्याकडून दुसरीच काही मागणी करतं. त्यानं मला प्रश्न विचारायला शिकवलेत. बाह्य स्वरूपाच्या पलीकडे जायला आणि शोध घ्यायला; ज्ञान मिळवून, ज्ञान मिळवून, ज्ञान मिळवून, कारण ज्ञानातच मोक्ष आहे.

दुपारी उशिरानं जॅक स्मृतीच्या खोलीत जातो. पंखा सुरू आहे. डॉक्टरनं मलमं आणि इंजेक्शनं सांगितलीयेत. ''जळजळ कमी व्हायला आणि अजून लागण न व्हायला.'' त्यांनी म्हटलं होतं आणि नर्सनं त्यावर काळजीनं मान डोलवली होती. ती काही फार त्रासदायक रुग्ण नव्हती, पण थेरेसाला तिची जबाबदारी म्हणजे मोठं ओझं वाटे.

मीरा त्याला एक छोटी बाटली उघडताना पाहते. ''ते एका फ्रेंच केमिस्टच्या दुकानातलं ओठांना लावायचं मलम आहे. ते व्हॅसलिनसारखं नाहीये, जे खरंतर त्वचेला कोरडंच करतं, जर तुम्ही वेळोवेळी तिला ओलं केलं नाही तर. हे तिच्या ओठांना फुटण्यापासून बचावतं.'' तो त्याच्या मुलीच्या ओठांवर ते मलम

फिरवताना म्हणतो.

जॅक एकदा वर बघतो आणि त्याची नजर मीराच्या नजरेला भिडते. मग तो त्याची नजर झुकवतो. त्याला भय वाटतं की, तिनं त्याच्या मनातल्या स्मृतीच्या दर्शनानं भडकलेल्या संतापाला वाचलं असेल; पण हे जनावर खरंतर त्याची मुलगी नाहीच आहे. या पलंगावर जे काय पहुडलंय, ते म्हणजे एक किळसवाणं, पिळवटलेलं बाहुलं आहे; काळ्या जादूची एक करामत आणि तरीही, ती स्मृती आहे. तो आठवणीला मुजरा करत नाहीये. हे त्याचं मूल आहे, ज्याची तो शुश्रूषा करतोय.

मीरा त्याच्या शेजारी जाऊन उभी राहते. ती त्याच्या खांद्याला स्पर्श करते. दोन बोटांचा एक हलका दाब. मी काय म्हणू, असं हळुवारपणे सांगू पाहणारा.

२

त्याच्या खांद्यावरचा दोन बोटांचा एक हलका दाब. तिला त्याला बरं वाटावं म्हणून अजून काय करावं कळत नव्हतं. म्हणून तिनं जे तिला करता येऊ शकत होतं तेवढंच केलं. एक हळुवार थोपटणं!

मीरा तिचा चेहरा उशीमध्ये खुपसते. ती कशाचा विचार करत होती?

तिला फक्त हे माहीत होतं की, जेव्हा जॅक झपाटल्यासारखा घराबाहेर पडला होता तेव्हा तिची घरी जायची वेळ आली होती. तरी ती जाऊ शकली नव्हती आणि ती थांबून राहिली होती; जशी कलाचित्तीपण. दोघी जणी पाळत ठेवून होत्या आणि तरीही तसं न केल्याचं सोंग करत.

मीरानं त्या कडक चेहऱ्याच्या स्त्रीकडे पाहिलं होतं, जी प्लास्टिक वायरची पिशवी करत होती. "आता काय कलाचित्ती?" तिनं एकदम विचारलं होतं.

"मला काय झालंय ते कळत नाही. किच्छा... ते...."

त्याला असं भ्रमिष्टासारखं बघून तिच्यात काहीतरी पिळवटून आलं होतं. तिच्या आतली एक हळवी जागा त्याच्या दुःखामुळे चुरडून, मुरडून, गुंतून, अडकून गेली होती.

त्या वृद्ध स्त्रीनं वर बघितलं, जशी तिची बोटं ते विणकाम आंधळेपणानं करीत होती. "माझी आई मरण्यापूर्वी अनेक महिने अंथरुणाला खिळून होती." ती समर्थन देत म्हणाली होती.

मीरानं न कळून डोळ्यांची उघडझाप केली. कलाचित्ती काही म्हटलेलं तिनं ऐकलं नाही का?

“जेव्हा फोड यायला लागले, तेव्हा मलाच मार खाल्ल्यासारखं वाटलं होतं. मी हे कशा तऱ्हेनं सांगू? तुम्हाला अपराधी वाटतं, जणूकाही तुम्ही पाहिजे तेवढं केलेलं नाही.” कलाचित्तीनं अर्धवट विणलेली पिशवी खाली ठेवली होती. एक फोड अपराधीत्वाचा भार किती आणू शकतो, हे ती मीराला कसं समजावून सांगू शकेल?

“तुम्हाला असहाय झाल्यासारखं वाटतं, हे माहीत असताना की, तुम्ही यापेक्षा जास्त काही करू शकत नाही म्हणून. तुमच्याकडून केल्या जाणाऱ्या अपेक्षेमुळे तुम्ही त्रासून जाता. तुम्हाला निराश वाटतं; काहीही बदलणार नाहीये, हे माहीत असूनसुद्धा. दुसऱ्या व्यक्तीच्या दुःखात तुम्हाला अडकून पडायला होतं आणि तुमचं आयुष्य एकदम थांबल्यासारखं होतं. तुम्हाला चिडचिडल्यासारखं, रागावल्यासारखं वाटतं. तुम्हाला दुःख होतं, तुम्ही घोटाळ्यात पडता. मेंदूमध्ये हे सगळं सामावायची जागा नसते आणि स्फोट झाल्याशिवाय राहत नाही. ती माझी आई होती. तिचं जीवन माझ्याआधी होतं. तर म्हणून मग तुम्ही स्वतःला सांगता की, हापण जीवनाच्या फेऱ्याचाच एक भाग आहे. आणि संसार दोन्ही – सुखानं आणि दुःखानं आणि फोडांनीसुद्धा बनलेला आहे कदाचित.

“मला त्यातल्या त्यात यासाठी बरं वाटत होतं की, मी निदान तिची शुश्रूषा करायला तरी आहे. नैसर्गिकरीत्या मुलं आजारी पालकांची काळजी घेतात, पण ही त्याची मुलगी आहे. कुठल्याही पालकांची यासाठी तयारी नसणार.”

मीरानं आवंढा गिळला. तिच्या गळ्यात कडक गोळा दाटल्यासारखा झाला. ‘स्मृतीच्या जागी नयनतारा असती, तर कसं असतं?’ असं तिला वाटून गेलं.

मीरा सोफ्यावरून उठली. तिथे अजून बसून राहणं तिला शक्य नाही, हे तिला जाणवलं. ही मीरा दोन्ही करू शकत होती, थांबणं आणि स्वतःला गुंतवून ठेवणं. ती नयनताराला ई-मेल करेल किंवा फेसबुकवर तिनं काही नुकतंच लिहिलंय का हे बघेल. जर नयनतारा ऑनलाइन असेल, तर त्या बोलूपण शकतात किंवा ‘द कॉर्पोरेट वाइफ अब्रॉड’च्या टिपणांवर ती नजर टाकू शकेल. किच्छासाठी असं ताटकळत बसण्यापेक्षा काहीही.

“मीरा, तू हिंदू आहेस का?” कलाचित्ती विचारते.

मीरा थबकते. “हो, आहे” ती म्हणते. “का?”

“आपले ग्रंथ-पुराणं, मी असं ऐकलंय, असं सांगतात की, जर तुम्ही तुमच्या पूर्वजन्मात कुणाला अत्यंत भयंकर इजा पोहोचवली असेल, तर ती व्यक्ती तुमचं मूल म्हणून या जन्मात पोटी येते. म्हणजे मग तुम्ही तुमच्या पापाची भरपाई करू शकता. म्हणजे मग तुम्हाला तुम्ही पोहोचवलेल्या इजेचं गांभीर्य कळतं. म्हणजे मग तुम्हाला सुधारायची संधी मिळते. जेव्हा मी किच्छाचा विचार करते, तेव्हा मला

हे सर्व खरं वाटू लागतं.''

त्यानंतर पसरलेल्या शांततेत कलाचित्ती एकदम बोलते : ''माझा बिचारा किच्छा!''
''तो वाहतोय ते ओझं भयंकर आहे. जेव्हा नीनानं स्मृतीला अमेरिकेला न्यायचा विचार केला की, तिची जास्त चांगली काळजी घेतली जाऊ शकेल, तेव्हा किच्छानं ते मानलं नाही. तिला एकटं टाकल्यासारखं वाटेल, असं तो म्हणाला. जणूकाही तिच्या पालकांनासुद्धा तिची बरी होण्याची काही आशा नाही. हे सगळं त्याचं दु:ख, त्याच्या वेदना, काय करणार आहे तो याचं? मी स्वत:ला हे अनेकदा विचारते. याउप्पर तो स्वत:ला कसंतरी याबद्दल जबाबदार धरतो. माझा गरीब किच्छा! तो अजून किती स्वत:वर ओढवून घेईल?''
मीरा तिच्या डोळ्यात वाक्य तयार करते. प्रत्येक वाक्य सांत्वन करायला, बरं वाटायला; पण बाहेर पडतं ते एक साधंसुधं विधान! 'काय म्हणायला हवं हे मला कळलं असतं, तर बरं झालं असतं. त्याचं कसं सांत्वन करावं हे कळलं असतं, तर बरं झालं असतं.''
कलाचित्ती या क्षुल्लक वाक्यानंसुद्धा समाधान मिळाल्यासारखी मान डोलवते.

मीरा कंप्युटरसमोर बसते, डोक्यात वाक्य तयार करत.
'हाय नयनतारा! काय चाललंय?' असं लिहावंसं तिला वाटलं. आणि ती अडखळते. एक विचारांचा कल्लोळ प्रत्येक एका लहानशा चमकीसह. 'ही बिचारी पोर! ती मेली असती, तर बरं नसतं का झालं? बेड सोअर्स. यानंतर काय?'
एक क्षणभरासाठी तिला नवल वाटतं की, नयनतारानं काय केलं असतं, जर तिनं स्मृतीच्या पाठीवरची त्वचा पाहिल्यावर जो धास्तावलेला विचार मनात चमकून उठला त्याबद्दल तिला लिहिलं असतं तर. एक विचार तिच्या मनात उठला होता तो : 'बरं झालं देवा, ही दुसऱ्या कुणाची मुलगी आहे!' आणि मग ते गर्भगळित होणं : 'ह्या पोरीला जे झालंय, ते माझ्या पोरीलापण होऊ शकलं असतं.'
तिला तो उन्हाळा आठवला होता, जेव्हा नयनतारा पंधरा वर्षांची होती आणि मीराला तिच्या खोलीतून सिगारेटच्या धुराचा वास आला. ह्या नक्कीच गिरीच्या सिगारेटी असणार, तिनं स्वत:लाच सांगितलं होतं. उघड्या खिडकीतून धूर बाहेर निघून गेला होता आणि वास मागे रेंगाळत होता.
आणि मग, टॉयलेटमध्ये सिगारेटचं थोटूक पाण्यात तरंगत असलेलं, नयनताराच्या खोलीतली बाथरूम कुणीच वापरत नाही. मीरानं त्या थोटकाकडं पाहिलं होतं आणि तिच्या मनात भीती आणि दु:खाचं द्वंद्व उभं राहिलं. तिची मुलगी आता मोठी झालीये. तिच्या पोरीला आता जीवनात पुढे जायला तिचा निर्माण केलेला आधार

नकोय. तिच्या पोरीला तिचा हात धरायची गरज नाहीये आता; पण बाहेरच्या जगात काय आहे हे तुला माहीत नाही पोरी, तिला नयनताराला सांगावंसं वाटलं होतं.

पण शेवटी, मीराच्या गोंधळातून एक आरोपच बाहेर पडला. "मला माहितीये तू सिगरेट ओढत होतीस. तुझी हिंमत कशी झाली?"

आणि नयनतारा करवादली होती, "तू माझ्यावर पाळत ठेवून असतेस की काय? माझ्या वस्तूंची तपासणी करत?"

"मला उत्तर दे आधी, तू धूम्रपान करतेस, हो की नाही? अजून काय काय करतेस? दारू, ड्रग्ज, सेक्स?"

मीरा असे शब्द उच्चारू शकेल, असं तिला कधीच न वाटल्यामुळं ती स्वतःच्या तोंडून ते ऐकून स्वतःच चकित झाली. दोषारोप, जे सारोनं ती अठरा वर्षांची असताना तिच्यावर केले होते; 'पण मी अठराची होते आणि नयनतारा पंधराची. अजूनही लहान पोरगी, तिनं स्वतःला सांगितलं.'

नयनतारा खोलीच्या बाहेर पाय आपटत गेली, दार धाडकन आपटत.

मीराला तिच्यापाठी जायचं होतं. तिला समजवायचं होतं की, त्या घाणेरड्या शब्दांनी कसलं मोहोळ उठवलंय. हे मी तुझ्यासाठी, तुझ्याबद्दल सांगतेय बेटा, तुझ्या भल्यासाठी.

जेव्हा मीरानं नयनतारापाशी तो विषय काढण्याचं धाडस केलं, तेव्हा तिथे फक्त एक अवघडलेपण होतं, "मला याबद्दल चर्चा करायची नाही." नयनतारानं केस विंचरत म्हटलं होतं.

तिच्या मुलीचं स्त्रीमध्ये रूपांतर होतांना मीरानं प्रथमच पाहिलं. तिचा मांसल भाग वळणदार झाला होता आणि स्वतःचे विचार होते, "तू सोडून का नाही देत? मला माझं आयुष्य जगू दे. प्लीज! तुला कळत कसं नाही?" नयनतारानं हळूच म्हटलं.

"तुला तुझ्या आईसारखं व्हायला हवंय का?"

तेव्हा मग मीरानं सोडून दिलं होतं. मीरा कशाला घाबरतेय, हे नयनताराला कधीच कळलं नसतं. निदान तिला स्वतःला मूल होईपर्यंत तरी.

याशिवाय, मीरा जिवंत असेपर्यंत नयनताराच्या डोळ्यांतले ते तिरस्काराचे भाव ती कधीच विसरू शकली नसती. जेव्हा मीरा तिच्या खोलीत उभीच राहिली होती, नयनताराबरोबर ही चर्चा लांबवणं, तसा प्रयत्न करून तिच्या डोक्यात प्रकाश पाडणं हे कुठे थांबवायचं हे तिला कळलंही नसतं कदाचित; पण ती लपवण्याचा प्रयत्नही न केलेली तुच्छता, तो उघड तिरस्कार तिला हाडापर्यंत गोठवून गेला. शत्रू असल्यासारखी तिची स्वतःची मुलगी तिच्याशी कशी वागू शकते?

मग तिनं गाडीचा आवाज बाहेर ऐकला. मीरा अनिश्चिततेत कंप्युटरपाशी उभी राहिली.

किच्छा खोलीत आला. त्यानं तिला प्रथम पाहिलं नाही. जेव्हा त्यानं पाहिलं, तेव्हा तिच्याकडे नजर लावून तो हळूच म्हणाला, ''तू अजूनही इथे आहेस.''

तो स्मृतीच्या खोलीकडे गेला. ती त्याच्यामागे गेली. मीरानं त्याला ओठांचं मलम काढून आपल्या पोरीच्या ओठांना लावताना पाहिलं. तिच्यावर एक कणवेची प्रचंड लाट चाल करून आली. अशी लाट, जिनं तिला त्याच्या खांद्याला स्पर्श करीत मूकपणे म्हणायला लावलं : ''मी आहे इथे''. जेव्हा तो तिच्याकडे वळला, त्याच्या डोळ्यांतली वेदना लपवण्याचा प्रयत्न न करता, तेव्हा तिला माहीत होतं काय करायचं ते. तिनं त्याला जवळ घेतलं. काहीही संकोच किंवा अविर्भावाशिवाय तिनं आपले हात त्याच्याभोवती टाकले. तो ताठरला. नंतर तिच्या शरीराशी सैलावला.

''दु:ख होतं, किती दु:ख होतं मीरा!'' तिच्या त्वचेपाशी त्याचे कुजबुजलेले शब्द, त्याच्या दु:खाचं गहिरेपण, सगळं!

''मी हे कसं सहन करू मीरा? कुठून बळ आणू? तुलापण तुझी मुलगी आहे मीरा. तुला काय करायचं ते कसं कळलं? कुठे सीमारेषा आखायची, हे तुला कसं कळलं?''

मीरानं डोकं हलवलं. ''काही माहीत नसतं किच्छा! आपण आपल्या मुलांसाठी सर्वोत्तम ते सगळं करतो. आपल्याला सगळं सर्वोत्तमच हवं असतं. स्मृतीबाबत जे झालंय त्याबद्दल तुम्ही स्वत:ला दोष देऊ शकत नाही.''

मीराचं तोंड कोरडं पडलं. त्याचं अपार दु:ख तिला उद्ध्वस्त करून गेलं. 'हा बिचारा माणूस कशातून जात असेल? आमची मुलं कितीही मोठी झाली, तरी आम्ही त्यांना जगात एकदम सोडून देत नाही. बहुधा स्वत:ला टिकवून ठेवण्याची नैसर्गिक भावना त्यापाठीमागे असावी.'

जेव्हापासून नयनतारा वयात आलीये, मीराला हृदयावर निखारे जळवत ठेवणं म्हणजे काय हे कळून चुकलंय. एक टोचणारी, शक्ती शोषून घेणारी दाहकता! नयनतारा घरी येईपर्यंत जाळणारी! तिच्या फोनची वाट पाहत, दारावरची घंटी ऐकण्यासाठी जिवाचे कान करीत.

ते खटके, ते वितंडवाद, तो वर्मी मारलेला डावीकडचा फटका आणि उजवीकडचा ठोसा! मनासारखं झालं नाही की, एखाद्या परीसारखी असणारी पोर एका क्रूर राक्षसात बदलणारी.

दोषारोप, प्रत्यारोप, संताप आणि ही वाक्यं वयात आलेली मुलं आपल्या तोंडावर फेकतात :

'मी रीयाच्या घरून तुला कशाला फोन करायला हवाय? तिच्या आईशी तुला बोलायची गरजच काय?'

'मी पार्टीला का जाऊ शकत नाही? माझे सगळे मित्र-मैत्रिणी जाताहेत.'

'मी फक्त सरबतच पीत होते. तू तुझ्या आजीला ती बाटली खाली ठेवायला सांग, जर आपण दारू पिण्याबद्दल बोलत असू तर.'

'मी त्याच्याबरोबर झोपत नाही, जर तुला हेच वदवून घ्यायला हवं असेल तर....'

आणि मग एखाद्या नवीन छापलेल्या नाण्याच्या कोऱ्या करकरीत ताजेपणासहित या सर्वांची भरपाई करायला म्हणून त्या परीचं परत येणं. एक लहानशी कृती, एक विचारपूर्वक हावभाव, एखादं कार्ड, एखादं फूल, एखादा झुळझुळीत ढगळ कुडता, नॅपकिन रिंगचा डबा, जो वापरायचा का नाही असा ती विचार करेल, एखादी आवेगानं मारलेली मिठी. त्यामुळे तो उजळलेला क्षण, तो परमानंद, जो आपली पोर पुन्हा आपल्याकडे परतली हे पाहून झालेला!

हे सगळं जॅकला नाकारलं गेलंय. कदाचित नेहमीसाठी. त्यानं हे कसं सहन केलं असेल?

बऱ्याच क्षणानंतर तो प्रथम तिच्यापासून दूर झाला. त्यानंच तिची बोटं दूर सारली. जेणेकरून एका मिठीतून दोन शरीरं वेगळी झाली.

मीरा काही बोलली नाही. तेव्हा तिच्यापाशी शब्दच नव्हते, जसे तिच्यापाशी आता नाहीयेत. ती दोन उशांमध्ये तोंड लपवते. तो तिच्याबद्दल काय विचार करत असेल?

किच्छा तिच्याकडे सांत्वनाच्या त्वरित निकडीतून वळला होता. त्या क्षणी कुणीही वळला असता. यात ती अजून काहीतरी अर्थ का काढू बघतेय? त्याला ती आवडते, एवढं तर तिला माहितीये. कदाचित तिचं स्वतःचं एकटेपण, तिची स्वतःची गरज या काहीच नसण्यातून काहीतरी अर्थ काढू पाहातेय. ती तिची उत्कटता त्याच्यावर लादू पाहातेय.

आणि असं ते दुःखदायक आहे.

❧ ३ ❧

"तुला कुठे दुखतंय का बाळा?" जॅक हळुवार विचारतो. तो पलंगाच्या कडेला बसून आपल्या मुलीकडे पाहतोय. तिचे डोळे तारवटलेले आणि तटस्थ आहेत. स्मृती टक लावून पाहातेच आहे. मग तिचा जबडा उघडतो आणि तिच्या तोंडाच्या पोकळीतून एक किंकाळी फुटते.

एक पाशवी रुदन! भय आणि वेदना, दुःख आणि संताप, भीती आणि

तिटकारा यांनी भरलेलं! एक पाशवी रुदन, जे चालूच राहतं. त्याच्या आत्म्याला कोंडून टाकतं आणि त्याला तिथून ताडकन उठायला लावतं. एका आंधळ्या धसक्यानं तिथून बाहेर जायला लावतं.

तुला वाटलं होतं की, हे सगळं सोडून देण्याची स्थिती आलेली आहे. अपघाताआधीच्या स्मृतीच्या दिवसांचा माग घेणं हा एक निरर्थक, दु:खदायक उपद्व्याप होऊन बसला होता. एक असं आत्मरंजन, ज्यामुळे भलं होण्यापेक्षा हानीच जास्त होतेय. खेचून बाहेर काढलेल्या दाताच्या खोबणीत जीभ पुन्हा पुन्हा वळवळ करीत जावी त्याप्रमाणे. या सगळ्यामुळे झालेल्या हानीला पुन्हा ठळक करणंच होत होतं. प्रत्यक्ष झालेली हानी आणि त्याची जाणीव!

मॅथ्यूबरोबर घालवलेल्या वेळामुळे तुला खोलवर थकवा आल्यासारखा झाला. तुझ्या मुलीच्या कहाणीनं एका वयात आलेल्या मुलीचा अविचारी आवेग उलगडून दाखवला, यापलीकडे काही साधलं नाही. तो फक्त अपघात नव्हता, ह्या तुझ्या सिद्धान्ताला तू तिलांजली दिलीस. तुला वाटलं की रिशीनं, ज्याला खरंच काय घडलं हे माहीत असणार असं मॅथ्यू म्हणाला होता – त्यानं तुला जे आधीच माहितीये त्यात भर घातली असती एवढंच आणि हेच की स्मृती, तुझी मुलगी, तुझी सुंदर मुलगी, तिला गोंधळ घालायची आवडच होती असं. आणि गोंधळातूनच अपघात उद्‌भवतात!

म्हणून तू ते सोडून द्यावं असं ठरवलंस. तू रिशीचा शोध घेणारच नाहीस. तू आता यापुढे त्याचा मागोवा घेणार नाहीस.

मग तू त्याला मीरासह एका कार्यक्रमात पाहिलंस. प्रथम तो मुलगा कोण होता, हा तुला प्रश्न पडला. नाही, मुलगा नव्हे; तरुण पुरुष. शिवू किंवा मॅथ्यू दोघांपैकी कुणीच त्याला ते सांगितलं नव्हतं की, त्रिकोणाचा तिसरा कोन, ज्यानं स्मृतीला एवढं बांधून ठेवलं होतं, तो त्या सर्वांपेक्षा वयानं बराच मोठा होता म्हणून आणि त्या देखण्या पुरुषाचा तोरा तो देखणा आहे याची जाणीव दाखवणारा.

रिशी सोमण. पण तो मीराबरोबर काय करीत होता?

मीराचा आवाज चढून एका चिडखोर भीतीपर्यंत पोहोचला होता. ''सोमण? नाही, तो नयनताराचा मित्र नाही. तो मला असाच माहितीये.''

तू तुझे भाव जितके ताब्यात ठेवता येतील तेवढे ठेवलेस. ते नाव ऐकून थोडासुद्धा उत्साह तू दाखवला नाहीस. तुझ्या शंकेची खात्री करून घेताना मीरा तुझा चेहरा शोधक नजरेनं न्याहाळताना तू पाहिलंस. ''का? तुम्ही सोमणबद्दल का बरं विचारताय?''

तू खांदे उडवलेस. ''मला जरा उत्सुकता वाटली. त्याला पाहून मला कुणाचीतरी आठवण झाली.''

"ओह!" मीरा म्हणाली; सुटकेचा नि:श्वास टाकत. "तो एक अभिनेता आहे. त्यानं काही वस्तूंसाठी मॉडेलिंगपण केलंय. तुम्ही त्याला बहुतेक टीव्हीवर पाहिलं असेल?"

"कदाचित!" रिशी सोमणकडे दुर्लक्ष करण्याचं सोंग करणं तुला जमलं.

ती काय लपवायला पाहातेय याबद्दल तुला नवल वाटलं. त्याचं काही...?

तू थांबलास, जेव्हा मीराबद्दल काही असतं, तेव्हा तू संभोगसदृश अश्लील शब्द वापरू शकत नाही असं तुला आढळून आलंय.... मीरा तशी स्त्री नाहीये. आणि शिवाय तो खूपच तरुण आहे. आणि तरीही तुला मीरामध्ये एक अस्वस्थता जाणवली. तुला ते आवडलं नाही. तुला ते थोडंसुद्धा आवडलं नाही.

जॅकला मनाचा निश्चय करायला दोन दिवस लागतात. अंतहीनपणे कंप्युटरच्या पडद्यावर सतत दोन दिवस तो तिसरा मुलगा, नव्हे माणूस हा रिशी सोमणच आहे, याची खात्री करायला. स्मृतीचा मित्र, जसं शिवू आणि मॅथ्यूनं सुचवलं ते खरं असेल तर.

दोन दिवस स्मृतीच्या पलंगाशेजारी बसणं आणि तिच्या वेड्या-वाकड्या चेहऱ्याच्या, जो आता तिचा स्थायीभाव बनलाय, त्यापलीकडे पाहायचा प्रयत्न करणं. स्मृती, स्मृती, मला सांग, हाच आहे का तो, ज्याच्या प्रेमात तू पडली होतीस? हाच आहे का तो, ज्याच्याबरोबर तू गेली होतीस? हे जेव्हा घडलं, तेव्हा हाच होता का तुझ्याबरोबर? त्यानं का तुला सोडून दिलं? मी त्याला भेटायला जाऊ का? त्याला खरं काय घडलं याबद्दल विचारणा करू का? करू का स्मृती?

ती तिथे हातपाय न हलवता पडलीये. तिचा चेहरा एखाद्या वेड्यावाकड्या मुखवट्यागत. ती तिथे त्याच्या पलीकडे नजर लावून झोपली आहे. काय पाहातेय? त्या शेवटच्या क्षणाच्या अगणित शक्यता? पुन:पुन्हा काय घडलं असेल याची कल्पना करण्यामध्ये त्याच्या मनाचा शेवटी निश्चय होतो. जॅक रिशी सोमणला फोन करून भेटायला बोलवेल.

सकाळी जॅकला कळून चुकलं की, ते लांबवण्यात काही अर्थ नाही. शिवाय तो जर त्याचं व्यवधान त्याला काय करायचंय यावर लावणार नाही, तर त्याचं डोकं फिरेल. जोपर्यंत तो कामात राहील तोपर्यंत त्याला शांती मिळेल आणि काहीसं नेहमीप्रमाणेसुद्धा होईल.

पहिली गोष्ट म्हणजे रिशी सोमणचा नंबर मिळवणं. जॅकला मीराला विचारायचं नाहीये, म्हणून तो शीलाला फोन लावतो. "तुला हा नंबर कशाला हवाय?" शीला विचारते.

"तो एक छोटा-मोठा नट आहे. एक लाघवी प्राणी, म्हणून तो सर्वांच्या

यादीत असतो. आणि तो दिसतो छानच! फोटोपण छान काढतो!''

जॅक एका मित्राच्या मित्राला कशासाठीतरी त्याचा उपयोग करून घ्यायचाय, अशी काहीतरी सबब सांगतो. त्याला स्वत:लाच ती लंगडी वाटते; पण शीला फार खोलात जात नाही आणि त्याऐवजी तो तिला मतलबाशिवाय कधी फोन का करीत नाही असं ती खडसावून विचारते. ''ते मागे दिलेलं जेवणाचं आमंत्रण कधी प्रत्यक्षात यायचंय? की तुझ्या आयुष्यात काही गरमागरम आहे सध्या?''

तो रिशी सोमणला फोन करायचा प्रयत्न करतो. ''मी स्मृतीचा बाप बोलतोय'', तो सुरू करतो. उघड सामना करणं धोरणीपणाचं होईल असं त्याला वाटतं.

तिकडे शांतता.

''हॅलो? हॅलो?'' जॅक ओरडतो.

''हं, मी आहे इकडे'' एक बारीक आवाज बोलतो.

''आपल्याला भेटायला हवंय.'' जॅक म्हणतो. ''मला तुझ्याशी बोलणं आवश्यक आहे.'' पण रिशी त्याच्याशी बोलणार नाही. तो अत्यंत सभ्य आवाजात टाळतो. ''मी या आठवड्यात बिझी आहे.'' तो सांगतो.

''ठीक आहे, मला समजतं. मग पुढच्या आठवड्यात?'' जॅक समजूतदार आवाजात बोलतो. ''मी तुझा फार वेळ घेणार नाही.''

''मला बघावं लागेल. नक्की सांगता येत नाही. मी करेन तुम्हाला फोन.'' रिशी फोन ठेवतो.

जॅक पूर्ण आठवडा रिशीच्या फोनची वाट पाहातो, पण तो फोन करत नाही. आणि जेव्हा जॅक त्याच्यापर्यंत पोहोचायचा प्रयत्न करतो तेव्हा तो त्याला एंगेज्ड टोन पाठवतो.

जॅक तळव्यांमध्ये आपलं डोकं टेकवतो. तो थकलाय. या मुलाला कसंकाय तो बोलायला लावणार आहे?

''काय झालं?'' कलाचित्ती हळुवारपणे विचारते. जॅक तिच्याकडे शून्य नजरेनं पाहतो. ती त्याच्या खांद्याला स्पर्श करते. ''सांग मला. कदाचित मी काही मदत करू शकेन.''

ती त्याचे निराशाजनक शब्द सहनशीलतेनं ऐकून घेते. रागाचेसुद्धा. 'तो माझ्याशी बोलत का नाही पण? त्याला नक्कीच माहीत असणार. म्हणूनच तो मला टाळतोय.'

''तू त्याला मीराबरोबर पाहिलंस, हे तू त्याला सांगितलं नाहीस का?''

जॅक मान डोलावतो.

''मग तू मीरालाच सांग त्याच्याबरोबर भेट ठरवायला'' कलाचित्ती म्हणते.

"पण ती ठरवेल का?"

"सांग तिला. तिला त्यातला संबंध सांग. मग ती करेल. ती नाही कशी म्हणू शकेल? तिला स्मृतीची अवस्था माहितीये. तुला कळेपर्यंत शांती लाभणार नाही, हे तिला समजेल."

कलाचित्ती क्षणभर थांबते. मग ती अगदी मऊसूत आवाजात म्हणते, "आणि, त्याशिवाय किच्छा, तुला हे जाणवलं नाहीये का की, तिला तू आवडतोस...."

जॅक या उघड बोलण्यामुळे चकित झालाय, पण तो त्याचा विचार करत नाही. त्याऐवजी तो मीराच्या खोलीत जातो. तो त्याला काय शोध लागलाय हे तिला सांगेल आणि मग ते तिच्यावर सोडून देईल.

जॅक कॉकबर्न रोडवर त्याच्या कारमध्ये थांबतो. तो आसपास कुतूहलानं पाहतो. शहराच्या मध्यभागी असंकाही स्थान अस्तित्वात असेल, असं त्याला माहीतसुद्धा नव्हतं; पण असं ते इथे आहे. एक छोटासा बार मोडक्या-तोडक्या इमारतींच्या रांगेत आणि मोडकळीला आलेली दुकानं बांबू बझारकडे जाणारी आणि कँटोनमेंट स्टेशनकडे जाणारी.

तो आपल्या घड्याळाकडे पुन्हा बघतो. अकरा वाजून वीस मिनिटं झालीत. मीरा कुठल्याही क्षणी इथे येईल. तो देवर्सच्या दाराकडे शोधक नजरेनं बघतो. रंग उडालेली दारं सताड उघडी आहेत आणि ऑफिसच्या कपड्यांमधली माणसं ऑटोरिक्शा-चालकांबरोबर आत बसली आहेत. तो निरीक्षण करताना एक मुलगी आपली स्कूटर तिथे लावते आणि आत जाते. आणि त्याला पुन्हा एकदा शोध घेण्यातला थरार जाणवतो. 'अशी जागा असू शकते का? आणि मीराला ती माहीत असणं आणि तिनं ती सुचवणं म्हणजे....'

जॅक एक मोटरसायकल देवर्सकडे येताना पाहतो. एक माणूस आणि एक स्त्री. त्या स्त्रीनं पुरुषाच्या कमरेभोवती घट्ट विळखा घातलाय. जेव्हा मोटरसायकल आवाज करत थांबते, त्याला त्या स्त्रीच्या वक्षांचा दाब पाठीवर जाणवतो. तो स्मित करतो. त्यानंपण हे असं केलेलं आहे, जसं त्याच्या सगळ्या मित्रांनी केलंय तसं. ते जोरानं एकदम ब्रेक दाबणं, तिच्या वक्षांचा दाब, तिची पकड घट्ट होणं, ते स्मित ओठांवर येणं हे जाणवून की, त्याने ते करून दाखवलंय. जाणीवपूर्वक वाईट नजर! त्या मुलीलापण तेवढंच हवंय.

जॅकला एक पश्चात्तापाची विचित्र जाणीव होते. त्याच्या आयुष्यातपण असे दिवस होते. मोटरसायकल, पोरगी आणि अंतहीन, बेपर्वा तारुण्याच्या मस्तीचे तास! तो त्यासाठी आता झुरतोय अशातला भाग नाही; खरंतर नाहीच. यालाच वय

होणं म्हणतात का? नरम पडलेल्या उत्साहाशी आणि आता फार तारुण्य न राहिलेल्या स्वत:शी एक तऱ्हेची तडजोड?

ती स्त्री बाइकवरून उतरताना हसतेय. ती त्या माणसाच्या खांद्यावर खेळकरपणे चापट मारते. जॅक त्याच्या स्वप्नरंजनातून बाहेर येतो, तेव्हा तो पाहतो की, ती स्त्री मीरा असते. या मीरेला तो ओळखत नाही. तिचे अगदी अनोळखी कपडे आणि ते हावभाव तो पाहतो. जॅकचं तोंड घट्ट मिटतं. 'तर हा रिशी सोमण आहे. स्मृतीचा मित्र, जो मीराचापण मित्र आहे. मित्रापेक्षाही जरा जास्तच!'

जॅक कारमधल्या डॅशबोर्डवरच्या घड्याळाकडे बघतो. 'दहा मिनिटं!' मीरानं म्हटलं होतं. दहा मिनिटं थांब आणि मग फोन कर. मी तुला आमच्याबरोबर यायला सांगेन. तू आत यायच्या आधी पाच मिनिटं थांब. मी अशी काही योजना केलीये, हे त्याला मला कळू द्यायचं नाहीये आणि हे सगळं त्या किल्लीबद्दल असणार, ज्यासाठी तू मला शोधत या देवर्स हॉटेलमध्ये येणार आहेस.

"कसली किल्ली?" जॅकच्या डोळ्यांत प्रश्न उभा राहिला. "त्याचं काय करायचंय?"

मीरानं नि:श्वास टाकला होता. "फायली ठेवलेल्या कपाटाची किल्ली; एवढंच तुला नाव द्यायचं असेल तर."

"हे सगळं सोंग!" जॅकला मजा वाटली.

'खरंच! हे सगळं करताना मला काय वाटत असेल? पण मी फक्त स्मृतीचा विचार करतोय'.

'माझा बॉस, मला त्याला उत्तर दिलंच पाहिजे!' ती म्हणेल; कदाचित कसंनुसं हसत. रिशी सोमण त्याच्या खुर्चीत मागे रेलेल आणि तिच्याकडे एक सुस्त आळसावलेलं स्मित करेल. 'त्या जागी असतो, तर मीपण असंच केलं असतं.' जॅकला खेदानं वाटतं. मग तो तिच्याकडून अपेक्षित शब्द ऐकतो, "हो, ती किल्ली माझ्या बॅगमध्ये आहे. मी देवर्समध्ये आहे. तुम्हाला ही जागा माहितीये का? माहितीये. मग माझ्याकडून ती तुम्ही घेऊन जाल का?"

ती एका विटलेल्या बांबूच्या खुर्चीत दाराकडे तोंड करून बसते. रिशी सोमण दाराकडे पाठ करून बसलाय. जॅक त्याला मीराच्या तोंडात शेंगदाणा उडवताना दिसतो आणि मीरापण खुशीनं तोंड उघडताना दिसते. जॅक जबडा आवळतो. मग तो तिला त्याला पाहिल्याचं बघतो आणि एक सुटकेचा भाव तिच्या चेहऱ्यावर तरळून जातो. जॅक स्मित करतो. रिशी सोमण मीरानं कुणाकडे बघून एवढं चमकदार हास्य केलं हे बघण्यासाठी मान वळवतो.

आणि लगेच मीराला म्हणताना ऐकतो, "ही जागा सापडायला त्रास तर नाही

नं झाला?'' ती तिच्या बॅगमध्ये किल्ली शोधून ती जॅकच्या समोर धरते. ती गोंधळ झाल्याचं सोंग करते. ''अरे, मी अशीकशी माझा सभ्यपणा विसरू शकते. रिशी, हे जॅक आहेत. आणि जॅक, हा रिशी सोमण.''

जॅक त्या तरुण माणसाकडे बघतो आणि आवाजात पूर्ण नाटकीपणा आणून विचारतो, ''सिने अभिनेता?''

रिशी सोमणचा चेहरा लंब्या-चवड्या स्मितहास्यानं फुलारतो, त्याला लोकांमध्ये असं ओळखल्याबद्दल, जे की क्वचितच घडतं. 'साला मूर्ख लेकाचा!' जॅकला वाटतं. 'त्याला खरंच असं वाटतंय की, मी त्याला त्या दुपारच्या सवंग टीव्ही कार्यक्रमामुळे ओळखतोय. काय मूर्ख आहे हा!' त्या ओल्या केसांचा चेहरा आणि एका मापानं लहान असलेला घट्ट टी शर्ट आणि त्याला ज्या कुणीतरी सांगितलं असेल त्याप्रमाणे आपल्या सर्वोत्तम दिसणाऱ्या चेहऱ्याचा कोन साधून स्मित करीत बसलेला तो.

''या, बसा नं आमच्याबरोबर'' मीरा म्हणते.

''हो, या या!'' रिशी सोमण क्षणभरानं म्हणतो. जरा नाखुशीनंच, पण ज्यानं त्यास खरंच ओळखलं त्याच्या बरोबरच्या काही क्षणांचा पुरेसा आनंद लुटून घेणं न सोडल्याचा विचार करीत.

जॅक खुर्ची ओढून बसतो. 'आता काय?'

मीरा कसलेली यजमानीण आहे. तिला जॅक आणि रिशी दोघांना सामील करून संभाषण कसं वाढवायचं हे माहितीये. म्हणून एखाद्या अनुभवी, कॉर्पोरेट पत्नीच्या कसबानं, जी वेळेचं महत्त्व जाणते, मीरा म्हणते, ''जॅकची मुलगी माऊंट्समधली विद्यार्थिनी आहे.''

''हो का?'' रिशी सोमण नम्रपणानं विचारतो. जॅकला त्याची अस्वस्थता जाणवते.

''मला वाटतं, तुला ती माहितीये'', तो अचानक म्हणतो. ''तिनं तुझा उल्लेख केला होता...''

रिशी सोमणचा चेहरा गोरामोरा होतो, पण त्याचं स्मित परीटघडीचं आहे. तो खांदे उडवतो. ''कॉलेजातल्या मुली! त्यांच्याशिवाय एक अभिनेता म्हणजे काहीच नाही. त्यांच्यामुळेच आमचा अहंकार सुखावतो, मग टीकाकारांनी आमच्यावर टीका केली तरी... उदाहरणार्थ, ह्या इथे बसलेल्या देखण्या स्त्रीनं माझा फोटो मागून मग तो तिच्या डायरीत लपवून ठेवला असता का बरं?'' तो मीराकडे बघून एक पोरकट स्मित करतो.

जॅकला त्या चेहऱ्यावरचं ते मूर्ख, आत्मसंतुष्ट स्मित थप्पड मारून घालवावंसं वाटतं; पण स्मृतीला आकर्षित करणारं आणि मीरासारख्या समजदार स्त्रीलासुद्धा

आपल्याकडे खेचणारं ते स्मित तो पाहू शकतो; पण तिच्या चेह‍र्यावरचा चमत्कारिक भाव बघून त्याची तिरपीट उडते. एखाद्या झिंगलेल्या माणसाच्या चेह‍र्यावरचं मूर्ख स्मित!

"नाही. ती तुझ्या अनामिक चाहत्यांपैकी नव्हती." जॅकचा आवाज फाटतो. "मला वाटतं, तुम्ही एकमेकांना चांगलं ओळखत होतात. स्मृती, स्मृती कृष्णमूर्ती!"

त्या खोलीत एक शांतता पसरते. एका तरसाच्या चार-पायांवरची किळसवाणी शांतता, जे दुस‍र्या कोणीतरी शिकार करण्याची वाट पाहत दबा धरून बसतं.

"तू हे घडवून आणलंस." रिशी सोमण फिस्कारतो. "तुम्ही दोघांनी मिळून हा कट ठरवलात आणि मला वाटलं की, तुला माझी भेट हवीये मीरा!" तो म्हणत राहतो; जॅकचं अस्तित्व विसरून. "मला वाटलं की आपले संबंध जुळलेत, पण तू मला फक्त वापरत होतीस."

मीराचा चेहरा पडतो. जॅक त्याच्या खुर्चीत रेलतो. "मीरानं मी जसं सांगितलं तसं केलं."

तो सोमणची नजर स्थिरपणे पकडून ठेवतो. "तू माझे फोन न उचलल्यामुळे मला हे करणं भाग पडलंय."

"तुम्हांला माझ्याकडून काय जाणून घ्यायचंय? मी तुम्हांला सांगितलंय की, माझं याच्याशी काहीच देणंघेणं नाही." रिशी सोमणचा चेहरा वैतागानं पिळवटून जातो. "तुम्ही मला त्यासाठी कसंकाय जबाबदार धरू शकता?"

मीरा पुढे होऊन त्याचा हात तिच्या हातात घेते. "रिशी, कुणीच तुला जबाबदार धरत नाहीये; पण प्रोफेसरांना काय घडलं हे जाणून घ्यायचा हक्क आहे, असं तुला वाटत नाही का? तूच एकटा तेव्हा तिथे होतास... त्यांच्याकडे पाहा जरा. स्वतःला त्यांच्या जागी ठेवून पाहा. तुला जाणून घ्यावंसं नसतं वाटलं?"

जॅकला रिशीचे डोळे त्याच्यावर स्थिरावल्याचं जाणवतं. "सांग मला." जॅक त्याच्या सर्वांत थंड स्वरात म्हणतो.

सुरुवातीला स्मृती म्हणजे एक खेळच होती. बुद्धिबळाच्या पटावरची राणी, जिच्या मागे उंट, प्यादी आणि तो स्वतः घोड्यावरचा सरदार लागलेले. सुरुवातीला स्मृती अशी होती, जिला इतरांपासून त्याला हिसकावून घ्यायची होती; शीळ वाजवता वाजवता. मग एक दिवस तो थांबला, तिचा अंदाज घेतला आणि पुटपुटला. शह की मात?

दुसरे दोघे त्याच्या या खेळीकडे असहायपणे पाहत राहिले. प्यादं अडखळून पडलं आणि ते पटावरून नाहीसं झालं. उंटानं रागानं फूत्कार टाकले; पण अखेर

घोड्यावरच्या सरदारानंच, ज्याच्याकडे सामर्थ्य होतं दोन पावलं पुढं आणि एक बाजूला टाकून राणीला जिंकलं.

त्याच्याकडे एक चुकीचा हुकमी एक्का होता, हे त्याला माहीत होतं. तो वयानं मोठा होता. त्या दोघांपेक्षा मोठा. ती त्यांच्याकडे पोरगे म्हणूनच पाहत असे. खेळातले सवंगडी. पण तो असा होता, ज्याला त्याचा आवाज खाली आणून, मोहक स्वरात बोलून तिच्या आधीच वाहवलेल्या भावनांशी खेळायचं ज्ञान होतं; तो असा होता, जो मागे झुकून, हाताची घडी घालून तिच्या तारुण्यसुलभ उतावीळपणाकडे मान हलवून म्हणत असे, "तू असली पोर आहेस नं! मी काय करू तुझं?"

ती पोरगी फुलारून गेली होती.

जॅकचे डोळे बारीक झाले. 'ह्या हरामखोराला नेहमीच हा गैरफायदा मिळालेला दिसतोय. स्मृतीसाठी मोठा पुरुष आणि मीरासाठी लहान! हा एक स्त्रियांना आकर्षित करणारा धंदेवाईक आहे.' जॅक त्याचं नाक नकळत जोरजोरात चोळतो.

स्मृती आणि रिशी सोमण घर-घर खेळले. सुरुवातीला सगळं खेळकरपणे चाललं होतं. दिवस वेगवेगळ्या भूमिका करण्यात आणि निभवण्यात जात होते. तू टारझन मी जेन. तू नवरा, मी बायको. तू डॅडी मी मम्मी. ते स्वयंपाक करीत. साफसफाई करीत. बाजारहाट करीत. प्रणय करीत. बेत करीत. ते एकमेकांच्या बाहूत आणि स्वप्नांमध्ये गुरफटून झोपत.

सगळंकाही आदर्शवत् होतं, जोपर्यंत ते खोटं खोटं होतं. मग स्मृतीला तो नुस्ता खेळच नसावा असं वाटू लागलं. त्या घरात, जिथे ते आणि त्याचा भाऊ राहत असत, तिथे तिनं आपल्या तप्त भावना भोवऱ्यासारख्या फिरवून ही चेतना, जी तिच्यात त्यानं जागवली, तिला गिळंकृत करून गेली असं तिला त्याला सांगायचं होतं. त्याला मुलींनी जसे कपडे घालायला हवे होते, तसे ती घालत होती. तो जे खाई, तेच ती खात असे. तो जे संगीत ऐकी, तेच ती लावत असे आणि त्याला जे पसंत नव्हतं, ते सगळं तिनं सोडून दिलं. ती त्याचा साबण घेऊन अंघोळ करी; ती त्याचा तोंडाचा ब्रश वापरत होती; ती त्याचे शर्ट्स घालत होती... ती त्याच्या पावलावर पाऊल टाकत होती आणि जर त्यानं त्या दोघांमधला दरवाजा धाडकन बंद केला, तर तो बाहेर येईपर्यंत ती ताटकळत राही.

सुरुवातीला त्याला हे भिडलं. एखाद्या व्यक्तीमध्ये तो अशा काही भावना चेतवू शकतो, या विचारानं त्याला फुशारून गेल्यासारखंसुद्धा झालं; पण लवकरच तिची निष्ठा त्याला लोचट वाटू लागली. तिचं प्रेम एखादा सापळा, तिचं अस्तित्व त्याच्या खांद्यावर ओझं वाटू लागलं. ते किती सहन होईल हे त्याला कळेना. 'थोडं

सबुरीने घे.' त्याला तिला सांगावंसं वाटलं. 'ही कसली विलक्षण आसक्ती होती? आपण तरुण आहोत. आपल्याला कायमसाठी काही विचार करायची गरज नाही. अजून तरी नाही. आपण फक्त एकमेकांचा आनंद उपभोगू!'

तिच्या आसक्तीचा विषय असणं त्याला हादरवून गेलं. नाही; पण हे असं नव्हतं. आसक्ती अजूनच वेगळी होती. कमी मागणी करणारी, भयावह आणि जास्त शारीरिक भुकेशी निगडित! हे जे होतं, ते झपाटणारं प्रेम होतं. आणि ते त्याला भेदरवून गेलं. त्याला असं वाटलं की, जसंकाही त्याला जिवंत गिळलं जातंय.

सुरुवातीला स्मृती म्हणजे जिंकण्यासारखी गोष्ट होती. नंतर ती लेकाची एक झटकून टाकण्यासारखी डोकेदुखीच झाली!

ते एकसुरातलं बोलणं थांबतं. ती चुकवणारी नजर! रिशी सोमण त्याची बोटं आवळतो आणि नरमाईनं विचारतो, ''ही गोष्ट मी पुढं सांगायला हवीये का तुम्हाला?''

खोलीच्या दुसऱ्या टोकाला दोन वयस्क माणसं थकलेल्या डोळ्यांनी समोर अर्धे भरलेले ग्लासेस आणि बशी घेऊन बसलेली असतात. ती या टेबलावर थिजलेल्या त्रयीकडे टक लावून पाहाताहेत. मीरा तिच्या खुर्चीत खोलवर रुतली आहे; पुढे काय असेल या कल्पनेनं धास्तावून. जॅक यापेक्षा वाईट ऐकण्याची तयारी करतोय. आणि रिशी त्याचे भाव, त्याचे विचार, त्याचे शब्द जुळवायच्या प्रयत्नात.

''मला वाटतं की, आमच्या भावी जीवनाबद्दल तिच्या मनात स्वप्नवत् अपेक्षा होत्या.''

रिशी म्हणाला, ''तिला पैसे उधळण्याची सवय होती. म्हणजे मला म्हणायचंय की, ती ह्या खास एनआरआय प्रकारातली होती! ती मिनरल वॉटर प्यायची आणि हात पुसायचे टिश्यू पेपर्स आणि हात स्वच्छ ठेवण्यासाठी हँड सॅनिटायझर्स बॅगमध्ये बाळगायची. आणि मी तर एक मध्यमवर्गीय मुलगा होतो. खरं हे होतं की, मला ती परवडू शकत नव्हती.

''ती खरंतर खऱ्या अर्थानं श्रीमंत नव्हती. ज्या मुलींचे आईवडील मिडल ईस्टमध्ये असतात, त्या मुलींसारखी तर नाहीच. तिचे आईवडील शिक्षणक्षेत्रात आहेत, हे मला माहीत होतं. तिच्याजवळ पैसे होते, पण आम्हां दोघांचा खर्च चालवण्याइतके नव्हते. आणि मी केव्हा पुरेसे पैसे कमावयला लागेन, याचा काही नेम नव्हता.

''मला हे सांगायला आवडत नाहीये, पण स्मृती आम्हां दोघांचा खर्च चालवू शकत होती, असं मला वाटलं नाही.

"मी तिच्याबरोबर मदुराईला जायचं ठरवलं. मला माहीत होतं की, माझ्यापासून क्षणभरसुद्धा दूर राहायला ती नाराज होती; पण मला वाटलं की, हीच त्या वेळी करण्यासारखी सर्वोत्तम गोष्ट होती.

"तिथे गेल्यावर आम्ही काय करणार होतो, हे मला माहीत नव्हतं; पण मी हे जाणत होती की, या दौऱ्याच्या शेवटी मी स्मृतीला हे सगळं संपलं म्हणून सांगितलं असतं. हे असंच चालू ठेवणं मला शक्य नव्हतं. आता असं बंधनात अडकण्याची माझी तयारी नव्हती. कमीत कमी स्मृतीला ज्या प्रकारे मला ठेवायचं होतं, तसं तरी नाही."

जॅक तोंड आवळतो. मीरा तिचा हात त्याच्या हातावर ठेवते. त्या नकळत कृतीतून अनेक अर्थ निघत होते. त्याला बोलू दे. जर तो मिटून गेला, तर आपल्याला सत्य कधीच कळायचं नाही.

त्याचे डोळे तिच्या डोळ्यांत बघून शेवटची विनंती करतात. तू इथे बसून नयनताराबद्दल असं वाईट-साईट ऐकून घेशील का?

मीरा मान हलवते. जॅक काहीच बोलत नाही.

४

"काहीच नाही. त्यानं काहीच फरक पडत नाही खरंतर." विन्नी संभाषणाची गाडी दुसरीकडे वळवायचा प्रयत्न करते.

"नाही, तुला स्पष्ट सांगितलंच पाहिजे का? अं?" मीरा आधीच गोंधळलेली. विन्नीच्या उद्‌गारांनी अजूनच गडबडते. "तुला मान्य नाही?"

"हे मी कसंकाय सांगू? मी हे मान्य करतेय, कारण शेवटी एकदाची तू पुढे जाताना दिसते आहेस. एके काळी, तू तुझ्या गिरीबरोबरच्या आयुष्याचं मंदिर बांधून आयुष्यभर पूजा करीत राहशील, असा तुझा समज होता. मग हा नट आला...."

मीरा शहारते. तिला रिशीला आपल्या आयुष्यात कुठे बसवायचं हे कळत नाही.

"तो वाईट होता. निदान तुझ्यासाठी तरी" विन्नी सुरू ठेवते. "पण मला या प्रोफेसरची कल्पनापण चांगली वाटत नाहीये."

"का?" मीरा आवंढा गिळते. विन्नी काय म्हणणार आहे, हे तिला माहितीये; पण तिला ते कसंही ऐकण्याची जरूर वाटते.

"तो फारच गरजू आहे. त्याच्या परिस्थितीकडे पाहा जरा. तुला असा कुणीतरी हवाय, जो तुझ्यासाठी असेल. उलटं नाही. त्यानं तुझा कुबडीसारखा आधार घेऊन उपयोग झाल्यावर निघून जाणं तुला नकोय."

"मी तुला सांगितलंय. त्याला कुबडी नकोय." मीराचा आवाज सपाट आणि स्वरहीन आहे.

"तू दुखावल्यासारखी वाटतेस." विन्नी म्हणते.

"हो....., नाही, मला माहीत नाही." मीरा तिचं नाक चोळते. एक लकब, जी तिनं जॅककडून उचललीये. तिला निखिल बास्केटमध्ये बॉल टाकताना दिसतोय. सिमेंटच्या फरशीवर त्याच्या बास्केटबॉलचा थप-थप आवाज घुमतोय. "मला फक्त हे वाटतंय की, तो अचानक इतका अलिप्त का झालाय? माझं काय चुकलंय? हा विषय मी काढू का? तो मला असा थंड प्रतिसाद का देतोय हे विचारू का?"

"मीरा, काहीही बोलू किंवा विचारू नकोस. त्या नटाला काय बोलायचं होतं ते तू ऐकलंयस. त्या प्रोफेसरलाच ते निस्तरावं लागेल. त्याच्या दृष्टिकोनातून विचार कर. तो त्याच्या आत्म्यावर अनेक सावल्या बाळगतोय. म्हणून मला वाटतंय की, तो तुझ्यासाठी अयोग्य आहे." विन्नी जॅकला स्पष्टपणे नाकारते.

मीरा काहीच बोलत नाही.

ती फक्त त्या दिवशी दुपारी देवर्समधून ते कसे आपापल्या दिशेने गेले याचाच विचार करू शकतेय.

मीरा आणि जॅकनं रिशी सोमण जाईपर्यंत वाट पाहिली. काही क्षण ते काहीच बोलले नाहीत. मग जॅकनं विचारलं, "तू आता कुठे जाते आहेस?"

"घरी. अजून कुठे? का?" मीरा त्याच्या प्रश्नानं कोड्यात पडली. तो तिला घरी सोडायला येण्याबद्दल विचारेल म्हणून ती दारापाशी थांबून राहिली. तो उद्ध्वस्त, दुःखी दिसत होता. आपल्या अपत्याबद्दल अनेक गोष्टी असतात, ज्या एका पालकाला, एका बापाला माहीत व्हायलाच नको असतात; पण त्यानं चेहऱ्यावर कुठलाही भाव न दाखवता ते सगळं ऐकून घेतलं होतं; फक्त त्यांची काही वेळ नजरानजर झाली ते सोडून. त्यामुळेच तिचा त्याच्यापासून दूर न जाण्याचा निश्चय पक्का झाला होता.

पण त्यानं तिला विचारलं नव्हतं. त्याऐवजी मान हलवून तो कारकडे गेला होता; तिला स्वतःचा मार्ग शोधून घेण्यासाठी मागे सोडून.

मीरा त्याला विदीर्ण हृदयानं जाताना पाहत राहिली. ही दुसरी वेळ होती, जेव्हा तिनं अंतर भरून काढायचा प्रयत्न केल्यावर तो दूर झाला होता.

दुसऱ्या दिवशी सकाळी तो तिच्या दारात पश्चात्तापदग्ध होऊन आणि आशेनं दाखल होतो. मीरा डायनिंग टेबलवरून त्याच्याकडे नजर उचलून बघते, जिथे निखिल अनिच्छेनं वाडग्यातली खीर खात बसलाय.

"किच्छा! जॅक!" ती उद्‌गारते. त्याला कसं संबोधावं याचा प्रश्न पडून. "सगळं ठीक आहे नं?" तिनं खुर्ची मागे सरकवलीच आहे.

"नाही, नाही" तो चाचरतो. "मी इथून जात होतो..." तेव्हा लिलीच तिचं नाश्ता खाणं थांबवून त्याला बसायला आमंत्रण देते. "तुम्हाला पाहून आनंद झाला. प्रोफेसर, तुम्ही आम्हांला खूप दिवसांत भेटला नाहीत. कसे आहात तुम्ही? तुमचा नाश्ता झालाय का? घ्या नं! खीर, टोस्ट, फळं, काहीही घ्या. नाहीतर पोंगल आणि चटणीपण आहे. की अंडं चालेल?"

तो मीराशेजारच्या खुर्चीत बसतो. "नाही, फक्त कॉफी चालेल."

पण त्याची बोटं स्थिर नाहीयेत; मीराला दिसतं. तो टोस्टच्या तुकड्याशी चाळा करतो. ती एका वाडग्यात थोडंसं पोंगल वाढते. "हे खाऊन पाहा." ती आर्जवानं म्हणते, "राणीअम्मा चांगलं बनवते."

"तिला तेवढंच येतं फक्त" निखिल दाताखाली पुटपुटतो. लिली आठ्या पाडते, पण काही बोलत नाही. ती पूर्वीची उत्साही लिली राहिली नाहीये.

मीरा तिचं डोकं नापसंतीनं हलवते. शेवटी जॅकचा चेहरा स्मितहास्यानं सैलावतो.

"हे छान आहे!" तो म्हणतो.

"इतकं सौजन्य दाखवायला नको प्रोफेसर!" निखिल सुरूच ठेवतो.

"नाही, खरंच चांगलंय. मला अगदी याचीच जरुरी होती!" तो म्हणतो, पण त्याचे डोळे पुन्हा मीराची नजर धुंडाळतात.

तिला त्याची नजर सहन होत नाही.

"अजून कॉफी?" ती क्षणात तिचं गडबडणं शिताफीनं लपवते. ती त्याला श्वास घेताना ऐकते. 'तो दहा मोजतोय का?' तिला नवल वाटतं आणि एक खुळं हसू बाहेर फुटायला बघतंय.

"हो" तो म्हणतो "थँक्यू!" त्याच्या स्वरात उपरोध आहे का? मीरा त्याच्याकडे कटाक्ष टाकते.

मग तिला त्याची बोटं टेबलाखालून तिच्या बोटांमध्ये गुंफलेली आणि हळूच दाबलेली जाणवतात. 'सॉरी! सॉरी! सॉरी! तो नरम दाब वाढतो. मला दूर जायचं नव्हतं. मला तुला दुखवायचं नव्हतं. मला वाटलं की, मी ज्या लफड्यात अडकतोय त्यात तुला खेचायला नको.'

मीराचे डोळे विस्फारतात.

ती मान खाली घालते. केसांनी तिचा चेहरा झाकला जातो. तो तिचे केस सावरून तिच्या कानामागे अडकवताना तिला जाणवतं.

मीरा श्वास रोखून धरते.

त्या खोलीत पसरलेल्या स्तब्धतेमुळे तिच्या लक्षात येतं, लिली आणि निखिलच्यादेखील. आणि जॅकच्यापण.

॥ ५ ॥

लिलीला बोलायचंय. ती मीराला सांगते. तिच्यात एक शांत दृढपणा दिसून येतो.

"तुला वेळ द्यावाच लागेल, सवड काढावीच लागेल; पण आपल्याला बोलणं आवश्यक आहे. मी पूर्ण बोलेपर्यंत तू त्याकडे दुर्लक्ष करायला नको."

बाहेर वारा वाहतोय. मीराला वारं आवडत नाही. त्या वाऱ्याचा सततचा आवाज तिच्या भयाला वाढवतो. त्या घरात कुठे काय बिघडलंय, हे तो बरोबर दाखवून देतो : छतावरचं सैल झालेलं कौल, करकरणाऱ्या खिडक्या, दारांच्या खिट्ट्या, ज्या त्यांचा भार पेलू शकत नाहीत. आणि आता ही लिली! तिची बोटं रुमाल धरलेली, तिचं कवळीविना दिसणारं बोळकं तोंड आणि तिचा चेहरा; कोणत्याही भावाशिवाय किंवा कल्पकतेशिवाय कोरा करकरीत.

"का लिली?" मीरा म्हणते. "हा सगळा समारंभ कशासाठी? माझ्याशी बोलायला तुला अपॉईंटमेंटची गरज नाहीये. सांग मला."

पण लिली बसणार नाही. ना तिच्या तोंडात थांबलेल्या शब्दांना ती असं मोकळं करेल. "नाही, नाही! असं नाही. मला तुझं संपूर्ण लक्ष हवंय. मला जे म्हणायचंय त्यासाठी मला तुझं लक्ष पूर्ण केंद्रित व्हायला हवंय."

मीराच्या भुवया आक्रसतात. त्या पुराण्या, खानदानी लिलीची लक्षणं : शहात्तराव्या वर्षी ताठ उभं राहून, पाठीत थोडाही बाक किंवा आवाजात जराही कंप न आणता. ती लिली सारोच्या मृत्यूनंतर नाहीशीच झाली होती. त्या क्षणीच, जणूकाही तिचा स्वतःचा आत्माच सारोच्या तोंडातून गळणाऱ्या रक्ताबरोबर नाहीसा झाला होता, जेव्हा तिला अँब्युलन्समध्ये नेत होते.

"जोपर्यंत मूल मृत्यू पावत नाही तोपर्यंत आपल्याला दुःख म्हणजे काय हेच कळत नाही" लिलीनं त्या रात्री म्हटलं होतं. आता काहीच पहिल्यासारखं राहणार नाही, हे कळून होणारं, सांत्वन न करता येण्यासारखं दुःख!

मीरा लिलीच्या कुशीत झोपलेली; दुःखाच्या किंवा सांत्वनाच्या पलीकडे गेलेली. तिला फक्त आतून एक बधिर करणारी जाणीव होत असते.

ती किच्छाचा विचार करते. त्याला बिलगलेल्या दुःखाचा विचार करते. ते

दु:ख लिलीवर आच्छादलेलं तिनं मागच्या काही महिन्यांपासून पाहिलं असतं. ती आता थरकापते. ''मला हे वारं अगदी आवडत नाही.'' ती अचानक म्हणते. ''हे फांद्याचं छताला घासणं मला अगदी आवडत नाही. माझ्या अंगावर शहारा येतो त्यानं.''

लिलीचं तोंड अजून आत आवळलं जातं. ''हेच मला म्हणायचंय.'' ती तिच्या आवाजातली नाराजी न लपवता म्हणते. लिली अजून जास्त प्रयत्न करणार नाही. तिनं तसा कधीच केलेला नाही; पण गिरी सोडून गेल्यानंतरच्या महिन्यांमध्ये आणि सारोच्या मृत्यूनंतरच्या दिवसांत, ती सावध झालीये. ''मला तू वेळ द्यायला हवाय. मला जे सांगायचंय, ते महत्त्वाचं आहे. मला झाडं किंवा वाऱ्याबद्दल बोलायचं नाही. जर तुला त्याचा एवढा त्रास होतो, तर कापून टाक ते!''

मीरा पटकन हसते. उंच वृक्ष झ्यूसला पवित्र वाटत. आणि हे तर अजूनच. ''तू असा विचार तरी कसा करू शकतेस? तिनं जेव्हा झाडांना कापायचा विषय काढला होता, तेव्हा गिरीनं तिला झटकून टाकलं होतं. त्याला त्या घराचं चित्र सिल्व्हर ओक वृक्षांच्या महिरपीबरोबर आवडायचं; त्यांच्या गुंडाळलेल्या फांद्या आणि लेससारखी पानं! पोस्टकार्डवर असल्यासारखे दिसणारे वृक्ष, जे घरावर ओठंगलेले होते आणि ते त्यांना त्यांच्या बिछान्यात मारून टाकतील, अशी काळजी तिला इतकी वर्षे वाटायची. लिलीचं बरोबर आहे. जर तिला एवढी त्यांची भीती वाटते, तर तिनं त्याबद्दल काहीतरी करायला हवंय. ती त्यांना सहा फुटांपर्यंत कापून टाकेल – ती निर्णय घेते. पुरुष आणि वृक्ष समान असतात – त्यांना एक इंच जागा द्या, तर ते काही काळानंतर हाताबाहेर जातात. मीरा हेरा तिच्या झ्यूसला याउप्पर खूश ठेवायची काळजी करणार नाही.

सिल्व्हर ओकची व्यवस्था केल्यावर मीरा तिच्या विचारांना कवटाळून व्हरांड्यात बसते; तिला काय वाटतंय याबद्दल चर्चा करायला. ती विचित्रपणे नाखूश आहे, हे तिला आढळतं; अगदी विन्नीबरोबरदेखील. हे खूप नवीन आणि अंधूक आहे अजून. तिला स्वत:शीच ते अजून कबूल करायचं आहे की, हा असा एक माणूस आहे, ज्याच्याबरोबर तिला राहायचं आहे.

''अरे देवा!'' विन्नी तिचे डोळे मीराचे गुप्त विचार खेचून बाहेर काढत उद्गारली असती. ''तुला असं म्हणायचंय का की, तुला त्याच्याशी लग्न करायचंय?''

''नाही, लग्न नाही. मी तितका पुढचा विचार करत नाहीये.'' मीरा म्हणाली असती.

''मग काय?''

''मला माहीत नाही विन्नी. मला खरंच माहीत नाही. मला फक्त तो आवडतो.''

मीरा ते आता स्वत:लाच म्हणून दाखवते. किच्छा, जॅक, आपल्या हृदयात

त्याला काय म्हणायचं हेसुद्धा. त्यानं तिला म्हटलं होतं. "मला स्वत:लाही काय म्हणून घ्यावं हे आताशा कळत नाही. माझं कुटुंब मला किच्छा म्हणतं. माझे सहकारी जॅक आणि माझ्या मुली पप्पा जॅक. मी किच्छा आहे का? की जॅक आहे?"

"मग तुम्ही काय करता?" तिनं स्मित केलं होतं.

"मी समोरच्या व्यक्तीवरून अंदाज घेतो. त्यांना मी किच्छा म्हणून हवाय का? की जॅक म्हणून हवाय?"

"मला तुम्ही काय म्हणून हवंय असं तुम्हाला वाटतं." तिनं त्याची नजर स्थिरपणे पकडत म्हटलं होतं.

"तुला काय वाटतं?" जॅक की तो किच्छा होता, तिच्याकडे झुकून म्हणाला होता. तिला त्याच्या कोलनचा सुगंध आला होता आणि तिला त्याच्या मानेच्या त्वचेवर नाक घासावंसं वाटलं होतं.

"मला ते ठरवावं लागेल." तिनं ओठ चावत म्हटलं. कारण जरी मीरा कितीही निर्बंध झाली असली, तरी तिचा एक अंश अजूनही हेराच होता, जी बदलाच्या जन्माला घाबरत होती. हेरा, जी ॲक्मिनीडच्या दाराबाहेर मांडी घालून ताटकळत बसली होती. तिचे कपडे चुरगाळून गेलेले आणि तिची बोटं एकमेकांत गुंफलेली. हे अद्यापि घडायला नको, हे अद्यापि घडायला नको. हेरानं काळाची गती रोखण्याची आशा केली होती.

आता कातरवेळ आहे. जसाजसा उन्हाळा येतो, दिवस मोठे मोठे होत जातात. मीराला आठवतं की, उन्हाळ्याच्या संध्याकाळी ते सगळे पोहायला जात असत. गिरीपाशी एका खासगी क्बल कॉर्पोरेट सभासदत्व होतं आणि तो त्यांच्यासाठी गाडी पाठवत असे. कधीतरी सारो आणि लिलीपण त्यांच्याबरोबर येत असत. सारो काठावर बसून मुलं पोहताना कशी नीट ढंगात पोहत नाहीत, यावर टीका करीत राहायची. "तुम्ही कुत्रा किंवा पाणघोडा नाही आहात इतकं पाणी उडवायला!" ती जेव्हा निखिल पाण्याची एक लहर निर्माण करीत असे तेव्हा पाय वर खेचत म्हणत असे.

"मग कसं पोहायचं ते तुम्ही आम्हाला दाखवत का नाही?" गिरीनं एकदा उलट विचारलं होतं.

सारो, जी आपल्या जावयाबरोबर वादात पडत नसे, स्वत:ची कोरीव भुवई वर उंचावून पुटपुटली होती, "कदाचित मी दाखवेनसुद्धा!"

आणि मग तेव्हा सारो तलावाच्या कर्मचाऱ्यानं शोधून दिलेला पोहायचा पोशाख घालून, केस टोपीत वर बांधून बाहेर आली होती आणि मीरा आश्चर्यचकित होऊन पाहत असताना लोखंडी शिडीवरून पाण्यात उतरून एखाद्या निष्णात पोहणाऱ्याच्या कसबानं बरोबर समतोल राखून तिनं ब्रेस्ट स्ट्रोक कसा असतो, ते

दाखवलं होतं आणि बॅक स्ट्रोक आणि बटरफ्लाय स्ट्रोक. आणि ऑस्ट्रेलियन क्रॉलसुद्धा आणि जेव्हा सारो पोहत होती तेव्हा तलावाच्या पाण्यात एखादी बारीकशी लाटसुद्धा उठली नव्हती!

मुलं तर थक्कच झाली होती आणि मीरासुद्धा. तिची आई पोहू शकते, हे तिला माहीतच नव्हतं.

सारो नंतर कधीही पोहली नाही आणि मीरानं कितीही विचारलं, तरी तिनं ते सांगितलं नव्हतं.

आता जेव्हा मीरा लीलीला तिची महत्त्वाची चर्चा करण्यासाठी डोळ्यांवर चष्मा चढवताना बघते, तेव्हा ती उमळून विचारते, ''लिली, ममी कधीच पोहली का नाही? म्हणजे मला असं म्हणायचंय की, आपण सर्वांनी पाहिलं की, ती किती निष्णात पोहणारी होती. का नाही ती पोहोयची?''

लिली आठ्या चढवते. ''मला वाटतं मी म्हटलं होतं की, अवांतर गप्पा नकोत!''

मीरा नि:श्वास टाकते. त्या दोघी जणी डायनिंग टेबलापाशी बसल्यात.

''हं, तर हे असं आहे.'' लिली अशा तऱ्हेनं डायनिंग टेबलवर समोरासमोर बसायचं समर्थन देत सुरू करते. ''जेव्हापासून सारो गेलीये, तेव्हापासून मी बऱ्याच गोष्टींचा विचार करतेय.''

लिलीनं आपले केस मागे वळवून मानेवर छोट्या अंबाड्यात बांधलेत. सुंदर, मऊ, रेशमी, करडे केस! सलूनमध्ये जाऊन चकचकीत राखाडी बनवलेले, ज्यामुळे तिची त्वचा अजूनच पारदर्शक, नितळ दिसते. बोन चायना! तिला स्पर्श करा आणि तिचे तुकडे होतील. तिनं मेक-अप चढवलाय आणि भारी दुधी रंगाची साडी घातलीये. निळ्या खड्यांचं कानातलं आणि गळ्याभोवती निळी माळ चमकतेय. सर्वांत महत्त्वाचं म्हणजे, लिलीनं तिची कवळी घातलीये. तिचं तोंड त्यामुळे जागेवर राहतं आणि तिचा जबडा घट्ट आणि ती तिची पाठ सरळ करून फटकारते. ''हे महत्त्वाचं आहे!''

मीरा तिची कोपरं टेबलावर टेकवते आणि तिच्या अंगठ्याशी चाळा करू लागते. जेव्हा सारो होती तेव्हाही त्या असंच करायच्या. तिला चर्चेसाठी आमंत्रण देऊन तिला हे सांगत असत की, तिच्यावर असं ओझं बनून राहणं त्यांना किती नापसंत आहे आणि त्यांना वृद्धाश्रमात जायला हवंय, यावर त्यांनी विचार करून ठेवलाय.

''काही तर खूपच चांगले आहेत, माहितीये?'', सारो म्हणत असे. सगळीकडेच

लहान कोंदट खोल्या, ज्यामध्ये सडणाऱ्या शरीरांचा किंवा शिळ्या अन्नाचा वास येतो असं नाही. "मी चौकशी करून ठेवलीये आणि त्यांच्याकडे काय काय आहे हे ऐकून तुला आश्चर्य वाटेल!"

आणि मीराचा स्फोट होत असे, "तुम्हाला झालंय काय? हे तुमचं घर आहे. जर कोणाला सोडायचंच असेल, तर ते मी आणि गिरी सोडू!"

'जर मी खरंच त्यांचं म्हणणं मानून त्यांना रुकार दिला असता, तर काय झालं असतं!' असं मीराला वाटून जातं. 'त्या सोडून गेल्या असत्या का? दुःखाचा एक शूल उठतो. हापण एक पालकत्वाचाच भाग असावा. वृद्ध होत गेल्यावर नकोसं होणं, हवंसं असण्याची गरज भासणं... एक दिवस मीपण कदाचित हेच नयनतारा आणि निखिलसोबत करेन. माझी भूमिका वठवीत तुम्ही माझ्यावर प्रेम करता का? तुम्ही माझ्यावर खरंच प्रेम करता का? तुम्हाला तुमच्या आयुष्यात मी हवीये का?'

म्हणून मीरा आश्वासन देण्याची घाई करते. "लिली, मला माहितीये तुला काय म्हणायचंय... नाही, तो विषयसुद्धा काढू नकोस. तू काही ओझं नाहीयेस. आणि नाही, मी काही तुला वृद्धाश्रमात जाऊ देणार नाही."

लिली आठ्या घालत ताठ बसते. ती गोंधळून तिच्या जबड्याच्या हालचाली करते.

"वृद्धाश्रमात जाण्याबद्दल कोण बोलतंय?"

"मग काय?" मीराचा ठोका चुकतो. 'लिली आजारी आहे का?' लिली स्मित करते. ती किती सुंदर होती, हे एक क्षणभर मीराला जाणवून जातं. ती तिच्या कानामागे केसांची बट अडकवते. "माझी मैत्रीण जाहिरा, तुला माहितीये ती नटी, जिनं आपलं सगळंकाही वर्षांपूर्वीच सोडून दिलं आणि आता म्हैसूरमध्ये घरभर प्राण्यांमध्ये राहते. तिचा मुलगा, जो एक यशस्वी टेलिव्हिजनचा निर्माता आहे. त्यानं मला एका नव्या सीरियलमध्ये काम करण्याबद्दल विचारलंय. ती सहा भाषांमध्ये भाषांतरित होणार आहे."

लिलीच्या आवाजातला उत्साह मीराला भिववून जातो. तिनं लिलीला एवढं उत्तेजित झालेलं कधी पाहिलं नव्हतं. ती या सर्वांसाठी खूपच वयस्कर होती आणि कुठल्याही कार्यक्रमाची केंद्रबिंदू असण्याची तिला सवय होती. तिला कोणती भूमिका दिली जाईल?

"लिली, मला कळत नाही काय बोलायचं ते" मीरा सुरुवात करते. तिनं लिलीला या उथळपणापासून परावृत्त केलं पाहिजे. एखाद्या सेटवर या वयात दिवसभर ताटकळत बसणं तिला दमवून टाकेल आणि मुलांनापण ते आवडणार नाही. आपली पणजी कुठल्यातरी टीव्हीवरच्या सवंग कार्यक्रमात आजीची भूमिका करतेय, हे त्यांना लाजिरवाणं वाटेल.

"तुला काही बोलायची गरज नाही. मी तुला परवानगी विचारत नाहीये. मी

माझा निर्णय तुला ऐकवतेय.'' लिली टोकदार स्वरात म्हणते. मीराची नाराजी तिला दिसते.

''त्यांनी चांगला मोबदला देऊ केलाय. काहीही झालं तरी मी एक राष्ट्रीय पुरस्कार मिळवलेली अभिनेत्री आहे. त्यामुळे तुझ्यावरचा भारही थोडा कमी होईल.''

मीराच्या मनात पैशाच्या उल्लेखानिशी एक काळा संशय दाटून येतो. ''ह्यासाठी करते आहेस का तू हे लिली?''

लिली मान उडवते. ''हो, पैसे महत्त्वाचे आहेतच, पण मी एखाद्या किरकोळ भूमिकेसाठी काही मरमर करणार नाही. हे तुला माहितीये, नाही का? मला कथा आवडली. मी ज्या पात्राची भूमिका करणार आहे, त्याचा विस्तार मला आवडला. त्या पात्राच्या भूमिकेला जगण्यासाठी मी किती मेहनत घेतेय, हे तुला माहितीये का? मी माझ्या कवळीशिवाय राहायचं कसंतरी जमवतेय. कारण मला वाटतं की, सीरियलच्या सुरुवातीला त्या भूमिकेला तसं हवंय. फ्लॅशबॅकच्या आधी वगैरे.''

मीराला बावळटासारखं वाटतं. ती तिच्याहीपेक्षा जास्त नाटक करणारी आहे. इथे मी तिच्या माथी निराशा आणि उद्वेग मारतेय आणि ती मात्र कसबी नटासारखा अभिनय करतेय. मीरा पुढे होऊन लिलीचा हात हातात घेते.

तिची कातडी कागदी आणि कोरडी आहे. जवळपास पारदर्शक दिसणाऱ्या कातडीच्या आतल्या निळ्या शिरा तिच्या हाताच्या पाठच्या भागावर उठून दिसतात. मीरा तो जर्जर हात हळुवार दाबते. दिवसेंदिवस तिनं तिच्या रोजच्या दिनक्रमातल्या कटकटींना स्वत:वर स्वार होऊ दिलं आहे.

''जर तुला त्यात आनंद येणार असेल, लिली...'' ती म्हणते. ''मला तुझा इतका अभिमान वाटतो!''

तिला प्रश्न पडतो की, लिलीच्या डोळ्यांत चमक अश्रूंमुळे आलीय की काय! लिली पुटपुटते, ''थँक्यू, थँक्यू बेटा आणि ....'' ती थबकते आणि मधल्या एका बिंदूवर बोलणं केंद्रित करते. ''मी हरवून गेलेय मीरा. सारोशिवायच्या माझ्या आयुष्यात स्वत:चा अर्थच हरवलाय. मला तिची खूप उणीव भासते.''

''मलापण माझ्या आईची खूप आठवण येते.'' मीरा सारोच्या जाण्यामुळे निर्माण झालेल्या पोकळीची जाणीव होऊन कबुली देते.

''अजून एक गोष्ट आहे.'' लिली एकदम म्हणते, ''जर तुला नव्यानं आयुष्य जगायची संधी मिळत असेल, तर ती घेतलीच पाहिजे.''

मीरा नजर वळवते.

''जेव्हा तुझे वडील गेले, तेव्हा मी हे सारोला सांगायला हवं होतं; पण मी सांगितलं नाही. मी एकटी पडण्याच्या भीतीमुळे स्वार्थी झाले होते. म्हणून मी तुझ्या आईला चिकटून राहिले आणि कुबडी म्हणून तिला माझा वापर करू दिला.

माझ्यासारखीच ती विधवा झाली, तेव्हा फार तरुण होती. मी तेव्हा बोलायला हवं होतं, पण मी बोलले नाही. म्हणून मला तुला हे सांगितलंच पाहिजे.''

मीराचा चेहरा लाल होतो. ''मला माहीत नाही तू काय विचार करतेयेस, पण माझ्यात आणि प्रोफेसरमध्ये तसं काही नाही आहे'' ती दुबळेपणानं म्हणते.

लिली मागे रेलते. ''अजून नाही; पण तुम्ही एकमेकांना आवडता, हे मला दिसतंय. हे तुझ्या केस कापण्याबद्दल किंवा नवीन पोशाख करण्याबद्दल नाही आहे. हे सिनेमात ठीक असतं. एक नवीन रूप तुम्हाला नवीन स्त्रीमध्ये बदलतं. पृथ्वीवर ये मीरा! तुझं आयुष्य हातातून निसटून जायच्या आधी भानावर ये!''

मीरा तिच्या नकारात जोर आणण्यासाठी खांदे ताठ करते. आणि मग ती थांबते. ती कशाला सत्य नाकारतेय?

''आणि सहज म्हणून सांगते. सारो कधीच का पोहली नाही, यामागे कुठलंच काळं रहस्य नव्हतं. ती पाण्याचा तिरस्कार करायची आणि मी तिला लहानपणी पोहणं शिकण्याची जबरदस्ती केली. तिनं जेव्हा घर सोडलं, तेव्हा तिनं शपथ घेतली होती की, तशीच परिस्थिती आल्याशिवाय ती कधीच पोहणार नाही.

''आणि त्या दिवशी तलावापाशी गिरीनं ती आणली' लिली खुर्चीतून उठत म्हणाली, ''पहिली गोष्ट म्हणजे तुम्हाला स्वत:शी प्रामाणिक असायला हवं. मीरा, माझं ऐक, आपल्या सर्वांना आपली स्वप्नं हवी असतात.''

६

आणि मग असं होतं की, मीरा स्वत:ला पुन्हा एकदा स्वप्न पाहण्याची मुभा देते. काही फारशी भव्यदिव्य नव्हेत. नवे पडदे किंवा नवे कपडे वगैरे नाहीत. ती एक नवीन घरटं बांधायची स्वप्नं पाहत नाही आहे किंवा पंखाला पंख लावून सूर्यास्ताकडे उडत जाण्याचीपण! सध्या ह्या वळणावर ती जॅक एवढ्या उमेदपणानं आणि सहजतेनं जो सहवास तिला देऊ करतोय त्यावर खूश आहे. तिचा जॅक! तिचा किच्छा! जेव्हा तो तिचे केस विस्कटतो किंवा पुढे झुकून तिची हनुवटी ओंजळीत धरतो किंवा तिच्या कुर्त्यावरचा एखादा कण टिचकीनं उडवतो, तेव्हा मीराचं शरीर रोमांचित होऊन जातं.

विन्नीनं बाजूनं एकदम पलटी खाल्लीये. ''तुम्ही कधी प्रणय करणार आहात की नाही की लहान मुलांसाखे चंद्राभोवतीच घिरट्या घालणार आहात?'' ती मीराला विचारते. जेव्हा मीरा तिला दिवसाची हकिकत सांगते. ''तुझ्या अंगाला झालेल्या स्पर्शानं तू एवढी उत्तेजित होत असशील, यावर माझा विश्वास बसत

नाही. ओ, मीरा! मीरा! मी तुझं काय करू बरं?''

मीरा बावळटासारखं हसते. 'सगळंकाही वेळेवारी होईल.' मीराला वाटतं. आता मात्र तिला त्याच्या डोळ्यांत दिसणारी ती स्त्री आवडते.

अनेक वर्षांत ती पहिल्यांदा एका मृत स्वप्नाच्या भुताला उकरून काढते. ''ओ, गिरी!'' लग्नानंतर सुरुवातीच्या दिवसांत एका संध्याकाळी ती करवादली होती, ''मी हे कधीतरी करणार आहे का? मी या संशोधनावर इतकी मेहनत घेतली होती. ते सगळं तसंच धूळ खात तिथे पडलंय आणि माझं आयुष्य घरंगळून चाललंय.''

''काय अर्थ आहे? अजून एका साहित्यातल्या प्रबंधानं जग बदलणार नाहीये.'' गिरी म्हणाला होता आणि मग त्या शब्दांमधला जणू विखार काढून टाकायला कुजबुजला होता, ''मुलांना तुझी गरज आहे. मला तुझी गरज आहे. ते जास्त महत्त्वाचं नाही का?'' त्यानं तिची बोटं एकामागोमाग चुंबून त्यांच्या आयुष्यातल्या तिच्या भूमिकेला जणू मुजरा केला.

मीरानं स्मित केलं होतं, पण पुढच्या वेळी जेव्हा तिनं हा विषय एका कार-सहलीत काढला होता तेव्हा गिरीनं एवढी खुशामत केली नव्हती. त्यानं त्यावर विनोद करून सूड उगवला होता. एक क्रूर विनोद! त्यानं पाण्याच्या टाक्यांकडे बोट दाखवून म्हटलं होतं, ''अरे, ती पाहा ममीची एम. फिल. त्या छपरावर!'' त्यावर मुलं खिदळली होती आणि मीरानंपण कसंनुसं हसून तो विषय पुन्हा कधीच काढला नव्हता.

पण जॅक लक्षपूर्वक ऐकतो. त्याचं मस्तक झुकवून, त्याची बोटं चाळवत. ''तू हे करायला हवं होतंस असं मला वाटतं'' तो म्हणतो, ''तू अजूनही करू शकतेस. हो की नाही?'' तो एकदम विचारतो. ''तुला काही पुस्तकं मी मिळवून देऊ का?''

काही दिवसांपूर्वीच मीरानं नयनतारा आणि निखिलला स्क्रॅबलचा खेळ खेळताना तिच्याबद्दल चर्चा करताना ऐकलं होतं. ती वाटेतच थबकते; कुतूहलानं आणि अधीरतेनं.

नयनतारा आणि निखिलला काहीतरी शिजतंय हे जाणवतं, पण त्याच्या अनुषंगानं वडलांपेक्षा – ज्यांना लवकरच बाळ होणार आहे असं ऐकिवात आलंय – सौम्य, साध्या आईशी निभावणं हे जास्त सोपंय.

निखिल नयनताराला सांगताना मीरा ऐकते, ''ते चांगले आहेत. ते आईला कमी लेखत नाहीत.'' 'जसे डॅड करायचे तसे.' पण तो तसं म्हणत नाही.

गेल्या काही महिन्यांत नयनतारा आणि निखिल दोघांनीही एक नवीन संवेदनशीलता मिळवली आहे. मागच्या दुष्टपणाच्या कृती, टोमणे आणि टर उडवणं हे त्यांच्या मनात घर करून बसलंय.

“ते तिला आदर देतात.” निखिल म्हणतो, “ते तिला काय वाटतं याबद्दल तिला विचारत असतात.”

“मॉम! ती तर फक्त एक गृहिणी आहे. तिला काय कळतंय?”

“चूप बस! चूप बस!” निखिल रागानं म्हणतो. “ती आपल्यासाठी इथे आहे. आहे नं? मीपण तिचा आदर करतो.”

“मम्मीच्या चमच्या!”

“मला मम्मीचाच चमचा व्हायला आवडेल; तुझ्यासारखं डॅडींची डार्लिंग होण्यापेक्षा! डॅडींना आपण नकोसे झालो होतो. ते आपल्याला सोडून निघून गेले. की ते तू विसरून गेलीस?” मीरानं पूर्वी कधी न ऐकलेलं गांभीर्य तिला निखिलच्या स्वरात जाणवतं. तिच्या घशात आवंढा दाटून येतो.

“त्यांना त्यांची कारणं होती.” नयनतारा त्वरेनं त्यांच्या संरक्षणासाठी धावते, पण तिच्या बोलण्यात काही दम नसतो, हे मीराला दिसतं.

“त्यांची काय कारणं होती, याची मला पर्वा नाही. त्यांनी मला किंवा तुला एकदा तरी विचारलं का की, आपल्याला त्यांच्याबरोबर जायचंय का म्हणून? त्यांनी आपल्याला जुन्या कपड्यांसारखं मागे टाकून दिलं. तू त्या प्रोफेसरांना पाहायला हवंस. ते स्मृतीची कशी काळजी घेतात ते. ते तिच्यासाठी इतकं करतात आणि असं कधीही दाखवत नाहीत की, त्यानं ते कंटाळलेत किंवा थकलेयत. प्रत्येक रात्री झोपायला जाण्यापूर्वी ते तिच्या पलंगाशेजारी बसून तिच्या हनुवटीखाली गुदगुल्या करून म्हणतात, “नीट गाढ झोपी जा बेटा! कारण जेव्हा तू सकाळी उठशील, तेव्हा मी तुला इतक्या दिवसांची कसर भरून काढायला खूप काम करायला लावणार आहे.” डॅडी आपल्याकडे कधीतरी असं पाहतील, असं तुला वाटतं? डॅडींना आपली पर्वा नाही. त्यांना ती कधी होती का याबद्दल मला शंका आहे” निखिल म्हणतो; हातातला फासा इकडेतिकडे करत.

नयनतारा मूक झालीये, पण जशी मीरा आत जायचा निर्णय घेते, तशी नयनताराची उत्सुकता वर डोकं काढते, “मग तुला काय वाटतं?”

“कशाबद्दल काय?”

“मम्मी आणि तिच्या त्या प्रोफेसरांबद्दल. त्यांच्यात काही चाललंय का?”

“मला माहीत नाही. कदाचित ते लग्न करतील?”

नयनतारा उघडपणे निखिलच्या विचारधारेबद्दल चकित झालेली आहे. डॅडनं नवीन आयुष्य जगायला सुरुवात करणं हे त्यांच्या घर सोडून जाण्याचाच एक भाग होता. पण मीरा? आयांनी आपली स्वप्नं बाजूला सारायची असतात आणि छानपैकी म्हातारं व्हायला हवं असतं, फर्निचरसारखं. “लग्न?” ती किंचाळते.

“होय, ते एकमेकांना खूप आवडतात वाटतं; पण जरी त्यांनी लग्न केलं, तरी

निदान त्यांना बाळ होईल ही काळजी तरी करायला नको तुला. कारण ते दोघंही बरेच मोठे आहेत वयानं.''

मीराचं आतडं पिळवटतं. तिची मुलं मोठी होताहेत. त्यांच्या आयुष्यांना स्वत:चं एक परिमाण लाभतंय.

''स्मृतीबद्दल काय?'' नयनतारा विचारते.

''तिच्याबद्दल काय?'' निखिल लगेच स्मृतीच्या बाजूनं उभा राहतो. ''तू मॉमला तुला प्रोफेसरच्या घरी घेऊन जायला सांग. मग तू स्वत:च पाहशील. ती तिथं नुस्ती पडलेली आहे.''

''ती त्यांचं बाळ आहे तर! डॅडीचं बाळ निदान मोठं तरी होईल; पण हिचं म्हणजे, तू आणि मी तिचे लंगोट जन्मभर बदलत राहू'' नयनताराला इतकं दुष्टासारखं बोलायचं नसतं, पण ती चांगलीच हादरली आहे. तिला असं बोलावंसं का वाटतंय, हे तिला कळत नाहीये. दुखावणं, भीती किंवा दोन्हीचं मिश्रण.

''तू खूपच दुष्टपणा करते आहेस.'' निखिल हळूच म्हणतो. ''जर तू तिला पाहिलं असतंस, तर तू आता जे म्हटलंस, ते सगळं परत घेतलं असतंस. मॉम मला तिथे बरेचदा नेते आणि मागच्या वेळी तिच्यासाठी तिनं मला वाचनपण करायला लावलं.'' निखिल खूप महत्त्वाचं सांगावं अशा स्वरात सांगतो. जणूकाही त्याला एखादं जोखमीचं काम करायला दिल्यासारखं.

''तू वाचलंस?'' नयनतारानं असूयेच्या स्वरात विचारलं.

''हो, मी वाचलं. थोड्या वेळानं मग ते स्वत:शीच वाचल्यासारखं होतं. ती तर एक स्नायूसुद्धा हलवत नाही मला वाटतं.''

निखिल शब्द बनवतो. डी ई ए डी (DEAD) नयनतारा स्क्रॅबलबोर्डवरून त्याच्याकडे पाहाते. ''तिची तब्येत एवढी वाईट आहे का?''

''हो, मला वाटतं मी तर मरूनच जाईन. जर तुला असं कधी काही झालं तर.''

निखिलचा गळा दाटून येतो.

नयनतारा थोडा वेळ काही बोलत नाही. मग ती पट बाजूला सरकवून निखिलला कवेत घेते.

७

एका संध्याकाळी जॅक लक्ष ठेवत असताना रिशी स्मृतीला बघायला येतो. कलाचित्ती तिच्या नेहमीच्या तपासणीसाठी डॉक्टरकडे गेलीये. मीरा दिवसभराचं

काम संपवून घरी गेलीये. मीरा बॅगमध्ये तिची पुस्तकं, पेपर्स, पेन आणि फोन टाकून दाराकडे जायला निघाली की, जॅकला पिळवटून येतं. शक्य असेल तेव्हा तो तिला घरी सोडतो; तिच्या जाण्याचा क्षण अजून थोडा लांबवत. कधीकधी वाटून जातं की, तो त्याचं गांभीर्य सोडतोय की काय! त्याच्या नीनाबरोबरच्या त्या पहिल्या मादक दिवसांमध्येसुद्धा त्याला ही अशी भोवळल्यासारखी संवेदना जाणवली नव्हती. एक शीतल प्रकाश, एका इतक्या बारीक छिद्रातून बाहेर उसळणार की, दुसऱ्या कुठल्या काळात, दुसऱ्या कुठल्या मितीत दुसराच कुठला! जॅक कपाळावर हात मारून विरोध करत टर उडवत म्हणाला असता : 'ओह, वयानं मोठा हो जरा! होशील का?'

आयुष्यात पहिल्यांदाच त्याला गोष्टीची घाई झालेली आहे. त्याच्या नेहमीच्या प्रतीक्षा करून, थांबून वाट पाहण्याच्या स्वभावाविरुद्ध. मीरासोबत त्याला सर्वकाही अधिक हवंय. फक्त शारीरिक गरजांच्या पातळीवरच नव्हे फक्त; तर त्याला ती संपूर्णच हवीये. "मला माहितीये की, तुला मीरा आवडेल स्मृती. ती मॉनिकसारखी किंवा त्या इतर बायकांसारखी नाही. तुला त्यांचा किती तिरस्कार वाटायचा, हे मी जाणतो. मीरा वेगळी आहे. मीरा मीरा आहे!"

तो त्याच्या मुलीच्या तळव्यांवर मलम चोळत तिला सांगतो. मग तो दारावरची घंटी ऐकतो.

कोण आहे हे पाहिल्यावर एकदम जॅक बोलत नाही. तो दार सताड उघडतो आणि म्हणतो, "आत ये. तुला स्मृतीला पाहायचंय मला वाटतं."

रिशी त्याच्यापाठोपाठ स्मृतीच्या खोलीत येतो.

जॅक रिशीच्या तोंडून धसक्याचा उद्गार ऐकतो आणि त्याच्या तोंडावर भावनांचा कल्लोळ पाहातो.

रिशी बराच वेळ काही बोलत नाही.

'मला कळलं नाही....' त्याचे डोळे आर्जवानं जॅकचे डोळे शोधतात.

'मला खरंच कळलं नव्हतं. काय म्हणू मी यावर?' त्याचे खांदे पडून तो भिंतीचा आधार घेऊन टेकून उभा राहतो.

"तुला कसली अपेक्षा होती?" जॅक त्याच्या आत भडकलेला राग लपवायचा प्रयत्न न करता म्हणतो.

रिशी भिंतीपासून दूर होतो आणि पलंगाच्या पायथ्याशी येतो. तो स्मृतीकडे टक लावून बघतो. त्या भयानक जिवाकडे, त्या उद्ध्वस्त झालेल्या मुलीकडे अविश्वासानं बघत, जी एके काळी स्मृती म्हणून त्याला माहिती होती, ती स्मृती, जिच्या प्रेमात तो वेड्यासारखा पडला होता. "ते... ते असं काही करतील अशी

मला अजिबातच कल्पना नव्हती.''

"ते कोण?'' जॅक ताठरतो.

"श्रीनिवासन आणि त्याची माणसं. हे असं काहीतरी करण्याचं ते धारिष्ट्य करतील, असं मला वाटलं नाही.''

"तो एक अपघात होता. एक विचित्र अपघात. नाहीतर हे काय असू शकेल? ते दुष्ट लोक आहेत. मला माहितीये. त्यांनीच तिचं असं केलंय.'' त्याचा आवाज चढतो. "ते असं करतील, असं ते म्हणाले होते.''

सगळ्या गोंधळाच्या स्थितीचे एक अंग पुनरावृत्ती असते, हे जॅक जाणतो. काही विशिष्ट प्रणाली त्यांच्या प्राथमिक अवस्थेपासूनच्या स्थितीपर्यंत पुन्हा परततात. मूळच्या आणि निर्माण झालेल्या स्थितींमध्ये संवेदनशील अवलंबित्वापासून पळून जाता येत नाही.

त्याच्या पोटाच्या खड्ड्यात, त्याच्या कवटीच्या मागच्या बाजूला, त्याच्या आत्म्याच्या खोल कोपऱ्यात कुठेतरी, जिथे स्मृतीच्या गतकाळाचं भूत त्यानं गाडून ठेवलंय, तिथे त्याला काहीतरी फडफडल्यासारखं वाटतं. पंखांची वेगवान उघडमीट! जॅक, एक हवामानतज्ज्ञ, हे जाणतो की, स्वयंभूपणेच दुसऱ्या कुठल्यातरी स्थानी ह्यामुळे वादळ निर्माण होऊ शकतं.

ते फुलपाखरू त्याच्या पंखांची फडफड करतं; पुन्हा आणि पुन्हा.

"तू म्हणाला होतास की, मदुराईलाच तुमचं बिनसलं होतं. मी हे धरून चाललो की, तू तिला तिथे सोडलंस; पण असं झालं नव्हतं. हो नं?'' जॅक विचारतो. "त्यानंतर काय घडलं? स्मृती मिंजिकापुरमला कशी पोहोचली?''

रिशी सोमण खाली बसतो. मदुराईपासूनचा बस प्रवास आठवताना त्याचे डोळे बारीक होतात.

❧ ८ ☙

मदुराईच्या बस थांब्यावर निळ्या-पांढऱ्या चौकोनांच्या बसेस पाहिल्यावर स्मृतीचे डोळे आनंदानं विस्फारले होते. "अरे, बघ! मी अशी टेबलक्लॉथ घातलेली बस आधी कधीच पाहिली नव्हती.'' ती चित्कारली होती. रिशी बोलला नव्हता. त्याला एवढं उत्तेजित वाटत नव्हतं. खरं म्हणजे आजकाल त्याला कशाबद्दलच काही वाटेनासं झालं होतं. त्याच्याकडून ज्याची अपेक्षा केली जात होती, त्याचा त्याला भार होत होता.

"हं" तो पूर्वकिनाऱ्याजवळ मिंजिकापुरमला जाणारी बस शोधायच्या प्रयत्नात म्हणाला. त्याचं स्वातंत्र्य त्याला तिथे मिळणार होतं.

बसमध्ये स्मृती त्याच्या खांद्यावर डोकं ठेवून झोपली होती. जेव्हा बस आवाज करून थांबली तेव्हा ती जागी झाल्याचं त्याला जाणवलं. तिनं तिचा गाल त्याच्या मानेवर घासला. एक माणूस तिथे उभा राहून त्यांच्याकडे टक लावून पाहत होता. त्यामुळे त्याला अस्वस्थ झाल्यासारखं झालं.

"चल ऊठ, झोपाळू!' तो त्याचे खांदे सरळ करत आणि त्यामुळे तिचं डोकं बाजूला करत म्हणाला होता.

स्मृतीनं उठून बसून आळोखेपिळोखे दिले. तिच्या तोकड्या टॉपमुळे तिच्या वक्षांची खालची बाजू त्याला दिसू शकली होती. रिशीला पुन्हा त्या माणसाची नजर जाणवली होती. ह्या वेळी मात्र ते स्मृतीच्या शरीराकडे लागले होते. रिशी त्याच्या बघण्याच्या आड येत पुढे झुकला.

"हे स्मृती" रिशी म्हणाला, "तो शर्ट घाल बरं."

"इतकं गरम आहे!" स्मृती कुरकुरली.

"मला माहितीये, पण आपण भारतातल्या एका लहान गावात आहोत आणि त्यांना तुझ्यासारखी मुलगी दिसल्यावर कसं वागायचं माहीत नाही."

"माझं काय चुकलंय पण?" स्मृतीनं विचारलं.

रिशीचं तोंड वाकडं झालं. 'ती साली इतकी भांडकुदळ होती. तुम्हाला फक्त एखादी लहानशी गोष्ट निर्देशाला आणून द्यायचा अवकाश की, तिच्यावर काहीतरी भयंकर आरोप तुम्ही केलाय असं ती वागत असे.'

"तुझं काहीच चुकलं नाहीये. त्यांनी मात्र तुझ्यासारख्या मुली पाहिल्या नाहीयेत. आणि तूच नेहमी म्हणतेस की, तुला खऱ्या भारतात मिसळून जायचंय म्हणून; पण हे ब्राशिवाय असलं तोकडं टँक-टॉप घालून तुला ते करता यायचं नाही." रिशीनं फटकारलं आणि तिच्या डोळ्यांतले दुखावल्याचे भाव न पाहिल्यासारखं भासवलं. नाहीतर त्याची नाराजी तिला कशी दिसली असती? कुठल्याही क्षणी आता तिचा चेहरा पडेल, त्याला वाटलं.

"काय झालं?" तिनं काही वेळानं विचारलं, "बस का थांबली?"

त्यानं खांदे उडवले. "अपघात, रस्ता बंद, पंक्चर... काहीही असू शकतं." तो म्हणाला. त्याला वैताग आला होता. त्याला गरमी होत होती आणि अपराधी वाटत होतं. डोळ्यांच्या कोपऱ्यातून त्यानं पाहिलं की, स्मृतीनं शर्ट घालून वरपर्यंत बटनं लावली. देवा, अजून काही साधा मार्ग नाहीये का याचा? एक दुःखरहित अलग होणं? तो हे कसं काय घडवून आणणार होता?

"हे बघ, सगळे खाली उतरताहेत. आपणपण जाऊ या. बाहेर जरा गार

असेल.'' स्मृतीनं त्याच्या कोपराला ढोसलं.

बाहेर लोकांचे घोळके रस्त्याच्या कडेला उभे होते. स्मृतीनंच एका बाईला विचारलं, ''काय झालंय?''

ती बाई तिच्याकडे न समजून पाहत राहिली. रिशीनं स्मित केलं. 'बिचारी! ती जेव्हा तामीळ बोलते तेव्हासुद्धा तिच्याकडे लोक कुतूहलानं पाहतात.' ''तुझ्या हेलामुळे पाहतात'' तो कुजबुजत होता.

''येन्नाच?'' स्मृतीनं पुन्हा प्रयत्न केला. त्या बाईनं तिचं कोपर धरलं. तिची गरोदर मुलगी तिच्या बाजूला उभी होती आणि स्मृतीला त्यांच्या नजरा तिचं बारीक निरीक्षण करताना जाणवल्या. असं बघत राहणं असभ्यपणाचं आहे, हे त्यांना माहीत नाही का? तिनं मान हलवली; आपण यानं वैतागलोय की आपल्याला त्याची गंमत वाटलीये हे न कळून, पण तिला निरखायचं ते थांबवत नाहीत जेव्हा बाकीच्या बायकांचा अजून एक घोळकापण त्यांना सामील होतो.

त्यातली एक स्मृतीच्या भुवईवरच्या खड्याला स्पर्श करते. ''हे तुझ्या केसांत अडकत नाही का?'' अजून एक बाई कुतूहलापेक्षा भोचकपणे तिच्या शर्टाचं कापड चिमटीत धरून कुजबुजत विचारते, ''माणसं तुझ्याकडे बघत नाहीत का? आम्ही साडीत असलो, तरी ते आमच्याकडे लाळघोट्यासारखे बघतात, तर मग जेव्हा ते तुझ्यासारखीला बघतात, तेव्हा तर... मी तर तुझ्यासारखे कपडे कधीच घालू शकणार नाही. हे सगळे डोळे मला उघडे पाडतील. त्यापेक्षा मी मरून जाईन!''

अजून एक हनुवटीनं रिशीकडे निर्देश करून म्हणते ''आणि हा? त्याला तुझ्या कपड्याचं काही वाटत नाही?''

''तुमचं नवीन लग्न झालंय का? की मधुचंद्र मनवताय?'' कुणीतरी संकोचत विचारलं.

स्मृतीनं रिशीच्या तोंडाकडे पाहिलं. तिच्या डोळ्यांतली लालसा त्यांना दिसून आली का? तिनं मान हलवली.

''नाही, नाही, आम्ही बंगलोरहून आलोय. तो माझा मित्र आहे.''

त्या बाईनं आठ्या पाडल्या. ''मला वाटलं तुम्ही नवरा-बायको आहात. तुमची जोडी चांगली दिसेल! तुझ्या आईवडलांना तुझं ह्याच्याशी लग्न करून द्यायला सांग.''

स्मृती गोंधळून हसली. 'तसं तिला सांगता आलं असतं तर!' तिच्या डोळ्यांनी पुन्हा शोधक नजरेनं रिशीकडे पाहिलं.

त्यानं तिच्या हाताला स्पर्श केला. ''तू इथेच अशा गप्पा मारत दिवसभर उभी राहणार आहेस का?''

मग स्मृतीनं नो पेन बामचा एक जाहिरातीचा फलक पाहिला. "पाहा रिशी!" तिनं बोट दाखवलं आणि प्रत्येकानं त्या फलकावर रिशीला पाहिलं. आखडलेल्या पाठीपासून सरळ होत जाणाऱ्या रिशीच्या एकामागोमागच्या प्रतिमा, त्याची टेनिसची रॅकेट हवेत बॅकहॅंड दाखवेपावेतो असा देखणा, तरतरीत! रिशी, पुरुषांच्या असूयेचा आणि स्त्रियांचा आकर्षणाचा विषय!

"तुम्ही सिनेमात काम करता का?" एका माणसानं विचारलं.

रिशी संकोचला. "नाही!" त्यानं तटकन म्हटलं.

"तुम्ही केलं पाहिजे!" त्या माणसानं रिशीचा तुटकपणा लक्षात न येऊन म्हटलं. "तुमच्यात तसं रूप आहे! तुम्ही एक चांगले सिनेनट होऊ शकाल!"

त्या बाईनं स्मृतीला कोपरखळी मारली. "तो खूपच आकर्षक आहे. त्याला कुणी चोरून नेणार नाही, याची तुला काळजी घेतली पाहिजे!"

"तुम्ही रजनीकांतला भेटलाय का?" एका मुलानं, ज्यानं 'सिनेनट' असे फक्त शेवटचेच शब्द ऐकलेले असतात, विचारलं. त्यानं रिशीची बाही खेचली.

रिशीनं मान हलवली आणि दूर जाऊ लागला. "विजयकांतला बघितलंय? प्रभू? सूर्या? धनुष? तुम्हाला कुणीच माहीत नाही? मग तुम्ही कसले सिनेनट!" त्या मुलाची निराशा सुरी फिरवल्यासारखी होती.

रिशी रस्ता ओलांडून झाडांखाली उभा राहिला.

"तो बराच लाजाळू दिसतोय!" त्या बायांनी स्मृतीला सांगितलं.

स्मृती काहीच बोलली नाही. त्याच्या सिनेमातल्या कामाबद्दलचा कुठलाही उल्लेख त्याला नाराज करून जायचा, हे तिला माहीत होतं. त्यानं एक-दोन सिनेमांत काम केलं होतं, पण ते तितपतंच. एका मृत जन्माला आलेल्या बाळाप्रमाणे असलेली सिनेमातली कारकीर्द फार वाईट असते, असं तो तिला वारंवार सांगत असे. "जेव्हा कुणीतरी तुम्हाला शोधून काढेल असं तुम्हाला वाटत असतं, तेव्हा तुम्हाला आशा तरी असते; पण हे अगदी वाईट आहे!"

तिनं त्याच्या हातात आपला हात गुंफला. त्याचा स्वत:वर विश्वास राहिला नव्हता. त्याला बंगळुरू सोडावं लागणार होतं. तिथं त्याच्यासाठी काहीच नव्हतं. त्याला मुंबईला जाणं भाग होतं आणि स्मृतीला हे सगळं संपलंय, हे स्वीकारावं लागणार होतं.

"ही कसली जागा आहे? स्मृतीनं नाक मुरडत विचारलं होतं. ती एका पायावर उभी राहून दुसऱ्या पायानं पोटरी खाजवत आळसावून उभी होती.

रिशी थांबला आणि लिहीत असलेल्या रजिस्टरमधून त्यानं वर बघितलं. "मला हेच परवडू शकतं. तिकडे किनाऱ्यांवर एक बुटिक हॉटेल नव्यानेच उघडलंय, पण ते माझ्यासाठी खूप महागडं आहे. जर तुला तिथे जायचं असेल,

तर तू जा!''

स्मृतीनं मान हलवली आणि त्याच्या बरगडीत ढोसलं. ''असं वाटतंय की, तुला माझ्यापासून सुटका हवीय. हे ठीक आहे. हे समुद्रकाठी आहे आणि मला लाटांचा आवाज ऐकू येतोय. आणि हे मिंजिकापूरममध्ये आहे!''

मग एकदा ते खोलीच्या आत गेल्यावर काही फरक पडला नाही. कारण जेव्हा तिथल्या पोऱ्यानं बाल्कनीचं दार आणि खिडक्या उघडल्या, तेव्हा रिशीनं स्मृतीचे डोळे चमकताना पाहिले. त्यानं तिला समुद्र श्वासात भरून घेताना पाहिला. मग ती त्याच्या बाहुपाशात शिरून त्याच्या शर्टाची बटणं काढू लागली.

''माझ्याबरोबर प्रणय कर इथे रिशी! या समुद्राच्या आणि आकाशाच्या साक्षीनं मला भोग.'' तिनं स्वत:ला निकट नेत त्याला विनंती केली.

रिशीनं तिला दूर धरलं. ''काय? इथे?'' त्यानं एकदम कातावून विचारलं.

''का?'' तिनं विचारलं, त्याच्या पाठीवर नखांनी वलयं काढत. ''तुला नकोय का? तुझं एरवी कधी मला भोगून समाधान होत नाही आणि आता तू असा वागतोयस, जणू मी तुला नकोशी झालीये.''

''आता नाही.'' त्याचा आवाज सपाट होता आणि चेहरा भावविहीन. ''मी त्या मनस्थितीत नाही. बटणं लाव. चल, आपण काहीतरी खायला बघू या. मला भूक लागलीये.''

स्मृती पलंगावर जमून बसली. ''काय झालं?'' ती एकदम म्हणाली, ''मला असं का वाटतंय की, तुला इथे यायला नको होतं? असंय का रिशी? तुला इथे यायला नको होतं का?''

रिशी बाल्कनीमध्ये परत गेला. बाहेर समुद्रात बोटी दिसत होत्या. जरा पुढे जाऊन एक कोळीवाडा दिसत होता. ''पण तिथे भटकायला जाऊ नका'' रिसेप्शनच्या तिथल्या माणसानं इशारा दिला होता. ''खास करून बाईबरोबर. ते सगळे दारुडे आहेत.''

''आणखी एक सांगतो'' तो माणूस म्हणाला होता. ''मी तुम्हाला असं सुचवतो की, पाकिटात काही पैसे घालून माझ्या इथे ठेवून जा; पोलिसांकरिता. त्यांनी तुम्हाला दोघांना अनैतिक वर्तन करताना पकडायला नकोय नं? आणि तुम्हाला पाहिल्यावर ते तुम्हाला पकडणारच.''

रिशीला बैचेन वाटलं. आता विचार केल्यावर, स्मृतीबरोबर इथे येणं हे मूर्खपणाचं झालं, असं रिशीला वाटलं. आपल्या सवयीच्या मुलखात तिला सोडून टाकणं सोपं गेलं असतं. अशी त्याला आता जाणीव झाली.

त्याला आतून एक चमत्कारिक जडपणा जाणवला. आपल्या मनात काय आहे ते बोलू शकलो असतो, तर बरं झालं असतं, असं त्याला वाटलं. तिच्यापासून

सुटका करून घेणं, तिला आपल्यामधून बाहेर काढून टाकणं आणि मग कदाचित, त्यांच्याजवळ काही चांगले दिवस उरले असते. पूर्वी जसे होते तसं पुन्हा व्हायला. तरुण, बिनधास्त, कुठल्याही पाशांशिवाय मोकळे!

स्मृती या दौऱ्याबद्दल खूपच उत्तेजित झाली होती. "कायदेकानून असतानासुद्धा बायका त्यांच्या न जन्मलेल्या बाळाचं लिंग शोधून काढण्याचा मार्ग शोधूनच काढतात. जर बायका काढत नसतील, तर त्यांचे कुटुंबीय. ती जर मुलगी असेल तर ते गर्भपात करतात. लवकरच असा दिवस येईल की, बायकाच उरणार नाहीत." ती म्हणाली होती; पलंगावर न्यायचे कपडे काढून ठेवत.

"ह्यांना जागरूकतेची गरज आहे बस्स. बायकांना ही जाणीव करून देणं की, मुलीच्या गर्भाला संधी द्यायलाच हवी. ही जाणीव की, त्यांना आपल्या मुलींमध्येसुद्धा समाधान, आनंद मिळू शकतो. हे खूप कठीण कार्य आहे; विनामोबदल्याचंसुद्धा!" स्मृती उत्तेजनेनं लाल झाली होती. "मी दोन किंवा तीन आठवड्यांसाठी बाहेर जाईन" ती म्हणाली होती. "मला माहितीये की, सगळे असाच विचार करतात की, मी फक्त कनवाळू हृदयाची आहे; पण निश्चयी नाही. पण मला आता त्यांना दाखवून द्यायचंय की, मला कळकळ आहे. मला खरंच कळकळ आहे."

रिशी तिच्या आवाजातला आवेग बघून सुटकेचा निःश्वास टाकतो. ती यामुळे कदाचित त्याच्यावरती चिवट पकड तरी सैल करेल. तिचं वेड न जन्मलेल्या मुलींकडे वळेल आणि त्यांना तरी त्याचा फायदा मिळेल.

"तुला तिथे केव्हा जायला हवंय?" त्यानं विचारलं.

"एक मार्चला, असं मी त्यांना सांगितलंय. कार्यकर्त्यांची पहिली तुकडी आधीच तिथे असणार आहे. तुला माहितीये, तुला माहितीये नं की, तुला सोडून जायचा विचारपण मला आवडत नाही." ती त्याचा तळवा स्वतःच्या गालावर ठेवत म्हणाली होती.

तिची त्वचा त्याच्या हाताला चिकट लागली. रिशीला एका अनामिक दुःखानं भरून आलं. कधीकाळी तिनं चेतवलल्या भावनांच्या भरतीला ही अशी ओहोटी लागली होती. एक शारीरिक घृणा आणि कीव!

"मी तुला तिथे घेऊन जाईन." रिशीनं हात पुढे केला होता. "आपण त्याआधी दोन दिवस एकत्र घालवू या. मग तू तिथून पुढे जा. आपण कोडाईलापण जाऊ शकतो. किंवा मिंजिकापूरम. कसं राहील? तू ते किती छान आहे याबद्दल कायम बोलत असतेस. आपण तिथे जाऊ शकतो. ते मदुराईपासून फार लांबपण नाही आहे."

"खरंच जाऊ या? खरंच? मला मिंजिकापूरमलाच जायला जास्त आवडेल.

मी लहान असताना माझे वडील नेहमी त्याबद्दल बोलायचे.'' स्मृतीचा चेहरा उजळला होता. कदाचित त्या उजळण्यामुळेच त्याचा निश्चय पक्का झाला होता. या प्रकारे ते इथे करावं लागणारं नव्हतं, जिथे तिच्या निकटच्या विनंत्यांपासून लपणं कठीण झालं असतं. कारण त्याला माहिती होतं की, स्मृती चिकटून बसेल. या तऱ्हेनं त्या बायका आणि त्यांच्या न जन्मलेल्या मुली तिला काही काळासाठी तरी बांधून ठेवतील. तोपर्यंत तो सोडून निघून गेलेला असेल.

वाइन. ती म्हणाली होती. ते समुद्राकाठी पिण्यासाठी वाइन घेतील. ''माझ्या वडलांची मावशी इथे काही दिवस राहत होती. पपांनी इथे काही दिवस घालवलेत, असं ते म्हणाले. तेव्हाच ते आकाशाच्या प्रेमात पडले. तोपर्यंत त्यांनी फक्त समुद्राचंच निरीक्षण केलं होतं, पण मिंजिकापूरमला ते आकाशाचा अभ्यास करायलासुद्धा शिकले.''

आपल्याला वाइन लागेल तर मग, म्हणून ती यादी तयार करू लागली. आणि संत्री आणि द्राक्षं. पेप्परीनीचे ट्रेवर तुकडे. ते किनाऱ्यावर चंद्रप्रकाशातली सहल मनवतील. तेव्हा जवळपास पौर्णिमा असेल.

''स्मृती, स्मृती'' तो म्हणाला. तिच्या झपाटलेल्या बडबडीला खीळ घालत. माथं फिरवून टाकणारे बेत! त्याला प्रेमात आणि वासनेत अडकवून टाकायला. रिशी तिच्या शेजारी गुडघ्यावर बसला, विचार करत की, ह्या सगळ्याला मी प्रेम कसंकाय समजलो?

''शांत हो, कळलं का? आपण बसनं जातोय. हे सगळे पदार्थ टिकणार नाहीत. आपण हॉटेलमध्ये उतरणार आहोत. त्यांच्याजवळ बूच उघडायचा स्क्रू किंवा वाइनचे ग्लासेस नसतील आणि समुद्रकिनारा लांब असेल. हे सगळं सामान कोण लादून नेणार?''

शेवटी, त्यानं दोन बीयरचे कॅन आणि एक खाऱ्या काजूचा डबा याला मान्यता दिली.

''तू तयार का होत नाहीयेस?'' तो खोलीत येत म्हणाला, ''तू तयार झालीस की, आपण हिंडायला जाऊ. बीयर आणि काजू कुठेत? मी बाहेरच्या दुकानात फ्रिज पाहिलाय. मी त्यांना बीयर थंड करून देता का विचारतो. आपण मग तुझ्या चांदण्यातल्या फिरण्यास जाऊ आणि मग जेवण घेऊ.''

तो आज रात्री तिला सांगेल, त्यानं स्वत:लाच बजावलं. यापुढे हे असंच सुरू ठेवणं त्याला शक्य होणार नाही.

"पण मी तसं करू शकलो नाही." रिशी म्हणतो. "आम्ही हिंडायला गेलो. आम्ही बीयर प्यायलो आणि काजू खाल्ले. मी स्मृती बोलताना ऐकत राहिलो. मी चांगल्या संधीची वाट पाहत राहिलो; एखादा विराम, जो मी भरून टाकला असता; पण जसंकाही त्या रात्रीच्या हवेने आणि चंद्रानं तिला बेभान केलं होतं. ती पाण्याच्या आत-बाहेर हुंदडत होती, गरागरा फिरत होती. आणि मग एका अविचारानं मारलेल्या गिरकीनं ती हवेत उसळली, ती एका काचेच्या तुकड्यावरच पडली.

रात्रभर थांबण्याशिवाय काही करता येण्यासारखं नव्हतं. तिथे बर्फ नव्हता, पण शेजारच्या दुकानात दोन थंड पेप्सीच्या बाटल्या मिळाल्या. प्लास्टर मिळालं नाही, म्हणून रिशीनं आपला टी-शर्ट फाडला आणि तिची जखम बांधली.

मग ते यावर खूप हसले. त्या प्रकारचा मूर्खपणा त्यांना गमतीदार वाटला. तिनं त्याच्या खांद्यावर पाय ठेवला होता आणि त्यानं पेप्सीची बाटली पावलाच्या दोन्ही बाजूंना रक्त थांबण्यासाठी दाबून धरली. हे सगळं मधून मधून सौजन्यपूर्वक प्रश्न विचारत शांततेत पार पडलं.

"दुखतंय का?" रिशीनं विचारलं. तिनं डोकं हलवलं.

"तुला काही प्यायला हवंय का?"

"नंतर." ती उत्तरली.

ही एक नवीन स्मृती होती. अबोल, नियंत्रित स्मृती. तिची लीनता गर्भित धमकीसारखी होती. त्यामुळे तो अस्वस्थ झाला. त्याला वाटलं की, त्यानं तिथून निघून जावं. पाठीमागे दार लावून घेऊन, ते लवकरच करायचं आहे त्याबद्दल सगळं विसरून जाऊन.

रिशी, ज्यानं स्वत:ला फक्त तीन सिगारेटी ओढायची परवानगी दिली आहे, चौथी सिगरेट पेटवून बाल्कनीत गेला. धूर आत ओढून बाहेर सोडताना तिचे डोळे आपल्या पाठीवर असल्याचे त्याला जाणवत राहिले आणि तो दहा सिगरेटींचा डबा रिकामा करीत राहिला.

त्यानं तिचा कोमेजलेला चेहरा पाहिला. त्याचं मन त्याला खाऊ लागलं. ती तिची पाठ भिंतीला टेकवून उशीवर पाय उंच ठेवून बसली होती. त्याला माहीत होतं की, त्यानं तिच्याकडे जावं, यासाठी ती वाट पाहत होती. तिला कुरवाळून आणि लाडंलाडं बोलून, जसं तो त्यांच्या प्रणयाच्या पहिल्या मादक दिवसांमध्ये करीत असे, तिच्या अंगठ्याला झालेल्या बारीकशा जखमेवरसुद्धा भलीथोरली समजूत घालणं.

आता तिला वेदना होत होत्या. तिचा पाय दुखत असणार, पण त्याला फक्त तिच्याबद्दल त्रयस्थ कीव तेवढी वाटली.

९

स्मृतीला कीव नको होती. तिला त्यानं तिचे लाड करायला हवे होते. तसेच, जसे एके काळी तो करत असे. म्हणून जेव्हा त्यानं डॉक्टरकडे जायचं सुचवलं, तिनं ती त्याच्यावर किती नाराज आहे, हे दाखवून द्यायला ते हाणून पाडलं.

"नको, मी ठीक होईन.", ती म्हणाली. "जास्त दाखवू नकोस!"

पण तो त्याला कबूल झाला नाही. "कदाचित टाके घालावे लागतील. मूर्खासारखं वागू नकोस! तुला टिटॅनसचं इंजेक्शन आणि कदाचित अँटीबायॉटिक्सपण घ्यावे लागतील. हे बघ, मी आधीच थकलोय. आता त्यात हट्टीपणा करून आणि उदास होऊन मला जास्त त्रास देऊ नकोस" त्यानं तिला फटकारलं.

स्मृतीनं त्याच्याकडे एक क्षणभर पाहिलं. मग म्हणाली "ठीक आहे."

नर्सिंग होम बस-थांब्याच्या बाजूला होतं. रिसेप्शनचा माणूस म्हणाला. तो त्यांना ऑटोरिक्शा बोलावून देऊ शकेल असं म्हणाला. रिशीनं त्याच्याकडे आश्चर्यानं पाहिलं. तो त्याच्यापेक्षा तरुण होता आणि काल रात्रीच्या वयस्क माणसापेक्षा जास्त मैत्रीपूर्ण दिसत होता. त्या वयस्क माणसानं काल रिशीला जखमी स्मृतीला लॉजच्या पायऱ्यांवरून धरून वर नेतांना पाहिलं, पण थोडीसुद्धा सहानुभूती दाखवली नव्हती. त्यानं "काय झालं?" एवढंपण विचारायची तसदी घेतली नव्हती.

त्या हॉलच्या मंद प्रकाशात रिशीला त्या माणसाच्या उदासीनतेचा भयंकर संताप आला होता.

पण हा तरुण माणूस भरपाई करण्याकरिता जणूकाही ऑटो येईपर्यंत चौकशी करीत होता. "मी जर असतो, तर तुम्हाला रात्री बीचवर जाण्याला विरोध केला असता. तिथे अजिबात सुरक्षित नाही आहे. कोळी दारू पितात आणि एकदा का ते तर्र झाले की, मग ते काही करायला मागेपुढे पाहत नाहीत. तुमचं नशीब की, तुम्ही त्यांच्यापैकी कोणाला भेटला नाहीत." तो म्हणाला.

"तुमचं नाव काय?" रिशीनं विचारलं.

"अरुल राज. का?" त्याचे डोळे चमकले.

"तुझ्यासारख्यानं इथे असणं मला आश्चर्यकारक वाटलं." रिशी म्हणाला.

अरुल राजनं खांदे उडवले. "मला सिंगापूरमध्ये नोकरी मिळणार आहे. ज्या क्षणी नोकरीचं पत्र येईल, मी इथून बाहेर पडेन. इथे माझ्यासाठी काहीच नाही आहे. साहेब काहीच नाही. मला हे गाव अजिबात आवडत नाही."

"तुम्ही इथे काय करताय?" त्यानं एकदम विचारलं, "हे काही प्रवासी लोकांचं गाव नव्हे. इथे काहीच नाही. मग तुम्ही इथे कसेकाय आलात?"

रिशीने खांदे उडवले. स्मृतीनंच उत्तर दिलं, ‘‘मी एका नाटक मंडळाची सदस्य आहे, जे तामीळनाडूचा दौरा करताहेत.’’

‘‘ऑटोला किती वेळ लागेल अजून?’’ रिशी अचानक उतावीळ होऊन म्हणतो.

अरुल राज रिशीच्या हुकुमशाही स्वरामुळे कातावून पुन्हा एका सौजन्यशील अपरिचित माणसाच्या कोषात जातो. ‘‘लवकरच!’’ तो रजिस्टर उघडत म्हणतो.

जेव्हा रिशी फाटकापाशी जाऊन उभा राहतो, तेव्हा स्मृती जणूकाही भरपाई करायला विचारते, ‘‘ते चांगलं नर्सिंग होम आहे का?’’

‘‘इथे ते एकच आहे. माझ्या बहिणी तिथेच बाळंत झाल्या.’’ अरुल राज पुन्हा संभाषणात भाग घेतो. ‘‘तालुका हेडक्वार्टर्सला सरकारी इस्पितळ आहे, पण ते दहा किलोमीटर दूर आहे. त्यामुळे ज्यांना परवडतं, ते मीनाक्षी नर्सिंग होममध्येच जातात.’’

‘‘मीनाक्षी कोण आहे? मुख्य डॉक्टर?’’

‘‘नाही, मुख्य डॉक्टर खरंतर एक माणूस आहे. डॉ. श्रीनिवासन. मला वाटतं, मीनाक्षी त्याची मुलगी आहे. खरंतर तो या लॉजचापण मालक आहे आणि या गावात जे काही आहे, त्या सगळ्याचादेखील!’’

रिशी येतो. ‘‘ऑटोवाला किती पैसे घेईल?’’ तो अरुल राजला विचारतो.

त्या तरुणाचे डोळे कठोर होतात. मग तो स्मृतीला जमिनीवर पाय टेकवल्यावर कण्हताना पाहतो. ‘‘तुम्ही गावाबाहेरचे आहात असं बघून तो पन्नास किंवा साठ घेईल, पण तुम्ही तीसपेक्षा जास्त देऊ नका.’’ मग स्मृतीकडे वळून, तो सहानुभूतीनं हळुवार आवाजात म्हणतो, ‘‘तिथे वसंता सिस्टरसाठी विचारा. ती माझी शेजारीण आहे. तिला कृपा करून सांगा की, मी तुम्हाला तिच्याकडे पाठवलंय. ती तुम्हाला मदत करेल.’’

स्मृती हसते. मग दातओठ खात आणि रिशीचा हात झिडकारून ती थांबलेल्या ऑटोरिक्शाकडे पायऱ्यांवरून लंगडत जाते.

‘‘तू इथे काय करते आहेस?’’ त्या बाईनं स्मृतीला नवलानं विचारलं.

स्मृतीनं वाचत असलेल्या पुस्तकातून वर बघितलं. क्षणभर ती त्या बाईच्या डोळ्यांकडे टक लावून पाहत राहते; हिला कुठे भेटलेय हे आठवत. मग तिला आठवतं की, बस थांबल्यावर रस्त्याच्या कडेला तिच्याशी बोलणं झालं होतं.

‘‘माझ्या पायाला लागलंय. मला डॉक्टरला दाखवायला हवं. मला इंजेक्शन घ्यावं लागेल बहुधा आणि कदाचित टाकेसुद्धा पडतील!’’ स्मृती थोडीशी संकोचून म्हणते.

‘‘तुझा मित्र कुठेय?’’ ती बाई विचारते. तिचे डोळे तिथल्या गर्दीत शोधक नजरेनं पाहात.

"तो इथेच कुठेतरी असेल." स्मृती म्हणते. मग संभाषणाचा रोख दुसरीकडे वळवायला विचारते, "आणि तुम्ही? तुम्ही इथे काय करताय?"

त्या बाईचे डोळे खाली झुकतात. "मी माझ्या मुलीबरोबर आलेय. तिचं स्कॅन चाललंय. मी स्कॅन-रूममध्येच जात होते, तर तू दिसलीस."

"पण तुम्ही दुसरीकडे कुठे राहता नं? तुम्ही तसं म्हटलं होतं."

ती बाई उत्तर देत नाही. त्याऐवजी म्हणते, "मला गेलं पाहिजे. स्वत:ची काळजी घे. डोक्याला एक-दोन दिवस पाणी लावू नकोस. ताप नाही आला पाहिजे."

स्मृती चौकशीच्या टेबलाकडे जाऊन रिशीला वसंता सिस्टरबद्दल विचारताना पाहते.

"ती सुटीवर आहे" कुणीतरी शेवटी सांगतं; त्याचा पिच्छा सोडवण्यासाठी.

"मला या गर्दीचं काही कळत नाही." रिशी तिच्यासमवेत रिकाम्या खुर्चीत धपकन बसत म्हणतो.

"हे एकच नर्सिंग होम आहे इथे." स्मृती म्हणते.

"इतक्या साऱ्या गरोदर बाया!" रिशी खुर्चीत अजून धसत म्हणतो.

पुढे अजून काही न बोलण्याच्या इच्छेने तो त्याचा मोबाइल फोन काढून त्यावर खेळ खेळायला लागतो.

स्मृती त्याला काही वेळ पाहत राहाते. तिला तहान लागलीये. तिला काहीतरी प्यायला हवंय. फळांचा रस, कदाचित एक उंच संत्र्याच्या रसानं भरलेला, बर्फाचे तुकडे घातलेला ग्लास. तिला घरची खूप आठवण येते. इतक्या महिन्यांमध्ये तिला घरची आठवण फारशी आली नव्हती. पलंगावरचे शुभ्र पांढरे पलंगपोस आणि आवडत्या वस्तूंची परिचित जाणीव! बाहेरच्या हॉलमधल्या गालिच्याचा तो झिजलेला भाग आणि वारं आल्यावर किरकिरणारी बेडरूमची खिडकी. पपा जॅकनं प्रत्येक सकाळी बनवलेल्या कॉफीचा वास. व्हरांड्यातल्या पाळण्यावर बसून पायानं हलकाच झोका घेणं, नीनाचं उत्तर. स्मृतीच्या उत्तेजित, वरच्या आवाजातल्या किंचाळ्या, इतक्या साऱ्या गोष्टींची आठवण. तिचे डोळे भरून येतात. ज्या घरात ती वाढली, ते घर कुठे होतं? पपा जॅकबरोबर? की नीना आणि श्रुतीबरोबर? की रिशीच्या अपार्टमेंटमध्ये? तिचं आयुष्य दुर्बलतेनं थरकापतं; डोक्यावर येऊन ठेपलेल्या नुकसानासहित.

स्मृती पान उलटून वाचण्याचं सोंग करत रिशीचं निरीक्षण करत राहते. ह्या माणसाला ती आता ओळखत नाही. तो दूर गेलेला आणि थंड वाटतो. काय चुकलं होतं?

चार टाके, दोन इंजेक्शनं आणि अँटिबायोटिक्सची चिठ्ठी घेऊन थकलेली स्मृती खोलीच्या बाहेर पडली. "मी औषधं घेऊन येतो आणि परत जायला ऑटो घेऊन येतो. तू तोपर्यंत इथेच बसून राहा कशी! बाहेर खूप गरम आहे सालं!" रिशी तिला बाहेर आणत म्हणतो.

त्या बसमधली बाई एका खुर्चीत वाकून बसली होती. स्मृती लंगडत तिच्या शेजारी जाऊन बसली.

"तुझ्या मुलीचं सगळं ठीक आहे नं?" तिनं विचारलं.

त्या बाईनं क्षणभर तिच्याकडे कोऱ्या नजरेनं पाहिलं. मग तिनं मान हलवली. "मला काय बोलावं ते कळत नाही." ती कुजबुजली.

"का?" स्मृतीनं आठ्या पाडल्या.

"गर्भ ठीक आहे, पण तो मुलीचा आहे!"

स्मृतीनं श्वास आत ओढून घेतला. "असं कसं म्हणू शकता तुम्ही? ती मुलगी असली, तर काय झालं?"

"तिला आधीच दोन मुली आहेत. आता तिला ही तिसरी नकोय; पण तिला चार महिने गेलेत. आम्ही लवकर आलो असतो, तर बरं झालं असतं; पण हा स्कॅन डॉक्टर महिन्यातून एकदाच येतो. आता गर्भपात करणं धोक्याचं आहे, पण तिला अजून एक मुलगीपण नकोय. तिचा नवरा आधीच तिच्यावर संतापलाय. मला नाही माहीत आता ती काय करणार ते."

"मुलगी आहे हे तिला कसं कळलं?" स्मृतीनं तिच्या कोपराला स्पर्श करून म्हटलं.

"त्या स्कॅन डॉक्टरनं तिला सांगितलं."

"पण डॉक्टरला गर्भाचं लिंग सांगायची परवानगी नाही. हे बेकायदेशीर आहे!" स्मृतीचा आवाज चढला.

"ते इथे करतात. आम्ही इथे का आलो असं वाटतं? हा स्कॅन डॉक्टर या गावातला नाही आहे. ते त्याला दुसरीकडून आणतात आणि जर आपण त्याला विचारलं, तर तो आपल्याला सांगतो." ती बाई कुजबुजली. "जरा आसपास पाहा", तिनं म्हटलं. "या सगळ्या गरोदर बायका त्या तालुक्याच्या वेगवेगळ्या भागांतून आल्यात. तुला काय वाटतं, त्यांच्या तिथे हॉस्पिटलं नाहीयेत? हे या स्कॅन डॉक्टरमुळेच आहे. आणि मग, जर तुम्हाला हवं असेल, तर ते गर्भपातसुद्धा करतात!"

"पण हे चुकीचं आहे." स्मृतीला ओरडून म्हणायचं होतं. "गर्भाचं लिंग त्याच्याआड कसंकाय येऊ शकतं?"

"हे सगळं पुरुषांना सांग. त्या बायकांना सांग, ज्यांनी पुरुषांना जन्म दिलाय!" त्या बाईच्या कर्कश आवाजानं स्मृतीला दचकायला झालं. ही ती बसमधली उत्साही

बाई नव्हती, जी जोरजोरानं हसत होती आणि जिचा आनंद लागट होता.

"पण तुमचापण यावर विश्वास आहे?" स्मृती हळूच विचारते.

"मी कशावर विश्वास ठेवते, याला काही अर्थ नाही. माझ्या मुलीला आधीच दोन मुली आहेत. तिचा विवाह पणाला लागलाय इथे. जर ती अजून एका मुलीला जन्म देईल, तर तिचा नवरा तिला सोडूनच देईल. त्यानं तशी तिला आधीच धमकी दिलीये."

"मला आता गेलं पाहिजे. ती लेडी डॉक्टरबरोबर आहे. मला स्वत:साठी एक क्षण हवा होता. ती काय करायचं हे मला विचारेल आणि माझ्याजवळ त्याचं उत्तर असायला हवं."

स्मृती त्या बाईला वऱ्हांड्यातून कन्स्लटिंग रूमकडे जाताना पाहत राहते. तिचे पाय पराजयानं ओढलेले, तिचं मस्तक विचारानं खाली झुकलेलं.

जेव्हा ते लॉजवर परतले, तेव्हा जेवणाची वेळ झाली होती. ते जवळच्या एका छोट्या हॉटेलमध्ये गेले, जिथे स्मृतीला अन्न चिवडताना रिशी बघत राहिला. ती विचारमग्न दिसत होती आणि कमी बोलत होती आणि रिशीला वाटत होतं की, असं कसं वाटतंय, ते तिला आता जाणवतंय बहुधा. त्यामुळेच हे अवघडलेपण असावं.

अजून एक विचार पावलावर पाऊल ठेवून सरपटत आला; तिचा त्याच्यातला रस संपलाय का? जर असं झालं, तर सगळ्यात उत्तम होईल; पण त्याला ती कल्पना आवडली नाही. "तुला हे आवडलं नाही का?" त्यानं तिला त्रासून विचारलं, कारण ती भाताचा गोळा ताटाच्या या टोकापासून त्या टोकापर्यंत नुस्ता फिरवत होती.

"मला भूक नाहीये." स्मृती ताट सारून म्हणाली. "मला आराम करायचाय."

पंखा लावूनसुद्धा खोलीत गरम होतं. ते शेजारी शेजारी डोळे बंद करून पडले. रिशीला गरम झाल्यासारखं वाटलं. स्मृती बहुधा झोपी गेली होती. तो छताकडे पाहत विचार करू लागला की, तो तिला त्या संध्याकाळी काय सांगणार आहे?

जेव्हा तो जागा झाला तेव्हा जवळपास सहा वाजले होते आणि स्मृती गेली होती.

तो उठून बसला. त्याच्या डोळ्यांनी खोलीचा शोध घेतला. तिची बॅग अजून तिथेच होती. 'कुठे गेली असेल?'

तिला खाली शोधावं, असं रिशीनं ठरवलं. कदाचित ती समोरच्या टेबलावर त्या कारकुनाशी गप्पा मारत असेल; पण तिथे तो अबोल, वयस्कर माणूस होता आणि रिशीला त्याला स्मृतीबद्दल विचारायचं धाडस झालं नाही. तो त्याला माहिती असली, तरी देईल की नाही अशी शंका होती.

रिशीनं आपले वाढलेले खुंट हनुवटीवर खाजवले. त्याला वर जाऊन अंघोळ करायला हवीये, पण त्या कोंदट खोलीत पुन्हा जायचा विचार त्याला निराशाजनक वाटला. त्यापेक्षा तो फिरायला जाईल. त्यानं ठरवलं आणि किल्ली कारकुनापाशी ठेवली.

जेव्हा पांढरी मारुती ऑम्नी या सुनसान रस्त्यावर हळूहळू वेग कमी करून आली, तेव्हा रिशीनं काय होणार आहे, त्याचा अंदाज घेऊन तयारी केली. ते त्याला मुलगी देऊ पाहतील. त्याला खात्री होती. त्या पांढऱ्या व्हॅनमधून दोन चांगले कपडे घातलेली माणसं उतरताना पाहून त्याला आश्चर्य वाटलं. एक वयस्कर माणूस पांढरं धोतर आणि अर्ध्या बाह्यांच्या शर्टात आणि तरणा माणूस पँट आणि चौकड्याच्या शर्टात. "तुम्ही इथे नवे दिसताय!" तो वयस्कर माणूस म्हणाला. हे विचारण्यापेक्षा सांगणं होतं.

रिशी नवलानं बघू लागला. हे कोण होते? आणि ते त्याला ह्या तऱ्हेनं का अडवताहेत? "का?" त्यानं आवाजात जास्तीत जास्त जरब आणून तामीळमध्ये विचारलं. "तुम्हाला काय करायचंय? कोण आहात तुम्ही?"

त्यांनी एकमेकांकडे पाहिलं. मग वयस्कर माणूस त्याच्या खालच्या खरखरीत आवाजात म्हणाला, "तू इथं नवीन आहेस. तुला आमच्या पद्धतीबद्दल काहीच माहीत नाही. मी तुला सुचवतो की, तू परत जावंस. आम्हाला काही लफडं करायचं नाही, पण तुलापण आम्ही काही लफडं करू देणार नाही!" तो जरी सौजन्यानं बोलत होता, तरी त्याचे शब्द विखारानं भरलेले होते.

"कसलं लफडं?" रिशी चाचरला. "मला नाही कळत तुम्ही काय बोलताय ते?"

तरुण मनुष्य समोर आला. "तुझी पोरगी! ती आज संध्याकाळी नर्सिंग होममध्ये होती. भलत्या गोष्टींमध्ये नाक खुपसत, ज्याचा तिच्याशी काही संबंध नाही. घरी जा. जिथं जायचं तिथे जा, पण इथून चालते व्हा"

वयस्क माणसानं हात उचलून त्या तरुण माणसाचा भांडखोरपणा थांबवला. त्याच्या हातातल्या घड्याळाचं सोनं संध्याकाळच्या प्रकाशात चमकून गेलं आणि रिशीनं त्याच्या तर्जनीवर आगीचा ठिणगी पाहिला. हिऱ्याची अंगठी. कोण होती ती माणसं?

वयस्कर माणसानं रिशीच्या खांद्यावर थोपटलं. एक प्रेमळ, मोठ्या काकांसारखं थोपटणं. "त्याला कळतंय. हो नं? ते चालले जातील!"

रिशी पांढऱ्या गाडीतून वेगानं त्यांना परत जाताना बघत राहतो. त्याला आपलं हृदय धडधडताना जाणवतं. त्याचं तोंड कोरडं पडतं. तो आयुष्यात इतका कधीच घाबरला नव्हता. 'स्मृतीनं काय केलंय?'

"तू एवढी मूर्ख कशी असू शकतेस?" तिनं दार उघडल्यावर तो ओरडला होता.

"काय? दार उघडलं म्हणून?" ती भुवई उंचावते.

"नाही, मूर्ख, बावळट कुठली! ज्याचा तुझ्याशी काही संबंध नाही अशा गोष्टीत नाक खुपसल्याबद्दल." रिशी त्या वयस्कर माणसाचेच शब्द नकळत वापरतो. "तू त्या नर्सिंग होममध्ये काय करत होतीस?"

"माझ्यावर ओरडू नकोस रिशी. तिथे काय घडतंय, हे तुला माहीत नाहीये" स्मृती तिथून जात म्हणाली.

तो तिच्या पाठोपाठ बाल्कनीमध्ये गेला. "माझं ऐकून घे स्मृती, तुला कळत नाहीये तू काय करते आहेस ते."

"हे सगळं कशाबद्दल चाललंय हे तुला माहितीये का?" तिनं शांतपणे विचारलं.

"मला नाही माहीत आणि मला त्याची पर्वापण नाही." रिशीनं हाताची मूठ दारावर आपटत म्हटलं. दार जोरानं झुललं. "तू कशाबद्दल बोलते आहेस?" रिशीनं विचारलं. त्याचा आवाज अविश्वासानं चढला.

"त्यांच्याजवळ मोबाइल स्कॅन युनिट आहे आणि ते मी शोधून काढणारच आहे. ते जे करताहेत, ते बेकायदेशीरच नाहीये, तर चूकपण आहे आणि कुणीतरी ते थांबवायलाच हवंय!" तिच्या चेहऱ्यावरचा सात्त्विक संताप त्याला घाबरवून गेला.

"हे धोकेबाज लोक आहेत. ही अमेरिका नाही आणि तू कुणी एरिन ब्रोकोविच नव्हेस. इथे काय घडतंय याचा गाजावाजा इथून बाहेर पडल्यावर तू करू शकतेस, पण इथे राहणं धोक्याचं आहे!" रिशी तिच्या कोपराला धरून तिडीकेनं म्हणाला.

"नुस्ता अहवाल बनवण्यात काय अर्थ आहे? तो प्रसिद्ध होण्याआधीच दाबला जाईल. आत्ता माझ्याकडे फक्त सांगोवांगी बातमी आहे. मी जर इथे अजून काही दिवस राहिले, तर मला हवाय तो पुरावा मिळेल. मला भेटलेल्या एका बाईनं मला अशा कोणाकडे पाठवायचं वचन दिलंय, जे माझ्याशी बोलेल आणि मला सर्वकाही सांगेल." स्मृती थांबली. तिचे डोळे विचारी झाले जेव्हा ती पुढे बोलली. "तुला यात पडायची गरज नाही. तुला जर जायचं असेल, तर तू जाऊ शकतोस!"

"आणि तू गेलास." जॅकनं त्या दोघांमधली शांतता मोडली.

रिशी पुढे झुकतो. त्याचे तळवे मांडीत दाबलेले, त्याचं मस्तक विचारात झुकलेलं. पश्चात्तापानं? जॅकला नवल वाटतं.

"मला माहितीये की, मी एक हृदयशून्य हरामखोर आहे, असा तुम्ही समज करून घेतलाय; पण मी अधिक नाटक करायच्या मनस्थितीत नव्हतो, इतकं मला तुटल्यासारखं वाटत होतं." रिशी चेहऱ्यावर कुठलाच भाव न दाखवता म्हणतो.

मग तो गप्प होतो.

जॅक बोलेपर्यंत. "सांगत राहा. रिशी, मग काय झालं?"

आपल्या आवाजातला कडवटपणा लपवणं जॅकला कठीण जातं.

"तिनं तुला हवी ती संधी दिली होती, नाही का?"

रिशी मस्तक हलवतो. "मी सोडून गेलो नाही. निदान तेव्हा तरी नाही! असं मी सोडून जाऊ शकलो नाही. मला कळलं होतं की, ती ज्यात गुंतलीये ते तिच्या हाताबाहेरचं होतं!"

जॅक त्याचं डोकं हातात धरतो आणि मोठ्यानं म्हणतो, "ती त्यात गुंतून कशी पडू शकली नव्हती? ती अशीच आहे! ती निग्रही आहे." मग तो एकदम ताठरतो आणि स्वत:ला सुधारतो. "आहे? होती!"

तो एकदम उठून उभा राहतो आणि म्हणतो, "गोष्टी किंवा माणसं अशी सोडून देण्यात ती कधीच चांगली नव्हती आणि चांगल्या कारणांसाठी तर ती नेहमीच वाहिलेली असायची."

१०

"कारणांसाठी शहीद लागतात. तुझा तसं व्हायचा विचार आहे का? एक शहीद? ते तुला दुखवतील एवढं नक्की!" रिशी सोमण सुरुवातीला हळुवारपणे बोलला.

तिथे रात्रीचं आकाश स्वच्छ होतं. क्षितिजावर चंद्र खाली लोंबकळत होता. समुद्रावरचा वारा जोरानं आणि क्षारानं भरलेला वाहत होता. त्यांना लाटांची गाज ऐकू येत होती. ते खोलीत येऊन बसले; दोघं जण; एका प्रतिकूल स्तब्धतेत.

"मग तू जा तर. तुला कसलीही जोखीम घ्यायला नको. तू जाऊ शकतोस." स्मृतीनं त्याला टोला हाणला.

"नाही, मी सोडून जाऊ शकणार नाही" रिशीनं फटकारलं. "कसाकाय जाऊ शकतो? तुला ही माणसं कशी आहेत हे माहीत नाहीये. स्मृती, ते धोकादायक आहेत आणि मी खरं तेच सांगतोय!"

स्मृती तिच्या ब्लाऊजच्या झालरीशी चाळा करत बसली. ती म्हणाली, "तू तसंही जायचा विचार करतंच होतास, नाही का? आता सगळं संपलंय. मला माहितीये. माझ्यापासून तुला सर्वस्वी दूर जायचंय. नाही, नाकारू नकोस. मग तू जात का नाहीस?"

रिशीनं ओठांवरून जीभ फिरवली. त्याला त्यावर समुद्राची खारी चव लागली. "मी गेलोच असतो. जर मला जबाबदारी वाटली नसती तर. मी तुला इथे आणलंय

म्हणून मलाच तुला इथून परत न्यावं लागेल आणि जेव्हा मी परत जाईन, तेव्हा मी मुंबईला जातोय.''

''तू मला तुझ्याबरोबर यायला म्हटलं असतंस का?'' तिनं हळुवारपणे विचारलं.

'नाही' त्यानं मान हलवली. ''हे संपलंय. किंवा तुला मी इथून नेल्याबरोबर ते संपेल.''

स्मृती ताठ बसली. ''तू किंवा कुणीच माझ्यावर मला जे हवंय ते मिळेपर्यंत इथून जाण्याची जबरदस्ती करू शकत नाही.''

''आणि ते काय आहे?''

''पुरावा रिशी. मला माझी तक्रार दाखल करण्यासाठी पुरावा हवाय. वर्तमानपत्रात छापून आणायला मला पुरावा हवाय. मग कुणीच सत्याबद्दल शंका घेणार नाहीत. अगदी तुझी ती धोकादायक माणसंसुद्धा.''

तिला काय म्हणावं किंवा तिची कशी समजूत घालावी, हे त्याला कळत नव्हतं आणि तिला तिथेही तो सोडून जाऊ शकत नव्हता. ती स्वतःला धोक्यात घालतेय हे जाणून. म्हणून त्यानं तिथेच राहायचा निर्णय घेतला.

ते त्या गचाळ लॉजच्या खोलीत बसून राहिले; मधली शांतता जुळवणं अशक्य होऊन. शेवटी, रिशीच प्रथम बोलला. ''मला सांग.'' तो म्हणाला.

''का?'' तिनं विचारलं. ''तुला त्याचं काय?''

''काहीच नाही.'' तो म्हणाला. ''पण तू आपला जीव कशाला धोक्यात घालते आहेस, हे तर कळेल.''

तिनं त्याला बसमधल्या आई-मुलीबद्दल सांगितलं. ती बाई नर्सिंग होममध्ये पुन्हा भेटल्याबद्दल. एका नेमानं येणाऱ्या स्कॅन डॉक्टरच्या अस्तित्वाचा शोध लागल्याबद्दल, जो एका खोलीत बसतो, जिच्या बाहेर एक पाटी लागलीये, 'गर्भाचं लिंग इथे उघड केलं जाणार नाही!' गर्भलिंग-निदानात मुलगी असली, तर गर्भपाताबद्दल, ज्यासाठी जास्तीचे पैसे घेतल्याचं सुचवलं जात होतं त्याबद्दल.

''पण तू यात काय करू शकशील असं तुला वाटतं? एका छोट्या गावातल्या गुंतागुंतीच्या आणि खुनशी राजकारणापेक्षा अधिक वाईट काहीच नसतं. आणि या लोकांना तू फार जास्त प्रश्न विचारले आहेस हे माहितीये.'' रिशीचं धसकलेलं कुजबुजणं हवेला कापत गेलं.

''मी ठरवलं की, ती जिथे जाईल, तिथे मी जाईन. निदान मी बरोबर असताना ते तिच्यावर हल्ला तरी करणार नाहीत; पण वाटलं की, जर तिच्या

कामात रस घेऊन तिला मदत करायला म्हणतोय, तर मी काय सुचवतोय ते ती ऐकून घेईल.

"माझे वर्तमानपत्रात काही मित्र होते. मी त्यांना सामील करून घेतलं असतं. आम्ही त्याबद्दल हल्ला उठवला असता. त्यामुळे अधिकारी लोक दक्ष झाले असते. मी ते फोन कॉल्स तिच्यासमोरच केले. त्यामुळे तिला मदत करण्यात मी गंभीरतेने विचार करतोय, हे तिला कळलं.

"दुसऱ्या दिवशी संध्याकाळपर्यंत, मला आशा वाटली की, आम्ही मदुराईच्या बसमध्ये असू." रिशी घटनाक्रम अशा तऱ्हेने सांगतो जसंकाही त्यानं त्याच्या डोक्यात ते पुन्हा पुन्हा अनुभवलंय.

त्या सकाळी तो स्मृतीच्या मागे मागे राहिला. नर्सिंग होममध्ये त्यांना बाहेर काढण्यात आलं. "तुम्ही आम्हाला प्रवेश नाकारू शकत नाही." स्मृतीनं रखवालदाराला रागानं ढकलायचा प्रयत्न केला.

"आम्ही बिलकूल करू शकतो." एक वयस्क माणूस आतल्या खोलीतून बाहेर येत म्हणाला. "एकतर यासाठी की, तुम्हाला कुठलीच वैद्यकीय मदत नकोय. दुसरं म्हणजे हे एक खासगी नर्सिंग होम आहे आणि शेवटचं म्हणजे कुणाला प्रवेश द्यायचा आणि कुणाला नाही, हे मी ठरवतो. कृपा करून निघून जा."

जेव्हा त्यानं रिशीला पाहिलं तेव्हा त्याच्या कपाळावरच्या आठ्या गडद झाल्या. त्यानं ज्या कडक आवाजात स्मृतीला थांबवलं होतं, त्याच आवाजात तो म्हणाला, "तर तू स्वत:च्या मनाप्रमाणे करायचं ठरवलेलं दिसतंय. आम्ही काय म्हटलं, ते तुला महत्त्वाचं वाटलेलं दिसत नाहीये."

"तो तुझा धोकादायक माणूस होता का? तो सौम्य दिसणारा शाळामास्तर?" स्मृती रिशीकडे वळून संतापानं म्हणाली, जसे ते गल्लीतून मुख्य रस्त्याकडे गेले. "मला एखादा दांडगट मिशीवाला गुंड, जाळीदार बनियन आणि लुंगी घातलेला माणूस वाटला होता."

रिशीनं भुवईवरचा घाम पुसला. "तुझा प्रॉब्लेम हा आहे की, तू फार जास्त तामीळ सिनेमे पाहातेस. तुला वाटतं की, खलनायक खलनायकांचे पोशाख घालून येतात. तो सौम्य शाळामास्तर तुझा किंवा माझा गळा कापण्यात मागेपुढे पाहणार नाही कदाचित. तू त्याच्या स्वरातला विखार ऐकला नाहीस?" रिशीच्या मणक्यातून बर्फासारखा शहारा गेला. "स्मृती, मी तुला सांगतोय की, तो धोकादायक आहे. ही जागा धोकादायक आहे!"

"ठीक आहे, मी मान्य करते की, इथे काहीतरी खुनशीपणा आहे; पण इतकासुद्धा नाही की, ज्यामुळे आपण शेपूट घालून इथून पळून जावं. चल, इथे

थोडं बसू या.'' ती एका लहानशा चहाच्या टपरीच्या बाकावर बसत म्हणाली.

''माझ्या फोनचा व्हिडिओ कॅमेरा सुरू आहे. मी आत जाणाऱ्या गरोदर बायकांना रेकॉर्ड करणार आहे. दुपारपर्यंत तो रेडिओलॉजिस्ट इथे येईल आणि मग तो परत जाईल. ते पाहा!''

एक ऑटोरिक्शा गल्लीच्या तोंडाशी थांबली. एक गरोदर बाई अणि एक माणूस त्यातून उतरले. काही मिनिटांनी दोन बायका आल्या. त्यातली एक गरोदर बाई त्या गल्लीत चालत गेली.

ते तिथे जवळपास दोन तास थांबले; असंख्य चहाचे कप पीत आणि गरोदर बायांचं येणं रेकॉर्ड करीत. तीन तासांच्या अवधीत बावीस बायका!

खोलीवर परतल्यावर स्मृतीने त्याला ते दाखवलं. ''आता तुला दिसलं मला काय म्हणायचंय ते? गर्भातल्या बाळाची तब्येत बघायला हे स्कॅन होतंय, असं वाटतंय का तुला? मुलगा आहे की मुलगी फक्त बघायला त्यांना हवंय. नाहीतर इतके सारे रुग्ण इतक्या कमी वेळात तो कसेकाय तपासेल?''

रिशीनं मान डोलवली. काय बोलावं हे त्याला कळलं नाही. त्याने कुठल्याही गोष्टीबद्दल इतका विचार क्वचितच केला होता. त्याला जीवनात फक्त सिनेमात प्रवेश करायला हवा होता. एक भाबडा विश्वास ठेवण्यालायक हिरो! म्हणून त्यानं जिम लावलं होतं आणि नृत्याचे धडे घेतले होते. त्यानं बॉक्सिंग सुरू केलं होतं. कुणीतरी असा, जो सुंदर मुलींना पटवेल, खलनायकांशी लढेल, न्यायाचं रक्षण करेल आणि चांगलं वागेल; पण हे सगळं त्या खोट्या, बेगडी जगातलं होतं. खऱ्या जगातल्या वाईट गोष्टींबरोबर लढायला त्यानं त्याच्यापेक्षा जास्त योग्य व्यक्तींना सोडून दिलं होतं.

''आपण संध्याकाळपर्यंत इथून निघून जायला हवं.'' रिशीनं पुन्हा म्हटलं.

''मला एका बाईला भेटायचंय. चिन्नाताई. तिची मुलगी या नर्सिंग होममध्ये गर्भपातानंतर मरण पावली आणि तिच्याजवळ त्याबद्दल काही कागदपत्रं आणि अहवाल असतील बहुधा. माझ्याजवळ तिचा पत्ता आहे. मी तिथे जेवणानंतर जाईन. मला दोन तास तरी लागतील. मी जेव्हा परत येईन तेव्हा आपण जाऊ शकतो.'' ती उत्तरादाखल म्हणाली.

''ती तुझ्याशी का बोलेल?'' रिशीनं विचारलं.

''ती बोलेल. तिनं तिची मुलगी गमावलीये. तिला राग का येणार नाही आणि ती कडवट का होणार नाही? एकदा मी तिचं टेप केलं की, आपण जाऊ. मी वचन देते!''

रिशीला त्याचे स्नायू सैलावल्यासारखे वाटले. तिनं एकटं जायचा विचार त्याला आवडला नव्हता, पण दिवसाची वेळ होती आणि ते आता निघूनच जाणार

होते. त्याला या शापित गावात किंवा या गचाळ हॉटेलमध्ये अजून एक रात्र काढायची नव्हती.

"मी सहा वाजेपर्यंत परतेन." केळीच्या पानात बांधून आणलेली बिर्याणी खात ती म्हणाली. "जर तू सामान बांधून तयार राहिलास, तर मी परतल्याबरोबर आपण निघू."

त्यानं मान डोलवली. "थँक्यू" त्यानं एकदम म्हटलं. तिनं त्याच्याकडे बराच वेळ पाहिलं. "थँक्यू" तिनं उत्तरादाखल म्हटलं. स्मृतीला त्याने तेव्हा शेवटचं पाहिलं. तिच्याशी बोललेले ते शेवटचे शब्द होते.

"ते माझ्या मागावर लवकर संध्याकाळी आले. तो तरुण माणूस आणि अजून तीन माणसं. मी स्मृती असेल म्हणून मी दार उघडलं. "तू लवकर आलीस!" मी दार उघडताना म्हटलं. आवाज न करता ते गुपचूप आत घुसले.

" "हे पाहा, आम्ही जाणार आहोत." मी बांधून ठेवलेल्या बॅगांकडे बोट दाखवत म्हणलं. "मी म्हटलं होतं आम्ही जातोय म्हणून. आम्ही आताच निघतोय."

"त्या तरुण माणसानं माझ्याकडे निरखून पाहिलं. मग त्यानं बेपर्वाईनं हात उडवला.

"त्यांनी मला मारायला सुरुवात केली. मी किंचाळायला लागताच त्यांनी माझ्या तोंडात बोळा खुपसला. कधीतरी त्यांनी चाकू काढला. मी चेंडूसारखा आवळून जमिनीवर पडलो होतो. एकदाही स्मृतीचा विचार माझ्या मनात आला नाही. एकदाही नाही!

"हा काही सिनेमा नव्हता; खलनायकांबरोबर लढा द्यायला आणि स्मृतीला सोडवायला आणि चांगल्याचा जय व्हायला.

"तेव्हा कुठे मला कळलं की, मी किती कमकुवत होतो, किती दुबळा! मी फक्त माझ्याबद्दलच विचार करू शकत होतो आणि हे असं मरण मला यायचं होतं का याबद्दल.

"ते मला तसंच बेशुद्ध आणि जखमी सोडून निघून गेले. एका तासानंतर अरुल राजनं मला पाहिलं, जेव्हा पोऱ्यानं आरडाओरडा केला.

"अरुल राजनं मला शेजारच्या गावातल्या इस्पितळात नेलं. त्यानं मला ॲडमिट केलं. माझ्या पाठीला काही टाक्यांची गरज होती आणि माझं मनगट मोडलं होतं. काही आतल्या जखमापण होत्या. तो म्हणाला की, मी दोन दिवस बेशुद्ध होतो.

"जेव्हा मी माझे डोळे उघडले, तेव्हा तो तिथे बसलेला होता. त्यानं मला काय झालं ते विचारलं नाही आणि मी ते सांगितलं नाही. एकतर त्याला ते माहीत होतं

किंवा त्याला ते माहीत करून घ्यायचं नव्हतं. "स्मृती?" मी विचारलं.

"त्यानं डोकं हलवलं. "ती परत आली नाही. मी तिच्यासाठी रिसेप्शनवर निरोप ठेवला होता..."

"मी नजर वळवली. ती वेळेवर निसटली असेल, अशी मी आशा केली. मी त्याचा सेलफोन घेऊन तिचा नंबर लावायचा प्रयत्न केला. एक इलेक्ट्रॉनिक आवाज म्हणाला, "हा फोन पोहोचत नाही आहे." मग माझी भीती जरा कमी झाली. 'ती त्या नाटकमंडळींबरोबर असणार.' मला वाटलं. खोलीतला गोंधळ पाहिल्यावर ती मदुराईला पळून गेली असणार किंवा कोणीतरी तिला पळून जाण्याची सूचना केली असणार. मी त्यातच आधार शोधला. एवढंच काय ते मी करू शकलो. कशावरही लक्ष केंद्रित करायच्या मनस्थितीत मी नव्हतो. अजून मी काय करू शकलो असतो? अजून काय केलं असतं मी?

"माझा भाऊ दुसऱ्या दिवशी मला घ्यायला आला आणि कुन्नूरला घेऊन गेला.

"एका महिन्यानंतर बंगलोरला परतल्यावर मी स्मृतीबद्दल आणि तिच्या अपघाताबद्दल ऐकलं. मी त्यात गुंतायचं नाही असं ठरवलं. तिला भेटायचं म्हणजे जुन्या खपल्या उकरून काढणंच होतं."

नंतर जॅक पलंगाशेजारी बसतो. रिशीच्या शब्दांनी उठलेल्या विचारांच्या मोहोळाला स्थिर करणं अशक्य झाल्यामुळे : काय केलं असतं मी? काय करू शकलो असतो? प्रायश्चित्त मागत, त्याच्या मुलीचं रक्षण न करू शकल्यामुळे क्षमायाचनेसाठी तडफड करीत.

दुसऱ्या दिवशी सकाळी तो मीरा येण्याची वाट पाहतो. तो मिंजिकापूरमला परत जाईल. त्यानं निर्णय घेतलाय. रिशीच्या कहाणीतलं एक नाव ओळखीचं वाटतंय. आता त्याला आठवतंय, जेव्हा त्यानं ते ऐकलं होतं. चिन्नाताई. आता त्याला आठवतंय, जेव्हा त्यानं ते ऐकलं होतं. चिन्नाताई! हॉटेलमधली हुलकावणी देणारी झाडूवाली.

जरी ती त्याच्याशी बोलणार नाही, तरी मीराशी बोलेल.

पाचवा टप्पा

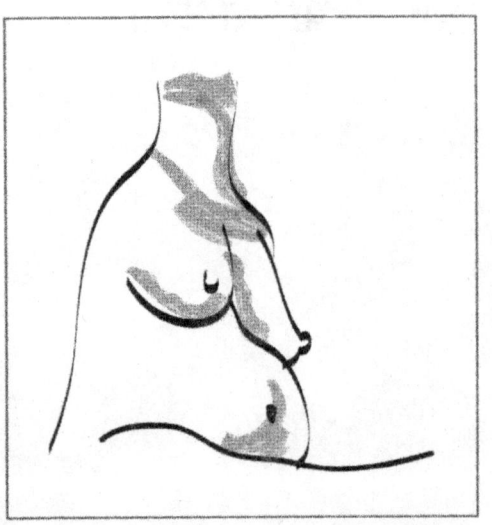

शांततेचा नेत्र

मी मला बरेचदा विचारलंय की, शांततेची अवस्था कशाचं प्रतिनिधित्व करते? काचेसारखा स्तब्ध असलेला समुद्र? की निद्रिस्त बाळाचा चेहरा? की खिडकीच्या काठावर वेटोळं करून बसलेली मांजरी?

मग मला ते उमगतं. २००६च्या उन्हाळ्यात मी लंडनमध्ये होतो आणि ट्रॅफल्गार चौकात बहुचर्चित 'ॲलिसन लॅपर प्रेग्नंट'चं शिल्प पाहायला गेलो होतो. मी घृणा वाटेल आणि अगदी रागसुद्धा येईल या तयारीनंच गेलो होतो. हा शिल्पकार मार्क क्वीन, काय विचार करीत होता?

पण त्या कराऱ्या संगमरवरच्या शुभ्रतेत, त्या आकाराच्या स्तब्धपणात, त्या पूर्ण फुगलेल्या ओटीपोटात मी जीवनाच्या सोहोळ्यापेक्षा जास्त काहीतरी पाहिलं. मी वाऱ्याचं पडणं पाहिलं. मी अटळतेच्या स्वीकारातून उद्‌भवणारी शांतता पाहिली. एक जीवन जन्माला येईल आणि त्यासोबत सगळंकाही बदलून जाईल; पण आता मात्र हेच इथे आहे. वादळापूर्वीची शांतता!

दैनंदिन जीवनात जसं वादळात असतं तसं घटनांचा स्वभावक्रम हरवणाऱ्या शक्तींना गरगरत समीप यायला, जसा सर्वोच्च महत्त्वाचा क्षण जवळ येतो, तसं भागच पडतं.

पण वाढणाऱ्या वेगाबरोबर अजून काहीतरी जन्माला येतं : बाहेरच्या दिशेला जाणारा जोर; या परिस्थितीच्या उन्मत्त गरगरण्यातून निघालेला.

यासाठी शास्त्रीय शब्द आहे – केंद्रापसारी शक्ती. प्राचीन लोक याला अटळतेचा स्वीकार म्हणत. त्याच्याशिवाय, जसं की, परिपूर्णतेचं विज्ञान आम्हाला शिकवतं, हे विश्व स्वत:चाच संहार करून शून्यत्वाला जाईल.

हवा गरगरते; वेगानं आणि अजून वेगानं, जिथे वादळाचा सर्वोच्च बेफामपणा असतो, तिथे नेत्राचं सीमापृष्ठ अपेक्षित असतं. फक्त, काळीज कडेच्या पलीकडे थांबलेलं असतं.

जसजशी केंद्रापाशी शक्ती गरगरणाऱ्या हवेला बाहेर खेचते, तिथे निर्वात पोकळी निर्माण होते. 'शून्यता' किंवा काहीच नसण्याची स्थिती! गणित आणि तत्त्वज्ञान यालाच शून्याची कल्पना म्हणतात.

पण संघटनात्मक जगात असल्या चमत्कारिक कल्पनांना स्थान नसतं. एकतर तिथे काहीतरी आहे किंवा नाही आहे; सर्व गोष्टींना काहीतरी बनायलाच हवं. कारण हाच जीवित सृष्टीचा नियम आहे. सगळं चराचर शून्यतेचा तिरस्कार करतं; कुठलीही शून्यता. म्हणून त्या रिकामपणात मग थोडी हवा नेत्राच्या सीमापृष्ठावरून वाहत येते. तिला खाली जायला लावते. एक मेघ-विरहित छिद्र उद्‌भवतं, या बुडणाऱ्या हवेतून आणि प्रकाशातून; हा वादळाचा सर्वांत शांत भागसुद्धा असतो – त्याचा नेत्र!

प्रोफेसर जे. ए. कृष्णमूर्ती
द मेटॅफिजिक्स ऑफ सायक्लोन्स

मीराचे डोळे त्याच्या नजरेचा वेध घेतात:

'माझ्यात ते आहे का? मला त्याच्याबरोबर राहायचंय का? कारण कधीतरी अशी वेळ येईल जेव्हा आयुष्य आणि काळ फिरवता येणार नाही. बदल जन्म घेईल. त्या बदलाबरोबर जगू शकणं माझ्यात आहे का?'

हेरा जाणत होती, तिनं पाळलेल्या राक्षसाला कुठे ठेवायचं ते. तो तेव्हाच येत असे जेव्हा ती त्याला बोलवत असे; पण मीरानं आपल्या आत अनेक मस्तकांचा हायड्रा पाळून ठेवलाय. प्रत्येक वेळी, जेव्हा जेव्हा तिला स्वत:साठी काही करायचं असेल, तेव्हा हायड्रानं आक्रोश केला होता : 'का? तो फुत्कारत होता. तू असं कसं करू शकतेस? स्वत:ला पुढे करून तू स्वार्थीपणा दाखवत नाहीयेस का?' हळूहळू मीरा हायड्राला त्याच्या गुहेत कोंडून टाकायला शिकली होती. गिरीला तिच्यात जशी स्त्री अपेक्षित होती तशी होऊन.

पण ही मीरा त्या फुत्कारणाऱ्या, अनेक मस्तकांच्या हायड्राला घाबरत नाही. तिला त्याचं अनिश्चिततेचं डोकं छाटून टाकणं आणि खोलवर गाडून टाकणं माहितीये, जे तिथेच राहील.

जेव्हा जॅकनं तिला त्या समुद्रकिनाऱ्यावरच्या गावी जाण्याबद्दल विचारलं होतं, तेव्हा तिनं मागेपुढे पाहिलं नाही.

"हो, मी येईन." ती म्हणते. "पण का किच्छा?" आजची सकाळ ही किच्छाच्या प्रकारची सकाळ असते. "तिथे तुला काय करायचंय?"

तो टेबलावर बसलाय आणि तिला तिच्या बाहुवर त्याच्या मांडीचा दाब जाणवतोय. तो खांदे उडवतो. "बंद करणे" तो चहाचा कप उचलून घुटका घेत म्हणतो.

मीरा तिचे हात एकत्र गुंफते. क्वचितच एखाद्या स्त्रीला दुसरी संधी मिळते. खरंतर एखाद्या पुरुषालासुद्धा क्वचितच मिळते. कदाचित ही त्यांची असेल; तिची आणि त्याची; दोघांची.

चिन्नाताई दारात अनोळखी माणसाला बघून बावरते. कुठेतरी, तिच्या डोक्यात मागे, तो तिला एक दिवस शोधून काढलेच हे तिला नेहमीच माहीत होतं. त्या वेळी मागे जेव्हा पहिल्यांदा तो मिंजिकापूरमला आला होता, तेव्हा ती निघून गेली होती. तिनं नंतर ऐकलं होतं की, त्याला सगळीकडे मौनाला सामोरं जावं लागलं होतं. ते असंच झालं असेल. त्यांनी तिलापण गप्प बसायला सांगितलं होतं. तिला तसं करणं भाग पडलं होतं. त्यावर तिच्या नातीचं आणि तिचंसुद्धा आयुष्य तोललेलं होतं. ती स्वत:ची पर्वा करत नव्हती, पण जर का तिला काही झालं, तर त्या मुली अनाथ झाल्या असत्या आणि ती तिच्या मुलीच्या नजरेतून पुन्हा उतरली असती.

त्याच्याशी कुणी बोलणार नाही, हे तिला माहीत होतं. तीपण त्याला तिला शोधून काढण्याची संधी देणार नव्हती. तिनं ठरवून टाकलं होतं आणि तिनं एका पिशवीत तिच्यासाठी आणि मुलींसाठी त्या संध्याकाळी कपडे भरले आणि बस थांब्याकडे धावली.

जर ती त्याला पाहीलम तर ती त्याला काय करेल किंवा सांगेल हे सांगता यायचं नाही.

"तुम्हाला काय हवंय?" ती कोरडेपणानं विचारते. तो अनोळखी माणूस स्मित करतो. एक जाण असल्याचं गंभीर स्मित. "मी कोण आहे, हे तुम्ही विचारत नाही, हे जरा चमत्कारिक आहे. याचा अर्थ तुम्ही मला ओळखता का?"

चिन्नाताई बोलत नाही. मग ती त्याला, जरी तिला तो कोण आहे हे माहीत असलं तरी विचारते, "बरं मग, कोण आहात तुम्ही? आणि तुम्हाला काय हवंय?"

ती घराच्या आत जाते. तो माणूस तिचा उंबरठा ओलांडत नाही. तो निश्चय करून तिथेच उभा राहातो. "मी स्मृतीचा बाप आहे. तुम्हाला स्मृती आठवते?"

चिन्नाताई एक खोल श्‍वास घेते. "ती कशी आहे?" ती हळूच विचारते. त्याचे भाव बदलत नाही.

"ती जर मेली असती, तर बरं झालं असतं" तो भावरहित आवाजात म्हणतो.

“हो, ती मेली असती, तर बरं झालं असतं” चिन्नाताई मागं फिरत सहमत होते. तिचा चेहरा सावल्यांमध्ये असतो. “आत या” ती म्हणते. इतक्या महिन्यांच्या गोंधळानंतर तिच्या मनाचा निश्चय झालाय.

तिनं स्मृतीला पाठवून दिलं होतं, ती म्हणते. चिन्नाताई पाठ भिंतीला टेकवून बसते. तो माणूस आणि ती स्त्री त्या दोघांना जमिनीवर बसण्याची सवय नसावी. तिला कळू शकतं. त्या मुलीसारखं नाही.

स्मृती सहजपणे जमिनीवर मांडी घालून बसली होती. वना आणि कनका, तिच्या नऊ आणि सात वर्षांच्या नातींबरोबर खेळत. “मी तिला सांगितलं की, माझ्याकडे तिला सांगण्यासारखं काही नाहीये.” चिन्नाताई पुन्हा म्हणते.

“पण ती तुमच्याकडे कशाला आली होती?” स्मृतीच्या वडलांच्या बरोबर आलेल्या त्या स्त्रीनं विचारलं. “तिला अशी काय माहिती हवी होती, जी तुम्ही देऊ शकला असतात?”

“माझी मुलगी मेली. ती जवळजवळ पाच महिन्यांची गरोदर होती, जेव्हा तिला डॉक्टरनं स्कॅन करायला सांगितलं. डॉक्टरनं सांगितलं की, सर्वकाही ठीक आहे, याची खात्री करून घ्यायची होती. काय गरज आहे? मी विचारलं, पण तिच्या नवऱ्यानं आग्रह धरला की, डॉक्टर जसं सांगताहेत तसं करू आणि त्यासाठी आम्ही मीनाक्षी नर्सिंग होमला जायला हवं. त्यालाच बाळाचं लिंग निदान करून हवं होतं.

“त्या स्कॅन डॉक्टरनं ती मुलगी असल्याचं सांगितलं. तिचा नवरा एक शब्दही न बोलता निघून गेला.

“घरी जाताना माझ्या मुलीनं मला विचारलं की, मी तिचं बाळंतपण करेन का. मला माहिती होतं तिला काय हवं होतं ते. “नाही” मी म्हटलं. “मी यापुढे कधीही तुझं बाळंतपण करणार नाही. तू जेव्हा दुसऱ्या वेळी गरोदर राहिलीस तेव्हाच मी तशी शप्पथ घेतली होती.”

चिन्नाताईचा आवाज चिरकतो.

“ती रडली आणि तिनं विनंती केली, पण मी ऐकणार नव्हते. मला वाटलं की, जर मी कडक राहिले तर ती ते राहू देईल. तिच्या नवऱ्यानं गर्भपात करण्याची व्यवस्था केली. त्यांनी ते मला सांगितलं नाही. मला ते तेव्हा कळलं जेव्हा त्यांनी माझ्या मुलीचं शव घरी आणलं.

“मी आता स्वत:लाच हे विचारते. मी जर तिचं बाळंतपण केलं असतं, तर त्या जिवाचा अंत करणं तिला माझ्याकडून हवं होतं. तसंही मी ते एके काळी करतच तर होते आणि माझी मुलगी जिवंत राहिली असती. दु:खी, पण जिवंत!”

चिन्नाताई तिच्या तंबाखूचा बटवा उघडते आणि मग थांबते. “तुमच्या मुलीनं

माझ्या मुलीबद्दल ऐकलं होतं. तिला नक्की काय झालं ते कळायला हवं होतं, पण मी तिला परत पाठवून दिलं. माझी मुलगी तर आता मेलीच. आता काय बोलायचं राहिलंय, असं मी तिला सांगितलं.''

जॅक त्याच्या बुडावर बसतो. त्याच्या पायाला मुंग्या आल्यात. तो मीराकडे बघतो. जी हलल्यासारखी वाटते. घाबरलेलीसुद्धा. त्याला तेव्हा पश्चात्ताप होतो. त्यानं यात मीराला खेचून काय साधलं? त्यानं फक्त स्वत:चाच विचार केला. स्मृतीच्या शेवटच्या तासांतली भयानकता मिंजिकापुरम्‌मध्ये दबा धरून बसली होती आणि त्याला एक भक्कम आधार हवा होता. तो स्वार्थानं आणि अविचारानं वागला. त्यानं मीराचा हात चाचपला.

''पण ते तिथं संपलं नाही.'' त्यानं मुकाटपणं म्हटलं. चिन्नाताई मान हलवते. ती उसासते आणि पाय सरळ ताणते. तिच्या पायाचे तळवे भेगा पडलेले आहेत आणि त्या भेगा खोलवर चिरलेल्या आहेत. ती पायांच्या बोटांची थोडावेळ हालचाल करते. ''नाही, ते तिथे संपलं नाही.''

स्मृती निघून गेल्यावर थोड्याच वेळात ते तिच्या घरी आले होते. ''ती कुठेय?'' श्रीनिवासननं विचारलं.

चिन्नाताईनं तो कुणाबद्दल विचारतोय हे न कळल्याचं सोंग केलं. ''कोण? माझ्या नाती? त्या इथे आहेत... वना, कनका इकडे या.''

श्रीनिवासनं त्या मुलींकडे बारीक डोळे करून पाहिलं. ''जास्त नाटक करू नकोस चिन्नाताई. ती मुलगी इथे आली होती का? सर्वण्णानं तिला पाहिलं.''

चिन्नाताईचा चेहरा आपल्या जावयाचा उल्लेख ऐकताच पांढराफटक पडला. त्या नर्सिंग होमनं त्याचं मूक राहणं खरेदी केलं होतं. तो आता तिथेच काम करत होता. तो ते जसे कसाई होते, तसं त्यांना पाहत नव्हता. खुनी, ज्यांनी त्याच्या बायकोला मारून टाकलं होतं. त्याऐवजी, तो त्यांचा कुत्रा झाला होता. त्यांचा एकनिष्ठ, पाय चाटणारा कुत्रा! एका खुशामत करणारा, अविचारी कुत्रा झाला होता तो!

''ओह तो! तो दारुडा आहे. त्याला त्याच्या कोपरातला आणि गुडघ्यातला फरक कळत नाही.'' श्रीनिवासनं आठ्या घालाव्या. त्याला तिचा हेतू चांगलाच कळला. ''सर्वण्णाची गफलत झाली असेल, पण बाकीच्यांनी तिला या गल्लीत येताना पाहिलं. त्यांना ती बरोबर आठवतेय. आपल्या गावातल्या किती मुली जीन्स पँट घालतात?''

''काय? ती मुलगी?'' चिन्नाताईनं निष्काळजीपणाने हात उडवला. ''मग असं पहिल्यांदाच का नाही सांगितलं? ती गेली एका तासापूर्वी.''

"तिच्याशी संपर्क कसा साधायचा हे तुला माहितीये का?"

"मला कसं माहीत असेल? मला तर तिचं नावसुद्धा माहीत नाहीये."

तेव्हा कनका मध्येच चिवचिवली. तिनं आजी आणि त्या शाळामास्तरासारख्या दिसणाऱ्या माणसाचा वादंग झालेला ऐकला होता. तिला आजी घाबरलेली दिसली होती. आजी इतकी चिंतेत का होती? तिला कशी मदत करायची, हे माहीत होतं.

"ऐय्या! ऐय्या!" ती किलबिलली. एक छोटंसं पाखरू मोठी चोच असलेलं.

(मला माहितीये!)

वनानं तिला चिमटा काढलेला तिला कळला. तिला माहिती होतं की, ती पहिल्यांदा बोलली, तर वनाला खुपतं. वनानं पूर्ण वेळ तिला चिमटे काढले. ती फार जास्त बडबडते; आजी आणि वना नेहमीच म्हणायच्या. पण या वेळी ती आजीची मदत करून सगळं ठीक करणार होती. "ऐय्या! मला त्या अक्काचं नाव माहितीये. ते स्मृती आहे आणि हे बघा, तिनं तिचा नंबर या चिठ्ठीवर लिहून दिलाय. तिनं सांगितलं होतं की, तू आजीला तुला माझ्याबरोबर बोलायला सांग आणि जेव्हा ती हो म्हणेल तेव्हा हा नंबर फिरव. मी येईन आणि माझ्याबरोबर एक बाहुली आणि मिठाई आणेन, असं ती म्हणाली होती." कनकाचे शब्द त्या अचानक स्तब्ध झालेल्या खोलीत घुमले.

श्रीनिवासननं समोर झुकून कनकाचं डोकं थोपटलं आणि तिच्या हातातून ती चिठ्ठी काढून घेतली. "हुशार मुलगी! तू माझा खूपच त्रास वाचवलास. हे घे, सेल्वम्, तिला वीस रुपयांची नोट दे बरं. तू स्वत:साठी तेंगळळ घे. आणि सगळं एकदम खाऊ नकोस. तू आजारी पडशील नाही तर. थोडं तुझ्या आजीला दे आणि बहिणीला दे. ऐकलंस नं?"

कनकानं आनंदानं मान डोलवली.

"अक्का आज रात्री जाणार आहे म्हणाली होती. तिनं आमचे फोटोपण काढले फोनवर." एवढं सगळं लक्ष तिलाच दिल्याबद्दल तिनं आनंदून पुढे म्हटलं. तिला खूपच हसू येत होतं.

श्रीनिवासननं सेल्वमकडे हात लांबवला.

श्रीनिवासननं जे शब्द सांगितले, ते चिन्नाताईनं फोनमध्ये बोलले. "तू जे म्हटलंस त्याबद्दल मी विचार केला. मी तुला सगळी कागदपत्रं, स्कॅनचा अहवाल, सगळंकाही देईन; पण तू इथे येताना दिसली नाही पाहिजे आणि मीपण लॉजवर जाणार नाही. ते फारच धोक्याचं आहे. तू समुद्रकिनाऱ्यावर ये. तिथे कोळीवाड्याच्या थोडं अलीकडे, कॅश्युरिनाच्या जंगलात एक रिकामी जागा आहे. मी तिथे सहा वाजता येईन. संध्याकाळीच ठीक राहील. आपल्याला कुणी पाहाणार नाही."

"थँक्स! थँक्स! तुम्ही खरंच काहीतरी चांगलं कार्य करताय!" तिनं स्मृतीला म्हणताना ऐकलं.

"तिला दुखवू नकोस अय्या!" चिन्नाताईनं विनवणी केली. "ती तरुण आहे. एक लहान मुलगी, जिला ती काय करतेय ते कळत नाहीये. ती आजनंतर निघूनच जाणार आहे. तिला जाऊ दे!"

श्रीनिवासननं स्मित केलं. "मी काही गुंड नाही. तिच्याबरोबर आम्ही काय करू असं तुला वाटतं? तिच्याशी जसं वागायचं, तसंच आम्ही वागू. त्यापेक्षा जास्त नाही. आता हे बोलणं तुझ्या डोक्यातून काढून टाक."

चिन्नाताईनं सावकाश मान हलवली. तिला करता येण्यासारखं काहीच नव्हतं.

जर देव असेलच, तर तो तिचं रक्षण करेल; पण तिला माहीत होतं की, देव त्याच्यावर वेळ आली की, कधीकधी बायकांच्या बाबतीत डोळे मिटून घेतो.

जेव्हा तिचं पहिलं मूल जन्मायची वेळ आली होती, तेव्हा शांतानं तिच्यासाठी निरोप पाठवला होता. माझ्या आईनं या जगात अनेक मुलांना आणलंय. तिनं माझंपण आणलं पाहिजे. तिला इथे माझ्याबरोबर असायलाच हवं. तिनं तिच्या सासूला तिच्या आग्रहाचं कारण सांगितलं होतं.

चिन्नाताईनं म्हटलं होतं की, जोपर्यंत शांताची सासू तिला स्वत:हून बोलवत नाही, तोपर्यंत ती जाणार नाही.

"मुलगा आहे का?" शांता कुजबुजली.

"मुलगी! सुंदर मुलगी!" चिन्नाताई म्हणाली; सफाईनं नाळ बांधत आणि बाळाला दुपट्यात गुंडाळत.

"ओ!" शांता तिच्या सासूला नजर द्यायच्या कल्पनेनं घाबरून म्हणाली.

"खूपच छान बाळंतपण केलंत हो!" ती बाई म्हणाली. "मला वाटलं की, यांचा हात शुभ आहे, असं तू म्हणाली होतीस. मला वाटलं की, ती या घरात मुलगा आणेल. मी तुला सांगितलं होतं की, ज्या बाईनं या जगात सर्वण्णा आणि त्याच्या भावांना आणलं तिलाच बोलवू, पण तुला तुझ्या आईशिवाय कुणीच नको होतं."

चिन्नाताई मूकपणे बाळ-बाळंतिणीचं करत राहिली. "भगवान ठरवतो. एक दाई कसंकाय ते बदलू शकेल?" तिनं म्हटलं.

पण त्या बाईनं मान हलवली. तिचा कठोर चेहरा सगळं अमान्य करीत होता. "आमच्या कुटुंबात मुलगेच होतात. ह्या घरात पहिल्यांदाच मुलगी जन्माला आलीये."

"बरोबर आहे, पण आपल्याला मुलीपण आवश्यक आहेत. नाहीतर ही मनुष्यजात नष्ट होईल. जसं तुम्ही विचार करताय तसा तुमच्या किंवा माझ्या आईनं

आपल्या जन्माच्या वेळी केला असता तर? माझी शांता जन्माला आली, तेव्हा मला इतका आनंद झाला होता!'' चिन्नाताई शांतपणे म्हणाली.

''कदाचित, पण आम्हाला आमच्या मुली नकोच आहेत. दुसऱ्या कुणाला त्या होऊ देत. माझ्या मताप्रमाणे त्या म्हणजे नुस्ता ताप असतो, नुसता ताप!''

नंतर शांतालापण हे पटलं. तिची मुलगी तिचं दूध प्यायला जोरानं ओढायची, पण तिला जास्त दूध आलं नव्हतं. उपासमारीनं ते बाळ जोरजोरानं रडायचं. त्याचं न थांबणारं केकाटणं त्या घरात आणि तिच्या मनात घुमत राहायचं. ''त्यांचं बरोबर आहे. मुली तापदायकच असतात. हिच्याकडे तर बघ जरा. छळवादी कार्टी आणि दिवसभर दूध मागण्यापलीकडे ती काहीच करत नाही!''

चिन्नाताईनं बाळाला हातात घेऊन हळुवार झुलवलं. ''इतकी दुष्ट होऊ नकोस!'' तिनं तिच्या मुलीला झापलं. ''ह्या जिवाला काय कळतंय? तुझ्या सासूच्या बाबतीत म्हणशील, तर तिचा अपेक्षाभंग झालाय'' तिनं शांताचं सांत्वन करीत म्हटलं. ''पुढच्या वेळी जेव्हा तुला मुलगा होईल, तेव्हा ती चंद्रावर पोहोचेल; बघशील तू!''

''आणि जर तेव्हाही मुलगा नाही झाला तर?'' जेव्हा शांताचं दुसरं बाळंतपण जवळ आलं, तेव्हा चिन्नाताईनं तिथे ती उशिरा पोहोचेल असं बघितलं. 'दुसऱ्या कोणा सुईणीला बाळंतपण करू देत.' तिनं विचार केला आणि परत मुलगीच झाली.

''मी काय करू आता अम्मा?'' शांता रडत म्हणाली. चिन्नाताईला तिची समजूत कशी घालावी हे कळेना. तिनं चटई टाकून त्यावर पडायच्या वेळी ह्याच सगळ्याचा विचार केला होता. दुपारचे तीनच वाजले होते, पण चिन्नाताईला प्रचंड थकवा जाणवत होता. तिला आता फक्त उशीवर डोकं ठेऊन डोळे बंद करून थोडा वेळ पडून राहावंसं वाटत होतं.

साडीच्या निऱ्यांमध्ये ते पडून राहिलं होतं. एक इवलासा भाताचा दाणा! एका बाळाचं बोटाचं नख. चमकणारं, सोनेरी, गच्च भरलेलं त्याचं टोक शेवटाला निमुळतं झालेलं.

चिन्नाताईनं बटवा उघडला, ज्यात तिनं मूठभर तांदूळ ठेवले होते. तिनं त्यातला एक दाणा उचलला आणि त्याकडे निरखून पाहिलं. तिनं आपलं बोट त्याच्या कडांवर फिरवलं. तो दाणा कडक कवचासारखा वाळला होता. त्याची टोकं सुरीसारखी होती, पण तरी तिला त्याची धार तपासून पाहायला हवी होती. काहीच चूक नव्हतं. तिनं आपल्या अंगठ्याचं मास त्याच्या टोकावर दाबलं. रक्ताचा एक थेंब फुटला.

चिन्नाताईनं त्या मुलीच्या डोळ्यांमध्ये स्थिर नजरेनं पाहिलं. ते असं ती प्रत्येक वेळी करत असे. ही तुझी निवड असेल. ती तिच्या डोळ्यांनी त्या मुलीशी बोलत

असे. मला काय करायला सांगितलंय, ते मला कळतं. मला माझ्या कामाचे आणि गप्प राहाण्याचे पैसे मिळतात; पण मी ते करणार नाही, जर तुला ते नको असेल तर.

मुलीचे डोळे बंद होते. चिन्नाताई तिच्याकडे क्षण लांबवून पाहते. मुलगी झोपली नव्हती. तिला माहिती होतं की, झोप तिच्या बंद पापण्यांआड दडून बसलीये. चिन्नाताई काही बोलणार नव्हती. ती तिचं थांबणं दर्शवेल इतका उसासापण टाकणार नाही.

मग ती त्या मुलीच्या डोळ्यांच्या कोपऱ्यातून एक अश्रू ओघळताना पाहते. एक हळू ओघळत येणारा अश्रू; दु:ख आणि स्वत:च्या घृणेनं भिजलेला. एक मूक स्वीकाराचं क्षार. तुला जे करायचं ते कर. हा एकच मार्ग आहे.

चिन्नाताई नेहमी जशी उठते, तशी दचकून उठते; मस्तकात आक्रंदन आणि घशात आवंढ्यांची जळजळ घेऊन. विदीर्ण हुंदक्यांची धडधड. जणूकाही कुणीतरी धारदार पात्यानं तिच्या घशांच्या खापा पाडतंय. प्रत्येक रात्री पडणारं तेच ते दु:स्वप्न. तिच्या झोपेला गळफास लावणारं आणि शांततेचे थोडेसे तास उद्ध्वस्त करणारं एक पिशाच!

तिनं कितीदातरी स्वत:ला सांगितलं असेल की, ती गोष्ट भूतकाळातली आहे. आक्रोशणाऱ्या बाळामुळे तिची झोप चाळवते. ती सगळी बाळं, त्यांची तोंडं वासलेली, त्यांचे पाय झाडत असताना आणि त्यांच्या लहानग्या फाकलेल्या मांड्यांमध्ये ती छोटीशी फट. ते मूक तोंड, ज्यामुळे त्यांना जन्माच्या क्षणापासून झिडकारलं गेलंय.

"काय झालं? काय झालं? मला सांगा." शरीराचा खालचा भाग बाहेर येण्यासाठी ताटकळलेले आवाज विचारतात.

चिन्नाताईच्या नातीनं तिच्या कोपराला स्पर्श केला. "आजी, आजी... काय झालं?"

चिन्नाताईनं तिच्याकडे आरपार नजरेनं पाहिलं. "किती वाजले?" तिनं मूकपणे विचारलं.

"जवळजवळ पाच." आजीच्या डोळ्यांतली वेडसर चमक बघून घाबरलेल्या मुलीनं कुजबुजत विचारलं.

"कनकाला शेजारी राजेश्वरीकडे घेऊन जा. आम्हाला परतायला उशीर होईल असं सांग. आल्यावर आपण तिला घ्यायला जाऊ." चिन्नाताई चटई गुंडाळत म्हणाली. तिचे पाय दुखत होते आणि डोकं जड वाटत होतं. तिच्या शरीरातून एक थंड शहारा सरसरत गेला आणि पापण्यांच्या आत आग आणि जळजळ जाणवली. तिला वाटलं तिला ताप चढणार.

"आम्ही कुठे जातोय आजी?" वनानं गावाच्या टोकाला जाणाऱ्या बसमध्ये बसल्यावर विचारलं.

"पक्कं असं कुठेच नाही." तोंडात तंबाखूचा बकाणा भरत चिन्नाताई म्हणाली. वनानं खिडकीबाहेर पाहिलं. आजीनं तंबाखूचा तोबरा भरला याचा अर्थ ती बोलण्याच्या मनस्थितीत नाही.

चिन्नाताईनं तो तोबरा जीभेनं गोळा करून गालाशी ठेवून दिला. त्या रसानं तिचं तोंड जळजळायला लागलं आणि तिच्या डोक्यातली असंख्य भुतं शांत झाली. तिचा श्रीनिवासनवर विश्वास नव्हता. ते त्या मुलीला सहजपणाने जाऊ देणार नाहीत आणि चिन्नाताईला ती जबाबदारी आहे असं वाटलं. ती मूर्ख कनक असं कसं सगळं बडबडली? पण ती तर लहान मुलगीच आहे. एक मूर्ख मुलगी कदाचित; पण चिन्नाताई तिला दोष कसा देऊ शकली असती? तिलाच त्या मुलीबरोबर आणि श्रीनिवासनबरोबर वागताना काळजी घ्यायला हवी होती.

आणि मग अचानक चिन्नाताईच्या मनात एक विचार चमकून गेला. तिनं स्मृतीला सावध करायला फोन का केला नाही? हे सांगायला की तो सगळा सापळा आहे म्हणून.

"तुला त्या अक्काचा नंबर आठवतो?" तिनं वनाला विचारलं.

मुलीनं मान हलवली. "तो माझ्या डोक्यात आहे." ती म्हणाली.

चिन्नाताईनं आजूबाजूला असहायपणे पाहिलं. एका वयस्क माणसाच्या खिशात मोबाइल होता. "ऐया, मला एक महत्त्वाचा फोन करायचाय. मला तो फोन देता का?" वनानं तो नंबर त्याला सांगितला. त्यानं आठ्या चढवल्या. "तो बाहेरच्या गावचा नंबर आहे."

"मी तुम्हाला जेवढे पैसे होतील तेवढे देईन." चिन्नाताई त्वरेनं म्हणाली. त्यानं बटणं दाबून तो तिच्या कानाशी धरला. मग त्यानं पुन्हा लावून पाहिला.

"तो पोहोचत नाहीये. ते संपर्काबाहेर असावेत. तुमच्याजवळ अजून एखादा नंबर आहे का?"

चिन्नाताईला तो पाषाणावर पाषाण घासण्याचा भास झाला. तिच्या पलीकडे असणाऱ्या शक्ती इथे राज्य करताहेत ह्याची जाणीव होऊन.

संध्याकाळच्या वेळी पूर्व समुद्राचा रंग वेगळाच होतो. सूर्याचा मावळता गोळा दुसऱ्याच क्षितिजावर धूसर आणि मोठा तरंगत असतो. प्रकाश नाहीसा झाल्यामुळे जग त्याच्या वेड्यावाकड्या सावल्यांमध्ये आणि काळोख्या ठिपक्यांमध्ये मूक होऊन जातं. त्सुनामीची प्रलयकारी लाट तेव्हा किनाऱ्यावर येऊन थडकली होती. किनाऱ्यापासून वरच्या बाजूला असलेल्या खाडीमुळे आणि जरा खाली असलेल्या

नदीच्या मुखामुळे हे गाव उद्ध्वस्त होण्यापासून बचावलं. पाणी तिथल्या जमिनीमध्ये घुसलं होतं आणि मिंजिकापूरम् जिवाची किंवा वित्ताची फारशी हानी न होता बचावलं होतं; पण किनारपट्टी बदलली होती. वाळूचे किनारे नाहीसे झाले होते आणि किनाऱ्यावर अजूनही वाहून आलेला कचरा पडला होता. वाहत आलेले ओंडके, धातूचे गंजलेले तुकडे आणि समुद्रातली घाण! त्यावर लाकडाचा एक वेडावाकडा ओंडका, कुठल्यातरी लांबच्या प्रदेशातल्या तोडलेल्या झाडाचा बुंधा.

चिन्नाताई आणि वना रस्त्यावरून झपझप चालत जातात. ती लवकर आली असती का? की तिच्यातल्या कुठल्यातरी शक्तीनं तिला पुढे काय घडणार आहे याबद्दल सावध केलं होतं?

त्यांनी तिला लांबून पाहिलं. ती तिथे लाटांकडे तोंड करून त्या ओंडक्यापासून थोडी दूर उभी होती. "बघ आजी, अक्का तिथे आहे." वनाचा आवाज उत्तेजित होऊन चढला.

"श्श!" चिन्नाताईनं तिला गप केलं. "चूप बस! आपण तिथे जाऊन तिला कुणी यायच्या आत परत घेऊन आलं पाहिजे."

पण शेवटी चिन्नाताईला नुस्तं पाहण्यावाचून गत्यंतर उरलं नाही. आपली भयानं फुटणारी किंकाळी आपल्या साडीचा बोळा तोंडात खुपसत आणि वनाचं तोंड आपल्या बाजूला दाबत, म्हणजे त्या पोरीला काही दिसायला नको म्हणून, काही ऐकू यायला नको म्हणून.

ती तीन दांडगट माणसं. त्यांचं स्मृतीकडे गुर्मीत चालत जाणं. त्यापैकी एकानं हातवारे केले. दुसऱ्यानं सिगारेट पेटवली आणि तिसरा आपल्या हाताची घडी घालून डोकं कोनात तिरपं करून उभा राहिला. चिन्नाताईनं पुरुषांना अशा पावित्र्यात उभं राहताना पाहिलं होतं. मटणाच्या दुकानात, आकड्याला लटकावलेल्या बकऱ्याच्या धडांकडे, रांगेनं लोंबकळणाऱ्या बकऱ्यांच्या मस्तकांकडे, त्यांच्या मृत, दृष्टिहीन डोळ्यांकडे बघताना. बारीक तुकडे करायचे की मेंदू हवा? एक गोष्ट मात्र निश्चित होती – ते मास घेतल्याशिवाय तिथून जाणार नाहीत.

ती आपण काय पाहतोय यावर विश्वास न बसून उभीच राहिली. ही माणसं जनावरं होती. त्यांनी त्या मुलीला फाडून टाकलं आणि जसजशी ती किंचाळत होती, तसे ते जास्त उत्तेजित होताना दिसत होते. ती जिथे उभी होती, तिथूनसुद्धा तिला त्या मुलीचं भय जाणवू शकत होतं. हा रक्ताचा वास होता आणि चिन्नाताईला माहीत होतं की, त्या मुलीनं कितीही आर्जवं केली किंवा सुटकेचा प्रयत्न केला, तरी ते तिला सोडणार नव्हते. ती त्यांचं सावज होती.

चिन्नाताईला वाटलं होतं की, तिचं सगळंकाही पाहून झालं आहे. मानवी मनाचा दुष्टपणा; त्याच्या सगळ्या वेड्यावाकड्या आकारात; पण हे पाहण्यासाठी तिच्या मनाची अजिबात तयारी झाली नव्हती. त्या मुलीच्या भयातून त्यांना मिळणारा असुरी आनंद! मरेपर्यंत ती ते विसरू शकणार नाही. हे हास्य, जे ती मुलगी पळून जाण्याचा प्रयत्न करताना, त्यांनी तिच्याभोवती गोळा होताना, आता तिची त्यांच्यापासून सुटका होणं अशक्य आहे हे कळून येताना त्या किनाऱ्यावर घुमत राहिलं.

'पळ! पळून जा!' चिन्नाताईनं प्रार्थना केली; पण स्मृती पळू शकली नाही. ती तिथेच जोरजोरानं हातवारे करत उभी होती. ती त्यांना काय सांगत होती? ते तिला काय सांगत होते? वाऱ्यानं सगळे शब्द गिळून टाकले.

तो तिसरा माणूस, मटणशॉपवाला माणूस, तो झपकन हालला आणि त्यानं तिला अचानक धक्का देऊन पाडलं. जशी स्मृती उठून उभं राहायची धडपड करू लागली, ते तिच्यावर ओणावले.

'नाही, नाही, कृपा करून असं करू नका!' चिन्नाताईचं तोंड विस्फारलं, पण त्यातून आवाज फुटला नाही. भीतीनं तिच्या शरमेच्या चिंधड्या चिंधड्या होऊन तिला गुदमरवून टाकलं. जर तिनं स्वत:ला उघड केलं असतं, तर ते तिचं आणि मुलीचं काय करतील, हे तिला सांगता आलं नसतं.

म्हणून ज्या सहजतेनं त्यांनी स्मृतीला खाली धरून ठेवून मारहाण केली, तेव्हा चिन्नाताईला त्याचा मूक साक्षीदार होण्याशिवाय गत्यंतर उरलं नाही. सहजपणे त्यांनी तिचे कपडे ओरबाडून काढले. भीतीच्या किंकाळ्या, ज्या आक्रोशामध्ये बदलल्या, जसा त्यांनी एकामागोमाग झपाट्यानं आणि पद्धतशीरपणे तिच्यावर बलात्कार केला.

मग ते पुरेसं झालं नाही म्हणून एकानं तिला पायानं पाठीवर वळवलं. बाकीचे जोरानं हसले. संध्याकाळच्या आकाशात कावळ्यांचा खून.

बाकीचे पाहत असताना आणि बोलत असताना त्यानं तिच्यावर मागूनसुद्धा बलात्कार केला. त्या मुलीनं त्याला झटकून टाकायचा प्रयत्न केला. वाळूवर पायांवर, हातावर रांगत जाण्याचं बळ आणून कसंबसं स्वत:ला त्याच्याखालून खेचत नेऊन धापा टाकत. दम घेत. रडत. निसटून जाण्यासाठी. गर्जणारा धोकादायक समुद्र झडप घालायला थांबलाच होता, पण या हिंस्र जनावरांनी जे केलं त्यापेक्षा काहीही चाललं असतं.

आणि मग त्या कचऱ्याच्या राक्षसी ढीगाच्या बाजूला पडलेला तो वेडावाकडा अजस्र ओंडका लाटेबरोबर वर उचलला गेला आणि तिच्या डोक्यावर येऊन आदळला!

“**आ**ता तुम्ही काय कराल?” मीरा विचारते.

ते त्यांच्या खोलीच्या बाल्कनीत बसलेत. समुद्रावर उघडणारी बुटीक हॉटेलमधली ती खोली; चोखंदळ प्रवाशांसाठी सुसज्जित केलेली.

जॅक त्याच्या ड्रिंकचे घुटके घेतो. ग्लासमधला बर्फ किणकिणतो. “मला माहीत नाही” तो म्हणतो.

ते चिन्नाताईच्या घरून परतले, तेव्हा संध्याकाळ झाली होती. जॅक किंवा मीरा, कुणालाच काही बोलता आलं नव्हतं. त्यानं तिचा हात गाडीत पूर्ण वेळ धरून ठेवला होता. मग मीरानंच त्याला बाल्कनीत बसायला लावलं होतं आणि ड्रिंक्स आणि जेवणाची ऑर्डर खोलीवरच दिली होती. मीरानंच त्याला ड्रिंक ओतून त्याच्या हातात दिलं होतं.

“मी काय करू शकतो?” त्याचा आवाज चिरकतो. ‘ही माझी नयनतारासुद्धा असू शकली असती.’ तिला वाटतं. ‘ती जर माझी पोर असती, तर मी हे सगळं कसं सहन केलं असतं? हे सगळं आणि ती एका किळसवाण्या जनावरांच्या आणि पंख असलेल्या राक्षसांच्या गोठलेल्या जगात अडकून पडलीये याची जाणीव!’ आणि तिचे शेवटचे भानावरचे विचार एक फक्त याचनाच असणार.

“आपण आपल्या मुलांवर इतकं प्रेम का करतो?” त्या अंधारात त्याचा आवाज तिच्यात चिरत जातो.

ती मान हलवते आणि हळूच म्हणते, “मला माहीत असतं, तर बरं झालं असतं. मला तुला हे सांगता आलं असतं, तर किच्छा की, मुलांवर माया करण्याचा यापेक्षा दुसरा मार्गपण असतो. कधीकधी मला वाटतं की, याचसाठी जुन्या काळी लोकांना जास्त मुलं असायची. स्वत:ला सुरक्षित टिकवण्यासाठी. जेव्हा तुम्हाला इतक्या लोकांमध्ये स्वत:ला वाटून घ्यावं लागतं, तेव्हा तुम्ही कमी दुखावले जाता.”

मीरा त्याचे खांदे पडलेले बघून मूक बसून राहाते. त्याच्या दु:खानं तिला

यातना होतात. एखाद्या दुःखी माणसाच्या वेदनांना समक्ष पाहून ह्या यातना होत नाहीयेत. हे किच्छामुळे आहे. त्याच्या दुःखाची परिसीमा बघून इतक्या कमी अवधीत ह्या माणसाबद्दल तिला एवढं कसं वाटू लागलं?

"किच्छा, किच्छा...." ती म्हणते. तिची बोटं त्याच्या बोटांना पकडतात.

"मला इतकं एकटं कधीच वाटलं नव्हतं. इतकं दुःखी! इतकं पराजित!" तो तिच्या गालापाशी रडतो.

ती तिचे डोळे घट्ट मिटून घेते, पण त्यांच्या आत पाशवी किंचाळी फोडणाऱ्या स्मृतीची आ वासलेल्या तोंडाची प्रतिमाच तरंगत असते. 'जर ती नयनतारा असती तर!' "नाही! नाही!" ती म्हणते. त्याच्यापेक्षा स्वतःसाठीच. "तू असा विचार करू शकणार नाहीस. तुला धीर धरला पाहिजे. तुला हिंमत आणली पाहिजे."

"जेव्हा स्मृती तान्ही होती आणि झोपायची नाही, तेव्हा मी तिला तिच्या पलंगावरून कडेवर घेऊन फिरवत असे. ती सुरक्षित आहे असं मला वाटे. तिला काही इजा होणार नाही असं वाटे. हे मी कसं विसरून गेलो? मी तिला जाऊ कशी दिली?"

कुठल्याही उतावीळ कृत्य करण्यापासून नयनताराला अडविल्यावर तिच्या चेहऱ्यावरच्या भावांबद्दल विचार न करण्याचा मीरा प्रयत्न करते. तो द्वेष, तो तिरस्कार. शेवटी, ती हार मानून तिला हवं ते करण्याची मुभा देत असे, म्हणजे ती तिच्याकडे बघून हसेल.

"किच्छा, अगदी योग्य असं काही नसतंच. आपण फक्त हीच आशा करू शकतो की, आपण आपल्या मुलांसाठी सगळं योग्य करतोय आणि एखाद दिवशी त्यांना ते समजून येईल आणि हे की, सगळंकाही सुरळीत होईल."

"स्मृतीबद्दल असंपण काही नाहीये. पुढे आशा करावी असं काही नाही." त्याचा आवाज सपाट असतो. आणि डोळे बंद.

खूप हळुवारपणे ती पुढे झुकते आणि त्याच्या डोळ्यांवर ओठ टेकते.

त्याच्या डोळ्यांची हालचाल तिला ओठांखाली जाणवते. तो काय पाहत असेल याचा ती पुन्हा विचार करते. एक विद्ध पोर! त्याची हरवलेली मुलगी! शाश्वततेमधला खंड. कारण ह्यासाठीच नसतात का मुलं आपल्यासाठी? मुलं, आपली मुलं! उद्याच्या पलीकडे नेणारी जीवनरेखा.

मीरा तिला घेरून टाकणाऱ्या दुःखाला झटकून टाकते. तिचे ओठ त्याच्या चेहऱ्यावरच्या उतार-चढावांना शोधत फिरतात; हळुवारपणे, अगदी हळुवारपणे!

त्याला स्वतःच्या आत पिळवटून आल्यासारखं वाटतं. इतका हळुवारपणा! इतका गोडवा! त्याला मागे कधी इतकं शांत वाटलं होतं? ती त्याच्यावर चुंबनाची

बरसात करते. दुपारचा हळुवार पडणारा पाऊस भूतकाळ धुऊन टाकतो. त्याला स्वच्छ झाल्यासारखं जिवंत वाटतं आणि जसं जमिनीवर हळुवारपणे सतत पडणाऱ्या पावसाच्या दाबाखाली जीवन हलतं, तशी त्याच्या आत एक हालचाल, एक जाग, एक आकार घेऊ पाहणाऱ्या संभावनादेखील!

तो तिला इतक्या आवेगाने जवळ धरतो की, त्याला जे म्हणायचंय त्यासाठी शब्दांऐवजी तो आवेगच सर्वकाही सांगेल अशी तो आशा करतो. ती त्याला वाचू शकते. याबद्दल तो मनातून अगदी आश्वस्त आहे. एक दिवस, कदाचित त्याला शब्द सापडतील; पण आतासाठी मात्र तिच्या मानेच्या बाकावर तो फक्त एवढंच पुटपुटतो. "मीरा, ओ मीरा, माझी मीरा..."

मीराला दुसरे लोक गोंधळवून टाकायचे. तसं नेहमीच व्हायचं. गिरी त्यांच्या लग्नाच्या सुरुवातीला तिला चिडवायचा, "खरंच, तुझ्या कुटुंबाशिवाय कुणीही तुझ्यासाठी अस्तित्वात नाही का?"

तिनं तिचं डोकं जोरजोरानं हलवलं होतं. "नाही! नाही! कुणीच दुसरं नाही, पण आता तू आहेस."

मात्र नंतर, खूप नंतर त्यानं आपले डोळे बारीक करून तिरस्कारानं आणि चोरट्या कौतुकानं म्हटलं होतं, "बाकीचे लोक तुझ्यासाठी अस्तित्वात नसतात, हो नं?"

या वेळेपर्यंत मीराला बाकीच्या लोकांच्या जीवनाबद्दल थोडंफार ज्ञान प्राप्त झालं होतं. ते काय खातात, ते कोणाबरोबर झोपतात आणि कठीण कोड्यातली चित्रं कसबीपणानं जागेवर बसवण्याच्या विश्वासानं तिनं फणकाऱ्यानं प्रत्युत्तर केलं होतं. "मला नाही कळत तुला काय म्हणायचंय ते. तुला आणि मला जे लोक माहितीयेत, त्यांच्याबद्दल मी सगळंकाही जाणते; अगदी तू ज्यांच्याबरोबर काम करतो तेही. मग माझ्यासाठी कोण अस्तित्वात नाहीत?"

पण मीरा जाणते की, ती अजूनही लोकांना समजू शकत नाही.

तिला वाटलं होतं की, तिनं जॅकचा ठाव जाणलाय. हा माणूस, जो समुद्राच्या प्रगाढ शांततेची किंवा भीषण वादळांची चित्रं रंगवतो, ज्याची संगीताची आवड जुन्या तामीळ गाण्यांपासून बॅरी व्हाइट, कॅट स्टीव्हन्स आणि लिओनार्ड कोझेनपर्यंत असते आणि तो मोठ्या आकाराचे कपडे घालतो, कारण कुठल्याही तऱ्हेचं बंधन त्याला घुसमटवून टाकतं. तिला माहितीये की, त्याचं मन तिला कधीही समजू न शकणाऱ्या विषयांमध्ये रमतं आणि तो त्याचा आवेग लपवून ठेवतो, जेणेकरून फारशा आवडी-निवडी नसलेला एक साधा, सरळ वयस्क माणूस म्हणून तो वाटावा, ज्याला कचाट्यात पकडणं कठीण जावं. त्याच्यावर प्रेम करणं निराशादायक

असू शकतं आणि अपयशीसुद्धा. तिला असं भय वाटतं आणि तरीही जेव्हा त्याचं "ओ मीरा, मीरा" तिच्या मनात घुमतं, तेव्हा ते तिला चलबिचल करून जातं.

ते तिला उत्तेजित करतं. ते तिला त्याच्याकडे कधीही माहीत नसलेल्या अतृप्त भुकेसह आकर्षित करतं.

"ओ जॅक!" ती कुजबुजते. "की मी तुला किच्छा म्हणू.. मला काय नावानं बोलवावं हेसुद्धा कळत नाही."

"जोपर्यंत तुला तो मी आहे माहितेय तोपर्यंत काही फरक पडत नाही." तिचं सर्वस्व आठवणीत आठवण्यासाठी जणूकाही तो तिच्या शरीरावर बोट फिरवतो. "मला तू किती हवी आहेस! ओ मीरा, माझी मीरा."

मीरा त्याच्यावर झुकते.

नंतर ते कसं घडलं हे तिला बारकाव्यानं आठवेल. ते चेतनेचं बहरून येणं, ती शरीराची जाणीव होणं! ती ग्लानी! मीरा घड्याळाकडे पाहते आणि मग मोतिया रंगात न्हायलेलं खिडकीबाहेरचं आकाश! ही रात्र आहे की दिवस? शेवटचा असा दिवसाचा प्रहर समयातून बाहेर उभारून आलेला तिनं कधी अनुभवला होता? हा झोप आणि अनेक स्वप्नांच्या मालिकेचा, उशीत तोंड खुपसायचा प्रहर! मीरा तिच्या गालावरचे केस मागे सारते आणि पाठीवर पडून राहते.

मग तिला बाथरूममधला आवाज ऐकू येतो. मीरा तटकन उठून बसते. ह्या क्षणी ती स्वत:ला कसं सादर करेल? तिला स्वत:ला कोण म्हणून दाखवायचंय? त्या डळमळीत प्रहरासारखंच मीराचं मन घुटमळत राहातं. झोपेत आणि जागृतीत, बहरण्यात आणि शरमेत, अपराधीपणात आणि एका विलक्षण अस्तित्वाच्या हलकेपणात.

तिचे डोळे अंधारात चमकतात.

गेल्या सगळ्या वर्षांमध्ये तिनं स्वत:ला हेरा म्हणून गाडून टाकलं होतं; एक आदर्श पत्नी! जेव्हा झ्यूसनं तिचं शरीर मागितलं, तिनं प्रतिसाद दिला. ती त्याच्या घेण्यासाठी होती. स्वत:ला वासना हवी होती का, हेपण तिनं स्वत:ला कधीच विचारलं नव्हतं. मूर्ख हेरा! जिला वाटलं की, फक्त पुरुषांनाच संभोगात आनंद मिळतो आणि एका बाईनं फक्त मूक संमती द्यायची असते. जेव्हा टेरेसियसनं – ज्याला संभोगातला आनंद स्त्री आणि पुरुष दोघांसारखापण घेता येत होता – हे अमान्य केलं होतं तेव्हा तिला संताप आला होता. जर आनंद एक ते दहाच्या मोजपट्टीवर टाकला, तर स्त्रिया त्यापैकी नऊ घेतात आणि पुरुषांना फक्त एकच मिळतो, हे कसं शक्य आहे?

या ईश्वरनिंदेसाठी तिनं त्याला आंधळं केलं होतं; पण ह्या मीरेनं तिच्या डोळ्यांमधून, तिच्या वासनांतून मोजपट्टी काढून टाकली होती.

विन्नीला हे कळेल तेव्हा ती काय म्हणेल? तिच्या मुखावर एक स्मित उमटतं. विन्नी सहजपणे याचा स्वीकार करणार नाही. त्याऐवजी ती असा विचार करेल की, विन्नी तिच्या जागी असती तर तिनं काय केलं असतं. ती आता जशी पडलीये तशीच ती पडली असती का? तो बाथरूममधून बाहेर पडायच्या क्षणाला घाबरत आणि भेदरत? की तो पलंगाशेजारचा दिवा लावेल? अंथरुणात बसून उशांना टेकून चादर वक्षाभोवती आणि मांड्यांभोवती गुंडाळून घेत. एक मांजर, जिला साय खाण्याची सवय आहे, तिला अजून साय खायला हरकत नाहीये. ती आता तिचे केस पिंजारून सुस्तपणे आवाज देईल का, "कुठे आहेस तू?"

ती एवढं धैर्य गोळा करू शकेल का? मीराची पायाची बोटं काढून ठेवलेल्या गाऊनशी चाळा करतात. ती उठून बसते आणि चपळतेनं तो डोक्यातून घालते. तो जेव्हा आत येईल तेव्हा ती झोपायचं सोंग करेल का? तसं तिनं करायला हवं का? की नको करायला? की करायला हवं? की नको? डेझीच्या फुलांच्या पाकळ्या जमिनीवर पडतात. एकच उरेपर्यंत. ती कोरड्या ओठांवरून जीभ फिरवते आणि थांबते. पुन्हा एकदा मीरा होऊन.

अप्पा निघून गेल्यानंतर लगेच किच्छा काही नातलगांसोबत रामेश्वरमला गेला होता. अगदी पहाटे कलाचित्तीनं त्याला उठवलं होतं.

"थोडा वेळ थांबता नाही का येणार?" त्यानं झोपेत विचारलं आणि कलाचित्ती कुजबुजली होती, "आकाशाकडे बघ किच्छा! थोड्याच वेळात पहाट होईल. सूर्य वर यायच्या आत आपल्याला देवळात जायला हवं. तसा नियम आहे!"

किच्छानं त्या रात्रीकडे, तिच्या राखाडी रंगाकडे पाहिलं होतं आणि यापेक्षा अजून काय अद्भुत असू शकतं, असं त्याला वाटलं होतं आणि त्या देवाबद्दल, जो सूर्यापासून दूर राहू इच्छितो.

त्यानंतर, किच्छानं पहाटे तीनचा अलार्म लावला होता. आणि त्याच्या मावश्यांना ते त्रासदायक झालं होतं. तो त्या पूर्ण आठवडाभर, तो अद्भुत प्रकाश बघायला रोज त्या वेळी उठत होता. "त्याला काही नक्षत्रं दाखवा." एका मामानं म्हटलं होतं, "हा मुलगा नुसताच रिकामं आकाश बघून काय करतोय?"

पण किच्छाला त्यातलं काहीच नको होतं. "नाही, नाही." त्यानं त्याची मान हलवली आणि निग्रहानं नजर वळवली. बाकीच्या सगळ्यांनी तोंड वाकडं केलं. त्यांनी त्यालाच मनातल्या मनात दोषी ठरवलं. 'अगदी त्याच्या वडलांवर गेलाय, खेचरासारखा अडेलतट्टू! सगळंकाही त्याच्या मनाप्रमाणेच व्हायला हवं!'

फक्त कलाचित्तीला समजू शकलं. "पाहू दे त्याला!" ती तिच्या सौम्य, पण कणखर आवाजात म्हणाली. "कदाचित त्याचं बरोबर असेल. एकदा तुम्हाला काय माहीत असायचं हे कळलं, तर काय मजा राहिली?"

आणि म्हणून किच्छानं ते सगळं पाहिलं, जे त्याला तीन वाजतानाच आकाशात पाहायचं होतं. असा प्रकाश, ज्यानं सूर्यापासून काहीच घेतलं नाहीये. असा समुद्र, जो आकाशात गुंजत होता. असं विश्व, जे वर-खाली दोन्हीकडे सारखंच होतं, जेव्हा त्याच्या तेरा वर्षांच्या जगात मध्यावर गोंधळच गोंधळ होता.

किच्छा, जो आता फक्त जॅक होता, बाथरूममध्ये खिडकीच्या फटींमधून आकाशाचा वेध घेतो. शिंपल्याच्या आतली आभा, त्यानं त्याचा ऊर आनंदानं भरून येतो. जसा तो तेव्हा आला होता. एक संभाव्यतांचा अंतहीन देखावा! त्याला वाटतं की, हाच तर तो सत्याचा क्षण नव्हता, ज्याबद्दल अप्पा बोलायचे.

मग तो पलीकडे खोलीत बारीक हालचालींचे आवाज ऐकतो. त्याचे हात नळावर थबकतात.

जॅक दारात उभा राहातो. ती झोपेचं सोंग करतेय; त्याच्या प्रत्येक श्वासाची दखल घेत. ज्या तऱ्हेनं तिनं आपलं शरीर आवरून धरलंय, त्यावरून तो ते पाहू शकतो. तो तिच्याशेजारी येऊन बसतो. तिनं आपला गाऊन घातलाय, हे पाहून त्याला गंमत वाटते. तो अंथरुणात चाचपून आपली चड्डी शोधून काढतो. तो ती घालून मग सरकून तिच्या नाकाच्या टोकाला स्पर्श करतो. "तू तुझे डोळे उघडू शकतेस आता." तो हळूच कुजबुजतो. "मी सभ्य दिसतोय. पुरेसा सभ्य." तो हसतो.

तिचे डोळे अचानक उघडतात. तो त्यात संकोच पाहतो. त्याला पुन्हा तो जिव्हाळा जाणवून येतो. "ओ मीरा! मीरा!" तो हळुवार म्हणतो.

जॅक तिच्यावर झुकतो आणि आपला गाल तिच्या गालावर हळूच, अगदी हळूच टेकवतो. तो आपला चेहरा तिच्या मानेत खुपसतो. "ये." तो कुजबुजतो. "ये आणि माझ्याबरोबर आकाश बघ."

तो तिला अंथरुणातून ओढून काढतो आणि खिडकीशी नेतो. तो तिचा हात हातात घेतो. ती तो तिथेच काही मिनिटं राहू देते आणि मग हळूच त्याच्या बोटात बोटं गुंफते. बाहेर आकाश ओथंबून येतं आणि ढग सरकतात.

ती त्याचं पुटपुटणं ऐकते. अर्धवट आशेनं, अर्धवट अविश्वसनीय विस्मयानं

"मला जे स्मृतीनं सुरू केलंय ते पूर्ण करायला हवं. ते मी कसं नाही करणार मीरा? तुला ती कोहेनची ओळ आठवते? घंट्या वाजवण्याबद्दल, ज्या अजूनदेखील वाजवता येऊ शकतील...." (अबाउट रिंगिंग द बेल्स दॅट स्टिल कॅन बी रंग)

मीरा बोलत नाही. कालची रात्र काहीतरी घडण्यासाठी थांबली होती. त्यानं तिच्या मिठीला प्रतिसाद दिला होता आणि तिनं त्याच्या माथेफिरू भुकेशी आपली भूक जुळवून वासनांची पूर्ती केली होती; पण मीराला त्यांच्या गरजांचं शमन करण्याच्या निखळ स्वाभाविकतेमुळे धक्का बसला होता. दोन निराश जीव एकमेकांना बिलगलेले. हेच असं सर्व आपल्याला हवंय का? की हे काहीतरी अजून वेगळं होईल? एक जास्त टिकणारा बंध! एक अधिक आधार देणारं प्रेम!

आता, जेव्हा जॅक तिच्यात त्याचा आधार शोधतोय, त्याच्या लांब आणि निराशाजनक प्रवासात, तेव्हा मीराला अजूनच एक रुखरुख सतावतेय.

ती तिचं सर्वस्व त्याला अर्पण करायला जशी अधीर झालीये, त्याच्या लढाया तिच्या करायला, त्यांच्या आयुष्याचं आणि आशांचं जाळं विणायला, शून्यातून काहीतरी निर्माण करायला.

पण तिला माहितीये की, जर ती हे करेल, तर जी मीरा ती आता झालीये, ती कायमची सुकून जाईल. ती तिथे त्याच्यासाठी असेल; मीरा निर्णय घेते; पण स्वत:ला जिवंत ठेवण्यासाठी तिला आपला खोल रुतून बसलेला स्वार्थ उपसून बाहेर काढावा लागेल. त्यामुळेच निश्चित होईल की, जॅक तिला गिळंकृत करणार नाही. जसं कधी गिरीनं केलं होतं.

"हो, तुला केलंच पाहिजे." ती म्हणते.

ज्या तऱ्हेनं तो उभा राहतो, त्यात तो तिच्याकडून इमानाचं वचन घ्यायच्या अपेक्षेनं थांबलाय, हे तिला कळतं.

पण मीरा हे बोलू शकत नाही. अद्याप नाही. ती त्याला तिच्याकडून जी खात्री हवीये, ती देऊ शकत नाही. अद्याप नाही. मीरा तिच्या आवडत्या फळाचा विचार करते. डाळिंबाच जसा एक एक बी तोंडात टाकून ती जास्त आनंद लुटते; एकदम तोंडात न टाकता. ती त्यापासून इशारा घेईल. कसं एके दिवशी एका वेळेला पुनरुत्थान साधायचं. म्हणून मीरा तेच करते, जे ती करू शकते. ती तिचं डोकं त्याच्या बाहूवर टेकवते. हे इतपतच तिला त्याला द्यायचं असतं.

कदाचित एखाद दिवशी अजून जास्त असेल.

आणि त्यानंतरही पुढे.

त्यानंतर....

तो माणूस झोपेमध्ये चाळवतो. रात्रभर तो बेचैन असतो. त्याच्या डोक्यात एक प्रतिमांची साखळी स्वत:चाच पाठलाग करतेय. विचारांची एक दृश्य शृंखला, जी त्याला आवडत नाहीये. त्याला माहीत आहे ती कुठून उद्‌भवतेय. त्याच्या पायाच्या करंगळीसारखा आणि माकडहाडासारखा तो विवेकबुद्धी नावाचा कालबाह्य, निरुपयोगी अवयव आपलं अस्तित्व त्या तीन जिल्ह्यांमध्ये पसरलेल्या अनोळखी पलंगांच्या तिथे दाखवून देतो.

सुरुवातीच्या दिवसांमध्ये तो बायकांच्या पोटावर वैद्यकीय उपकरण सहज हातानं फिरवायचा. ते एक प्रतिष्ठित इस्पितळ होतं. त्याचं चिकित्सा केंद्र अनेक रोग्यांना आकर्षित करत असे. काही काळ तर त्यानं त्या बायकांच्या चेहऱ्याकडेसुद्धा पाहणं सोडून दिलं होतं. ते दैनंदिन काम होतं आणि त्यात लक्ष न घालणंच चांगलं होतं. फक्त जर काही विचित्र असेल, तर तो मॉनिटरवरून बघायचा आणि बोलायचा.

कधीकधी, एखादा अडखळणारा आवाज विचारायचा, ''काय आहे?''

आणि तो ताडकन प्रश्न विचारायचा, ''का?''

मग तो असाच हात उडवून उत्तर द्यायला शिकला होता.

''आता इतक्या लवकर सांगता येणार नाही.'' त्या दिवसांमध्ये हिप्पोक्रेटिसची शपथ त्याच्या हाताच्या तळव्यांवर ताजी कोरली होती. माझ्या क्षमतेनुसार आणि निर्णायक बुद्धीनुसार माझ्या रुग्णांच्या हितासाठी आणि कुणाचंही अहित न करण्यासाठी.

त्या दिवसापर्यंत जेव्हा चिकित्सा-केंद्राच्या संचालकांनी त्याला त्यांच्या खोलीत बोलावणं पाठवलं होतं. ''तुला माहितीये ते इथे का येतात.'' ते म्हणाले. ''जर तू त्यांना जे हवं ते दिलं नाहीस, तर ते दुसरीकडे जातील आणि मला ते नकोय.''

''पण सर, हे अनैतिक आहे.'' त्यानं विरोध केला. 'मी कुठल्याही स्त्रीला गर्भपात करण्यासाठी मदत करणार नाही.' हिप्पोक्रेटिस त्याच्या कानात कुजबुजला.

ते संचालक त्याच्याकडे आश्चर्यानं पाहतच राहिले. ''कुठल्या जगात राहताय तुम्ही साहेब? ही त्यांची निवड आहे, तुमचा निर्णय नव्हे; कळलं आणि जर तुम्ही लक्ष्य पूर्ण नाही केलं, तर तुम्ही आमच्यासाठीसुद्धा फारसा पर्याय सोडत नाही आहात.''

पर्याय. ते शेवटी तिथपर्यंत आलं. रुग्णाचा : इस्पितळाचा : ठेवायचं की मारून टाकायचं. तिथे राहायचं की सोडून जायचं.

त्यानं शरणागती पत्करली. जसं की संचालकांना माहीत होतं. "काय आहे?" या प्रश्नाला उत्तर द्यायला तो शिकला. त्यानं मूर्खपणा करायचा सोडून दिला.

तो त्याच्या पाठीवर उताणा झोपलाय; अंधारात बघत. 'मला आत्तापर्यंत सवय व्हायला हवी होती.' तो स्वतःलाच सांगतो. 'असं नाही आहे की, मी प्रत्यक्ष कुठला गुन्हा करतोय. मी ईश्वर असण्याचा बहाणा करीत नाहीये. मी फक्त माझी व्यावसायिक जबाबदारी पार पाडतोय.'

या विचारानं दिलासा मिळून तो माणूस आपले डोळे पुन्हा मिटून घेतो. थोड्याच वेळात उठून, अंघोळ करून कपडे घालण्याची वेळ होईल. येणारा दिवस बराच मोठा असणार आहे.

माणसाला विश्रांती लागतेच.

कुठेतरी एका हिरव्या रंगात न्हायलेल्या खोलीत एक विचार अनेक महिन्यांच्या शून्यत्वातून, मृत पेशींच्या दलदलीतून तरंगत वर येतो आणि आठवतो.

तिचा निळा डेनिमचा शर्ट, पप्पा जॅकचा शर्ट! मोत्याची बटणं अंधारात चमकत होती. पपा जॅक इथे आहे. नाही, नाही तो फक्त त्याचा शर्ट आहे. पपा जॅक, कुठे आहेस तू?

बघ, पपा जॅक, मी इथे आहे. जिथे कधीकधी तू होतास. तू तुझ्या इथल्या दिवसांबद्दल कधीच पुरेचं सांगितलं नव्हतंस. कदाचित मी तुला इथे यायला नको असेल.

समुद्र, पपा जॅक, समुद्र. मला त्याचा गंध येतोय. हा खवळलेला समुद्र आहे. लाटा फुटून चूर होतात. बूम. बूम. बूम.

मला काहीतरी खरोखर करायचं होतं. ते जे काही करत होते, ते मला थांबवायचं होतं. पाहा मॉम, मला असं म्हणायचं होतं की, जेव्हा मी घरी यायचा निर्णय घेतला तेव्हा मी माझं भवितव्य उधळून लावलं नाही.

आठवतंय का, जेव्हा मांजरीनं माझ्या पोपटाला पकडलं होतं? ते पाखरू त्याच्या पाठीवर पडलं होतं. मांजरीनं तिचं तोंड वर केलं. त्यातून आतडं लोंबत होतं. मी किंचाळले, "चालती हो!" त्या मांजरीनं माझ्याकडे टक लावून पाहिलं आणि गुरकावली.

ते माझ्या मागावर त्या निळ्या-जांभळ्या कातरवेळी आले. तिघं जण. त्यांच्या डोळ्यांत मी मांजरीच्या डोळ्यांत जे होतं ते पाहिलं.

मी माझ्या पाठीवर उताणी पडलेय. मी किंचाळते. चालते व्हा! मी त्यांना ढकलण्याचा प्रयत्न करते. मी किंचाळले. पपा. पपा जॅक.

झटके मंद होतात. एका गोठलेल्या खाईत एक इवलीशी शीर उगवते. एक मज्जापेशी जन्माला येते. एक बोट वळवळतं स्मृती. मी स्मृती आहे....

❏

तिथे एक फट आहे. सगळ्यांमध्ये एक फट.
म्हणूनच तर प्रकाश आत प्रवेश करतो.
आणि मग सगळा अनुग्रह, सगळा आनंद तिचाच असेल.
सगळे प्राण तिच्या प्रयत्नांना साथ देताहेत.
एक आदर्श दिवस!

हेरावर एक टीप

हेरा. ग्रीक भाषेत 'स्त्री'साठी शब्द. याचा अर्थ 'हेरवा' म्हणजे संरक्षणकर्ती असापण होतो.

ती क्रोनस आणि रियाची मुलगी असते. तिचं बालपण आर्केडियामध्ये गेलं, जिथे ॠतू तिच्या दाया असतात. हेराचा जुळा भाऊ झ्यूस वडलांना हद्दपार करून तिचे प्रणयाराधन करतो; पण ती त्याचा तिटकारा करते, म्हणून तो एका जखमी कोकिळेचं रूप घेऊन तिला फसवतो. हेराला कळवळा वाटून ती त्या कोकिळेला हळुवारपणे उचलून घेऊन छातीच्या उबेशी धरते. तेव्हा झ्यूस खऱ्या रूपात अवतरतो आणि तिला पळवून नेतो. हेराला इतकी लाज वाटते की, तिला त्याच्याशी लग्न करण्यावाचून गत्यंतर उरत नाही.

झ्यूसचा आणि हेराचा विवाह वादळी असतो. त्याच्या सततच्या व्यभिचारामुळे अपमानीत आणि विद्ध झालेली हेरा त्याला धडा मिळण्यासाठी कुटिल कारस्थानं रचत असते. त्यांच्या सतत उडणाऱ्या खटक्यांची परिणती झ्यूसकडून तिला चाबकाचे फटकारे मारण्यात किंवा तिच्यावर वज्रसुद्धा फेकून मारण्यात होत असे. विचित्र म्हणजे, झ्यूस त्याची गुपितं तिला सांगत असे आणि बरेचदा तिचा सल्लापण घेई; पण त्याने तिच्यावर पूर्ण विश्वास कधीच टाकला नाही.

हेराला बरीच मुले झाली, पण तिने झ्यूसची मानहानी करायला पायथॉनला कृत्रिम गर्भधारणेने जन्म दिला. तिचा अजून एक मुलगा शिल्पकार हिफेस्टस होता.

वायू ही मूलत: हेराची अखत्यारी होती आणि पुरुष देवांचा त्यावर काही अंमल नव्हता. तिचे चिन्ह डाळिंब आहे आणि ते मृत्यू आणि पुनर्जन्माच्या वचनाचे प्रतिनिधित्व करते.

– रॉबर्ट ग्रेव्हजच्या '*द ग्रिक मिथ्स*' वरून